Family Law
Punjabi/Hindi/English Glossary

Bakersfield Paralegal & Inderraj Singh

Inderraj Singh – 661-599-8884
1706 Chester Ave, Suite 412
Bakersfield, CA 93301

Bakersfield Paralegal – 661Justice (661-587-8423)
1412 17th St., Ste. 349
Bakersfield, CA 93301

A portion of the royalties from this book are
used to help domestic violence victims.

ISBN: 978-1-950418-04-6

INTRODUCTION

This book is not meant to be authoritative or comprehensive. It is designed to help English, Punjabi, and Hindi speakers understand legal terms that are commonly used in family law proceedings. You should consult with your own attorney for legal advice or to clarify any given term.

ਜਾਣ-ਪਛਾਣ

ਇਹ ਕਿਤਾਬ ਅਧਕਿਾਰਤ ਜਾਂ ਵਿਆਪਕ ਹੋਣ ਲਈ ਨਹੀ ਹੈ। ਇਹ ਅੰਗਰੇਜ਼ੀ, ਪੰਜਾਬੀ ਅਤੇ ਹੰਦਿੀ ਬੋਲਣ ਵਾਲਆਿਂ ਨੂੰ ਕਾਨੂੰਨੀ ਸ਼ਬਦਾਂ ਨੂੰ ਸਮਝਣ ਵੱਚਿ ਮਦਦ ਕਰਨ ਲਈ ਤਆਿਰ ਕੀਤੀ ਗਈ ਹੈ ਜੋ ਆਮ ਤੌਰ 'ਤੇ ਪਰਵਿਾਰਕ ਕਾਨੂੰਨ ਦੀ ਕਾਰਵਾਈ ਵੱਚਿ ਵਰਤੇ ਜਾਂਦੇ ਹਨ। ਕਸਿੇ ਵੀ ਸ਼ਬਦ ਨੂੰ ਸਪੱਸ਼ਟ ਕਰਨ ਲਈ ਤੁਹਾਨੂੰ ਆਪਣੇ ਵਕੀਲ ਤੋਂ ਕਾਨੂੰਨੀ ਸਲਾਹ ਲੈਣੀ ਚਾਹੀਦੀ ਹੈ

परिचय

यह पुस्तक आधकिारकि या व्यापक होने का इरादा नहीं रखती। यह अंग्रेजी, पंजाबी और हंदिी भाषयिों को पारविारकि कानूनी कार्यवाही में आमतौर पर इस्तेमाल होने वाले कानूनी शब्दों को समझने में मदद करने के लिए बनाई गई है। आपको कसिी भी शब्द को स्पष्ट करने के लिए अपने वकील से कानूनी सलाह लेनी चाहिए।

ABANDONMENT - CHILD

Definition: In family law, a parent's intentional failure to provide reasonable care, supervision, or contact with a child for a statutory period, often grounds for dependency findings or termination of parental rights.

Explanation: A parent leaves a child without care or contact long enough that the court can intervene.

Example: The court found child abandonment after twelve months without visitation or support.

ਪੰਜਾਬੀ: ਬੱਚੇ ਨੂੰ ਛੱਡਣਾ
ਪਰਵਿਾਰਕ ਕਾਨੂੰਨ ਵੱਚਿ, ਮਾਤਾ–ਪਤਿਾ ਵੱਲੋਂ ਜਾਣ–ਬੁੱਝ ਕੇ ਇੱਕ ਨਰਿਧਾਰਤ ਸਮੇਂ ਲਈ ਬੱਚੇ ਨੂੰ ਉਚਤਿ ਦੇਖਭਾਲ, ਨਗਿਰਾਨੀ ਜਾਂ ਸੰਪਰਕ ਨਾ ਦੇਣਾ, ਅਕਸਰ ਨਰਿਭਰਤਾ ਸੰਬੰਧੀ ਫੈਸਲੇ ਜਾਂ ਮਾਤਾ-ਪਤਿਾ ਦੇ ਅਧਕਿਾਰ ਖਤਮ ਕਰਨ ਦੇ ਅਧਾਰ ਵਜੋਂ ਗਣਿਆਿ ਜਾਂਦਾ ਹੈ। ਇੱਕ ਮਾਤਾ–ਪਤਿਾ ਬੱਚੇ ਨੂੰ ਇੰਨਾ ਸਮਾਂ ਬਨਿਾ ਦੇਖਭਾਲ ਜਾਂ ਸੰਪਰਕ ਤੋਂ ਛੱਡ ਦੰਿਦਾ ਹੈ ਕਿ ਅਦਾਲਤ ਦਖਲ ਦੇ ਸਕਦੀ ਹੈ।

हदिी: बच्चे का परत्यिाग
पारविारकि क़ानून में, माता–पिता द्वारा जानबूझकर एक नशि्चति अवधि के लएि बच्चे को उचति देखभाल, नगिरानी या संपर्क न देना, अक्सर आश्रति घोषति करने या माता–पिता के अधिकार समाप्त करने का आधार माना जाता है। एक माता–पिता बच्चे को इतना समय बनिा देखभाल या संपर्क के छोड़ देता है कि न्यायालय हस्तक्षेप कर सकता है।

ABATE

Definition: To reduce, lessen, or diminish the effect of something; in family law, often used to describe the reduction or suspension of spousal support, child support, or legal proceedings due to a change in circumstances.

Explanation: When the court lowers or stops a payment or legal action because of changed conditions.

Example: The court ordered child support to abate while the child was living full-time with the other parent.

ਪੰਜਾਬੀ: ਘਟਾਉਣਾ
ਕਸਿੇ ਚੀਜ਼ ਦੇ ਅਸਰ ਨੂੰ ਘਟਾਉਣਾ, ਕੱਟਣਾ ਜਾਂ ਘਟਾਉਣਾ; ਪਰਵਿਾਰਕ ਕਾਨੂੰਨ ਵੱਚਿ, ਅਕਸਰ ਪਤੀ–ਪਤਨੀ ਦੀ ਸਹਾਇਤਾ, ਬੱਚਆਿਂ ਦੀ ਸਹਾਇਤਾ, ਜਾਂ ਹਾਲਾਤਾਂ ਵੱਚਿ

ਤਬਦੀਲੀ ਕਾਰਨ ਕਾਨੂੰਨੀ ਕਾਰਵਾਈ ਦੀ ਕਮੀ ਜਾਂ ਰੋਕ ਦਾ ਵਰਣਨ ਕਰਨ ਲਈ ਵਰਤਿਆ ਜਾਂਦਾ ਹੈ। ਜਦੋਂ ਅਦਾਲਤ ਬਦਲੇ ਹੋਏ ਹਾਲਾਤਾਂ ਕਰਕੇ ਭੁਗਤਾਨ ਜਾਂ ਕਾਨੂੰਨੀ ਕਾਰਵਾਈ ਨੂੰ ਘਟਾ ਜਾਂ ਰੋਕ ਦਿੰਦੀ ਹੈ।

हिंदी: कम करना
किसी चीज़ के प्रभाव को कम करना, घटाना या न्यून करना; पारिवारिक क़ानून में, अक्सर पति-पत्नी के भरण–पोषण, बाल भरण–पोषण या परिस्थितियों में बदलाव के कारण कानूनी कार्यवाही में कमी या रोक का वर्णन करने के लिए प्रयोग किया जाता है। जब न्यायालय बदली हुई परिस्थितियों के कारण भुगतान या कानूनी कार्यवाही को कम या रोक देता है।

ABDUCTION - CHILD

Definition: The wrongful removal or retention of a child from their lawful custodian, including across state or international borders.

Explanation: Taking or keeping a child away from the legal caregiver without permission.

Example: Mother alleged child abduction after Father kept the child overseas.

ਪੰਜਾਬੀ: ਬੱਚੇ ਦਾ ਅਪਹਰਨ
ਇਸਦਾ ਮਤਲਬ ਹੈ ਜਦੋਂ ਕੋਈ ਵਿਅਕਤੀ ਗੈਰਕਾਨੂੰਨੀ ਤਰੀਕੇ ਨਾਲ ਬੱਚੇ ਨੂੰ ਉਸਦੇ ਮਾਪਿਆਂ ਜਾਂ ਸੰਭਾਲ ਕਰਨ ਵਾਲਿਆਂ ਤੋਂ ਦੂਰ ਲੈ ਜਾਂਦਾ ਹੈ। ਜਿਸ ਵਿੱਚ ਰਾਜਾਂ ਜਾਂ ਅੰਤਰਰਾਸ਼ਟਰੀ ਸਰਹੱਦਾਂ ਤੋਂ ਪਾਰ ਲੈ ਜਾਣਾ ਵੀ ਸ਼ਾਮਲ ਹੈ।ਬਿਨਾ ਇਜਾਜ਼ਤ ਕਾਨੂੰਨੀ ਦੇਖਭਾਲ ਕਰਨ ਵਾਲੇ ਤੋਂ ਬੱਚੇ ਨੂੰ ਦੂਰ ਲੈ ਜਾਣਾ ਜਾਂ ਆਪਣੇ ਕੋਲ ਰੱਖਣਾ।

हिंदी: बच्चे का अपहरण
इसका मतलब है जब कोई व्यक्ति गैरकानूनी तरीके से बच्चे को उसके माता-पिता या अभिभावकों से दूर ले जाता है। जिसमें राज्य या अंतरराष्ट्रीय सीमाओं के पार ले जाना भी शामिल है। बिना अनुमति क़ानूनी देखभाल करने वाले से बच्चे को दूर ले जाना या अपने पास रखना।

ABDUCTION BY PARENT

Definition: The unlawful taking, concealment, or retention of a child by one parent in violation of custody rights of the other parent or contrary to a court order.

Explanation: When one parent illegally takes or hides the child from the other parent.

Example: The mother was charged with abduction by parent after taking the child out of state without consent.

ਪੰਜਾਬੀ: ਮਾਤਾ-ਪਿਤਾ ਦੁਆਰਾ ਅਪਹਰਨ – ਇੱਕ ਮਾਤਾ ਜਾਂ ਪਿਤਾ ਵੱਲੋਂ ਬੱਚੇ ਨੂੰ ਗੈਰਕਾਨੂੰਨੀ ਤਰੀਕੇ ਨਾਲ ਲੈ ਜਾਣਾ, ਲੁਕਾਉਣਾ ਜਾਂ ਆਪਣੇ ਕੋਲ ਰੱਖਣਾ, ਜੋ ਦੂਜੇ ਮਾਤਾ ਜਾਂ ਪਿਤਾ ਦੇ ਹਿਰਾਸਤ ਅਧਿਕਾਰਾਂ ਦੀ ਉਲੰਘਣਾ ਕਰਦਾ ਹੈ ਜਾਂ ਅਦਾਲਤ ਦੇ ਹੁਕਮ ਦੇ ਖਿਲਾਫ਼ ਹੈ। ਜਦੋਂ ਇੱਕ ਮਾਤਾ ਜਾਂ ਪਿਤਾ ਗੈਰਕਾਨੂੰਨੀ ਤਰੀਕੇ ਨਾਲ ਦੂਜੇ ਮਾਤਾ ਜਾਂ ਪਿਤਾ ਤੋਂ ਬੱਚੇ ਨੂੰ ਲੈ ਜਾਂਦਾ ਜਾਂ ਲੁਕਾ ਲੈਂਦਾ ਹੈ।

हिंदी: माता-पिता द्वारा अपहरण – एक माता या पिता द्वारा बच्चे को अवैध रूप से ले जाना, छुपाना या अपने पास रखना, जो दूसरे माता या पिता के अभिरक्षा अधिकारों का उल्लंघन करता है या न्यायालय के आदेश के विपरीत है। जब एक माता या पिता अवैध रूप से दूसरे माता या पिता से बच्चे को ले जाता या छुपा लेता है।

ABOVE-NAMED

Definition: A legal reference to a person, party, or entity already identified earlier in the document, typically used in pleadings, orders, or contracts to avoid repeating the full name.

Explanation: A way of saying “the person already mentioned earlier in the papers.”

Example: The court ordered the above-named respondent to appear at the custody hearing.

ਪੰਜਾਬੀ: ਉਪਰੋਕਤ-ਨਾਂਵ ਵਾਲਾ
ਦਸਤਾਵੇਜ਼ ਵੱਚਿ ਪਹਲਿਾਂ ਹੀ ਪਛਾਣ ਕੀਤੇ ਗਏ ਕਸਿੇ ਵਅਿਕਤੀ, ਪੱਖ, ਜਾਂ ਇਕਾਈ ਲਈ ਕਾਨੂੰਨੀ ਹਵਾਲਾ, ਆਮ ਤੌਰ ‘ਤੇ ਪਲੀਡੰਿਗਜ਼, ਹੁਕਮਾਂ, ਜਾਂ ਕਰਾਰਾਂ ਵੱਚਿ ਪੂਰਾ ਨਾਮ ਦੁਹਰਾਉਣ ਤੋਂ ਬਚਣ ਲਈ ਵਰਤਆਿ ਜਾਂਦਾ ਹੈ। ਕਾਗਜ਼ਾਂ ਵੱਚਿ ਪਹਲਿਾਂ ਜ਼ਕਿਰ ਕੀਤੇ ਵਅਿਕਤੀ ਨੂੰ ਦਰਸਾਉਣ ਦਾ ਇੱਕ ਤਰੀਕਾ।

हदिी: उपर्युक्त-नामति

दस्तावेज़ में पहले से ही पहचाने गए कसिी व्यक्त,ि पक्ष या इकाई का कानूनी संदर्भ, जसिका उपयोग आम तौर पर पूर्ण नाम को दोहराने से बचने के लिए दलीलों, आदेशों या अनुबंधों में कयिा जाता है। यह कहने का एक तरीका है "वह व्यक्त जिसिका उल्लेख पहले ही कागज़ात में कयिा जा चुका

है।"

ABUSE - CHILD

Definition: Physical, emotional, or sexual harm to a child, or neglect that threatens the child's health or welfare.

Explanation: Hurting a child or failing to care for the child in a way that is dangerous.

Example: The report alleged child abuse and neglect by the caregiver.

ਪੰਜਾਬੀ: ਬੱਚੇ ਨਾਲ ਦੁਰਵਿਵਹਾਰ
ਬੱਚੇ ਨੂੰ ਸ਼ਾਰੀਰਕ, ਭਾਵਨਾਤਮਕ ਜਾਂ ਯੌਨਿਕ ਨੁਕਸਾਨ, ਜਾਂ ਅਣਦੇਖੀ ਜੋ ਬੱਚੇ ਦੀ ਸਿਹਤ ਜਾਂ ਭਲਾਈ ਨੂੰ ਖ਼ਤਰੇ ਵਿੱਚ ਪਾ ਸਕਦੀ ਹੈ। ਬੱਚੇ ਨੂੰ ਨੁਕਸਾਨ ਪਹੁੰਚਾਉਣਾ ਜਾਂ ਬੱਚੇ ਦੀ ਦੇਖਭਾਲ ਇਸ ਤਰੀਕੇ ਨਾਲ ਕਰਨਾ ਜੋ ਖ਼ਤਰਨਾਕ ਹੋਵੇ।

हिंदी: बच्चे के साथ दुर्व्यवहार
बच्चे के साथ शारीरिक, भावनात्मक या यौन हानि, या ऐसी उपेक्षा जो बच्चे के स्वास्थ्य या कल्याण को खतरे में डालती हो। बच्चे को चोट पहुँचाना या बच्चे की देखभाल इस तरह करना कि वह खतरनाक हो।

ABUSE – DOMESTIC VIOLENCE

Definition: Intentionally or recklessly causing or attempting to cause bodily injury, sexual assault, or placing a partner or family member in reasonable fear of harm.

Explanation: Violence, threats, or control in an intimate or family relationship.

Example: She asked for a restraining order due to domestic violence.

ਪੰਜਾਬੀ: ਘਰੇਲੂ ਹਿੰਸਾ
ਇਸਦਾ ਮਤਲਬ ਹੈ ਪਰਿਵਾਰ ਜਾਂ ਘਰ ਦੇ ਅੰਦਰ ਕਿਸੇ ਮੈਂਬਰ ਨਾਲ ਸਰੀਰਕ, ਮਾਨਸਿਕ ਜਾਂ ਜਿਨਸੀ ਤਸ਼ੱਦਦ ਕਰਨਾ। ਨਜ਼ਦੀਕੀ ਜਾਂ ਪਰਿਵਾਰਕ ਸੰਬੰਧ ਵਿੱਚ ਹਿੰਸਾ, ਧਮਕੀਆਂ ਜਾਂ ਨਿਯੰਤਰਣ।

हिंदी: घरेलू हिंसा
इसका मतलब है परिवार या घर के अंदर किसी सदस्य के साथ शारीरिक, मानसिक या यौन उत्पीड़न करना। निकट या पारिवारिक संबंध में हिंसा, धमकियाँ, या नियंत्रण।

ABUSE OF DISCRETION

Definition: A legal standard of review where a higher court finds that a trial judge's decision was arbitrary, unreasonable, or exceeded the bounds of sound judgment, especially when no reasonable judge would have reached the same conclusion.

Explanation: When a judge makes a ruling that is unfair, unreasonable, or clearly outside normal legal judgment.

Example: On appeal, the mother argued that the trial court's denial of her request to relocate was an abuse of discretion because the judge ignored the best interests of the child.

ਪੰਜਾਬੀ: ਅਧਕਿਾਰ ਦਾ ਦੁਰਵਨਿਯਿੋਗ
ਇਸਦਾ ਮਤਲਬ ਹੈ ਜਦੋਂ ਅਦਾਲਤ ਜਾਂ ਅਧਕਿਾਰੀ ਆਪਣੇ ਫੈਸਲੇ ਦੇ ਅਧਕਿਾਰ ਨੂੰ ਨਿਆਂਪੂਰਣ ਜਾਂ ਠੀਕ ਤਰੀਕੇ ਨਾਲ ਨਹੀ ਵਰਤਦਾ। ਜਦੋਂ ਇੱਕ ਜੱਜ ਐਸਾ ਫੈਸਲਾ ਕਰਦਾ ਹੈ ਜੋ ਨਰਿਆਿਇਤ, ਅਨੋਖਾ, ਜਾਂ ਸਧਾਰਨ ਕਾਨੂੰਨੀ ਵਵਿੇਕ ਤੋਂ ਬਾਹਰ ਹੋਵੇ।

हदिी: अधकिार का दुरुपयोग
इसका मतलब है जब अदालत या अधकिारी अपने नरि्णय लेने के अधकिार का न्यायपूर्ण या सही तरीके से उपयोग नहीं करता। जब एक न्यायाधीश ऐसा नरि्णय देता है जो अनुचति, असंगत, या सामान्य कानूनी ववि‌ेक से स्पष्ट रूप से बाहर हो।

ACCESS

Definition: In family law, the right of a noncustodial parent or other authorized person to spend time with a child, sometimes used interchangeably with visitation, subject to the court's determination of the child's best interests.

Explanation: The legal right for a parent who does not live with the child to see and spend time with them.

Example: The divorce decree granted the father access to the child every other weekend and one evening during the week.

ਪੰਜਾਬੀ:ਪਹੁੰਚ
ਪਰਵਿਾਰਕ ਕਾਨੂੰਨ ਵੱਚਿ, ਉਹ ਅਧਕਿਾਰ ਜਸਿ ਵੱਚਿ ਗੈਰ-ਸਰਪ੍ਰਸਤ ਮਾਤਾ–ਪਤਿਾ ਜਾਂ ਹੋਰ ਅਧਕਿਾਰਤ ਵਅਿਕਤੀ ਬੱਚੇ ਨਾਲ ਸਮਾਂ ਬਤਿਾ ਸਕਦਾ ਹੈ, ਕਈ ਵਾਰੀ "ਵਜ਼ਿਟਿਸ਼ਨ" ਦੇ ਨਾਲ ਬਦਲ-ਬਦਲ ਕੇ ਵਰਤਆਿ ਜਾਂਦਾ ਹੈ, ਬੱਚੇ ਦੇ ਸਭ ਤੋਂ ਵਧੀਆ

ਹੱਿਤ ਦੇ ਅਨੁਸਾਰ ਅਦਾਲਤ ਦੇ ਨਰਿਣੈ ਦੇ ਅਧੀਨ। ਕਾਨੂੰਨੀ ਅਧਕਿਾਰ ਜਸਿ ਵੱਿਚ ਉਹ ਮਾਤਾ–ਪਤਿਾ ਜੋ ਬੱਚੇ ਨਾਲ ਨਹੀ ਰਹੰਿਦਾ, ਬੱਚੇ ਨੂੰ ਦੇਖ ਸਕਦਾ ਅਤੇ ਸਮਾਂ ਬਤਿਾ ਸਕਦਾ ਹੈ।

हदिी:पहुँच
पारविारकि क़ानून में, वह अधकिार जसिके तहत गैर-हरिासत वाले माता–पति या अन्य अधकिृत व्यक्त बिच्चे के साथ समय बति सकता है, कभी-कभी "वज़िटिशन" के रूप में समानार्थी रूप से प्रयोग कयिा जाता है, बच्चे के सर्वोत्तम हति के न्यायालयीय नरि्णय के अधीन। कानूनी अधकिार जसिके तहत वह माता–पति जो बच्चे के साथ नहीं रहता, बच्चे से मलि सकता है और समय बति सकता है।

ACCOMMODATION

Definition: An adjustment or modification made to ensure fairness or compliance with law; in family law, it often refers to reasonable changes made to meet the needs of a parent, child, or party with a disability so they can fully participate in proceedings or exercise parenting rights.

Explanation: A change or adjustment made so a parent or child can fairly take part in court or parenting, often due to disability or special needs.

Example: The court granted an accommodation allowing the mother with hearing impairment to use an interpreter during the custody trial.

ਪੰਜਾਬੀ: ਸਹੂਲਤ
ਇਸਦਾ ਮਤਲਬ ਹੈ ਕਸਿੇ ਦੀ ਲੋੜ ਪੂਰੀ ਕਰਨ ਲਈ ਵਸਿ਼ੇਸ਼ ਮਦਦ ਜਾਂ ਪ੍ਰਬੰਧ ਕਰਨਾ। ਇੱਕ ਤਬਦੀਲੀ ਜਾਂ ਸੁਧਾਰ ਜੋ ਇਸ ਲਈ ਕੀਤਾ ਜਾਂਦਾ ਹੈ ਕ ਮਾਤਾ–ਪਤਿਾ ਜਾਂ ਬੱਚਾ ਨਆਿਂਪੂਰਕ ਤਰੀਕੇ ਨਾਲ ਅਦਾਲਤ ਜਾਂ ਮਾਤਾ–ਪਤਿਾ ਦੇ ਅਧਕਿਾਰਾਂ ਵੱਿਚ ਭਾਗ ਲੈ ਸਕਣ, ਅਕਸਰ ਅਪਾਹਜਤਾ ਜਾਂ ਵਸਿ਼ੇਸ਼ ਜ਼ਰੂਰਤਾਂ ਕਾਰਨ।

हदिी: सुवधि
इसका मतलब है कसिी की आवश्यकता पूरी करने के लए वशिेष मदद या प्रबंध करना। एक बदलाव या समायोजन जो इस लए कयिा जाता है क माता–पति या बच्चा न्यायसंगत रूप से अदालत या माता–पति के अधकिारों में भाग ले सकें, अक्सर वकिलांगता या वशिेष ज़रूरतों के कारण।

ACCUSE

Definition: To formally charge or allege that someone has committed a wrongful act; in family law, this may involve claims of child abuse, domestic violence, neglect, or violation of court orders, which must then be proven with evidence.

Explanation: To say that someone has done something wrong or unlawful, such as harming a child or breaking a court order.

Example: During the custody hearing, the father was accused of violating the restraining order by contacting the mother outside of visitation.

ਪੰਜਾਬੀ: ਦੋਸ਼ ਲਗਾਉਣਾ
ਕਸਿੇ ਉੱਤੇ ਗਲਤ ਕਾਰਜ ਕਰਨ ਦਾ ਅਧਕਿਾਰਕਿ ਦੋਸ਼ ਲਗਾਉਣਾ ਜਾਂ ਦਾਅਵਾ ਕਰਨਾ; ਪਰਵਿਾਰਕ ਕਾਨੂੰਨ ਵੱਿਚ, ਇਸ ਵੱਿਚ ਬੱਚੇ ਦੇ ਉੱਤੇ ਦੁਰਵਵਿਹਾਰ, ਘਰੇਲੂ ਹੰਿਸਾ, ਅਣਦੇਖੀ, ਜਾਂ ਅਦਾਲਤੀ ਹੁਕਮ ਦੀ ਉਲੰਘਣਾ ਦੇ ਦਾਅਵੇ ਸ਼ਾਮਲ ਹੋ ਸਕਦੇ ਹਨ, ਜਨ੍ਹਿਾਂ ਨੂੰ ਫਰਿ ਸਬੂਤਾਂ ਨਾਲ ਸਾਬਤ ਕਰਨਾ ਪੈਂਦਾ ਹੈ। ਕਹਣਿਾ ਕਿ ਕਸਿੇ ਨੇ ਗਲਤ ਜਾਂ ਅਵੈਧ ਕੰਮ ਕੀਤਾ ਹੈ, ਜਵਿੇਂ ਕਿ ਬੱਚੇ ਨੂੰ ਨੁਕਸਾਨ ਪਹੁੰਚਾਉਣਾ ਜਾਂ ਅਦਾਲਤੀ ਹੁਕਮ ਦੀ ਉਲੰਘਣਾ ਕਰਨਾ।

हदिी: आरोप लगाना
कसिी पर कसिी ग़लत कृत्य का औपचारकि आरोप लगाना या दावा करना; पारवािरकि क़ानून में, इसमें बाल दुर्व्यवहार, घरेलू हसिा, उपेक्षा, या न्यायालयीय आदेश का उल्लंघन करने के दावे शामलि हो सकते हैं, जनि्हें फरि सबूत के साथ साबति करना होता है। यह कहना कि किसी ने कुछ ग़लत या अवैध कयिा है, जैसे बच्चे को नुकसान पहुँचाना या न्यायालय के आदेश का उल्लंघन करना।

ACKNOWLEDGE

Definition: To formally admit, recognize, or declare something as true, valid, or binding; in family law, this often refers to acknowledging parentage, receipt of legal documents, or acceptance of responsibilities imposed by the court.

Explanation: To officially accept or recognize something as true or valid in court.

Example: The father signed a form to acknowledge paternity of the child, making him legally responsible for support.

ਪੰਜਾਬੀ: ਸਵੀਕਾਰ ਕਰਨਾ
ਇਸਦਾ ਮਤਲਬ ਹੈ ਕਸਿ ਗੱਲ, ਦਸਤਾਵੇਜ਼ ਜਾਂ ਸੱਚਾਈ ਨੂੰ ਮੰਨਣਾ ਜਾਂ ਪੁਸ਼ਟੀ ਕਰਨਾ। ਅਦਾਲਤ ਵੱਿਚ ਕਸਿ ਚੀਜ਼ ਨੂੰ ਸੱਚ ਜਾਂ ਵੈਧ ਮੰਨਣਾ ਜਾਂ ਸਵੀਕਾਰ ਕਰਨਾ।

हदिी: स्वीकार करना
इसका मतलब है कसिी बात, दस्तावेज़ या सच्चाई को मानना या पुष्टि करना। अदालत में कसिी चीज़ को सत्य या वैध के रूप में आधकिारकि रूप से स्वीकार करना या मान्यता देना।

ACKNOWLEDGMENT OF PARENTAGE – VOLUNTARY

Definition: A signed legal form by which parents voluntarily establish a legal parent child relationship without a court hearing.

Explanation: A form both parents sign to legally establish parentage.

Example: They signed a voluntary acknowledgment at the hospital to establish parentage.

ਪੰਜਾਬੀ: ਮਾਤਾ-ਪਿਤਾ ਹੋਣ ਦੀ ਸਵੀਕ੍ਰਤਿੀ – ਸਵੈਛਕਿ
ਇਸਦਾ ਮਤਲਬ ਹੈ ਜਦੋਂ ਮਾਂ ਜਾਂ ਪਿਤਾ ਆਪਣੇ ਆਪ ਬੱਚੇ ਨਾਲ ਆਪਣੇ ਸੰਬੰਧ ਨੂੰ ਕਾਨੂੰਨੀ ਤੌਰ 'ਤੇ ਮੰਨ ਲੈਂਦਾ ਹੈ। ਇੱਕ ਫ਼ਾਰਮ ਜਸਿ 'ਤੇ ਦੋਵੇਂ ਮਾਪੇ ਦਸਤਖਤ ਕਰਦੇ ਹਨ ਤਾਂ ਕਿ ਮਾਪੇਪਨ ਨੂੰ ਕਾਨੂੰਨੀ ਤੌਰ 'ਤੇ ਸਥਾਪਤ ਕੀਤਾ ਜਾ ਸਕੇ।

हदिी: अभभिावकता की स्वीकृत– स्वैच्छकि
इसका मतलब है जब माता या पिता स्वयं बच्चे से अपने संबंध को कानूनी रूप से मान लेता है। एक फॉर्म जसि पर दोनों माता-पिता हस्ताक्षर करते हैं ताकि माता-पिता की मान्यता कानूनी रूप से स्थापति हो सके।

ACT OF GOD

Definition: An extraordinary and unforeseeable natural event, such as a flood, earthquake, or storm, that is not caused by human action and cannot be prevented by reasonable foresight or care; in family law, this may affect compliance with court orders, such as visitation or support obligations, when performance is made impossible.

Explanation: A natural event beyond human control, like a disaster, that can prevent someone from following a court order.

Example: The mother explained that she missed the scheduled

visitation due to a hurricane, claiming it was an act of God beyond her control.

ਪੰਜਾਬੀ: ਪ੍ਰਭੂ ਦੀ ਕਰਿਆਿ
ਇਸਦਾ ਮਤਲਬ ਹੈ ਕੋਈ ਕੁਦਰਤੀ ਘਟਨਾ, ਜਵਿੇਂ ਭੂਚਾਲ ਜਾਂ ਬਾਢ, ਜਸਿ 'ਤੇ ਮਨੁੱਖ ਦਾ ਕਾਬੂ ਨਹੀਂ ਹੁੰਦਾ।

हिंदी: ईश्वर की क्रयिा / दैवीय घटना
इसका मतलब है कोई प्राकृतकि घटना, जैसे भूकंप या बाढ़, जसि पर मनुष्य का नयिंत्रण नहीं होता। मानव नयिंत्रण से परे प्राकृतकि घटना, जैसे कोई आपदा, जो कसिी को अदालत के आदेश का पालन करने से रोक सकती है।

ADD-ON SUPPORT - CHILD

Definition: Court-ordered additional child support for specific expenses such as child care, unreimbursed medical costs, or educational needs.

Explanation: Extra child support to cover things like daycare or medical bills.

Example: The judge ordered child care as an add-on support expense.

ਪੰਜਾਬੀ: ਵਾਧੂ ਸਹਾਇਤਾ – ਬੱਚਾ
ਇਸਦਾ ਮਤਲਬ ਹੈ ਬੱਚੇ ਦੀਆਂ ਖ਼ਾਸ ਲੋੜਾਂ ਲਈ ਆਮ ਖਰਚ ਤੋਂ ਇਲਾਵਾ ਦੱਿਤੀ ਜਾਣ ਵਾਲੀ ਵੱਿਤੀ ਮਦਦ। ਵਾਧੂ ਬੱਚੇ ਦੀ ਸਹਾਇਤਾ ਜੋ ਡੇਅਕੇਅਰ ਜਾਂ ਚਕਿਤਿਸਾ ਬੱਲਿ ਵਰਗੀਆਂ ਚੀਜ਼ਾਂ ਨੂੰ ਕਵਰ ਕਰਨ ਲਈ ਦੱਿਤੀ ਜਾਂਦੀ ਹੈ।

हिंदी: अतरिक्ति सहायता – बच्चा
इसका मतलब है बच्चे की वशिष आवश्यकताओं के लिए सामान्य खर्च से अलग दी जाने वाली आर्थिक मदद। अतरिक्ति बाल समर्थन जो डेकेयर या चकित्सिा बलि जैसी चीज़ों को कवर करने के लिए दयिा जाता है।

ADDENDUM

Definition: A supplemental document attached to a contract, court order, or agreement that adds to, clarifies, or modifies the original terms without replacing the entire document; in family law, often used in parenting plans, settlement agreements, or support orders.

Explanation: An extra section or addition to legal papers that changes or explains something in the original document.

Example: The parties signed an addendum to their parenting agreement specifying holiday visitation schedules.

ਪੰਜਾਬੀ: ਪਰਸ਼ਿਸ਼ਿਟ

ਇੱਕ ਪੂਰਕ ਦਸਤਾਵੇਜ਼ ਜੋ ਕਸਿ ਸੰਝੌਤੇ, ਅਦਾਲਤੀ ਹੁਕਮ, ਜਾਂ ਸਮਝੌਤੇ ਨਾਲ ਜੋੜਿਆ ਜਾਂਦਾ ਹੈ ਜੋ ਮੂਲ ਸ਼ਰਤਾਂ ਵੱਚਿ ਵਾਧਾ, ਸਪਸ਼ਟੀਕਰਨ, ਜਾਂ ਤਬਦੀਲੀ ਕਰਦਾ ਹੈ ਬਨਿਾਂ ਸਾਰੇ ਦਸਤਾਵੇਜ਼ ਨੂੰ ਬਦਲੇ; ਪਰਵਿਾਰਕ ਕਾਨੂੰਨ ਵੱਚਿ, ਇਹ ਅਕਸਰ ਮਾਪੇਪਨ ਯੋਜਨਾਵਾਂ, ਨਪਿਟਾਰਾ ਸਮਝੌਤੇ, ਜਾਂ ਸਹਾਇਤਾ ਦੇ ਹੁਕਮਾਂ ਵੱਚਿ ਵਰਤਿਆ ਜਾਂਦਾ ਹੈ। ਕਾਨੂੰਨੀ ਦਸਤਾਵੇਜ਼ਾਂ ਵੱਚਿ ਇਕ ਵਾਧੂ ਹੱਸਿਾ ਜਾਂ ਪੂਰਕ ਜੋ ਮੂਲ ਦਸਤਾਵੇਜ਼ ਵੱਚਿ ਕੁਝ ਬਦਲਦਾ ਜਾਂ ਸਪਸ਼ਟੀਕਰਨ ਕਰਦਾ ਹੈ।

हदिी: परशिष्टि

कसिी अनुबंध, न्यायालय आदेश या समझौते से जुड़ा एक पूरक दस्तावेज जो संपूर्ण दस्तावेज को प्रतस्थापति कए बनिा मूल शर्तों को जोड़ता है, स्पष्ट करता है या संशोधति करता है; पारवािरकि कानून में, अक्सर पालन-पोषण योजनाओं, नपिटान समझौतों या सहायता आदेशों में उपयोग कयिा जाता है। कानूनी कागजात में एक अतरिक्ति अनुभाग या जोड़ जो मूल दस्तावेज़ में कुछ बदलता है या उसकी व्याख्या करता है।

ADDRESS

Definition: In legal usage, the location where a party may be served with court papers or contacted for official purposes; in family law, it may also refer to the child's residence for jurisdictional purposes or a parent's disclosure of current residence as required by court orders.

Explanation: The official place where someone can receive legal documents or where a child is considered to live for custody matters.

Example: The custody order required both parents to keep the court informed of their current address to ensure proper notice of hearings.

ਪੰਜਾਬੀ: ਪਤਾ

ਇਸਦਾ ਮਤਲਬ ਹੈ ਉਹ ਥਾਂ ਜੱਥੇ ਕੋਈ ਵਅਿਕਤੀ ਰਹੰਿਦਾ ਜਾਂ ਉਸ ਨਾਲ ਸੰਪਰਕ ਕੀਤਾ ਜਾ ਸਕਦਾ ਹੈ। ਉਹ ਅਧਕਿਾਰਕਿ ਸਥਾਨ ਜੱਥੇ ਕੋਈ ਕਾਨੂੰਨੀ ਦਸਤਾਵੇਜ਼ ਪ੍ਰਾਪਤ ਕਰ ਸਕਦਾ ਹੈ ਜਾਂ ਜੱਥੇ ਹਰਿਾਸਤ ਦੇ ਮਾਮਲਆਿਂ ਲਈ ਬੱਚੇ ਨੂੰ ਰਹਣਿ ਵਾਲਾ ਮੰਨਿਆ ਜਾਂਦਾ ਹੈ।

हदिी: पता

इसका मतलब है वह स्थान जहाँ कोई व्यक्त िरहता है या उससे संपर्क

कयिा जा सकता है। वह आधकिारकि स्थान जहाँ कोई कानूनी दस्तावेज़ प्राप्त कर सकता है या जहाँ हरिासत मामलों के लिए बच्चा रहने वाला माना जाता है।

ADDRESS CONFIDENTIALITY PROGRAM

Definition: A state program that provides a substitute legal address to protect survivors of abuse or stalking.

Explanation: A service that hides a survivor's home address with a safe mailing address.

Example: She enrolled in the address confidentiality program to keep her location private.

ਪੰਜਾਬੀ: ਪਤਾ ਗੋਪਨੀਯਤਾ ਪ੍ਰੋਗਰਾਮ
ਇਸਦਾ ਮਤਲਬ ਹੈ ਇੱਕ ਸਰਕਾਰੀ ਯੋਜਨਾ ਜੋ ਘਰੇਲੂ ਹਿੰਸਾ ਜਾਂ ਖ਼ਤਰੇ ਵਾਲੇ ਵਿਅਕਤੀਆਂ ਦਾ ਅਸਲ ਪਤਾ ਗੁਪਤ ਰੱਖਣ ਲਈ ਬਣਾਈ ਜਾਂਦੀ ਹੈ। ਇੱਕ ਸੇਵਾ ਜੋ ਪੀੜਤ ਦੇ ਘਰ ਦਾ ਪਤਾ ਲੁਕਾਉਂਦੀ ਹੈ ਅਤੇ ਉਸ ਲਈ ਇੱਕ ਸੁਰੱਖਿਅਤ ਖਤ ਦਾ ਪਤਾ ਪ੍ਰਦਾਨ ਕਰਦੀ ਹੈ।

हिंदी: पता गोपनीयता कार्यक्रम
इसका मतलब है एक सरकारी योजना जो घरेलू हिंसा या खतरे में रहने वाले व्यक्तियों का असली पता गुप्त रखने के लिए बनाई जाती है। एक सेवा जो पीड़ित के घर का पता छुपाती है और उसके लिए एक सुरक्षित डाक पता प्रदान करती है।

ADDRESS THE COURT

Definition: To speak directly to the judge in a legal proceeding, either orally or in writing, usually for the purpose of making arguments, presenting motions, or responding to questions; in family law, parties, attorneys, and sometimes self-represented litigants must properly address the court when requesting relief or explaining their positions.

Explanation: To formally speak to the judge during a case, asking for something or explaining your side.

Example: During the custody hearing, the mother's attorney asked permission to address the court about the child's medical needs.

ਪੰਜਾਬੀ: ਅਦਾਲਤ ਨੂੰ ਸੰਬੋਧਨ ਕਰਨਾ

ਇਸਦਾ ਮਤਲਬ ਹੈ ਜਦੋਂ ਕੋਈ ਵਕੀਲ ਜਾਂ ਪੱਖਕਾਰ ਜੱਜ ਸਾਹਬਿ ਅੱਗੇ ਬੋਲਦਾ ਜਾਂ ਆਪਣੀ ਗੱਲ ਰੱਖਦਾ ਹੈ। ਕਸਿ ਕੇਸ ਦੌਰਾਨ ਜੱਜ ਨਾਲ ਰਸਮੀ ਤੌਰ 'ਤੇ ਗੱਲ ਕਰਨਾ, ਕੁਝ ਪੁੱਛਣਾ ਜਾਂ ਆਪਣਾ ਪੱਖ ਸਮਝਾਉਣਾ।

हिंदी: न्यायालय को संबोधित करना
इसका मतलब है जब कोई वकील या पक्षकार न्यायाधीश के सामने बोलता है या अपनी बात रखता है। मामले के दौरान न्यायाधीश से औपचारकि रूप से बोलना, कुछ माँगने या अपनी बात समझाने के लए।

ADJUDICATION

Definition: A court's formal decision resolving a legal issue or claim.

Explanation: The judge's final decision on a legal question.

Example: The adjudication determined the child's primary residence.

ਪੰਜਾਬੀ: ਨਰਿਣੇ
ਇਸਦਾ ਮਤਲਬ ਹੈ ਅਦਾਲਤ ਦੁਆਰਾ ਕਸਿ ਮਾਮਲੇ 'ਤੇ ਅੰਤਮਿ ਫ਼ੈਸਲਾ ਦੇਣਾ।

हिंदी: नरि्णय
इसका मतलब है अदालत द्वारा कसिी मामले पर अंतमि फैसला देना। कसिी कानूनी प्रश्न पर न्यायाधीश का अंतमि नरि्णय।

ADJUDICATED PARENT

Definition: A person whom the court has legally determined to be a child's parent.

Explanation: The judge decides someone is the legal parent.

Example: After genetic testing, the court named him the adjudicated parent.

ਪੰਜਾਬੀ: ਨਰਿਧਾਰਤ ਮਾਤਾ-ਪਤਿਾ
ਇਸਦਾ ਮਤਲਬ ਹੈ ਉਹ ਵਅਿਕਤੀ ਜਸਿਨੂੰ ਅਦਾਲਤ ਨੇ ਕਾਨੂੰਨੀ ਤੌਰ 'ਤੇ ਬੱਚੇ ਦਾ ਮਾਤਾ ਜਾਂ ਪਤਿਾ ਮੰਨਆਿ ਹੋਵੇ। ਜੱਜ ਫੈਸਲਾ ਕਰਦਾ ਹੈ ਕ ਿਕੋਈ ਵਅਿਕਤੀ ਕਾਨੂੰਨੀ ਮਾਤਾ–ਪਤਿਾ ਹੈ।

हिंदी: नरि्णयति अभभािवक
इसका मतलब है वह व्यक्ति जसिे अदालत ने कानूनी रूप से बच्चे का माता या पति माना हो। न्यायाधीश यह तय करता है क िकोई व्यक्ति कानूनी अभभािवक है।

ADJOURN

Definition: To suspend or postpone a court proceeding, hearing, or trial to a later time or date, either by order of the judge or by agreement of the parties, usually for good cause such as allowing time for evidence, settlement discussions, or scheduling conflicts.

Explanation: When the judge stops a hearing and moves it to another day or time.

Example: The custody trial was adjourned until the following month to give the evaluator time to complete the home study.

ਪੰਜਾਬੀ: ਮੁਲਤਵੀ ਕਰਨਾ
ਅਦਾਲਤੀ ਕਾਰਵਾਈ, ਸੁਣਵਾਈ ਜਾਂ ਮੁਕੱਦਮੇ ਨੂੰ ਅਦਾਲਤ ਦੇ ਹੁਕਮ ਨਾਲ ਜਾਂ ਪੱਖਾਂ ਦੀ ਸਹਮਿਤੀ ਨਾਲ ਕਸਿੇ ਹੋਰ ਸਮੇਂ ਜਾਂ ਮਤਿੀ ਲਈ ਰੋਕਣਾ ਜਾਂ ਮੁਲਤਵੀ ਕਰਨਾ, ਆਮ ਤੌਰ ‘ਤੇ ਵਾਜਬ ਕਾਰਨ ਲਈ, ਜਵਿੇਂ ਕਿ ਸਬੂਤ ਇਕੱਠੇ ਕਰਨ ਲਈ ਸਮਾਂ ਦੇਣਾ, ਸਮਝੌਤੇ ਦੀਆਂ ਗੱਲਬਾਤਾਂ ਜਾਂ ਸਮਾਂਬੰਧੀ ਟਕਰਾਅ। ਜਦੋਂ ਜੱਜ ਸੁਣਵਾਈ ਰੋਕ ਕੇ ਇਸਨੂੰ ਕਸਿੇ ਹੋਰ ਦਨਿ ਜਾਂ ਸਮੇਂ ਲਈ ਟਾਲ ਦੀਂਦਾ ਹੈ।

हदिी: स्थगति करना
अदालत की कार्यवाही, सुनवाई या मुकदमे को न्यायाधीश के आदेश से या पक्षों की सहमत सि कसिी अन्य समय या तारीख तक नलिंबति या टालना, सामान्यतःउचति कारणों से, जैसे सबूत प्रस्तुत करने के लिए समय देना, समझौता वार्ता या समय-सारणी का टकराव। जब न्यायाधीश सुनवाई रोककर उसे कसिी और दनि या समय के लिए स्थगति कर देता है।

ADJOURNMENT

Definition: The formal act of suspending or postponing a court session, hearing, or trial until a later specified time or date; in family law, adjournments may be granted to allow additional time for mediation, evidence gathering, or the availability of witnesses.

Explanation: The official pause or delay of a court case until another date.

Example: The judge granted an adjournment of the divorce hearing so the parents could attend mediation.

ਪੰਜਾਬੀ: ਮੁਲਤਵੀ

ਅਦਾਲਤ ਦੇ ਸੈਸ਼ਨ, ਸੁਣਵਾਈ, ਜਾਂ ਮੁਕੱਦਮੇ ਨੂੰ ਬਾਅਦ ਵਿੱਚ ਨਿਰਧਾਰਤ ਸਮੇਂ ਜਾਂ ਮਿਤੀ ਤੱਕ ਮੁਲਤਵੀ ਕਰਨ ਜਾਂ ਮੁਲਤਵੀ ਕਰਨ ਦਾ ਰਸਮੀ ਕਾਰਜ; ਪਰਿਵਾਰਕ ਕਾਨੂੰਨ ਵਿੱਚ, ਵਿਚੋਲਗੀ, ਸਬੂਤ ਇਕੱਠੇ ਕਰਨ, ਜਾਂ ਗਵਾਹਾਂ ਦੀ ਉਪਲਬਧਤਾ ਲਈ ਵਾਧੂ ਸਮਾਂ ਦੇਣ ਲਈ ਮੁਲਤਵੀ ਕਰਨ ਦੀ ਆਗਿਆ ਦਿੱਤੀ ਜਾ ਸਕਦੀ ਹੈ। ਕਿਸੇ ਹੋਰ ਤਾਰੀਖ ਤੱਕ ਅਦਾਲਤੀ ਕੇਸ ਦਾ ਅਧਿਕਾਰਤ ਵਿਰਾਮ ਜਾਂ ਦੇਰੀ।

हिंदी: स्थगन

अदालत की कार्यवाही, सुनवाई या मुकदमे को किसी अन्य निर्दिष्ट समय या तारीख तक निलंबित या टालने की औपचारिक कार्रवाई; पारिवारिक कानून में, स्थगन इसलिए दिया जा सकता है ताकि मध्यस्थता, सबूत एकत्र करने या गवाहों की उपलब्धता के लिए अतिरिक्त समय मिल सके। अदालत के मामले को आधिकारिक रूप से दूसरी तारीख तक रोकना या टालना।

ADJUDICATE

Definition: To hear and decide a case or issue in a formal legal proceeding, rendering a binding judgment or order; in family law, judges adjudicate matters such as custody disputes, child support, visitation rights, domestic violence restraining orders, and parentage.

Explanation: For a judge to officially decide a legal issue and make it binding.

Example: The family court adjudicated the father's petition for joint custody after reviewing all the evidence.

ਪੰਜਾਬੀ: ਫ਼ੈਸਲਾ ਕਰਨਾ

ਇਸਦਾ ਮਤਲਬ ਹੈ ਜਦੋਂ ਅਦਾਲਤ ਜਾਂ ਜੱਜ ਕਿਸੇ ਮਾਮਲੇ ਵਿੱਚ ਅੰਤਿਮ ਨਿਰਣੇ ਤੇ ਪਹੁੰਚਦਾ ਹੈ।

हिंदी: निर्णय करना

इसका मतलब है जब अदालत या न्यायाधीश किसी मामले में अंतिम फैसला देता है।

ADJUDICATED PARENT

Definition: A person whom the court has legally determined to be the child's parent, typically through a parentage action or after genetic testing, giving that person all legal rights and responsibilities of parenthood.

Explanation: Someone whom the judge has officially declared to be the child's legal parent is called the adjudicated parent.

Example: After reviewing the DNA results, the court named the man the adjudicated parent and ordered him to pay child support.

ਪੰਜਾਬੀ: ਅਦਾਲਤ ਦੁਆਰਾ ਨਰਿਧਾਰਤ ਮਾਤਾ-ਪਤਿਾ
ਇਸਦਾ ਮਤਲਬ ਹੈ ਉਹ ਵਅਿਕਤੀ ਜਮਿਨੂੰ ਜੱਜ ਨੇ ਕਾਨੂੰਨੀ ਤੌਰ 'ਤੇ ਬੱਚੇ ਦਾ ਮਾਂ ਜਾਂ ਪਉਿ ਮੰਨਆਿ ਹੋਵੇ।

हदिी: अदालत द्वारा नरि्णयति अभभािवक
इसका मतलब है वह व्यक्त जिसि न्यायाधीश ने कानूनी रूप से बच्चे का माता या पति मािना हो।

ADJUDICATION

Definition: The formal judgment or decision of a court resolving a legal matter; in family law, adjudication may determine issues such as child custody, visitation, support obligations, domestic violence findings, or the termination of parental rights.

Explanation: The judge's official decision that settles a family law issue.

Example: The adjudication established the mother as the custodial parent and ordered child support from the father.

ਪੰਜਾਬੀ: ਅਦਾਲਤੀ ਨਰਿਣੇ
ਇਸਦਾ ਮਤਲਬ ਹੈ ਜਦੋਂ ਅਦਾਲਤ ਕਸਿੇ ਮਾਮਲੇ 'ਤੇ ਅੰਤਮਿ ਫ਼ੈਸਲਾ ਸੁਣਾਉਂਦੀ ਹੈ।

हदिी: अदालती नरि्णय
इसका मतलब है जब अदालत कसिी मामले पर अंतमि फैसला सुनाती है।

ADJUSTMENT

Definition: A modification or change ordered by the court or agreed upon by the parties to reflect new circumstances; in family law, adjustments often apply to child support, spousal support, or parenting time schedules when conditions affecting the family change.

Explanation: A change made to payments or schedules because of new situations in the family.

Example: The court ordered an adjustment to child support after the father lost his job and the mother’s income increased.

ਪੰਜਾਬੀ: ਸਮਾਯੋਜਨ
ਇਸਦਾ ਮਤਲਬ ਹੈ ਕਸਿ ਚੀਜ਼ ਵੱਚਿ ਬਦਲਾਵ ਕਰਕੇ ਉਸਨੂੰ ਠੀਕ ਜਾਂ ਸੰਤੁਲਤਿ ਕਰਨਾ। ਪਰਵਿਾਰ ਵੱਚਿ ਨਵੀ ਸਥਤਿੀਆਂ ਕਾਰਨ ਭੁਗਤਾਨ ਜਾਂ ਸਮਾਂਸੂਚੀ ਵੱਚਿ ਕੀਤੀ ਗਈ ਤਬਦੀਲੀ।
हदिी: समायोजन
इसका मतलब है कसिी चीज़ में बदलाव करके उसे ठीक या संतुलति करना। परविार में नई परस्थितियों के कारण भुगतान या समय-सारणी में कयिा गया परविर्तन।

ADMINISTER AN OATH

Definition: The formal act by which a judge, clerk, or other authorized officer requires a witness, party, or interpreter to swear or affirm that the testimony or statements they provide will be truthful; in family law, this occurs before giving evidence in hearings on custody, support, or domestic violence.

Explanation: When the judge or clerk has someone promise to tell the truth before speaking in court.

Example: Before testifying about the child’s living conditions, the social worker was required to administer an oath.

ਪੰਜਾਬੀ: ਹਲਫ਼ਨਾਮਾ ਦਵਿਾਉਣਾ
ਇਸਦਾ ਮਤਲਬ ਹੈ ਕਸਿ ਵਅਿਕਤੀ ਨੂੰ ਸੱਚ ਬੋਲਣ ਲਈ ਕਾਨੂੰਨੀ ਤੌਰ ‘ਤੇ ਕਸਮ ਖਵਾਉਣਾ।

हदिी: शपथ दलिाना
इसका मतलब है कसिी व्यक्त किो सच बोलने के लिए कानूनी रूप से कसम खलिाना।

ADMINISTRATIVE OFFICE OF THE COURTS

Definition: The central agency responsible for supporting the operation of the judicial branch, including management of budgets, court administration, training, and policy implementation; in family law, this office often oversees family court services, interpreter programs, and standard forms used statewide.

Explanation: The main office that manages how courts run and provides support for family law cases and other court matters.

Example: The Administrative Office of the Courts issued new guidelines for mediation in child custody disputes.

ਪੰਜਾਬੀ: ਅਦਾਲਤਾਂ ਦਾ ਪ੍ਰਸ਼ਾਸਕੀ ਦਫ਼ਤਰ
ਇਸਦਾ ਮਤਲਬ ਹੈ ਉਹ ਦਫ਼ਤਰ ਜੋ ਅਦਾਲਤਾਂ ਦੇ ਰੋਜ਼ਾਨਾ ਕੰਮਾਂ ਅਤੇ ਪ੍ਰਬੰਧ ਦੀ ਦੇਖਭਾਲ ਕਰਦਾ ਹੈ।

हिंदी: न्यायालयों का प्रशासनिक कार्यालय
इसका मतलब है वह कार्यालय जो न्यायालयों के दैनिक कार्यों और प्रबंधन की देखरेख करता है।

ADMISSIBILITY

Definition: The legal standard determining whether evidence may be considered by the court, based on rules of relevance, reliability, and conformity with statutes or procedural rules; in family law, admissibility governs whether items such as school records, medical reports, or witness testimony can be used in custody or support hearings.

Explanation: Whether the judge is allowed to accept and consider certain evidence in a case.

Example: The court ruled on the admissibility of the child's therapy records during the custody dispute.

ਪੰਜਾਬੀ: ਪ੍ਰਵਿਸ਼ਟਯੋਗਤਾ
ਇਸਦਾ ਮਤਲਬ ਹੈ ਅਦਾਲਤ ਵਿੱਚ ਕਿਸੇ ਸਬੂਤ ਜਾਂ ਗਵਾਹੀ ਨੂੰ ਸਵੀਕਾਰ ਕਰਨ ਦੀ ਯੋਗਤਾ।

हिंदी: ग्राह्यता
इसका मतलब है अदालत में किसी सबूत या गवाही को स्वीकार करने की योग्यता।

ADMISSIBLE EVIDENCE

Definition: Evidence that meets legal requirements of relevance, reliability, and compliance with evidentiary rules, allowing it to be introduced and considered by the court; in family law, admissible evidence may include financial records, witness testimony, school reports, or expert evaluations directly related to custody, support, or visitation issues.

Explanation: Evidence the judge is legally allowed to accept and use in making a decision.

Example: The judge admitted the parenting coordinator's report as admissible evidence in the custody trial.

ਪੰਜਾਬੀ: ਪ੍ਰਵਮਿ੍ਣਯੋਗ ਸਬੂਤ
ਇਸਦਾ ਮਤਲਬ ਹੈ ਉਹ ਸਬੂਤ ਜੋ ਅਦਾਲਤ ਵੱਿਚ ਕਾਨੂੰਨੀ ਤੌਰ 'ਤੇ ਮੰਨਿਆ ਜਾ ਸਕਦਾ ਹੈ।

हिंदी: ग्राह्य साक्ष्य
इसका मतलब है वह साक्ष्य जिसे अदालत में कानूनी रूप से स्वीकार किया जा सकता है।

ADMONISH

Definition: A formal warning or caution given by a judge to a party, witness, or attorney about their conduct, responsibilities, or rights during legal proceedings; in family law, admonishments may remind parents not to discuss the case with children or warn litigants to follow court orders.

Explanation: When the judge officially warns someone in court about rules or behavior.

Example: The judge admonished both parents not to make negative comments about each other in front of the child.

ਪੰਜਾਬੀ: ਚੇਤਾਵਨੀ ਦੇਣਾ
ਅਦਾਲਤੀ ਕਾਰਵਾਈ ਦੌਰਾਨ ਕਸਿੇ ਪੱਖਕਾਰ, ਗਵਾਹ ਜਾਂ ਵਕੀਲ ਨੂੰ ਉਹਨਾਂ ਦੇ ਵਰਤਾਅ, ਜ਼ਮਿੇਵਾਰੀਆਂ ਜਾਂ ਅਧਕਿਾਰਾਂ ਬਾਰੇ ਜੱਜ ਵੱਲੋਂ ਦੱਿਤੀ ਜਾਣ ਵਾਲੀ ਇਕ ਔਪਚਾਰਕਿ ਚੇਤਾਵਨੀ ਜਾਂ ਸੁਚੇਤਨਾ। ਪਰਵਿਾਰਕ ਕਾਨੂੰਨ ਵੱਿਚ, ਇਹ ਚੇਤਾਵਨੀ ਮਾਤਾ-ਪਤਿਾ ਨੂੰ ਬੱਚਿਆਂ ਨਾਲ ਮਾਮਲੇ ਦੀ ਚਰਚਾ ਨਾ ਕਰਨ ਜਾਂ ਪੱਖਕਾਰਾਂ ਨੂੰ ਅਦਾਲਤ ਦੇ ਹੁਕਮਾਂ ਦੀ ਪਾਲਣਾ ਕਰਨ ਲਈ ਦੱਿਤੀ ਜਾ ਸਕਦੀ ਹੈ। ਜਦੋਂ ਜੱਜ ਅਦਾਲਤ ਵੱਿਚ ਕਸਿੇ ਨੂੰ ਨਯਿਮਾਂ ਜਾਂ ਵਰਤਾਅ ਬਾਰੇ ਅਧਕਿਾਰਕ ਤੌਰ 'ਤੇ ਚੇਤਾਵਨੀ ਦੰਿਦੇ ਹਨ।

हिंदी: चेतावनी देना
इसका मतलब है किसी को गलती के लिए समझाना या कड़े तरीके से सावधान

करना। जब न्यायाधीश अदालत में कसिी को नयिमों या व्यवहार के बारे में आधकिारकि रूप से चेतावनी देते हैं।

ADOPT

Definition: In family law, the legal process by which an adult becomes the lawful parent of a child who is not biologically theirs, creating permanent parental rights and responsibilities and terminating the rights of the biological parents unless otherwise provided by statute.

Explanation: When a court makes someone the legal parent of a child who is not their biological child.

Example: The stepfather petitioned the court to adopt his wife's child, and the judge granted the adoption.

ਪੰਜਾਬੀ: ਗੋਦ ਲੈਣਾ
ਇਸਦਾ ਮਤਲਬ ਹੈ ਕਾਨੂੰਨੀ ਤੌਰ 'ਤੇ ਕਸਿੇ ਹੋਰ ਦੇ ਬੱਚੇ ਨੂੰ ਆਪਣਾ ਬੱਚਾ ਬਣਾਉਣਾ।

हदिी: गोद लेना
इसका मतलब है कानूनी रूप से कसिी और के बच्चे को अपना बच्चा बनाना।

ADOPTION

Definition: A judicial process that permanently establishes a legal parent-child relationship between the adoptee and the adoptive parent(s), conferring all parental rights and responsibilities while usually terminating the rights of the biological parents; governed by statutes requiring consents, investigations, and a final decree.

Explanation: When the court makes new parents the child's legal parents forever, giving them all rights and duties.

Example: The family court finalized the adoption of the child after reviewing the home study and consents.

ਪੰਜਾਬੀ: ਗੋਦ ਲੈਣਾ
ਇਸਦਾ ਮਤਲਬ ਹੈ ਕਾਨੂੰਨੀ ਪ੍ਰਕਰਿਆਿ ਜਥਿੇ ਕੋਈ ਵਅਿਕਤੀ ਕਸਿੇ ਹੋਰ ਦੇ ਬੱਚੇ ਨੂੰ ਆਪਣਾ ਬੱਚਾ ਬਣਾਉਂਦਾ ਹੈ।

हदिी: दत्तक ग्रहण
इसका मतलब है कानूनी प्रक्रयिा जसिमें कोई व्यक्त किसिी और के बच्चे को अपना बच्चा बनाता है।

ADULT ADOPTION

Definition: An adoption where the person being adopted is over the age of majority, often to formalize an existing parent–child relationship.

Explanation: Adopting someone who is already an adult.

Example: The court approved the adult adoption of the caregiver's former foster youth.

ਪੰਜਾਬੀ: ਬਾਲਗ ਗੋਦ ਲੈਣਾ
ਇਸਦਾ ਮਤਲਬ ਹੈ ਜਦੋਂ ਕੋਈ ਵਿਅਕਤੀ ਕਾਨੂੰਨੀ ਤੌਰ 'ਤੇ ਬਾਲਗ ਉਮਰ ਦੇ ਵਿਅਕਤੀ ਨੂੰ ਗੋਦ ਲੈਂਦਾ ਹੈ।

हिंदी: वयस्क दत्तक ग्रहण
इसका मतलब है जब कोई व्यक्ति कानूनी रूप से वयस्क उम्र के व्यक्ति को गोद लेता है।

ADOPTION ASSISTANCE PROGRAM (AAP)

Definition: A state program that provides financial support to families who adopt children with special needs.

Explanation: Money and benefits to help adoptive families.

Example: The parents received monthly payments under the Adoption Assistance Program.

ਪੰਜਾਬੀ: ਗੋਦ ਲੈਣ ਸਹਾਇਤਾ ਪ੍ਰੋਗਰਾਮ (AAP)
ਇਸਦਾ ਮਤਲਬ ਹੈ ਸਰਕਾਰੀ ਯੋਜਨਾ ਜੋ ਗੋਦ ਲੈਣ ਵਾਲੇ ਮਾਤਾ-ਪਿਤਾ ਨੂੰ ਵਿਸ਼ੇਸ਼ ਲੋੜਾਂ ਵਾਲੇ ਬੱਚਿਆਂ ਦੀ ਦੇਖਭਾਲ ਲਈ ਵੱਤੀ ਮਦਦ ਦੰਦੀ ਹੈ।

हिंदी: दत्तक ग्रहण सहायता कार्यक्रम (AAP)
इसका मतलब है सरकारी योजना जो दत्तक लेने वाले माता-पिता को विशेष आवश्यकता वाले बच्चों की देखभाल के लिए आर्थिक मदद देती है।

ADOPTION FINALIZATION

Definition: The court's formal approval and entry of a final decree of adoption, which completes the adoption process, grants the adoptive parents full legal parental rights and responsibilities, and authorizes the issuance of a new birth certificate for the child.

Explanation: The judge's official order that makes the adoption complete and permanent.

Example: At the hearing, the judge signed the order of adoption finalization, giving the parents full legal rights to the child.

ਪੰਜਾਬੀ: ਗੋਦ ਲੈਣ ਦੀ ਅੰਤਮਿ ਮਨਜ਼ੂਰੀ
ਇਸਦਾ ਮਤਲਬ ਹੈ ਅਦਾਲਤ ਵੱਲੋਂ ਗੋਦ ਲੈਣ ਦੀ ਪ੍ਰਕਰਿਆਿ ਨੂੰ ਪੂਰਾ ਕਰਕੇ ਕਾਨੂੰਨੀ ਤੌਰ 'ਤੇ ਬੱਚੇ ਨੂੰ ਮਾਤਾ-ਪਤਿਾ ਨਾਲ ਜੋੜਨਾ। ਅਤੇ ਬੱਚੇ ਲਈ ਇੱਕ ਨਵਾਂ ਜਨਮ ਸਰਟੀਫਕਿੇਟ ਜਾਰੀ ਕਰਨ ਦਾ ਅਧਕਿਾਰ ਦੰਿਦਾ ਹੈ।

हदिी: दत्तक ग्रहण की अंतमि स्वीकृत
इसका मतलब है अदालत द्वारा दत्तक ग्रहण की प्रक्रयिा को पूरा कर कानूनी रूप से बच्चे को माता-पति से जोड़ना। और बच्चे के लएि नया जन्म प्रमाण पत्र जारी करने को अधकिृत करती है।

ADOPTION HOME STUDY

Definition: A professional assessment of the prospective adoptive family and home to determine suitability for adoption.

Explanation: A social worker reviews the family and home before adoption.

Example: The home study recommended the couple for adoption.

ਪੰਜਾਬੀ: ਗੋਦ ਲੈਣ ਲਈ ਘਰ ਦੀ ਜਾਂਚ
ਇਸਦਾ ਮਤਲਬ ਹੈ ਉਹ ਪ੍ਰਕਰਿਆਿ ਜਥਿੇ ਸਮਾਜਕਿ ਕਰਮਚਾਰੀ ਗੋਦ ਲੈਣ ਵਾਲੇ ਮਾਤਾ-ਪਤਿਾ ਦੇ ਘਰ ਅਤੇ ਹਾਲਾਤ ਦੀ ਜਾਂਚ ਕਰਦਾ ਹੈ।

हदिी: दत्तक ग्रहण हेतु गृह अध्ययन
इसका मतलब है वह प्रक्रयिा जसिमें सामाजकि कार्यकर्ता दत्तक लेने वाले माता-पति के घर और परस्थितियिों की जाँच करता है।

ADOPTION PETITION

Definition: A formal request filed in court to begin the adoption process.

Explanation: Paperwork to ask the court to approve an adoption.

Example: They filed an adoption petition to adopt their foster child.

ਪੰਜਾਬੀ: ਗੋਦ ਲੈਣ ਦੀ ਅਰਜ਼ੀ
ਇਸਦਾ ਮਤਲਬ ਹੈ ਅਦਾਲਤ ਵੱਿਚ ਦੱਿਤਾ ਗਿਆ ਦਸਤਾਵੇਜ਼ ਜਸਿ ਵੱਿਚ ਕੋਈ ਵਿਅਕਤੀ ਬੱਚੇ ਨੂੰ ਗੋਦ ਲੈਣ ਦੀ ਮਨਜ਼ੂਰੀ ਮੰਗਦਾ ਹੈ।

हिंदी: दत्तक ग्रहण याचिका
इसका मतलब है अदालत में दयिा गया दस्तावेज़ जसिमें कोई व्यक्त‍ि बच्चे को गोद लेने की स्वीकृत‍ि मांगता है।

ADOPTION SUBSIDY

Definition: Financial assistance given to adoptive parents to support the child's needs.

Explanation: Money to help pay for the costs of raising an adopted child.

Example: The family applied for an adoption subsidy to cover medical costs.

ਪੰਜਾਬੀ: ਗੋਦ ਲੈਣ ਲਈ ਸਹਾਇਤਾ ਰਾਸ਼ੀ
ਇਸਦਾ ਮਤਲਬ ਹੈ ਸਰਕਾਰ ਵੱਲੋਂ ਗੋਦ ਲੈਣ ਵਾਲੇ ਮਾਤਾ-ਪਿਤਾ ਨੂੰ ਬੱਚੇ ਦੀ ਪਰਵਰਸ਼ਿ ਲਈ ਦੱਿਤੀ ਜਾਣ ਵਾਲੀ ਵੱਿਤੀ ਮਦਦ।

हिंदी: दत्तक ग्रहण अनुदान
इसका मतलब है सरकार द्वारा दत्तक लेने वाले माता-पिता को बच्चे की परवरिश के लिए दी जाने वाली आर्थकि सहायता।

ADVOCACY

Definition: The act of representing, supporting, or arguing for the legal rights and interests of a party in court or related proceedings; in family law, advocacy involves presenting evidence, making arguments, and protecting the welfare of children or parents in matters such as custody, visitation, support, or protection orders.

Explanation: Speaking or acting in court to defend or support someone's legal rights.

Example: The attorney's advocacy focused on demonstrating that joint custody would serve the child's best interests.

ਪੰਜਾਬੀ: ਹੱਕ ਲਈ ਅਵਾਜ਼ ਉਠਾਉਣਾ
ਅਦਾਲਤ ਜਾਂ ਸੰਬੰਧਤ ਕਾਰਵਾਈ ਵੱਿਚ ਕਸਿੇ ਪੱਖ ਦੇ ਕਾਨੂੰਨੀ ਅਧਿਕਾਰਾਂ ਅਤੇ ਹੱਿਤਾਂ ਦਾ

ਪ੍ਰਤੀਨਿਧਿਤਵ ਕਰਨ, ਸਮਰਥਨ ਕਰਨ ਜਾਂ ਉਹਨਾਂ ਦੇ ਹੱਕ ਵਿੱਚ ਦਲੀਲ ਕਰਨ ਦੀ ਕਰਿਆ। ਪਰਿਵਾਰਕ ਕਾਨੂੰਨ ਵਿੱਚ, ਵਕਾਲਤ ਵਿੱਚ ਸਬੂਤ ਪੇਸ਼ ਕਰਨਾ, ਦਲੀਲਾਂ ਦੇਣਾ ਅਤੇ ਬੱਚਿਆਂ ਜਾਂ ਮਾਤਾ-ਪਿਤਾ ਦੀ ਭਲਾਈ ਦੀ ਰੱਖਿਆ ਕਰਨਾ ਸ਼ਾਮਲ ਹੁੰਦਾ ਹੈ, ਜਿਵੇਂ ਕਿ ਸੰਗ੍ਰਖਣ, ਮਿਲਣ ਦਾ ਹੱਕ , ਭਰਣ-ਪੋਸ਼ਣ ਜਾਂ ਸੁਰੱਖਿਆ ਹੁਕਮਾਂ ਦੇ ਮਾਮਲਿਆਂ ਵਿੱਚ।

हिंदी: पक्षसमर्थन
अदालत या संबंधित कार्यवाही में किसी पक्ष के कानूनी अधिकारों और हितों का प्रतिनिधित्व करने, समर्थन करने या उनके पक्ष में तर्क देने की क्रिया। पारिवारिक कानून में, अधिवक्ता का कार्य सबूत प्रस्तुत करना, तर्क रखना और बच्चों या माता-पिता के कल्याण की रक्षा करना होता है, जैसे कि अभिरक्षा, भेंट अधिकार, भरण-पोषण या संरक्षण आदेशों के मामलों में।

AFFIDAVIT

Definition: A written statement made under oath or affirmation and used as evidence in court.

Explanation: A sworn written statement for the judge to consider.

Example: She filed an affidavit describing the child's medical needs.

ਪੰਜਾਬੀ: ਹਲਫ਼ਨਾਮਾ
ਇਸਦਾ ਮਤਲਬ ਹੈ ਲਿਖਤੀ ਬਿਆਨ ਜੋ ਕੋਈ ਵਿਅਕਤੀ ਕਸਮ ਖਾ ਕੇ ਜਾਂ ਸਹੁੰ ਚੁੱਕ ਕੇ ਸੱਚ ਦੱਸਣ ਲਈ ਦਿੰਦਾ ਹੈ।

हिंदी: हलफ़नामा
इसका मतलब है लिखित बयान जो कोई व्यक्ति शपथ लेकर सच बताने के लिए देता है।

AFFIDAVIT OF SERVICE (PROOF OF SERVICE)

Definition: A sworn statement confirming that legal papers were properly delivered to a party.

Explanation: A signed statement that the other side was served correctly.

Example: She filed an affidavit of service after serving the petition.

ਪੰਜਾਬੀ: ਸੇਵਾ ਦਾ ਹਲਫ਼ਨਾਮਾ (ਸੇਵਾ ਦਾ ਸਬੂਤ)

ਇਸਦਾ ਮਤਲਬ ਹੈ ਲਿਖਤੀ ਬਿਆਨ ਜੋ ਦੱਸਦਾ ਹੈ ਕਿ ਕਾਨੂੰਨੀ ਦਸਤਾਵੇਜ਼ ਕਿਸੇ ਵਿਅਕਤੀ ਨੂੰ ਠੀਕ ਤਰੀਕੇ ਨਾਲ ਸੁਪੁਰਦ ਕੀਤੇ ਗਏ ਹਨ।

हिंदी: सेवा का हलफ़नामा (सेवा का प्रमाण)
इसका मतलब है लिखित बयान जो बताता है कि कानूनी दस्तावेज़ किसी व्यक्ति को सही तरीके से सौंपे गए हैं।

AFFIRMATION

Definition: A formal declaration that a statement is true, made by a person who declines to take an oath for religious or personal reasons; in family law, affirmations are often used by witnesses, parties, or professionals submitting reports or testifying in court.

Explanation: A solemn promise to tell the truth without using a religious oath.

Example: The custody evaluator gave an affirmation before testifying about the child's living arrangements.

ਪੰਜਾਬੀ: ਪੁਸ਼ਟੀ
ਇੱਕ ਰਸਮੀ ਘੋਸ਼ਣਾ ਕਿ ਬਿਆਨ ਸੱਚ ਹੈ, ਇੱਕ ਵਿਅਕਤੀ ਦੁਆਰਾ ਕੀਤਾ ਜਾਂਦਾ ਹੈ ਜੋ ਧਾਰਮਿਕ ਜਾਂ ਨਿੱਜੀ ਕਾਰਨਾਂ ਕਰਕੇ ਸਹੁੰ ਚੁੱਕਣ ਤੋਂ ਇਨਕਾਰ ਕਰਦਾ ਹੈ; ਪਰਿਵਾਰਕ ਕਾਨੂੰਨ ਵਿੱਚ, ਪੁਸ਼ਟੀਕਰਨ ਅਕਸਰ ਗਵਾਹਾਂ, ਧਿਰਾਂ, ਜਾਂ ਪੇਸ਼ੇਵਰਾਂ ਦੁਆਰਾ ਅਦਾਲਤ ਵਿੱਚ ਗਵਾਹੀ ਦੀਆਂ ਰਿਪੋਰਟਾਂ ਜਮ੍ਹਾਂ ਕਰਾਉਣ ਦੁਆਰਾ ਵਰਤੇ ਜਾਂਦੇ ਹਨ। ਧਾਰਮਿਕ ਸਹੁੰ ਦੀ ਵਰਤੋਂ ਕੀਤੇ ਬਿਨਾਂ ਸੱਚ ਬੋਲਣ ਦਾ ਇੱਕ ਗੰਭੀਰ ਵਾਅਦਾ।

हिंदी: पुष्टि
किसी कथन के सत्य होने की औपचारिक घोषणा, जो किसी ऐसे व्यक्ति द्वारा की जाती है जो धार्मिक या व्यक्तिगत कारणों से शपथ लेने से इनकार करता है; पारिवारिक कानून में, प्रतिज्ञान का उपयोग अक्सर गवाहों, पक्षों या अदालत में गवाही देने की रिपोर्ट प्रस्तुत करने वाले पेशेवरों द्वारा किया जाता है। धार्मिक शपथ का उपयोग किए बिना सत्य बोलने का एक गंभीर वादा।

AFOREMENTIONED

Definition: A legal drafting term used to refer back to a person, party, or matter already identified earlier in the same document, such as a petition, order, or contract, to avoid repetition of full names or details.

Explanation: A way of saying "the person or thing already mentioned earlier in the document."

Example: The decree stated that the aforementioned minor child would reside primarily with the mother.

ਪੰਜਾਬੀ: ਉਪਰੋਕਤ
ਇਸਦਾ ਮਤਲਬ ਹੈ ਉਹ ਵਿਅਕਤੀ ਜਾਂ ਗੱਲ ਜੋ ਪਹਲਿਾਂ ਹੀ ਲਖਿੀ ਜਾਂ ਦੱਸੀ ਗਈ ਹੈ।

हिंदी: उपर्युक्त
इसका मतलब है वह व्यक्त‍ि या बात जो पहले ही लिखी या बताई गई है।

AFORESAID

Definition: A formal legal term used in pleadings, contracts, and court orders to refer to a person, party, fact, or matter that has already been mentioned earlier in the same document.

Explanation: Another way of saying "the person or thing already stated above in this document."

Example: The order required the aforesaid respondent to pay child support according to the schedule set by the court.

ਪੰਜਾਬੀ: ਉਪਰੋਕਤ ਕਹਿਾ ਹੋਇਆ
ਇਸਦਾ ਮਤਲਬ ਹੈ ਉਹ ਗੱਲ ਜਾਂ ਜਾਣਕਾਰੀ ਜੋ ਪਹਲਿਾਂ ਹੀ ਲਖਿੀ ਜਾਂ ਦੱਸੀ ਗਈ ਹੈ।

हिंदी: उपर्युक्त कहा हुआ
इसका मतलब है वह बात या जानकारी जो पहले ही लिखी या बताई गई है।

AGE OF MAJORITY

Definition: The age at which a person is considered a legal adult, ending parental legal responsibilities in many contexts.

Explanation: The birthday when the law treats you as an adult.

Example: Support ended when the child reached the age of majority.

ਪੰਜਾਬੀ: ਬਾਲਗਿ ਉਮਰ
ਇਸਦਾ ਮਤਲਬ ਹੈ ਉਹ ਉਮਰ ਜਥਿੇ ਵਿਅਕਤੀ ਨੂੰ ਕਾਨੂੰਨ ਅਨੁਸਾਰ ਬਾਲਗ ਮੰਨਿਆ ਜਾਂਦਾ ਹੈ ਅਤੇ ਉਹ ਆਪਣੇ ਫ਼ੈਸਲੇ ਖੁਦ ਲੈ ਸਕਦਾ ਹੈ।

हिंदी: वयस्कता की आयु
इसका मतलब है वह आयु जहाँ व्यक्त‍ि को क़ानून के अनुसार वयस्क माना

जाता है और वह अपने नरि्णय स्वयं ले सकता है।

AGENCY ADOPTION

Definition: An adoption arranged through a licensed public or private adoption agency.

Explanation: The process of adopting a child through an agency.

Example: They completed an agency adoption through the county social services department.

ਪੰਜਾਬੀ: ਏਜੰਸੀ ਰਾਹੀ ਗੋਦ ਲੈਣਾ
ਇਸਦਾ ਮਤਲਬ ਹੈ ਜਦੋਂ ਗੋਦ ਲੈਣ ਦੀ ਪ੍ਰਕਰਿਆ ਸਰਕਾਰੀ ਜਾਂ ਨੱਜੀ ਏਜੰਸੀ ਦੁਆਰਾ ਕਰਵਾਈ ਜਾਂਦੀ ਹੈ।

हिंदी: संस्था के माध्यम से दत्तक ग्रहण
इसका मतलब है जब दत्तक ग्रहण की प्रक्रयि सरकारी या नजिी संस्था द्वारा करवाई जाती है।

AGREE

Definition: To express mutual consent or acceptance of terms between parties, either orally or in writing; in family law, agreements often cover custody, visitation, child support, spousal support, or property division, and may be incorporated into a court order or judgment.

Explanation: When two or more people accept the same plan or terms, often in writing for the court.

Example: The parents agreed to a shared custody arrangement, and the court entered their agreement as an order.

ਪੰਜਾਬੀ: ਸਹਮਿਤ ਹੋਣਾ
ਪੱਖਾਂ ਵੱਲੋਂ ਆਪਸੀ ਸਹਮਿਤੀ ਜਾਂ ਸ਼ਰਤਾਂ ਦੀ ਮਨਜ਼ੂਰੀ ਦੇਣਾ, ਚਾਹੇ ਮੌਖਕਿ ਹੋਵੇ ਜਾਂ ਲਖਿਤਿ; ਪਰਵਿਾਰਕ ਕਾਨੂੰਨ ਵੱਚਿ, ਸਮਝੌਤੇ ਆਮ ਤੌਰ 'ਤੇ ਬੱਚਆਿਂ ਦੀ ਹਫ਼ਿਾਜ਼ਤ, ਮੁਲਾਕਾਤ ਦੇ ਹੱਕ, ਬੱਚਆਿਂ ਦੀ ਦੇਖਭਾਲ ਖ਼ਰਚ, ਜੀਵਨ ਸਾਥੀ ਦੀ ਸਹਾਇਤਾ ਜਾਂ ਸੰਪਤੀ ਵੰਡ ਨਾਲ ਸੰਬੰਧਤਿ ਹੁੰਦੇ ਹਨ ਅਤੇ ਇਹਨਾਂ ਨੂੰ ਅਦਾਲਤ ਦੇ ਹੁਕਮ ਜਾਂ ਫ਼ੈਸਲੇ ਵੱਚਿ ਸ਼ਾਮਲ ਕੀਤਾ ਜਾ ਸਕਦਾ ਹੈ। ਜਦੋਂ ਦੋ ਜਾਂ ਹੋਰ ਲੋਕ ਇੱਕੋ ਯੋਜਨਾ ਜਾਂ ਸ਼ਰਤਾਂ ਨੂੰ ਮਨਜ਼ੂਰ ਕਰਦੇ ਹਨ, ਅਕਸਰ ਅਦਾਲਤ ਲਈ ਲਖਿਤਿ ਰੂਪ ਵੱਚਿ।

हिंदी: सहमत होना

पक्षकारों द्वारा आपसी सहमति या शर्तों को स्वीकार करना, चाहे मौखकि हो या लखिति; परविार कानून में, समझौते प्रायःअभरिक्षा, भेंट अधकिार, बाल भरण-पोषण, पति/पत्नी भरण-पोषण या संपत्ति के बँटवारे से जुड़े होते हैं और इन्हें न्यायालय के आदेश या नरि्णय में सम्मलिति कयि जा सकता है। जब दो या अधकि लोग एक ही योजना या शर्तों को स्वीकार करते हैं, अक्सर न्यायालय के लिए लखिति रूप में।

AGREED JUDGMENT (STIPULATED JUDGMENT)

Definition: A court order reflecting an agreement between the parties that resolves some or all issues.

Explanation: Both sides agree and the judge signs it as a court order.

Example: The parties submitted a stipulated judgment for custody and support.

ਪੰਜਾਬੀ: ਸਹਮਿਤੀ ਫ਼ੈਸਲਾ (ਤਹਿ ਕੀਤਾ ਫ਼ੈਸਲਾ)
ਇਸਦਾ ਮਤਲਬ ਹੈ ਅਦਾਲਤੀ ਫ਼ੈਸਲਾ ਜੋ ਦੋਨੋਂ ਪੱਖਾਂ ਦੀ ਆਪਸੀ ਸਹਮਿਤੀ ਨਾਲ ਕੀਤਾ ਜਾਂਦਾ ਹੈ।

हदिी: सहमति से नरि्णय (नरि्धारति नरि्णय)
इसका मतलब है अदालत का फैसला जो दोनों पक्षों की आपसी सहमति से कयिा जाता है।

AGREED PARENTING PLAN

Definition: A written agreement between parents outlining custody, visitation schedules, and decision-making authority regarding their child, usually approved by the court.

Explanation: A written plan parents make about custody and visitation, approved by a judge.

Example: The court approved the agreed parenting plan that gave both parents equal visitation rights.

ਪੰਜਾਬੀ: ਸਹਮਿਤ ਮਾਤਾ-ਪਤਿਾ ਯੋਜਨਾ – ਮਾਤਾ-ਪਤਿਾ ਵਚਿਕਾਰ ਲਖਿਤੀ ਯੋਜਨਾ ਜਸਿ ਵੱਚਿ ਸੁਰੱਖਆਿ, ਮੁਲਾਕਾਤ ਸਮਾਂ ਅਤੇ ਫੈਸਲਾ ਲੈਣ ਦੀ ਜ਼ੰਿਮੇਵਾਰੀ ਦਰਸਾਈ ਜਾਂਦੀ ਹੈ।

हदिी: सहमति पालन योजना – माता-पिता के बीच लखिति योजना जसिमें अभरिक्षा, मुलाक़ात समय और नरि्णय लेने की जम्मिेदारी शामलि होती है।

AGREEMENT

Definition: A mutual understanding or contract between two or more parties, either oral or written, that creates enforceable obligations; in family law, agreements often address custody, visitation schedules, child support, spousal support, or division of marital property, and may be incorporated into a final judgment.

Explanation: A deal or understanding between people that sets out what each side must do, often written and approved by the court.

Example: The divorcing spouses signed a settlement agreement dividing property and setting child support, which the court approved.

ਪੰਜਾਬੀ: ਸਮਝੌਤਾ
ਦੋ ਜਾਂ ਵੱਧ ਪੱਖਾਂ ਵਚਿਕਾਰ ਇੱਕ ਆਪਸੀ ਸਮਝ ਜਾਂ ਕਰਾਰ, ਮੌਖਕਿ ਜਾਂ ਲਖਿਤਿ, ਜੋ ਲਾਗੂ ਕਰਨਯੋਗ ਜ਼ਮਿੇਵਾਰੀਆਂ ਪੈਦਾ ਕਰਦਾ ਹੈ; ਪਰਵਿਾਰਕ ਕਾਨੂੰਨ ਵੱਚਿ, ਸਮਝੌਤੇ ਆਮ ਤੌਰ 'ਤੇ ਬੱਚਆਿਂ ਦੀ ਹਫ਼ਿਾਜ਼ਤ, ਮੁਲਾਕਾਤ ਦਾ ਸ਼ਡਿਊਲ, ਬੱਚਆਿਂ ਦੀ ਦੇਖਭਾਲ ਦਾ ਖ਼ਰਚ, ਜੀਵਨ ਸਾਥੀ ਦੀ ਸਹਾਇਤਾ ਜਾਂ ਵਆਿਹੀ ਸੰਪਤੀ ਦੀ ਵੰਡ ਨਾਲ ਸੰਬੰਧਤਿ ਹੁੰਦੇ ਹਨ ਅਤੇ ਇਹਨਾਂ ਨੂੰ ਅੰਤਮਿ ਫ਼ੈਸਲੇ ਵੱਚਿ ਸ਼ਾਮਲ ਕੀਤਾ ਜਾ ਸਕਦਾ ਹੈ। ਲੋਕਾਂ ਵਚਿਕਾਰ ਇੱਕ ਸਮਝੌਤਾ ਜਾਂ ਸਮਝ ਜਸਿ ਵੱਚਿ ਹਰ ਪੱਖ ਦੀਆਂ ਜ਼ਮਿੇਵਾਰੀਆਂ ਦਰਸਾਈਆਂ ਜਾਂਦੀਆਂ ਹਨ, ਜੋ ਅਕਸਰ ਲਖਿਤਿ ਹੁੰਦੀ ਹੈ ਅਤੇ ਅਦਾਲਤ ਵੱਲੋਂ ਮਨਜ਼ੂਰ ਕੀਤੀ ਜਾਂਦੀ ਹੈ।

हदिी: समझौता
दो या अधकि पक्षों के बीच आपसी समझ या अनुबंध, मौखकि या लखिति, जो लागू करने योग्य दायत्वि उत्पन्न करता है; परविार कानून में, समझौते प्रायःबाल अभरिक्षा, भेंट कार्यक्रम, बाल भरण-पोषण, पत/िपत्नी भरण-पोषण या वैवाहकि संपत्त‌ि के बँटवारे से जुड़े होते हैं और इन्हें अंतमि नरि्णय में सम्मलिति कयिा जा सकता है। लोगों के बीच एक समझ या सौदा, जसिमें यह तय होता है क‌ि प्रत्येक पक्ष को क्या करना है, जो प्रायःलखिति होता है और न्यायालय द्वारा स्वीकृत कयिा जाता है।

ALIMONY (SPOUSAL SUPPORT)

Definition: Money one spouse may be ordered to pay the other for support during or after separation or divorce.

Explanation: Payments to help support a spouse.

Example: The court ordered temporary spousal support during the case.

ਪੰਜਾਬੀ: ਭਰਣ-ਪੋਸ਼ਣ (ਜੋੜੇਦਾਰ ਦੀ ਸਹਾਇਤਾ)
ਇਸਦਾ ਮਤਲਬ ਹੈ ਤਲਾਕ ਜਾਂ ਵੱਖਰੇ ਰਹਣਿ ਤੋਂ ਬਾਅਦ ਇੱਕ ਜੀਵਨ ਸਾਥੀ ਵੱਲੋਂ ਦੂਜੇ ਨੂੰ ਦੱਿਤੀ ਜਾਣ ਵਾਲੀ ਆਰਥਕਿ ਮਦਦ।

हदिी: भरण-पोषण (पत/पित्नी सहायता)
इसका मतलब है तलाक या अलग रहने के बाद एक जीवनसाथी द्वारा दूसरे को दी जाने वाली आर्थकि मदद।

ALLEGATION

Definition: A statement of fact or claim made by a party in a pleading, petition, or motion, which has not yet been proven and must be supported by evidence; in family law, allegations often involve claims of abuse, neglect, domestic violence, or failure to support.

Explanation: Something a person says in court papers that still needs to be proven with evidence.

Example: The mother's petition for custody included an allegation that the father had exposed the child to domestic violence.

ਪੰਜਾਬੀ: ਦੋਸ਼
ਇੱਕ ਪੱਖ ਵੱਲੋਂ ਪਲੀਡੰਗਿ, ਅਰਜ਼ੀ ਜਾਂ ਅਰਜ਼ੀ-ਨਾਮੇ ਵੱਿਚ ਦੱਿਤਾ ਗਆਿ ਤੱਥ ਜਾਂ ਦਾਅਵਾ, ਜੋ ਅਜੇ ਸਾਬਤ ਨਹੀਂ ਹੋਇਆ ਅਤੇ ਜਸਿਨੂੰ ਸਬੂਤ ਨਾਲ ਸਮਰਥਤਿ ਕਰਨਾ ਲਾਜ਼ਮੀ ਹੁੰਦਾ ਹੈ; ਪਰਵਿਾਰਕ ਕਾਨੂੰਨ ਵੱਿਚ, ਦੋਸ਼ ਆਮ ਤੌਰ 'ਤੇ ਸ਼ੋਸ਼ਣ, ਲਾਪਰਵਾਹੀ, ਘਰੇਲੂ ਹੰਿਸਾ ਜਾਂ ਭਰਨ–ਪੋਸ਼ਣ ਦੀ ਨਾਕਾਮੀ ਨਾਲ ਸੰਬੰਧਤਿ ਹੁੰਦੇ ਹਨ।ਅਦਾਲਤੀ ਕਾਗਜ਼ਾਂ ਵੱਿਚ ਕਸਿੇ ਵਅਿਕਤੀ ਵੱਲੋਂ ਕੀਤਾ ਗਆਿ ਕਹਣਿਾ, ਜਸਿਨੂੰ ਅਜੇ ਸਬੂਤ ਨਾਲ ਸਾਬਤ ਕਰਨਾ ਲੋੜੀਦਾ ਹੈ।

हदिी: आरोप
कसिी पक्ष द्वारा याचकिा, प्रार्थना-पत्र या आवेदन में कयिा गया तथ्य या दावा, जो अभी सद्धि नहीं हुआ है और जसिे प्रमाणों से समर्थति करना आवश्यक है; परविार कानून में, आरोप प्रायःशोषण, उपेक्षा, घरेलू हसिा या भरण–पोषण में वफिलता से जुड़े होते हैं। न्यायालय के कागज़ों में कसिी व्यक्त द्विारा कही गई बात, जसिे अभी प्रमाणों से सद्धि करना होता है।

ALLEGATIONS OF ABUSE

Definition: Claims made in a family law case that a parent, guardian, or household member has physically, emotionally, or sexually harmed a child or partner.

Explanation: A statement saying someone in the family has abused another person.

Example: The father denied the allegations of abuse raised during the custody hearing.

ਪੰਜਾਬੀ: ਦੁਰਵਿਵਹਾਰ ਦੇ ਦੋਸ਼ – ਪਰਵਿਾਰਕ ਮਾਮਲੇ ਵੱਚਿ ਦਾਅਵੇ ਕਿ ਕਸਿੇ ਮਾਤਾ-ਪਤਿਾ ਜਾਂ ਘਰ ਦੇ ਮੈਂਬਰ ਨੇ ਬੱਚੇ ਜਾਂ ਸਾਥੀ ਨਾਲ ਦੁਰਵਿਵਹਾਰ ਕੀਤਾ ਹੈ।

हदिी: दुरुपयोग के आरोप – पारविारकि मामले में यह दावा कि किसी माता-पिता या घर के सदस्य ने बच्चे या साथी के साथ दुरुपयोग कयिा है।

ALLEGE

Definition: To formally assert or claim something as fact in a pleading, motion, or testimony, subject to proof at trial; in family law, parties may allege issues such as abuse, neglect, interference with visitation, or failure to provide support.

Explanation: To officially state in court papers or testimony that something happened, even though it still must be proven.

Example: In her divorce petition, the wife alleged that the husband failed to pay child support for several months.

ਪੰਜਾਬੀ: ਦਾਅਵਾ ਕਰਨਾ
ਪਲੀਡਿੰਗ, ਅਰਜ਼ੀ ਜਾਂ ਗਵਾਹੀ ਵੱਚਿ ਕਸਿੇ ਤੱਥ ਨੂੰ ਰਸਮੀ ਤੌਰ 'ਤੇ ਦਾਅਵਾ ਕਰਨਾ ਜਾਂ ਦਰਸਾਉਣਾ, ਜੋ ਮੁਕੱਦਮੇ ਵੱਚਿ ਸਾਬਤ ਕੀਤਾ ਜਾਣਾ ਲਾਜ਼ਮੀ ਹੁੰਦਾ ਹੈ; ਪਰਵਿਾਰਕ ਕਾਨੂੰਨ ਵੱਚਿ, ਪੱਖਕਾਰ ਅਕਸਰ ਸ਼ੋਸ਼ਣ, ਲਾਪਰਵਾਹੀ, ਮੁਲਾਕਾਤ ਵੱਚਿ ਰੁਕਾਵਟ ਜਾਂ ਭਰਨ–ਪੋਸ਼ਣ ਨਾ ਦੇਣ ਵਰਗੇ ਮਸਲਿਆਂ ਦਾ ਦੋਸ਼ ਲਗਾ ਸਕਦੇ ਹਨ।

हदिी: आरोप लगाना / दावा करना
याचकिा, प्रार्थना-पत्र या गवाही में कसिी तथ्य को औपचारकि रूप से दावा करना या प्रस्तुत करना, जसि मुकदमे में प्रमाणति करना आवश्यक होता है; परविार कानून में, पक्षकार अक्सर शोषण, उपेक्षा, भेंट में बाधा या भरण–पोषण न देने जैसे मुद्दों का आरोप लगा सकते हैं।

ALLEGED PARENT

Definition: A person who is claimed to be a child's parent but whose legal parentage has not yet been established.

Explanation: Someone said to be a parent before the law decides.

Example: Genetic testing was ordered for the alleged parent.

ਪੰਜਾਬੀ: ਕਥਤਿ ਮਾਤਾ-ਪਤਿਾ
ਇਸਦਾ ਮਤਲਬ ਹੈ ਉਹ ਵਅਿਕਤੀ ਜਸਿ ਬਾਰੇ ਦਾਅਵਾ ਕੀਤਾ ਜਾਂਦਾ ਹੈ ਕਿ ਉਹ ਬੱਚੇ ਦਾ ਮਾਂ ਜਾਂ ਪਉਿ ਹੈ, ਪਰ ਇਹ ਹਾਲੇ ਸਾਬਤ ਨਹੀ ਹੋਇਆ।

हिंदी: कथति अभभिावक
इसका मतलब है वह व्यक्ति जिसिके बारे में दावा कयिा जाता है कि वह बच्चे का माता या पति है, लेकनि यह अभी साबति नहीं हुआ।

ALLOCUTION

Definition: A formal statement made personally by a party directly to the judge before the imposition of sanctions; in family law, allocution may occur in contempt proceedings, such as when a parent has violated custody or support orders, allowing them to explain or plead for leniency.

Explanation: When a person speaks directly to the judge before being punished, to explain themselves or ask for a lighter outcome.

Example: After being found in contempt for failing to pay child support, the father was given the chance for allocution before the judge imposed sanctions.

ਪੰਜਾਬੀ: ਅੰਤਮਿ ਬਆਿਨ
ਇਸਦਾ ਮਤਲਬ ਹੈ ਮੁਲਜ਼ਮ ਨੂੰ ਸਜ਼ਾ ਸੁਣਾਉਣ ਤੋਂ ਪਹਲਿਾਂ ਅਦਾਲਤ ਅੱਗੇ ਆਪਣੀ ਗੱਲ ਕਹਣਿ ਦਾ ਮੌਕਾ ਮਲਿਣਾ।

हिंदी: अंतमि बयान
इसका मतलब है अभयिुक्त को सज़ा सुनाए जाने से पहले अदालत के सामने अपनी बात कहने का अवसर मलिना।

ALSO KNOWN AS (AKA)

Definition: A legal designation used to indicate alternative names, aliases, or variations of a person's identity in court documents, ensuring clarity and preventing confusion in records; in family law, it may appear in petitions, orders, or judgments when a party or child is known by more than one name.

Explanation: A way of showing that someone is known by another name in legal papers.

Example: The custody order listed the mother as "Maria Lopez, also known as Maria Torres (AKA)," to match the child's school records.

ਪੰਜਾਬੀ: ਹੋਰ ਨਾਂ ਨਾਲ ਜਾਣਿਆ ਜਾਂਦਾ ਹੈ (AKA)
ਇਸਦਾ ਮਤਲਬ ਹੈ ਜਦੋਂ ਕਿਸੇ ਵਿਅਕਤੀ ਨੂੰ ਵੱਖ-ਵੱਖ ਨਾਂਵਾਂ ਨਾਲ ਪਹਿਚਾਣਿਆ ਜਾਂਦਾ ਹੈ।ਅਦਾਲਤੀ ਦਸਤਾਵੇਜ਼ਾਂ ਵਿੱਚ ਕਿਸੇ ਵਿਅਕਤੀ ਦੇ ਵਿਕਲਪਿਕ ਨਾਮਾਂ, ਉਪਨਾਮਾਂ ਜਾਂ ਪਹਿਚਾਣ ਦੇ ਵੱਖ-ਵੱਖ ਰੂਪ ਦਰਸਾਉਣ ਲਈ ਵਰਤਿਆ ਜਾਣ ਵਾਲਾ ਕਾਨੂੰਨੀ ਸ਼ਬਦ, ਜਿਸ ਨਾਲ ਰਿਕਾਰਡ ਵਿੱਚ ਸਪਸ਼ਟਤਾ ਬਣੀ ਰਹਿੰਦੀ ਹੈ ਅਤੇ ਗਲਤਫ਼ਹਿਮੀਆਂ ਤੋਂ ਬਚਿਆ ਜਾ ਸਕਦਾ ਹੈ; ਪਰਿਵਾਰਕ ਕਾਨੂੰਨ ਵਿੱਚ, ਇਹ ਅਰਜ਼ੀਆਂ, ਹੁਕਮਾਂ ਜਾਂ ਫ਼ੈਸਲਿਆਂ ਵਿੱਚ ਦਰਸਾਇਆ ਜਾ ਸਕਦਾ ਹੈ ਜਦੋਂ ਕੋਈ ਪੱਖਕਾਰ ਜਾਂ ਬੱਚਾ ਇੱਕ ਤੋਂ ਵੱਧ ਨਾਮਾਂ ਨਾਲ ਜਾਣਿਆ ਜਾਂਦਾ ਹੋਵੇ।

हिंदी: अन्य नाम से जाना जाता है (AKA)
इसका मतलब है जब किसी व्यक्ति को अलग-अलग नामों से पहचाना जाता है।न्यायालयीन दस्तावेजों में किसी व्यक्ति के वैकल्पिक नामों, उपनामों या पहचान के विभिन्न रूपों को दर्शाने के लिए प्रयुक्त कानूनी शब्द, जिससे अभिलेखों में स्पष्टता बनी रहती है और भ्रम से बचा जा सके; परिवार कानून में, यह याचिकाओं, आदेशों या निर्णयों में तब प्रकट हो सकता है जब कोई पक्षकार या बच्चा एक से अधिक नामों से जाना जाता हो।

ALTERNATIVE CUSTODY ARRANGEMENT

Definition: A nontraditional custody plan ordered by the court, such as split custody, bird's nest custody, or rotating schedules, designed to meet the child's best interests.

Explanation: A different type of custody plan instead of the usual sole or joint custody.

Example: The judge approved an alternative custody arrangement where the child stayed in one home while the parents rotated in and out.

ਪੰਜਾਬੀ: ਵਿਕਲਪਕ ਸੁਰੱਖਿਆ ਪ੍ਰਬੰਧ – ਇੱਕ ਗੈਰ-ਪਾਰੰਪਰਿਕ ਯੋਜਨਾ ਜੋ ਬੱਚੇ ਦੇ ਹਿੱਤਾਂ ਅਨੁਸਾਰ ਬਣਾਈ ਜਾਂਦੀ ਹੈ।

हिंदी: वैकल्पिक अभिरक्षा व्यवस्था – एक गैर-पारंपरिक योजना जो बच्चे के हितों के अनुसार बनाई जाती है।

ALTERNATIVE DISPUTE RESOLUTION (ADR)

Definition: Ways to resolve disputes outside of trial, such as mediation, settlement conferences, or arbitration.

Explanation: Solving the case without a full trial, often by mediation.

Example: The parties resolved parenting time through mediation as ADR.

ਪੰਜਾਬੀ: ਵਿਕਲਪਕ ਵਿਵਾਦ ਨਿਪਟਾਰਾ (ADR)
ਇਸਦਾ ਮਤਲਬ ਹੈ ਅਦਾਲਤ ਤੋਂ ਬਾਹਰ ਝਗੜੇ ਜਾਂ ਮਾਮਲੇ ਦਾ ਹੱਲ ਕੱਢਣ ਦੀ ਪ੍ਰਕਿਰਿਆ, ਜਿਵੇਂ ਧਿਆਨ, ਸਲਾਹ-ਮਸ਼ਵਰਾ ਜਾਂ ਪੰਚਾਇਤ। ਅਦਾਲਤ ਵੱਲੋਂ ਆਦੇਸ਼ਿਤ ਇੱਕ ਗੈਰ-ਪਾਰੰਪਰਿਕ ਹਿਫ਼ਾਜ਼ਤ ਯੋਜਨਾ, ਜਿਵੇਂ ਕਿ ਵੰਡੀ ਹੋਈ ਹਿਫ਼ਾਜ਼ਤ, "ਬਰਡਜ਼ ਨੇਸਟ" ਹਿਫ਼ਾਜ਼ਤ, ਜਾਂ ਬਦਲਦੇ ਸ਼ਡਿਊਲ, ਜੋ ਬੱਚੇ ਦੇ ਸਰਵੋਤਮ ਹਿੱਤਾਂ ਨੂੰ ਧਿਆਨ ਵਿੱਚ ਰੱਖ ਕੇ ਬਣਾਈ ਜਾਂਦੀ ਹੈ।

हिंदी: वैकल्पिक विवाद समाधान (ADR)
इसका मतलब है अदालत के बाहर झगड़े या मामले का निपटारा करने की प्रक्रिया, जैसे मध्यस्थता, सलाह-मशविरा या पंचायती। न्यायालय द्वारा आदेशित एक गैर-पारंपरिक अभिरक्षा योजना, जैसे विभाजित अभिरक्षा, "बर्ड्स नेस्ट" अभिरक्षा, या घूमने वाले कार्यक्रम, जो बच्चे के सर्वोत्तम हित को ध्यान में रखकर बनाई जाती है।

AMEND

Definition: To formally change, revise, or add to a legal document, such as a pleading, petition, motion, or court order, usually with the court's permission; in family law, amendments are often made to custody petitions, support requests, or divorce pleadings to reflect new facts or relief sought.

Explanation: To officially change or update a legal document filed in court.

Example: The mother filed a motion to amend her custody petition to include new allegations of neglect.

ਪੰਜਾਬੀ: ਸੋਧ ਕਰਨਾ
ਇਸਦਾ ਮਤਲਬ ਹੈ ਕਿਸੇ ਦਸਤਾਵੇਜ਼ ਜਾਂ ਕਾਨੂੰਨ ਵਿੱਚ ਬਦਲਾਵ ਕਰਨਾ ਜਾਂ ਉਸਨੂੰ ਠੀਕ ਕਰਨਾ।

हिंदी: संशोधन करना

इसका मतलब है कसिी दस्तावेज़ या क़ानून में बदलाव करना या उसे ठीक करना।

AMENDED PETITION

Definition: A revised pleading that changes or adds to the claims or facts in the original petition.

Explanation: An updated version of the first court filing.

Example: She filed an amended petition to add a request for relocation.

ਪੰਜਾਬੀ: ਸੋਧੀ ਹੋਈ ਅਰਜ਼ੀ

ਇਸਦਾ ਮਤਲਬ ਹੈ ਅਦਾਲਤ ਵੱਚਿ ਦੱਤਿੀ ਗਈ ਪਹਲਿੀ ਅਰਜ਼ੀ ਵੱਚਿ ਕੀਤੇ ਗਏ ਬਦਲਾਵਾਂ ਜਾਂ ਸ਼ਾਮਲ ਕੀਤੀ ਗਈ ਨਵੀ ਜਾਣਕਾਰੀ।

हदिी: संशोधति याचकिा

इसका मतलब है अदालत में दी गई पहली याचकिा में कएि गए बदलाव या जोड़ी गई नई जानकारी।

ANNULMENT

Definition: A ruling that a marriage is void, as if it never happened.

Explanation: The marriage is erased because it was not legally valid.

Example: She sought an annulment based on fraud.

ਪੰਜਾਬੀ: ਵਆਿਹ ਰੱਦ ਕਰਨਾ

ਇਸਦਾ ਮਤਲਬ ਹੈ ਅਦਾਲਤ ਦੁਆਰਾ ਵਆਿਹ ਨੂੰ ਅਵੈਧ ਘੋਸ਼ਤਿ ਕਰਨਾ ਜਵਿੇਂ ਕਿ ਉਹ ਕਦੇ ਹੋਇਆ ਹੀ ਨਾ ਹੋਵੇ।

हदिी: ववािह नरिस्तीकरण

इसका मतलब है अदालत द्वारा ववािह को अवैध घोषति करना जैसे कि वह कभी हुआ ही न हो।

ANSWER

Definition: A written response to a petition or complaint that admits or denies allegations.

Explanation: The other side’s written reply to what you filed.

Example: He filed an answer denying the allegations of abuse.

ਪੰਜਾਬੀ: ਜਵਾਬ
ਇਸਦਾ ਮਤਲਬ ਹੈ ਅਦਾਲਤ ਵਿੱਚ ਪੇਸ਼ ਕੀਤੀ ਗਈ ਅਰਜ਼ੀ ਜਾਂ ਦਾਅਵੇ ਦੇ ਉੱਤਰ ਵਿੱਚ ਦੂਜੇ ਪੱਖ ਵੱਲੋਂ ਦਿੱਤਾ ਗਿਆ ਲਿਖਤੀ ਬਿਆਨ।

हिंदी: जवाब
इसका मतलब है अदालत में दाख़िल की गई याचिका या दावे के उत्तर में दूसरे पक्ष द्वारा दिया गया लिखित बयान।

ANSWER (TO A COMPLAINT)

Definition: A formal written response filed by the respondent to a complaint or petition, in which each allegation is admitted, denied, or otherwise addressed, and any defenses or counterclaims may be raised; in family law, an answer may respond to claims for divorce, custody, support, or restraining orders.

Explanation: The official paper a person files to reply to what the other side said in their complaint, either agreeing or disagreeing.

Example: The father filed his answer to the custody complaint, denying the allegations of neglect and requesting joint legal custody.

ਪੰਜਾਬੀ: ਸ਼ਿਕਾਇਤ ਦਾ ਜਵਾਬ
ਇਸਦਾ ਮਤਲਬ ਹੈ ਅਦਾਲਤ ਵਿੱਚ ਦਿੱਤੀ ਗਈ ਸ਼ਿਕਾਇਤ ਦੇ ਉੱਤਰ ਵਿੱਚ ਵਿਰੋਧੀ ਪੱਖ ਵੱਲੋਂ ਦਿੱਤਾ ਗਿਆ ਲਿਖਤੀ ਬਿਆਨ।

हिंदी: शिकायत का जवाब
इसका मतलब है अदालत में दी गई शिकायत के उत्तर में विरोधी पक्ष द्वारा दिया गया लिखित बयान।

APPEAL

Definition: A request asking a higher court to review and change a lower court's decision.

Explanation: Asking another court to look at the judge's decision and fix errors.

Example: She filed an appeal after the custody order was entered.

ਪੰਜਾਬੀ: ਅਪੀਲ
ਇਸਦਾ ਮਤਲਬ ਹੈ ਉੱਚ ਅਦਾਲਤ ਵਿੱਚ ਨੀਚਲੀ ਅਦਾਲਤ ਦੇ ਫ਼ੈਸਲੇ ਨੂੰ ਚੁਣੌਤੀ ਦੇਣਾ।

हदिी: अपील
इसका मतलब है ऊपरी अदालत में नचिली अदालत के नरि्णय को चुनौती देना।

APPEALS COURT

Definition: A higher court that reviews the decisions of lower courts to determine whether legal errors occurred that affected the outcome; in family law, an appeals court may review rulings on custody, child support, spousal support, property division, or protective orders to ensure the trial court applied the law correctly.

Explanation: A court that checks if a lower court made mistakes in applying the law.

Example: The appeals court reversed the trial court's custody decision because the judge failed to consider the child's best interests.

ਪੰਜਾਬੀ: ਅਪੀਲ ਅਦਾਲਤ
ਇਸਦਾ ਮਤਲਬ ਹੈ ਉਹ ਉੱਚ ਅਦਾਲਤ ਜਥਿੇ ਨੀਚਲੀ ਅਦਾਲਤ ਦੇ ਫ਼ੈਸਲੇ ਦੀ ਸਮੀਖਿਆ ਕੀਤੀ ਜਾਂਦੀ ਹੈ।

हदिी: अपीलीय न्यायालय
इसका मतलब है वह ऊपरी अदालत जहाँ नचिली अदालत के फैसले की समीक्षा की जाती है।

APPEARANCE

Definition: A party's formal participation in a case, often by filing a notice or attending a hearing.

Explanation: Letting the court know you are part of the case.

Example: Counsel filed a notice of appearance for the respondent.

ਪੰਜਾਬੀ: ਹਾਜ਼ਰੀ
ਇਸਦਾ ਮਤਲਬ ਹੈ ਜਦੋਂ ਕੋਈ ਵਅਿਕਤੀ ਜਾਂ ਉਸਦਾ ਵਕੀਲ ਅਦਾਲਤ ਵੱਚਿ ਕੇਸ ਲਈ ਪੇਸ਼ ਹੁੰਦਾ ਹੈ।

हदिी: पेशी
इसका मतलब है जब कोई व्यक्तयिा उसका वकील अदालत में मामले के लिए उपस्थति होता है।

APPELLANT

Definition: The party who files an appeal, asking a higher court to review and change the decision of a lower court; in family law, an appellant may challenge rulings on custody, visitation, support, property division, or protective orders.

Explanation: The person who lost or disagrees with a lower court's decision and asks a higher court to review it.

Example: The father, as appellant, argued that the trial court abused its discretion by denying him joint custody.

ਪੰਜਾਬੀ: ਅਪੀਲਕਰਤਾ
ਇਸਦਾ ਮਤਲਬ ਹੈ ਉਹ ਵਿਅਕਤੀ ਜੋ ਨੀਚਲੀ ਅਦਾਲਤ ਦੇ ਫ਼ੈਸਲੇ ਨੂੰ ਚੁਣੌਤੀ ਦੇ ਕੇ ਉੱਚ ਅਦਾਲਤ ਵਿੱਚ ਅਪੀਲ ਕਰਦਾ ਹੈ।

हिंदी: अपीलकर्ता
इसका मतलब है वह व्यक्ति जो निचली अदालत के फैसले को चुनौती देकर ऊपरी अदालत में अपील करता है।

APPELLATE COURT

Definition: A court with the authority to review the decisions of lower courts to determine whether the law was applied correctly; in family law, appellate courts examine issues such as custody determinations, child support calculations, spousal support awards, or property division to ensure fairness and compliance with statutes.

Explanation: A higher court that reviews lower court decisions to check for legal mistakes.

Example: The appellate court affirmed the trial court's order granting the mother sole legal custody.

ਪੰਜਾਬੀ: ਅਪੀਲੀ ਅਦਾਲਤ
ਇਸਦਾ ਮਤਲਬ ਹੈ ਉਹ ਅਦਾਲਤ ਜੋ ਨੀਚਲੀ ਅਦਾਲਤਾਂ ਦੇ ਫ਼ੈਸਲਿਆਂ ਦੀ ਸਮੀਖਿਆ ਕਰਦੀ ਹੈ।

हिंदी: अपीलीय अदालत
इसका मतलब है वह अदालत जो निचली अदालतों के फैसलों की समीक्षा करती है।

APPELLATE DIVISION

Definition: A specific section or panel of an appellate court designated to hear appeals within a certain jurisdiction or subject matter; in family law, the appellate division reviews trial court rulings on matters such as custody, child support, spousal support, and domestic violence orders to determine if legal error occurred.

Explanation: A part of the appeals court that handles cases from a certain area or subject.

Example: The appellate division upheld the trial court's decision awarding joint custody despite the father's objections.

ਪੰਜਾਬੀ: ਅਪੀਲੀ ਵਭਿਾਗ
ਇਸਦਾ ਮਤਲਬ ਹੈ ਅਪੀਲਾਂ ਦੀ ਸੁਣਵਾਈ ਕਰਨ ਲਈ ਅਦਾਲਤ ਦਾ ਇੱਕ ਖ਼ਾਸ ਹੱਸਿਾ।

हदिी: अपीलीय प्रभाग
इसका मतलब है अपीलों की सुनवाई करने के लिए न्यायालय का एक वशिेष हस्सिा।

APPELLATE REVIEW

Definition: The process by which a higher court examines the decision of a lower court to determine whether legal or procedural errors occurred that affected the outcome; in family law, appellate review may address rulings on custody, visitation, child support, spousal support, property division, or protective orders.

Explanation: When a higher court looks at a lower court's decision to check if the law was applied correctly.

Example: The appellate review concluded that the trial court erred by failing to consider evidence of domestic violence in the custody decision.

ਪੰਜਾਬੀ: ਅਪੀਲੀ ਸਮੀਖਿਆ
ਇਸਦਾ ਮਤਲਬ ਹੈ ਉੱਚ ਅਦਾਲਤ ਦੁਆਰਾ ਨੀਚਲੀ ਅਦਾਲਤ ਦੇ ਫ਼ੈਸਲੇ ਦੀ ਜਾਂਚ ਕਰਨਾ।

हदिी: अपीलीय समीक्षा
इसका मतलब है ऊपरी अदालत द्वारा नचिली अदालत के फैसले की जाँच

करना।

APPLICANT

Definition: A person who formally submits a request or petition to a court or authority seeking relief, benefits, or an order; in family law, an applicant may seek custody, visitation, child support, spousal support, adoption, or a protective order.

Explanation: The person who files papers in court asking for a legal decision or help.

Example: The applicant filed a petition for a restraining order to protect herself and her children from domestic violence.

ਪੰਜਾਬੀ: ਅਰਜ਼ੀਦਾਤਾ
ਇਸਦਾ ਮਤਲਬ ਹੈ ਉਹ ਵਿਅਕਤੀ ਜੋ ਅਦਾਲਤ ਜਾਂ ਕਿਸੇ ਅਧਿਕਾਰੀ ਕੋਲ ਅਰਜ਼ੀ ਦੇਂਦਾ ਹੈ।

हिंदी: आवेदक
इसका मतलब है वह व्यक्ति जो अदालत या किसी अधिकारी के पास आवेदन देता है।

APPLICATION

Definition: A formal written request submitted to a court or authority asking for a specific order or relief; in family law, an application may seek custody, visitation, child support, spousal support, adoption approval, or modification of an existing order.

Explanation: A paper filed in court asking the judge to decide or grant something.

Example: The mother filed an application to modify child support after losing her job.

ਪੰਜਾਬੀ: ਅਰਜ਼ੀ
ਇਸਦਾ ਮਤਲਬ ਹੈ ਲਿਖਤੀ ਬੇਨਤੀ ਜੋ ਅਦਾਲਤ ਜਾਂ ਅਧਿਕਾਰੀ ਕੋਲ ਕਿਸੇ ਹੱਕ ਜਾਂ ਕਾਰਵਾਈ ਲਈ ਕੀਤੀ ਜਾਂਦੀ ਹੈ।

हिंदी: आवेदन
इसका मतलब है लिखित निवेदन जो अदालत या अधिकारी के पास किसी अधिकार या कार्यवाही के लिए किया जाता है।

APPOINT

Definition: To designate or assign a person to a particular role or duty by authority of the court; in family law, the court may appoint a guardian ad litem, custody evaluator, mediator, or attorney to represent the child's or a party's best interests.

Explanation: When the judge officially chooses someone to take a legal role in a case.

Example: The court decided to appoint Minor's Counsel to represent the child's best interests in the custody dispute.

ਪੰਜਾਬੀ: ਨਯਿੁਕਤ ਕਰਨਾ
ਇਸਦਾ ਮਤਲਬ ਹੈ ਕਸਿੇ ਵਅਿਕਤੀ ਨੂੰ ਅਧਕਿਾਰਕਿ ਤੌਰ 'ਤੇ ਕਸਿੇ ਅਹੁਦੇ ਜਾਂ ਜ਼ੰਿਮੇਵਾਰੀ ਲਈ ਚੁਣਨਾ।

हदिी: नयिुक्त करना
इसका मतलब है कसिी व्यक्त िको आधकिारकि रूप से कसिी पद या ज़म्मिेदारी के लए िचुनना।

APPROVAL

Definition: The formal acceptance or authorization of a request, agreement, or action by a court or authority; in family law, approval is often required for adoption petitions, settlement agreements, parenting plans, or relocation requests.

Explanation: When the court officially agrees to or allows something.

Example: The judge gave approval for the parents' mediated parenting plan to become a court order.

ਪੰਜਾਬੀ: ਮਨਜ਼ੂਰੀ
ਅਦਾਲਤ ਜਾਂ ਅਧਕਿਾਰਤ ਸੰਸਥਾ ਵੱਲੋਂ ਕਸਿੇ ਬੇਨਤੀ, ਸਮਝੌਤੇ ਜਾਂ ਕਾਰਵਾਈ ਦੀ ਰਸਮੀ ਸਵੀਕ੍ਰਤਿੀ ਜਾਂ ਅਧਕਿਾਰ ਪ੍ਰਦਾਨ ਕਰਨਾ; ਪਰਵਿਾਰਕ ਕਾਨੂੰਨ ਵੱਚਿ, ਮਨਜ਼ੂਰੀ ਅਕਸਰ ਗੋਦ ਲੈਣ ਦੀਆਂ ਅਰਜ਼ੀਆਂ, ਸੈਟਲਮੈਂਟ ਸਮਝੌਤਆਿਂ, ਪੇਰੈਂਟੰਿਗ ਯੋਜਨਾਵਾਂ ਜਾਂ ਤਬਾਦਲੇ ਦੀਆਂ ਬੇਨਤੀਆਂ ਲਈ ਲਾਜ਼ਮੀ ਹੁੰਦੀ ਹੈ।

हदिी: स्वीकृत
कसिी अनुरोध, समझौते या कार्यवाही की औपचारकि स्वीकृत या अधकिार न्यायालय या प्राधकिरण द्वारा देना; परवािर कानून में, स्वीकृत प्रायःगोद

लेने की याचिकाओं, समझौता अनुबंधों, पालन-पोषण योजनाओं या स्थानांतरण अनुरोधों के लिए आवश्यक होती है।

ARBITRATION

Definition: A private process where a neutral arbitrator makes a binding decision on disputed issues.

Explanation: A neutral person listens and decides the case outside court.

Example: They agreed to arbitration for dividing property.

ਪੰਜਾਬੀ: ਪੰਚਾਇਤੀ ਨਿਰਣੇ
ਇਸਦਾ ਮਤਲਬ ਹੈ ਵਿਵਾਦ ਨੂੰ ਅਦਾਲਤ ਦੀ ਬਜਾਏ ਇੱਕ ਪੰਚ ਜਾਂ ਤਟਸਥ ਵਿਅਕਤੀ ਦੁਆਰਾ ਸੁਣ ਕੇ ਹੱਲ ਕਰਨਾ।

हिंदी: पंचाट निर्णय
इसका मतलब है विवाद को अदालत की बजाय एक पंच या निष्पक्ष व्यक्ति द्वारा सुनकर हल करना।

ARGUE

Definition: To present reasons, evidence, and legal authority in support of a party's position before the court; in family law, attorneys or self-represented parties argue issues such as custody, visitation schedules, support amounts, or protective orders.

Explanation: To explain to the judge why your side is correct, using facts and law.

Example: The mother's attorney argued that granting sole custody to her was in the child's best interests due to the father's history of domestic violence.

ਪੰਜਾਬੀ: ਦਲੀਲ ਦੇਣਾ
ਇਸਦਾ ਮਤਲਬ ਹੈ ਅਦਾਲਤ ਜਾਂ ਹੋਰ ਥਾਂ ਤੇ ਆਪਣੇ ਪੱਖ ਨੂੰ ਮਜ਼ਬੂਤ ਕਰਨ ਲਈ ਕਾਰਣ ਜਾਂ ਤੱਥ ਪੇਸ਼ ਕਰਨਾ।

हिंदी: दलील देना
इसका मतलब है अदालत या अन्य स्थान पर अपने पक्ष को मज़बूत करने के लिए कारण या तथ्य प्रस्तुत करना।

ARREARAGE (ARREARS)

Definition: Past due child or spousal support that has not been paid.

Explanation: Support money that is late or unpaid.

The order addressed child support arrears from last year.

ਪੰਜਾਬੀ: ਬਕਾਇਆ ਰਕਮ
ਇਸਦਾ ਮਤਲਬ ਹੈ ਉਹ ਪੈਸੇ ਜੋ ਸਮੇਂ ਤੇ ਅਦਾ ਨਹੀ ਕੀਤੇ ਗਏ ਅਤੇ ਹੁਣ ਬਕਾਇਆ ਹਨ।

हदिंी: बकाया राशि
इसका मतलब है वह पैसे जो समय पर अदा नहीं कएि गए और अब बाकी हैं।

ASSIGNMENT ORDER (EARNINGS ASSIGNMENT)

Definition: A court order directing an employer to withhold support payments from a person's wages.

Explanation: The employer takes support money out of the paycheck.

Example: An earnings assignment was issued for child support.

ਪੰਜਾਬੀ: ਨਯਿੁਕਤੀ ਆਦੇਸ਼ (ਕਮਾਈ ਨਯਿੁਕਤੀ)
ਇਸਦਾ ਮਤਲਬ ਹੈ ਅਦਾਲਤ ਦਾ ਹੁਕਮ ਜਸਿ ਰਾਹੀ ਕਸਿੇ ਵਅਿਕਤੀ ਦੀ ਤਨਖਾਹ ਵਚਿੋਂ ਸੱਿਧੇ ਹੀ ਰਕਮ ਕੱਟ ਕੇ ਬਕਾਇਆ ਭੁਗਤਾਨ ਲਈ ਦੱਿਤੀ ਜਾਂਦੀ ਹੈ।

हदिंी: नयिुक्ति आदेश (आय नयिुक्ति)
इसका मतलब है अदालत का आदेश जसिके द्वारा कसिी व्यक्ति के वेतन से सीधे ही राशि काटकर बकाया भुगतान के लएि दी जाती है।

ASSESSMENT

Definition: An evaluation conducted to provide the court with information relevant to a case; in family law, assessments may include custody, psychological, risk, or financial assessments to determine support obligations or the best interests of the child.

Explanation: A professional evaluation that helps the judge decide important issues in a family law case.

Example: The court ordered a psychological assessment of both parents to determine their ability to meet the child's needs.

ਪੰਜਾਬੀ: ਮੁਲਾਂਕਣ
ਇਸਦਾ ਮਤਲਬ ਹੈ ਕਸਿ ਚੀਜ਼ ਦੀ ਕੀਮਤ, ਦਰਜਾ ਜਾਂ ਟੈਕਸ ਨਰਿਧਾਰਤ ਕਰਨ ਲਈ ਕੀਤੀ ਜਾਣ ਵਾਲੀ ਜਾਂਚ।

हिंदी: मूल्यांकन
इसका मतलब है कसिी चीज़ की कीमत, स्तर या कर नर्धिारति करने के लिए की जाने वाली जाँच।

ASSET DIVISION

Definition: The distribution of marital or community property between spouses during divorce.

Explanation: Splitting what the couple owns when they divorce.

Example: Asset division included the house equity and retirement accounts.

ਪੰਜਾਬੀ: ਸੰਪਤੀ ਵੰਡ
ਇਸਦਾ ਮਤਲਬ ਹੈ ਤਲਾਕ ਜਾਂ ਵਵਿਾਦ ਦੌਰਾਨ ਪਤੀ-ਪਤਨੀ ਜਾਂ ਪੱਖਾਂ ਵਚਿਕਾਰ ਸੰਪਤੀ ਦੀ ਵੰਡ ਕਰਨਾ।

हिंदी: संपत्त‍ि विभाजन
इसका मतलब है तलाक या ववािद के दौरान पति-पत्नी या पक्षों के बीच संपत्त‍ि का बाँटना।

ASSETS

Definition: All property, tangible or intangible, owned by a person and subject to disclosure and division in family law proceedings; assets may include real estate, bank accounts, retirement funds, vehicles, and personal property, and are characterized as marital, community, or separate depending on jurisdiction.

Explanation: Things of value that a person owns, which the court may divide in divorce.

Example: The court required both spouses to disclose all assets, including retirement accounts and the family home, before dividing property.

ਪੰਜਾਬੀ: ਸੰਪਤੀ
ਇਸਦਾ ਮਤਲਬ ਹੈ ਕਸਿ ਵਅਿਕਤੀ ਜਾਂ ਸੰਗਠਨ ਦੀਆਂ ਉਹ ਚੀਜ਼ਾਂ ਜਨ੍ਹਿਾਂ ਦੀ ਕੀਮਤ ਹੁੰਦੀ ਹੈ, ਜਵਿੇਂ ਪੈਸਾ, ਘਰ ਜਾਂ ਜਾਇਦਾਦ।ਸਾਰੀ ਸੰਪਤੀ, ਚਾਹੇ ਮੂਰਤੀ ਹੋਵੇ ਜਾਂ ਅਮੂਰਤੀ,

ਜੋ ਕਸਿ ਵਅਿਕਤੀ ਦੀ ਮਲਕੀਅਤ ਵੱਚਿ ਹੈ ਅਤੇ ਪਰਵਿਾਰਕ ਕਾਨੂੰਨ ਦੀ ਕਾਰਵਾਈ ਵੱਚਿ ਖੁਲਾਸੇ ਅਤੇ ਵੰਡ ਅਧੀਨ ਹੁੰਦੀ ਹੈ; ਸੰਪਤੀ ਵੱਚਿ ਰਹਿਾਇਸ਼ੀ ਜਾਇਦਾਦ, ਬੈਂਕ ਖਾਤੇ, ਰਟਿਾਇਰਮੈਂਟ ਫੰਡ, ਵਾਹਨ ਅਤੇ ਨੱਜੀ ਸੰਪਤੀ ਸ਼ਾਮਲ ਹੋ ਸਕਦੇ ਹਨ, ਅਤੇ ਅਧਕਿਾਰ-ਖੇਤਰ ਅਨੁਸਾਰ ਇਨ੍ਹਾਂ ਨੂੰ ਵਆਿਹੀ, ਕਮਊਿਨਟੀ ਜਾਂ ਅਲੱਗ ਸੰਪਤੀ ਵਜੋਂ ਦਰਸਾਇਆ ਜਾਂਦਾ ਹੈ।

हिंदी: संपत्ति
इसका मतलब है किसी व्यक्ति या संगठन की वे चीज़ें जिनकी कीमत होती है, जैसे पैसा, घर या ज़मीन-जायदाद।सभी संपत्तियाँ, मूर्त या अमूर्त, जो किसी व्यक्ति के स्वामित्व में होती हैं और परिवार कानून की कार्यवाही में प्रकटीकरण और विभाजन के अधीन होती हैं; संपत्तियों में अचल संपत्ति, बैंक खाते, सेवानिवृत्ति कोष, वाहन और निजी संपत्ति शामिल हो सकते हैं, और अधिकार-क्षेत्र के अनुसार इन्हें वैवाहिक, सामुदायिक या पृथक संपत्ति के रूप में वर्गीकृत किया जाता है।

ASSIGNED COUNSEL

Definition: An attorney appointed by the court to represent a party who cannot afford legal representation, often in proceedings where fundamental rights are at stake, such as custody, termination of parental rights, or contempt actions.

Explanation: A lawyer chosen by the court to help someone who cannot pay for one.

Example: The court appointed assigned counsel to represent the mother in the termination of parental rights hearing.

ਪੰਜਾਬੀ: ਨਯੁਿਕਤ ਵਕੀਲ
ਇਸਦਾ ਮਤਲਬ ਹੈ ਉਹ ਵਕੀਲ ਜਸਿਨੂੰ ਅਦਾਲਤ ਕਸਿ ਵਅਿਕਤੀ ਦੀ ਪੱਖਦਾਰੀ ਲਈ ਨਯੁਿਕਤ ਕਰਦੀ ਹੈ ਜਦੋਂ ਉਹ ਖੁਦ ਵਕੀਲ ਨਹੀ ਰੱਖ ਸਕਦਾ।

हिंदी: नियुक्त वकील
इसका मतलब है वह वकील जिसे अदालत किसी व्यक्ति की पैरवी के लिए नियुक्त करती है जब वह स्वयं वकील नहीं रख सकता।

ASSIGNMENT JUDGE

Definition: A judge with administrative authority to assign cases to other judges within a court or division; in family law, the assignment judge may control the calendar and ensure proper distribution of cases like custody or support matters.

Explanation: The judge responsible for deciding which cases go to which courtroom.

Example: The assignment judge directed that all contested custody cases be scheduled for hearing within 90 days.

ਪੰਜਾਬੀ: ਨਯੁਿਕਤ ਜੱਜ
ਇਸਦਾ ਮਤਲਬ ਹੈ ਉਹ ਜੱਜ ਜੋ ਅਦਾਲਤ ਵੱਿਚ ਮਾਮਲੇ ਵੱਖ-ਵੱਖ ਜੱਜਾਂ ਨੂੰ ਵੰਡਣ ਜਾਂ ਸੌਂਪਣ ਦਾ ਕੰਮ ਕਰਦਾ ਹੈ।

हदिी: नयिुक्त न्यायाधीश
इसका मतलब है वह न्यायाधीश जो अदालत में मामले अलग-अलग न्यायाधीशों को बाँटने या सौंपने का काम करता है।

ASSIGNMENT OF SUPPORT RIGHTS

Definition: The transfer of a person's legal right to collect child support or spousal support to a governmental agency, usually as a condition of receiving public assistance; the agency then seeks reimbursement from the obligated parent.

Explanation: When someone gives the government the right to collect support payments on their behalf.

Example: By accepting public assistance, the mother executed an assignment of support rights to the state agency.

ਪੰਜਾਬੀ: ਭਰਣ-ਪੋਸ਼ਣ ਹੱਕਾਂ ਦੀ ਹਵਾਲਗੀ
ਇਸਦਾ ਮਤਲਬ ਹੈ ਜਦੋਂ ਕੋਈ ਵਅਿਕਤੀ ਆਪਣੇ ਭਰਣ-ਪੋਸ਼ਣ ਪ੍ਰਾਪਤ ਕਰਨ ਦੇ ਹੱਕ ਸਰਕਾਰ ਜਾਂ ਕਸਿੇ ਹੋਰ ਏਜੰਸੀ ਨੂੰ ਸੌਂਪ ਦੰਿਦਾ ਹੈ।

हदिी: भरण-पोषण अधकिारों का हस्तांतरण
इसका मतलब है जब कोई व्यक्त‌िअपने भरण-पोषण प्राप्त करने के अधकिार सरकार या कसिी अन्य संस्था को सौंप देता है।

ASSIGNMENT ORDER (EARNINGS ASSIGNMENT)

Definition: A court order directing an employer to withhold support payments directly from an employee's wages and send them to the other parent or state disbursement unit; a common enforcement tool in child and spousal support cases.

Explanation: An order telling an employer to take support money out of a paycheck and send it where it is owed.

Example: The judge issued an assignment order requiring the father's employer to deduct child support from his wages each month.

ਪੰਜਾਬੀ: ਭੁਗਤਾਨ ਨਯਿੁਕਤੀ ਆਦੇਸ਼ (ਕਮਾਈ ਨਯਿੁਕਤੀ)
ਇਸਦਾ ਮਤਲਬ ਹੈ ਅਦਾਲਤ ਦਾ ਹੁਕਮ ਜਸਿ ਰਾਹੀ ਕਸਿੇ ਵਅਿਕਤੀ ਦੀ ਤਨਖਾਹ ਵਚਿੋਂ ਪੈਸੇ ਕੱਟ ਕੇ ਸਿੱਧੇ ਭਰਣ-ਪੋਸ਼ਣ ਜਾਂ ਬਕਾਇਆ ਭੁਗਤਾਨ ਲਈ ਦੱਤਿੇ ਜਾਂਦੇ ਹਨ।

हदिी: भुगतान नयिुक्ति आदेश (आय नयिुक्ति)
इसका मतलब है अदालत का आदेश जसिके द्वारा कसिी व्यक्ति के वेतन से पैसे काटकर सीधे भरण-पोषण या बकाया भुगतान के लिए दिए जाते हैं।

ASSISTED REPRODUCTION

Definition: Medical methods such as IVF or insemination used to help conceive a child, often with legal agreements.

Explanation: Medical help like IVF to have a baby, with legal rules.

Example: They signed an assisted reproduction agreement before the IVF cycle.

ਪੰਜਾਬੀ: ਸਹਾਇਕ ਪ੍ਰਜਨਨ
ਇਸਦਾ ਮਤਲਬ ਹੈ ਬੱਚੇ ਨੂੰ ਜਨਮ ਦੇਣ ਲਈ ਚਕਿਤਿਸਕੀ ਤਰੀਕਿਆਂ ਦੀ ਵਰਤੋਂ ਕਰਨਾ, ਜਵਿੇਂ ਟੈਸਟ ਟਿਊਬ ਬੇਬੀ ਜਾਂ ਕ੍ਰਤਿ੍ਰਮਿ ਗਰਭਧਾਰਣ।

हदिी: सहायक प्रजनन
इसका मतलब है बच्चे के जन्म के लिए चकित्सीय तरीकों का उपयोग करना, जैसे टेस्ट ट्यूब बेबी या कृत्रमि गर्भाधान।

ASSUME

Definition: To take on an obligation, duty, or responsibility, either voluntarily or by order of the court; in family law, this may include assuming custody, financial support, or legal responsibilities for a child or spouse.

Explanation: To accept or take on a duty or responsibility in a case.

Example: The stepfather agreed to assume financial responsibility for the child as part of the adoption process.

ਪੰਜਾਬੀ: ਮੰਨਣਾ
ਇਸਦਾ ਮਤਲਬ ਹੈ ਬਨਿਾ ਸਬੂਤ ਦੇ ਕਸਿ ਗੱਲ ਨੂੰ ਸੱਚ ਸਮਝ ਲੈਣਾ ਜਾਂ ਕੋਈ ਜ਼ੰਿਮੇਵਾਰੀ ਆਪਣੇ ਸਰਿ ਲੈਣਾ।ਕਸਿ ਫਰਜ਼, ਕਰਤੱਬ ਜਾਂ ਜ਼ੰਿਮੇਵਾਰੀ ਨੂੰ, ਚਾਹੇ ਸੁਇੱਛਾ ਨਾਲ ਹੋਵੇ ਜਾਂ ਅਦਾਲਤ ਦੇ ਆਦੇਸ਼ ਨਾਲ, ਆਪਣਾ ਲੈਣਾ; ਪਰਵਿਾਰਕ ਕਾਨੂੰਨ ਵੱਿਚ, ਇਸ ਵੱਿਚ ਬੱਚੇ ਜਾਂ ਜੀਵਨ ਸਾਥੀ ਲਈ ਹਫ਼ਿਾਜ਼ਤ, ਵੱਿਤੀ ਸਹਾਇਤਾ ਜਾਂ ਕਾਨੂੰਨੀ ਜ਼ੰਿਮੇਵਾਰੀ ਸ਼ਾਮਲ ਹੋ ਸਕਦੀ ਹੈ।

हदिी: मान लेना
इसका मतलब है बनिा प्रमाण के कसिी बात को सच समझ लेना या कोई ज़म्मिेदारी अपने ऊपर लेना।कसिी कर्तव्य, दायत्वि या जम्मिेदारी को, चाहे स्वेच्छा से हो या न्यायालय के आदेश द्वारा, स्वीकार करना; परविार कानून में, इसमें बच्चे या जीवनसाथी के लिए अभरिक्षा, वत्तिीय सहायता या कानूनी जम्मिेदारी शामलि हो सकती है।

ASSUMPTION

Definition: The act of taking over an existing obligation, responsibility, or role; in family law, assumption may refer to a party taking over child support, spousal support, or caregiving duties by agreement or court order.

Explanation: When someone takes on a duty or role that was previously another's.

Example: The mother sought a court order for the father's assumption of medical expenses for their child.

ਪੰਜਾਬੀ: ਅਨੁਮਾਨ
ਇਸਦਾ ਮਤਲਬ ਹੈ ਬਨਿਾ ਪੂਰੇ ਸਬੂਤ ਦੇ ਕਸਿ ਗੱਲ ਨੂੰ ਸੱਚ ਮੰਨਣਾ ਜਾਂ ਅੰਦਾਜ਼ਾ ਲਗਾਉਣਾ। ਮੌਜੂਦਾ ਫਰਜ਼, ਜ਼ੰਿਮੇਵਾਰੀ ਜਾਂ ਭੂਮਕਿਾ ਨੂੰ ਆਪਣੇ ਅਧੀਨ ਲੈਣ ਦੀ ਕਾਰਵਾਈ; ਪਰਵਿਾਰਕ ਕਾਨੂੰਨ ਵੱਿਚ, ਇਸ ਦਾ ਅਰਥ ਪੱਖਕਾਰ ਵੱਲੋਂ ਬੱਚੇ ਦੀ ਦੇਖਭਾਲ, ਜੀਵਨ ਸਾਥੀ ਸਹਾਇਤਾ ਜਾਂ ਦੇਖਭਾਲ ਦੀਆਂ ਜ਼ੰਿਮੇਵਾਰੀਆਂ ਸਹਮਿਤੀ ਜਾਂ ਅਦਾਲਤੀ ਆਦੇਸ਼ ਦੁਆਰਾ ਸੰਭਾਲਣਾ ਹੋ ਸਕਦਾ ਹੈ। ਜਦੋਂ ਕੋਈ ਵਅਿਕਤੀ ਕਸਿ ਫਰਜ਼ ਜਾਂ ਭੂਮਕਿਾ ਨੂੰ ਲੈਂਦਾ ਹੈ ਜੋ ਪਹਲਿਾਂ ਕਸਿ ਹੋਰ ਦੀ ਸੀ।

हदिी: अनुमान
इसका मतलब है बनिा पूरे प्रमाण के कसिी बात को सच मानना या अंदाज़ा लगाना।कसिी मौजूदा दायत्वि, जम्मिेदारी या भूमकिा को अपने अधीन लेना;

परविार कानून में, इसका तात्परय पक्षकार द्वारा बच्चे का भरण–पोषण, पत/पित्नी सहायता या देखभाल की जमि्मेदारयिों को समझौते या न्यायालय के आदेश के द्वारा लेना हो सकता है। जब कोई व्यक्त किसिी दायत्वि या भूमकिा को लेता है जो पहले कसिी अन्य की थी।

ATRO (Automatic Temporary Restraining Orders)

Definition: Immediate injunctions that go into effect upon filing of certain family law cases to prevent asset transfer, child removal, and harassment.

Explanation: Automatic rules that stop major changes or harassment once a case is filed.

Example: The ATRO prevented either party from moving the child out of state.

ਪੰਜਾਬੀ: ਆਟੋਮੈਟਕਿ ਅਸਥਾਈ ਰੋਕ ਆਦੇਸ਼ (ATROs)
ਇਸਦਾ ਮਤਲਬ ਹੈ ਤਲਾਕ ਜਾਂ ਪਰਵਿਾਰਕ ਕੇਸ ਦੌਰਾਨ ਆਪਣੇ ਆਪ ਲਾਗੂ ਹੋਣ ਵਾਲੇ ਅਦਾਲਤੀ ਆਦੇਸ਼, ਜੋ ਦੋਨੋਂ ਪੱਖਾਂ ਨੂੰ ਕੁਝ ਕੰਮ ਕਰਨ ਤੋਂ ਰੋਕਦੇ ਹਨ, ਜਵਿੇਂ ਸੰਪਤੀ ਵੇਚਣਾ ਜਾਂ ਬੱਚਆਿਂ ਨੂੰ ਦੂਰ ਲਜਿਾਣਾ।

हदिंी: स्वचालति अस्थायी नषिेधाज्ञा (ATROs)
इसका मतलब है तलाक या पारविारकि मामले के दौरान अपने आप लागू होने वाले न्यायालय के आदेश, जो दोनों पक्षों को कुछ काम करने से रोकते हैं, जैसे संपत्त बिेचना या बच्चों को दूर ले जाना।

ATTACHED

Definition: A legal term indicating that a document, exhibit, or schedule is physically or electronically included with a pleading, petition, or court filing; in family law, attachments often include financial statements, parenting plans, or supporting evidence.

Explanation: Something added to court papers, like a document or schedule.

Example: The parenting plan was attached to the divorce petition for the judge’s review.

ਪੰਜਾਬੀ: ਸੰਲਗਨ

ਇਸਦਾ ਮਤਲਬ ਹੈ ਕੋਈ ਚੀਜ਼ ਦਸਤਾਵੇਜ਼ ਜਾਂ ਕੇਸ ਨਾਲ ਜੋੜੀ ਹੋਈ ਹੋਵੇ।
हिंदी: संलग्न
इसका मतलब है कोई चीज़ दस्तावेज़ या मामले के साथ जुड़ी हुई हो।

ATTEST

Definition: To formally declare or certify that a document, signature, or statement is genuine, accurate, or true, usually by signing as a witness or official; in family law, clerks and notaries often attest to affidavits, agreements, or sworn statements.

Explanation: To officially confirm that something is true or properly signed.

Example: The clerk attested to the mother's signature on the voluntary parentage acknowledgment.

ਪੰਜਾਬੀ: ਗਵਾਹੀ ਦੇਣਾ
ਇਸਦਾ ਮਤਲਬ ਹੈ ਕਿਸੇ ਦਸਤਾਵੇਜ਼ ਜਾਂ ਗੱਲ ਦੀ ਸੱਚਾਈ ਦੀ ਪੁਸ਼ਟੀ ਕਰਨਾ। ਆਮ ਤੌਰ 'ਤੇ ਗਵਾਹ ਜਾਂ ਅਧਿਕਾਰਤ ਵਿਅਕਤੀ ਵੱਲੋਂ ਦਸਤਖ਼ਤ ਕਰਕੇ; ਪਰਿਵਾਰਕ ਕਾਨੂੰਨ ਵਿੱਚ, ਕਲਰਕ ਅਤੇ ਨੋਟਰੀ ਅਕਸਰ ਹਲਫ਼ਤਾਵਾਰੀ ਬਿਆਨਾਂ, ਸਮਝੌਤਿਆਂ ਜਾਂ ਸਵੋਰਨ ਬਿਆਨਾਂ ਦੀ ਪੁਸ਼ਟੀ ਕਰਦੇ ਹਨ।

हिंदी: प्रमाणित करना
इसका मतलब है किसी दस्तावेज़ या बात की सच्चाई की पुष्टि करना। आमतौर पर गवाह या अधिकारी के हस्ताक्षर के माध्यम से; परिवार कानून में, क्लर्क और नोटरी अक्सर शपथपत्र, समझौते या शपथबद्ध बयानों का सत्यापन करते हैं।

ATTORNEY

Definition: A person licensed by the state to practice law and represent clients in legal proceedings; in family law, attorneys advise and advocate for parties in matters such as divorce, custody, child support, spousal support, adoption, and protective orders.

Explanation: A lawyer who represents and advises someone in a family law case.

Example: The mother hired an attorney to represent her in the custody dispute.

ਪੰਜਾਬੀ: ਵਕੀਲ
ਇਸਦਾ ਮਤਲਬ ਹੈ ਉਹ ਵਿਅਕਤੀ ਜੋ ਕਾਨੂੰਨੀ ਮਾਮਲਿਆਂ ਵਿੱਚ ਮੁਅੱਕਲ ਦੀ ਪੱਖਦਾਰੀ ਜਾਂ ਨੁਮਾਇੰਦਗੀ ਕਰਦਾ ਹੈ।

हिंदी: वकील
इसका मतलब है वह व्यक्ति जो कानूनी मामलों में मुवक्किल की पैरवी या प्रतिनिधित्व करता है।

ATTORNEY OF RECORD

Definition: The lawyer officially designated in court filings as representing a party in a case; the attorney of record receives all legal notices, is responsible for pleadings, and appears formally in the proceedings.

Explanation: The lawyer officially listed in court documents as the representative for a party.

Example: All motions were served on the father's attorney of record, as required by court rules.

ਪੰਜਾਬੀ: ਦਰਜ ਵਕੀਲ
ਇਸਦਾ ਮਤਲਬ ਹੈ ਉਹ ਵਕੀਲ ਜਿਸਦਾ ਨਾਂ ਅਦਾਲਤੀ ਰਿਕਾਰਡ ਵਿੱਚ ਕਿਸੇ ਖ਼ਾਸ ਕੇਸ ਲਈ ਅਧਿਕਾਰਕ ਤੌਰ 'ਤੇ ਦਰਜ ਹੁੰਦਾ ਹੈ।

हिंदी: अभिलेखित वकील
इसका मतलब है वह वकील जिसका नाम न्यायालय के अभिलेख में किसी विशेष मामले के लिए आधिकारिक रूप से दर्ज होता है।

ATTORNEY-CLIENT PRIVILEGE

Definition: A legal doctrine that protects confidential communications between an attorney and their client made for the purpose of obtaining or giving legal advice; in family law, this privilege prevents disclosure of private discussions about custody, divorce strategy, or settlement negotiations.

Explanation: A rule that keeps what a client tells their lawyer private and protected from disclosure.

Example: The mother's discussions with her attorney about settlement strategy were protected by attorney-client privilege.

ਪੰਜਾਬੀ: ਵਕੀਲ-ਮੁਅੱਕਲ ਗੋਪਨੀਯਤਾ ਅਧਿਕਾਰ

ਇਸਦਾ ਮਤਲਬ ਹੈ ਉਹ ਕਾਨੂੰਨੀ ਹੱਕ ਜਸਿ ਅਧੀਨ ਮੁਅੱਕਲ ਅਤੇ ਵਕੀਲ ਦਰਮਆਿਨ ਹੋਈ ਗੱਲਬਾਤ ਗੁਪਤ ਰਹੰਿਦੀ ਹੈ।

हदिी: वकील-मुवक्कलि गोपनीयता अधकिार
इसका मतलब है वह कानूनी अधकिार जसिके तहत मुवक्कलि और वकील के बीच हुई बातचीत गोपनीय रहती है।

ATTORNEY'S FEES AND COSTS

Definition: Money the court may order one party to pay toward the other party's legal expenses based on need and ability to pay.

Explanation: The judge can make one side help pay the other's lawyer fees.

Example: Based on income disparity, the court awarded attorney's fees.

ਪੰਜਾਬੀ: ਵਕੀਲ ਦੀ ਫੀਸ ਅਤੇ ਖਰਚੇ
ਇਸਦਾ ਮਤਲਬ ਹੈ ਕੇਸ ਦੌਂਰਾਨ ਵਕੀਲ ਨੂੰ ਅਦਾਇਗੀ ਲਈ ਦੱਤਿੀ ਜਾਣ ਵਾਲੀ ਰਕਮ ਅਤੇ ਹੋਰ ਕਾਨੂੰਨੀ ਖਰਚੇ।

हदिी: वकील की फीस और खर्चे
इसका मतलब है मुकदमे के दौरान वकील को भुगतान के लिए दी जाने वाली राशअिौर अन्य कानूनी खर्चे।

ATTORNEY'S FEES AND COSTS

Definition: The compensation paid for legal services and related expenses incurred in litigation, which may be ordered by the court to be paid by one party to another; in family law, fees and costs may be awarded based on financial need, ability to pay, bad faith conduct, or statutory provisions.

Explanation: The money a party must pay for lawyer services and court expenses, sometimes ordered to be covered by the other side.

Example: The judge ordered the father to pay a portion of the mother's attorney's fees and costs due to his higher income.

ਪੰਜਾਬੀ: ਵਕੀਲ ਦੀ ਫੀਸ ਅਤੇ ਖਰਚੇ
ਇਸਦਾ ਮਤਲਬ ਹੈ ਅਦਾਲਤੀ ਮਾਮਲੇ ਵੱਚਿ ਵਕੀਲ ਨੂੰ ਦੱਤਿੀ ਜਾਣ ਵਾਲੀ ਰਕਮ ਅਤੇ ਉਸ ਨਾਲ ਜੁੜੇ ਹੋਰ ਖਰਚੇ।

हिंदी: वकील की फीस और खर्चे
इसका मतलब है न्यायालय के मामले में वकील को दी जाने वाली राशि और उससे जुड़े अन्य खर्चे।

AUTHORITY

Definition: The legal right or power granted by law, rule, or court to make decisions or take actions; in family law, authority may refer to parental authority over a child, judicial authority to issue orders, or statutory authority for enforcement.

Explanation: The legal power to make decisions or act in a case.

Example: The court held that it had authority to decide custody because the child had lived in the state for six months.

ਪੰਜਾਬੀ: ਅਧਿਕਾਰ
ਇਸਦਾ ਮਤਲਬ ਹੈ ਕਿਸੇ ਵਿਅਕਤੀ ਜਾਂ ਸੰਸਥਾ ਨੂੰ ਕਾਨੂੰਨੀ ਤੌਰ 'ਤੇ ਫ਼ੈਸਲੇ ਕਰਨ ਜਾਂ ਹੁਕਮ ਦੇਣ ਦੀ ਤਾਕਤ।

हिंदी: अधिकार
इसका मतलब है किसी व्यक्ति या संस्था को कानूनी रूप से निर्णय लेने या आदेश देने की शक्ति।

AUTHORIZATION

Definition: Official permission or approval to take a specific action; in family law, authorization may include consent for medical treatment, permission to travel with a child, or court-approved access to records.

Explanation: Permission granted by a court or party to do something legally.

Example: The judge required written authorization before either parent could take the child out of the country.

ਪੰਜਾਬੀ: ਅਨੁਮਤੀ
ਇਸਦਾ ਮਤਲਬ ਹੈ ਕਿਸੇ ਕੰਮ ਨੂੰ ਕਰਨ ਲਈ ਅਧਿਕਾਰਕਿ ਇਜਾਜ਼ਤ ਦੇਣਾ।

हिंदी: अनुमति
इसका मतलब है किसी कार्य को करने के लिए आधिकारिक स्वीकृति देना।

AWARD

Definition: The decision of a court or arbitrator granting relief, rights, or money; in family law, awards may include custody, visitation, child support, spousal support, attorney's fees, or division of property.

Explanation: What the judge gives to one party in a case, such as money or custody rights.

Example: The court made an award of primary physical custody to the mother and child support to be paid by the father.

ਪੰਜਾਬੀ: ਪ੍ਰਦਾਨ
ਇਸਦਾ ਮਤਲਬ ਹੈ ਅਦਾਲਤ ਜਾਂ ਅਧਕਿਾਰੀ ਵੱਲੋਂ ਕਸਿੇ ਨੂੰ ਮੁਆਵਜ਼ਾ, ਹੱਕ ਜਾਂ ਇਨਾਮ ਦੇਣ ਦਾ ਫ਼ੈਸਲਾ।

हदिी: प्रदान
इसका मतलब है अदालत या अधकिारी द्वारा कसिी को मुआवज़ा, अधकिार या इनाम देने का नरि्णय।

BATTERER INTERVENTION PROGRAM (BIP)

Definition: A court-ordered educational and counseling program designed for individuals who have committed acts of domestic violence, focusing on accountability, behavior change, and prevention of future abuse; in family law, completion of a BIP may be required as part of custody or visitation orders.

Explanation: A program of classes and counseling ordered by the court for people who committed domestic violence.

Example: The father was required to complete a Batterer Intervention Program before unsupervised visitation could resume.

ਪੰਜਾਬੀ: ਕੁੱਟਮਾਰ ਰੋਕਥਾਮ ਪ੍ਰੋਗਰਾਮ (BIP)
ਇਸਦਾ ਮਤਲਬ ਹੈ ਅਦਾਲਤ ਵੱਲੋਂ ਮਨਜ਼ੂਰ ਕੀਤਾ ਗਆਿ ਕੋਰਸ ਜਾਂ ਕਲਾਸ ਜਸਿ ਵੱਿਚ ਘਰੇਲੂ ਹੰਿਸਾ ਕਰਨ ਵਾਲਆਿਂ ਨੂੰ ਆਪਣਾ ਵਤੀਰਾ ਬਦਲਣ ਲਈ ਸੱਿਖਆਿ ਅਤੇ ਸਲਾਹ ਦੱਿਤੀ ਜਾਂਦੀ ਹੈ।

हदिी: मारपीट रोकथाम कार्यक्रम (BIP)
इसका मतलब है अदालत द्वारा स्वीकृत पाठ्यक्रम या कक्षाएँ जनिमें घरेलू हसिा करने वालों को अपना व्यवहार बदलने के लिए शकि्षा और परामर्श दयिा जाता है।

BEHAVIORAL HEALTH EVALUATION

Definition: A professional assessment conducted by a psychologist, psychiatrist, or licensed clinician to evaluate a party's mental health, substance use, or behavioral functioning; in family law, courts order such evaluations when concerns about parenting ability, safety, or stability arise.

Explanation: A mental health check by a professional to help the court decide if a parent can safely care for a child.

Example: The court ordered a behavioral health evaluation of the mother due to concerns about substance abuse.

ਪੰਜਾਬੀ: ਵਹਿਾਰਕ ਸਹਿਤ ਮੁਲਾਂਕਣ
ਇਸਦਾ ਮਤਲਬ ਹੈ ਮਨੋਵਗਿਆਿਨਕ ਜਾਂ ਜਜ਼ਬਾਤੀ ਹਾਲਤ ਦੀ ਜਾਂਚ, ਜਸਿ ਨਾਲ ਪਤਾ ਲੱਗਦਾ ਹੈ ਕਿ ਕਸਿ ਵਿਅਕਤੀ ਨੂੰ ਇਲਾਜ ਜਾਂ ਸਹਾਇਤਾ ਦੀ ਲੋੜ ਹੈ ਕਿ ਨਹੀਂ। ਇੱਕ ਪੇਸ਼ਾਵਰ ਦੁਆਰਾ ਮਾਨਸਕਿ ਸਹਿਤ ਦੀ ਜਾਂਚ, ਜੋ ਅਦਾਲਤ ਨੂੰ ਇਹ ਫੈਸਲਾ ਕਰਨ ਵੱਚਿ ਮਦਦ ਕਰਦੀ ਹੈ ਕਿ ਕੀ ਮਾਤਾ/ਪਤਿਾ ਬੱਚੇ ਦੀ ਸੁਰੱਖਅਿਤ ਦੇਖਭਾਲ ਕਰ ਸਕਦੇ ਹਨ।

हिंदी: व्यवहारकि स्वास्थ्य मूल्यांकन
इसका मतलब है मनोवैज्ञानकि या भावनात्मक स्थति की जाँच, जसिसे पता चलता है कि किसी व्यक्ति को उपचार या सहायता की आवश्यकता है या नहीं। पेशेवर द्वारा मानसकि स्वास्थ्य की जांच, जो अदालत को यह तय करने में मदद करती है कि क्या माता/पिता सुरक्षति रूप से बच्चे की देखभाल कर सकते हैं।

BENCH

Definition: The judge's seat in a courtroom, often used as a metonym for the judicial authority itself; in family law, "the bench" refers to the judge presiding over cases such as divorce, custody, support, or domestic violence.

Explanation: The place where the judge sits in court, also meaning the judge's authority.

Example: The bench emphasized that the child's best interests are the primary concern in custody disputes.

ਪੰਜਾਬੀ: ਅਦਾਲਤੀ ਅਸਥਾਨ (ਬੈਂਚ)
ਇਸਦਾ ਮਤਲਬ ਹੈ ਅਦਾਲਤ ਵੱਚਿ ਜੱਜ ਦੀ ਸੀਟ ਜਾਂ ਜੱਜਾਂ ਦੀ ਪੂਰੀ ਟੀਮ।

हिंदी: न्यायासन (बेंच)
इसका मतलब है अदालत में न्यायाधीश की सीट या न्यायाधीशों का पूरा समूह।

BENCH CONFERENCE

Definition: A private discussion at the judge's bench between the judge and attorneys, often outside the hearing of the parties or public; in family law, bench conferences may cover sensitive issues such as evidentiary objections or settlement discussions.

Explanation: A private talk between the judge and lawyers, usually not heard by others in the courtroom.

Example: The judge called a bench conference to discuss whether certain testimony about the child was admissible.

ਪੰਜਾਬੀ: ਜੱਜ ਨਾਲ ਸਲਾਹ-ਮਸ਼ਵਰਾ (ਬੈਂਚ ਕਾਨਫਰੰਸ)
ਇਸਦਾ ਮਤਲਬ ਹੈ ਜਦੋਂ ਵਕੀਲ ਅਤੇ ਜੱਜ ਖੁੱਲ੍ਹੀ ਅਦਾਲਤ ਵੱਚਿ ਪਰ ਗੁਪਤ ਤਰੀਕੇ ਨਾਲ ਕਸਿ ਮਾਮਲੇ ਬਾਰੇ ਗੱਲ ਕਰਦੇ ਹਨ।

हिंदी: न्यायाधीश से परामर्श (बेंच कॉन्फ्रेंस)
इसका मतलब है जब वकील और न्यायाधीश खुले न्यायालय में लेकनि गोपनीय तरीके से कसिी मामले पर चर्चा करते हैं।

BENCH TRIAL

Definition: A trial in which the judge, rather than a jury, serves as the factfinder, hearing the evidence and rendering a decision; in family law, most cases such as divorce, custody, and support are bench trials.

Explanation: A trial decided only by the judge without a jury.

Example: The custody dispute proceeded as a bench trial, and the judge decided which parent should have primary custody.

ਪੰਜਾਬੀ: ਜੱਜ ਅੱਗੇ ਮੁਕੱਦਮਾ (ਬੈਂਚ ਟਰਾਇਲ)
ਇਸਦਾ ਮਤਲਬ ਹੈ ਉਹ ਮੁਕੱਦਮਾ ਜਸਿ ਵੱਚਿ ਫ਼ੈਸਲਾ ਜੂਰੀ ਦੀ ਬਜਾਏ ਸਰਿਫ਼ ਜੱਜ ਕਰਦਾ ਹੈ।

हिंदी: न्यायाधीश के समक्ष मुकदमा (बेंच ट्रायल)
इसका मतलब है वह मुकदमा जसिमें फैसला जूरी की बजाय केवल न्यायाधीश करता है।

BENCH WARRANT

Definition: A warrant issued by the court when a party fails to appear as ordered.

Explanation: An order to arrest someone who missed court.

Example: A bench warrant issued after he failed to appear for the hearing.

ਪੰਜਾਬੀ: ਅਦਾਲਤੀ ਗ੍ਰਫ਼ਿਤਾਰੀ ਵਾਰੰਟ (ਬੈਂਚ ਵਾਰੰਟ)
ਇਸਦਾ ਮਤਲਬ ਹੈ ਜੱਜ ਦੁਆਰਾ ਜਾਰੀ ਕੀਤਾ ਗਆਿ ਹੁਕਮ, ਜਸਿ ਨਾਲ ਪੁਲਸਿ ਕਸਿੇ ਵਅਿਕਤੀ ਨੂੰ ਗ੍ਰਫ਼ਿਤਾਰ ਕਰ ਸਕਦੀ ਹੈ ਜਦੋਂ ਉਹ ਅਦਾਲਤ ਵੱਚਿ ਹਾਜ਼ਰ ਨਹੀਂ ਹੁੰਦਾ।

हदिंी: न्यायालयी गरिफ्तारी वारंट (बेंच वारंट)
इसका मतलब है न्यायाधीश द्वारा जारी कयिा गया आदेश, जसिसे पुलसि कसिी व्यक्ति को गरिफ्तार कर सकती है जब वह अदालत में उपस्थति नहीं होता।

BENEFICIARY

Definition: A person who is entitled to benefits or assets under a legal arrangement such as a trust or insurance policy.

Explanation: The person who receives money or property from a trust or policy.

Example: The child was named as the beneficiary of the life insurance.

ਪੰਜਾਬੀ: ਲਾਭਪਾਤਰੀ
ਇਸਦਾ ਮਤਲਬ ਹੈ ਉਹ ਵਅਿਕਤੀ ਜਸਿਨੂੰ ਵਸੀਅਤ, ਟਰੱਸਟ ਜਾਂ ਬੀਮੇ ਰਾਹੀ ਪੈਸਾ ਜਾਂ ਸੰਪਤੀ ਮਲਿਦੀ ਹੈ।

हदिंी: लाभार्थी
इसका मतलब है वह व्यक्ति जसिे वसीयत, ट्रस्ट या बीमे के माध्यम से पैसा या संपत्ति मलिती है।

BEST EVIDENCE RULE

Definition: A rule of evidence requiring that the original document be produced in court when its contents are disputed.

Explanation: You must show the original document in court if it's important.

Example: The best evidence rule required the original custody order.

ਪੰਜਾਬੀ: ਸਭ ਤੋਂ ਵਧੀਆ ਸਬੂਤ ਨਯਿਮ
ਇਸਦਾ ਮਤਲਬ ਹੈ ਅਦਾਲਤ ਵੱਚਿ ਮਾਮਲੇ ਦੇ ਨਰਿਣੇ ਲਈ ਅਸਲ ਦਸਤਾਵੇਜ਼ ਜਾਂ ਸਬੂਤ ਪੇਸ਼ ਕਰਨ ਦੀ ਲੋੜ।

हिंदी: सर्वोत्तम साक्ष्य नयिम
इसका मतलब है अदालत में मामले के नर्िणय के लिए मूल दस्तावेज़ या साक्ष्य प्रस्तुत करने की आवश्यकता।

BEST INTEREST FACTORS

Definition: The statutory criteria a court considers to decide what custody and visitation arrangement serves the child's best interests.

Explanation: The list of things the judge looks at to protect the child's well being.

Example: The judge reviewed best interest factors before setting the schedule.

ਪੰਜਾਬੀ: ਸਭ ਤੋਂ ਵਧੀਆ ਹਤਿ ਕਾਰਕ
ਇਸਦਾ ਮਤਲਬ ਹੈ ਉਹ ਗੱਲਾਂ ਜਨ੍ਹਿਾਂ ਨੂੰ ਅਦਾਲਤ ਬੱਚੇ ਦੀ ਭਲਾਈ ਲਈ ਫ਼ੈਸਲਾ ਕਰਦੇ ਸਮੇਂ ਧਆਿਨ ਵੱਚਿ ਰੱਖਦੀ ਹੈ, ਜਵਿੇਂ ਸੁਰੱਖਆਿ, ਸੱਖਿਆ ਤੇ ਸਹਿਤ।

हिंदी: सर्वोत्तम हति कारक
इसका मतलब है वे बातें जन्हिें अदालत बच्चे की भलाई के लिए नर्िणय लेते समय ध्यान में रखती है, जैसे सुरक्षा, शक्षिा और स्वास्थ्य।

BEST INTERESTS HEARING

Definition: A court proceeding to determine what custody or visitation arrangement best serves the child's needs and welfare.

Explanation: A hearing to decide what is best for the child.

Example: At the best interests hearing, the judge focused on the child's schooling and health needs.

ਪੰਜਾਬੀ: ਸਭ ਤੋਂ ਵਧੀਆ ਹਤਿ ਸੁਣਵਾਈ – ਬੱਚੇ ਲਈ ਸਭ ਤੋਂ ਵਧੀਆ ਸੁਰੱਖਆਿ ਜਾਂ ਮੁਲਾਕਾਤ ਪ੍ਰਬੰਧ ਤੈਅ ਕਰਨ ਲਈ ਅਦਾਲਤੀ ਕਾਰਵਾਈ।

हिंदी: श्रेष्ठ हति सुनवाई – बच्चे के लिए सबसे उपयुक्त अभरिक्षा या

मुलाक़ात व्यवस्था तय करने के लिए अदालत की कार्यवाही।

BEST INTERESTS OF THE CHILD

Definition: The guiding standard that custody and visitation orders must prioritize the child's health, safety, and welfare.

Explanation: Courts put the child's needs first when making orders.

Example: The order was based on the child's best interests because the child needed speech therapy.

ਪੰਜਾਬੀ: ਬੱਚੇ ਦੇ ਸਭ ਤੋਂ ਵਧੀਆ ਹਿਤ
ਇਸਦਾ ਮਤਲਬ ਹੈ ਅਦਾਲਤ ਵੱਲੋਂ ਬੱਚੇ ਦੀ ਸੁਰੱਖਿਆ, ਸਹਿਤ, ਸੌਖਿਆ ਅਤੇ ਖੁਸ਼ਹਾਲੀ ਨੂੰ ਧਿਆਨ ਵਿੱਚ ਰੱਖ ਕੇ ਕੀਤਾ ਗਿਆ ਫ਼ੈਸਲਾ।

हिंदी: बच्चे का सर्वोत्तम हित
इसका मतलब है अदालत द्वारा बच्चे की सुरक्षा, स्वास्थ्य, शिक्षा और भलाई को ध्यान में रखकर लिया गया निर्णय।

BIFURCATION

Definition: Separating one issue (like marital status) from the other issues in a case so it can be decided sooner.

Explanation: Splitting part of the case to decide it earlier.

Example: The court granted bifurcation of marital status before property division.

ਪੰਜਾਬੀ: ਦੋਹਰਾ ਵੰਡ (ਬਫਿਰਕੇਸ਼ਨ)
ਇਸਦਾ ਮਤਲਬ ਹੈ ਅਦਾਲਤ ਵੱਲੋਂ ਕੇਸ ਦੇ ਕਿਸੇ ਹਿੱਸੇ ਨੂੰ ਵੱਖ ਕਰਕੇ ਅਲੱਗ ਸੁਣਵਾਈ ਕਰਨੀ।

हिंदी: द्विभाजन (बिफर्केशन)
इसका मतलब है अदालत द्वारा मामले के किसी हिस्से को अलग करके अलग सुनवाई करना।

BIOLOGICAL PARENT

Definition: A person who is genetically related to the child.

Explanation: The parent by birth or genetics.

Example: The biological parent consented to the adoption.

ਪੰਜਾਬੀ: ਜਨਮ ਦੇਣ ਵਾਲਾ ਮਾਤਾ-ਪਿਤਾ
ਇਸਦਾ ਮਤਲਬ ਹੈ ਉਹ ਮਾਂ ਜਾਂ ਪਿਉ ਜਿਸਨੇ ਬੱਚੇ ਨੂੰ ਜਨਮ ਦਿੱਤਾ ਹੈ।

हिंदी: जैविक अभिभावक
इसका मतलब है वह माँ या पिता जिसने बच्चे को जन्म दिया है।

BIRTH CERTIFICATE

Definition: An official document that records the birth of a child and identifies the legal parents.

Explanation: A government paper that shows a child's birth details and parents.

Example: The father's name was added to the birth certificate after paternity was established.

ਪੰਜਾਬੀ: ਜਨਮ ਪ੍ਰਮਾਣ ਪੱਤਰ
ਇਸਦਾ ਮਤਲਬ ਹੈ ਸਰਕਾਰੀ ਦਸਤਾਵੇਜ਼ ਜੋ ਬੱਚੇ ਦੇ ਜਨਮ ਦੀ ਤਾਰੀਖ, ਥਾਂ ਅਤੇ ਮਾਪਿਆਂ ਦੇ ਨਾਂ ਦੀ ਪੁਸ਼ਟੀ ਕਰਦਾ ਹੈ।

हिंदी: जन्म प्रमाण पत्र
इसका मतलब है सरकारी दस्तावेज़ जो बच्चे के जन्म की तारीख, स्थान और माता-पिता के नाम की पुष्टि करता है।

BIRTH CERTIFICATE AMENDMENT

Definition: A legal change to the information on a birth certificate, such as parentage or name, based on a court order or vital records process.

Explanation: Updating a birth record after a court order or legal process.

Example: After adoption, they filed for a birth certificate amendment.

ਪੰਜਾਬੀ: ਜਨਮ ਪ੍ਰਮਾਣ ਪੱਤਰ ਸੋਧ
ਇਸਦਾ ਮਤਲਬ ਹੈ ਜਨਮ ਪ੍ਰਮਾਣ ਪੱਤਰ ਵਿੱਚ ਗਲਤੀ ਠੀਕ ਕਰਨ ਜਾਂ ਨਵੀ ਜਾਣਕਾਰੀ ਸ਼ਾਮਲ ਕਰਨ ਦੀ ਕਾਨੂੰਨੀ ਪ੍ਰਕਰਿਆ।

हिंदी: जन्म प्रमाण पत्र संशोधन
इसका मतलब है जन्म प्रमाण पत्र में गलती सुधारने या नई जानकारी जोड़ने की कानूनी प्रक्रिया।

BIRTH PARENT

Definition: The person who gave birth to the child or the genetic parent, depending on the legal context.

Explanation: The child's parent by birth.

Example: The birth parent signed a consent to adoption.

ਪੰਜਾਬੀ: ਜਨਮ ਮਾਤਾ-ਪਿਤਾ
ਇਸਦਾ ਮਤਲਬ ਹੈ ਉਹ ਮਾਂ ਜਾਂ ਪਿਉ ਜਿਸਨੇ ਬੱਚੇ ਨੂੰ ਜਨਮ ਦਿੱਤਾ ਹੈ, ਚਾਹੇ ਉਹ ਬੱਚੇ ਦੀ ਪਰਵਰਿਸ਼ ਕਰਦੇ ਹੋਣ ਜਾਂ ਨਾ ਕਰਦੇ ਹੋਣ।

हिंदी: जन्मदाता अभिभावक
इसका मतलब है वह माँ या पिता जिसने बच्चे को जन्म दिया है, चाहे वह बच्चे की परवरिश करें या न करें।

BOND (GUARDIAN'S BOND)

Definition: A surety bond posted by a guardian of the estate to protect the child's property from loss or misuse.

Explanation: Insurance like protection for a child's money managed by a guardian.

Example: The guardian posted a bond before accessing the child's funds.

ਪੰਜਾਬੀ: ਬਾਂਡ (ਸਰਪ੍ਰਸਤ ਦਾ ਬਾਂਡ)
ਇਸਦਾ ਮਤਲਬ ਹੈ ਅਦਾਲਤ ਦੁਆਰਾ ਲਿਆ ਗਿਆ ਵਿੱਤੀ ਭਰੋਸਾ ਕਿ ਸਰਪ੍ਰਸਤ ਬੱਚੇ ਜਾਂ ਸੰਪਤੀ ਦੀ ਠੀਕ ਤਰ੍ਹਾਂ ਦੇਖਭਾਲ ਕਰੇਗਾ।

हिंदी: बांड (अभिभावक का बांड)
इसका मतलब है अदालत द्वारा लिया गया वित्तीय आश्वासन कि अभिभावक बच्चे या संपत्ति की सही तरह से देखभाल करेगा।

BONDING STUDY

Definition: An evaluation of the emotional connection between a child and a parent or caregiver.

Explanation: A study to see how close a child feels to a parent or caregiver.

Example: The court ordered a bonding study to evaluate attachment.

ਪੰਜਾਬੀ: ਨਜ਼ਦੀਕੀ ਅਧਿਐਨ
ਇਸਦਾ ਮਤਲਬ ਹੈ ਮਨੋਵਗਿਆਿਨਕ ਜਾਂਚ ਜਸਿ ਨਾਲ ਪਤਾ ਲਗਾਇਆ ਜਾਂਦਾ ਹੈ ਕਿ ਬੱਚੇ ਅਤੇ ਮਾਤਾ-ਪਤਿਾ ਜਾਂ ਸੰਭਾਲ ਕਰਨ ਵਾਲੇ ਵਚਿਕਾਰ ਰਸ਼ਿਤਾ ਕੰਿਨਾ ਮਜ਼ਬੂਤ ਹੈ।

हदिी: संबंध अध्ययन
इसका मतलब है मनोवैज्ञानकि जाँच जसिसे पता लगाया जाता है क बिच्चे और माता-पति या देखभाल करने वाले के बीच रश्िता कतिना मजबूत है।

BRANCO CREDITS

Definition: A reimbursement credit recognized in California divorce cases when one spouse uses their separate property funds to improve or maintain community property after separation. Branco credits ensure that a spouse is compensated for contributions that enhanced the value of marital assets. The principle comes from In re Marriage of Branco (1996).

Explanation: A spouse can get credit if they spend their own money (separate funds) to improve or keep up shared property after separation.

Example: The court awarded the wife Branco credits for using her inheritance money to repair and maintain the family home after separation.

ਪੰਜਾਬੀ: ਬ੍ਰੈਂਕੋ ਕਰੈਡਟਿ – ਕੈਲੀਫ਼ੋਰਨੀਆ ਤਲਾਕ ਦੇ ਕੇਸਾਂ ਵੱਿਚ ਇੱਕ ਵਾਪਸੀ ਕਰੈਡਟਿ ਜਦੋਂ ਇੱਕ ਜੀਵਨ ਸਾਥੀ ਵੱਖ ਹੋਣ ਤੋਂ ਬਾਅਦ ਸਾਂਝੀ ਸੰਪਤੀ ਦੀ ਮੁਰੰਮਤ ਜਾਂ ਰੱਖ-ਰਖਾਅ ਲਈ ਆਪਣੇ ਨੱਿਜੀ ਪੈਸੇ ਵਰਤਦਾ ਹੈ। ਇਹ Marriage of Branco (1996) ਕੇਸ ਤੋਂ ਆਇਆ ਹੈ।

हदिी: ब्रैंको क्रेडटि – कैलफ़िोर्नयिा तलाक मामलों में एक प्रतपूिर्त क्रेडटि जब एक जीवनसाथी अलगाव के बाद संयुक्त संपत्त कि मरम्मत या रखरखाव के लिए अपनी नजिी संपत्त का उपयोग करता है। यह Marriage of Branco (1996) मामले से आया है।

BRIEF (LEGAL)

Definition: A written argument submitted to the court explaining a party's legal position.

Explanation: A paper lawyers write to explain their side to the judge.

Example: The attorney filed a brief in the custody dispute.

ਪੰਜਾਬੀ: ਕਾਨੂੰਨੀ ਨੋਟ
ਇਸਦਾ ਮਤਲਬ ਹੈ ਲਖਿਤੀ ਦਸਤਾਵੇਜ਼ ਜਸਿ ਵੱਚਿ ਵਕੀਲ ਅਦਾਲਤ ਅੱਗੇ ਆਪਣੇ ਤਰਕ ਅਤੇ ਸਬੂਤ ਪੇਸ਼ ਕਰਦਾ ਹੈ।

हिंदी: कानूनी ववरिण
इसका मतलब है लखिति दस्तावेज़ जसिमें वकील अदालत के सामने अपने तर्क और साक्ष्य प्रस्तुत करता है।

BURDEN OF PROOF

Definition: The level of evidence a party must present to persuade the court, such as preponderance of the evidence or clear and convincing evidence.

Explanation: How much proof you need to win an issue.

Example: The moving party did not meet the burden of proof for modification.

ਪੰਜਾਬੀ: ਸਬੂਤ ਦੇਣ ਦੀ ਜ਼ਮਿੰਵਾਰੀ
ਇਸਦਾ ਮਤਲਬ ਹੈ ਅਦਾਲਤ ਵੱਚਿ ਕਸਿ ਦਾਅਵੇ ਜਾਂ ਇਲਜ਼ਾਮ ਨੂੰ ਸੱਚ ਸਾਬਤ ਕਰਨ ਦੀ ਜ਼ਮਿੰਵਾਰੀ।

हिंदी: प्रमाण का भार
इसका मतलब है अदालत में कसिी दावे या आरोप को सच साबति करने की ज़म्मिदारी।

BUSINESS RECORDS EXCEPTION

Definition: An exception to the hearsay rule that allows admission of regularly kept business records, such as medical or school records.

Explanation: A rule that lets the judge accept records like school or medical files without live testimony.

Example: The school records were admitted under the business records exception.

ਪੰਜਾਬੀ: ਕਾਰੋਬਾਰੀ ਰਕਿਾਰਡ ਛੋਟ
ਇਸਦਾ ਮਤਲਬ ਹੈ ਇੱਕ ਕਾਨੂੰਨੀ ਨਯਿਮ ਜਸਿ ਵੱਚਿ ਆਮ ਤੌਰ 'ਤੇ ਸੁਣੀ-ਸੁਣਾਈ

ਗੱਲਾਂ ਨੂੰ ਸਬੂਤ ਵਜੋਂ ਨਹੀ ਮੰਨਿਆ ਜਾਂਦਾ, ਪਰ ਨਯਿਮਤਿ ਕਾਰੋਬਾਰੀ ਰਕਿਾਰਡ ਨੂੰ ਅਦਾਲਤ ਵੱਚਿ ਸਵੀਕਾਰਆਿ ਜਾ ਸਕਦਾ ਹੈ।

हदिी: व्यापारकि अभलिेख अपवाद
इसका मतलब है एक कानूनी नयिम जसिमें सामान्यतःसुनी-सुनाई बातों को साक्ष्य नहीं माना जाता, लेकनि नयिमति व्यापारकि अभलिेखों को अदालत में स्वीकार कयिा जा सकता है।

BUSINESS VALUATION

Definition: An expert appraisal of a business's value for property division or support calculations in divorce.

Explanation: Figuring out what a business is worth for divorce purposes.

Example: The court considered expert business valuation in dividing assets.

ਪੰਜਾਬੀ: ਕਾਰੋਬਾਰ ਮੁੱਲਾਂਕਣ
ਇਸਦਾ ਮਤਲਬ ਹੈ ਕਸਿ ਕਾਰੋਬਾਰ ਦੀ ਕੀਮਤ ਦਾ ਅੰਦਾਜ਼ਾ ਲਗਾਉਣ ਦੀ ਪ੍ਰਕਰਿਆਿ, ਜਵਿੇਂ ਤਲਾਕ ਜਾਂ ਵਕਿਰੀ ਦੇ ਸਮੇਂ।

हदिी: व्यापार मूल्यांकन
इसका मतलब है कसिी व्यापार के मूल्य का अनुमान लगाने की प्रक्रयिा, जैसे तलाक या बक्रिी के समय।

BUYOUT (MARITAL HOME BUYOUT)

Definition: One spouse pays the other for their share of community equity to keep an asset like the marital home.

Explanation: Paying a spouse for their share so one person keeps the house.

Example: They arranged a buyout of the marital residence.

ਪੰਜਾਬੀ: ਖਰੀਦਦਾਰੀ (ਵਆਿਹੀ ਘਰ ਦੀ ਖਰੀਦਦਾਰੀ)
ਇਸਦਾ ਮਤਲਬ ਹੈ ਜਦੋਂ ਤਲਾਕ ਦੇ ਸਮੇਂ ਇੱਕ ਜੀਵਨ ਸਾਥੀ ਦੂਜੇ ਦਾ ਹੱਸਿਾ ਖਰੀਦ ਕੇ ਘਰ ਦਾ ਪੂਰਾ ਮਾਲਕ ਬਣ ਜਾਂਦਾ ਹੈ।

हदिी: खरीदी (वैवाहकि घर की खरीदी)
इसका मतलब है जब तलाक के समय एक जीवनसाथी दूसरे का हस्सिा

खरीदकर घर का पूरा मालिक बन जाता है।

CALENDAR

Definition: The official schedule of cases, hearings, or trials set by the court for specific dates; in family law, the calendar organizes divorce trials, custody hearings, child support conferences, and domestic violence proceedings.

Explanation: The court's schedule that shows when cases will be heard.

Example: The judge set the custody hearing on the family court calendar for next month.

ਪੰਜਾਬੀ: ਕੈਲੰਡਰ
ਇਸਦਾ ਮਤਲਬ ਹੈ ਅਦਾਲਤ ਦੇ ਕੇਸਾਂ ਦੀਆਂ ਤਾਰੀਖਾਂ ਅਤੇ ਸਮਿਆਂ ਦੀ ਸੂਚੀ, ਜਿਸ 'ਤੇ ਸੁਣਵਾਈਆਂ ਤਹਿ ਕੀਤੀਆਂ ਜਾਂਦੀਆਂ ਹਨ।

हिंदी: कैलेंडर
इसका मतलब है अदालत के मामलों की तारीख़ों और समयों की सूची, जिस पर सुनवाईयाँ निर्धारित की जाती हैं।

CAPACITY TO CONSENT

Definition: The legal ability of a person to understand, appreciate, and voluntarily agree to an act, order, or contract; in family law, this may arise in issues such as marriage validity, consent to adoption, or medical treatment for a child.

Explanation: The ability of a person to understand and agree to something in a way the law recognizes.

Example: The court examined whether the teenager had the capacity to consent to her own medical treatment.

ਪੰਜਾਬੀ: ਸਹਿਮਤੀ ਦੇਣ ਦੀ ਸਮਰਥਾ
ਇਸਦਾ ਮਤਲਬ ਹੈ ਕਿਸੇ ਵਿਅਕਤੀ ਦੀ ਕਾਨੂੰਨੀ ਅਤੇ ਮਾਨਸਿਕ ਯੋਗਤਾ ਕਿ ਉਹ ਆਪਣੀ ਮਰਜ਼ੀ ਨਾਲ ਫੈਸਲਾ ਕਰ ਸਕੇ।

हिंदी: सहमति देने की क्षमता
इसका मतलब है किसी व्यक्ति की कानूनी और मानसिक योग्यता कि वह अपनी इच्छा से निर्णय ले सके।

CAPTION

Definition: The heading of a legal document that identifies the court, case number, and names of the parties; in family law, captions appear on petitions, motions, and orders in cases such as divorce, custody, or adoption.

Explanation: The heading at the top of court papers that shows the court, case number, and parties.

Example: The caption of the divorce petition listed both spouses as parties to the case.

ਪੰਜਾਬੀ: ਸਹਮਿਤੀ ਦੇਣ ਦੀ ਸਮਰੱਥਾ
ਇਸਦਾ ਮਤਲਬ ਹੈ ਕਸਿੇ ਵਅਿਕਤੀ ਦੀ ਕਾਨੂੰਨੀ ਅਤੇ ਮਾਨਸਕਿ ਯੋਗਤਾ ਕਿ ਉਹ ਫ਼ੈਸਲਾ ਕਰ ਸਕੇ ਅਤੇ ਸਹਮਿਤੀ ਦੇ ਸਕੇ।

हिंदी: सहमति देने की क्षमता
इसका मतलब है किसी व्यक्ति की कानूनी और मानसिक योग्यता कि वह निर्णय ले सके और सहमति दे सके।

CASA (COURT APPOINTED SPECIAL ADVOCATE)

Definition: A trained volunteer appointed by the court to advocate for the best interests of children in cases of abuse, neglect, or dependency; CASAs investigate, report to the court, and make recommendations on custody and placement.

Explanation: A volunteer chosen by the court to speak up for a child's best interests in difficult cases.

Example: The CASA recommended that the child remain in foster care until reunification could safely occur.

ਪੰਜਾਬੀ: ਅਦਾਲਤ ਦੁਆਰਾ ਨਿਯੁਕਤ ਖ਼ਾਸ ਪੱਖਕਾਰ (CASA)
ਇਸਦਾ ਮਤਲਬ ਹੈ ਉਹ ਸਵੈਛਿਕ ਵਿਅਕਤੀ ਜਿਸਨੂੰ ਅਦਾਲਤ ਬੱਚੇ ਦੇ ਹਿਤਾਂ ਦੀ ਰੱਖਿਆ ਲਈ ਕੇਸ ਵਿੱਚ ਨਿਯੁਕਤ ਕਰਦੀ ਹੈ।

हिंदी: न्यायालय द्वारा नियुक्त विशेष पक्षकार (CASA)
इसका मतलब है वह स्वेच्छिक व्यक्ति जिसे अदालत बच्चे के हितों की रक्षा के लिए मामले में नियुक्त करती है।

CASE

Definition: A legal dispute brought before a court for resolution; in family law, a case may involve divorce, custody, child support, spousal support, adoption, guardianship, or protective orders.

Explanation: A legal matter filed in court to be decided by a judge.

Example: The divorce case included issues of custody, support, and property division.

ਪੰਜਾਬੀ: ਮਾਮਲਾ
ਇਸਦਾ ਮਤਲਬ ਹੈ ਅਦਾਲਤ ਵਿੱਚ ਸੁਣਵਾਈ ਲਈ ਪੇਸ਼ ਕੀਤਾ ਗਿਆ ਵਿਵਾਦ ਜਾਂ ਕਾਨੂੰਨੀ ਕਾਰਵਾਈ।

हिंदी: मामला
इसका मतलब है अदालत में सुनवाई के लिए प्रस्तुत किया गया विवाद या कानूनी कार्यवाही।

CASE INFORMATION STATEMENT

Definition: A detailed form filed by parties in family law cases, often in divorce, listing income, expenses, assets, and debts to help the court determine financial matters such as child support, spousal support, and equitable distribution.

Explanation: A form showing the parties' finances so the judge can decide support and property issues.

Example: The mother's case information statement showed her income and monthly expenses for child support calculations.

ਪੰਜਾਬੀ: ਮਾਮਲੇ ਦੀ ਜਾਣਕਾਰੀ ਬਿਆਨ
ਇਸਦਾ ਮਤਲਬ ਹੈ ਅਦਾਲਤ ਵਿੱਚ ਦਿੱਤਾ ਜਾਣ ਵਾਲਾ ਦਸਤਾਵੇਜ਼ ਜਿਸ ਵਿੱਚ ਪੱਖਾਂ ਬਾਰੇ ਵਿੱਤੀ ਤੇ ਹੋਰ ਮਹੱਤਵਪੂਰਨ ਜਾਣਕਾਰੀ ਹੁੰਦੀ ਹੈ।

हिंदी: मामले की जानकारी विवरण
इसका मतलब है अदालत में दिया जाने वाला दस्तावेज़ जिसमें पक्षों के बारे में वित्तीय और अन्य महत्वपूर्ण जानकारी होती है।

CASE LAW

Definition: The body of prior judicial decisions that establish legal principles and precedents applied in later cases; in family law, case law guides judges on issues such as custody standards, relocation, child support calculations, and equitable distribution.

Explanation: Past court decisions that judges use to decide similar new cases.

Example: The judge relied on case law holding that the best interests of the child are the primary custody standard.

ਪੰਜਾਬੀ: ਨਜ਼ੀਰ ਕਾਨੂੰਨ
ਇਸਦਾ ਮਤਲਬ ਹੈ ਉਹ ਕਾਨੂੰਨ ਜੋ ਪਿਛਲੇ ਅਦਾਲਤੀ ਫ਼ੈਸਲਿਆਂ ਦੁਆਰਾ ਬਣਦਾ ਹੈ ਅਤੇ ਭਵੇਂਖਿ ਦੇ ਕੇਸਾਂ ਲਈ ਮਸਿਾਲ ਵਜੋਂ ਵਰਤਿਆ ਜਾਂਦਾ ਹੈ।

हिंदी: न्याय दृष्टांत
इसका मतलब है वह क़ानून जो पछिले न्यायालयी नरि्णयों से बनता है और भवषि्य के मामलों के लिए उदाहरण के रूप में उपयोग कयिा जाता है।

CASE MANAGEMENT CONFERENCE (CMC)

Definition: A court hearing to review case status, set deadlines, and encourage settlement where appropriate.

Explanation: A short hearing where the judge checks progress and plans next steps.

Example: At the CMC, the court set discovery and mediation dates.

ਪੰਜਾਬੀ: ਮਾਮਲਾ ਪ੍ਰਬੰਧਨ ਕਾਨਫਰੰਸ (CMC)
ਇਸਦਾ ਮਤਲਬ ਹੈ ਅਦਾਲਤ ਵੱਚਿ ਹੋਣ ਵਾਲੀ ਮੀਟੰਗਿ ਜਸਿ ਵੱਚਿ ਜੱਜ ਅਤੇ ਪੱਖਕਾਰ ਕੇਸ ਦੇ ਮੁੱਦਿਆਂ ਅਤੇ ਕਾਰਵਾਈ ਦੀ ਯੋਜਨਾ ਬਾਰੇ ਗੱਲ ਕਰਦੇ ਹਨ।

हिंदी: मामला प्रबंधन सम्मेलन (CMC)
इसका मतलब है अदालत में होने वाली बैठक जसिमें न्यायाधीश और पक्षकार मामले के मुद्दों और कार्यवाही की योजना पर चर्चा करते हैं।

CASE MANAGEMENT ORDER (FAMILY COURT)

Definition: An order from the family court that sets deadlines and procedures for how a case will proceed, including hearings and required filings.

Explanation: An order describing how a family case will proceed.

Example: The judge issued a case management order scheduling mediation and discovery deadlines.

ਪੰਜਾਬੀ: ਕੇਸ ਪ੍ਰਬੰਧਨ ਹੁਕਮ – ਪਰਵਿਾਰਕ ਅਦਾਲਤ ਦਾ ਹੁਕਮ ਜੋ ਮਆਿਦਾਂ ਅਤੇ ਕਾਰਵਾਈਆਂ ਤੈਅ ਕਰਦਾ ਹੈ।

हिंदी: मामला प्रबंधन आदेश – पारविारकि अदालत का आदेश जो समयसीमा और कार्यवाहियाँ तय करता है।

CASE PLAN

Definition: A written plan created in child welfare cases outlining services, visitation, and permanency goals.

Explanation: A plan the court uses in child protection cases to guide services and visits.

Example: The social worker submitted the case plan for court approval.

ਪੰਜਾਬੀ: ਮਾਮਲੇ ਦੀ ਯੋਜਨਾ
ਇਸਦਾ ਮਤਲਬ ਹੈ ਉਹ ਦਸਤਾਵੇਜ਼ ਜਾਂ ਯੋਜਨਾ ਜਸਿ ਵੱਚਿ ਅਦਾਲਤ ਜਾਂ ਏਜੰਸੀ ਕਸਿੇ ਪਰਵਿਾਰ ਜਾਂ ਬੱਚੇ ਨਾਲ ਸੰਬੰਧਤ ਮਾਮਲੇ ਨੂੰ ਹੱਲ ਕਰਨ ਲਈ ਕਦਮ ਤੈਅ ਕਰਦੀ ਹੈ।

हिंदी: मामले की योजना
इसका मतलब है वह दस्तावेज़ या योजना जसिमें अदालत या एजेंसी कसिी परिवार या बच्चे से संबंधति मामले को हल करने के लिए कदम तय करती है।

CASE WORKER

Definition: A social services professional assigned to investigate, monitor, and support families in cases involving child welfare, abuse, neglect, or foster care; in family law, case workers provide reports and recommendations to the court.

Explanation: A professional who helps and monitors families in child-related court cases.

Example: The case worker recommended supervised visitation after investigating allegations of neglect.

ਪੰਜਾਬੀ: ਮਾਮਲੇ ਦਾ ਕਰਮਚਾਰੀ
ਇਸਦਾ ਮਤਲਬ ਹੈ ਉਹ ਵਅਿਕਤੀ ਜੋ ਸਮਾਜਕਿ ਸੇਵਾ ਏਜੰਸੀ ਵੱਲੋਂ ਕਸਿੇ ਪਰਵਿਾਰ ਜਾਂ ਬੱਚੇ ਦੀ ਮਦਦ ਅਤੇ ਦੇਖਭਾਲ ਲਈ ਨਯਿੁਕਤ ਹੁੰਦਾ ਹੈ।

हिंदी: मामले का कर्मचारी

इसका मतलब है वह व्यक्त जिो सामाजकि सेवा संस्था द्वारा कसिी परविार या बच्चे की मदद और देखभाल के लिए नियुक्त होता है।

CASELOAD

Definition: The total number of cases assigned to a judge, attorney, or case worker at a given time; in family law, heavy caseloads can delay hearings and evaluations.

Explanation: The number of cases a judge, lawyer, or case worker is handling.

Example: Due to a heavy caseload, the family court postponed the custody hearing.

ਪੰਜਾਬੀ: ਮਾਮਲਿਆਂ ਦਾ ਬੋਝ
ਇਸਦਾ ਮਤਲਬ ਹੈ ਇੱਕ ਜੱਜ, ਵਕੀਲ ਜਾਂ ਸਮਾਜਕਿ ਕਰਮਚਾਰੀ ਕੋਲ ਕਸਿ ਸਮੇਂ ਵੱਚਿ ਮੌਜੂਦ ਕੇਸਾਂ ਦੀ ਗਣਿਤੀ।

हदिी: मामलों का बोझ
इसका मतलब है कसिी न्यायाधीश, वकील या सामाजकि कर्मचारी के पास कसिी समय पर मौजूद मामलों की संख्या।

CEASE AND DESIST

Definition: A formal order or notice requiring a person to stop an unlawful or prohibited action immediately; in family law, cease and desist orders may address harassment, threats, or improper communication with a child or other parent.

Explanation: An order telling someone to stop doing something wrong or harmful.

Example: The court issued a cease and desist order against the father for repeated harassing messages to the mother.

ਪੰਜਾਬੀ: ਰੋਕੋ ਅਤੇ ਬੰਦ ਕਰੋ
ਇਸਦਾ ਮਤਲਬ ਹੈ ਅਦਾਲਤ ਜਾਂ ਅਧਕਿਾਰੀ ਦੁਆਰਾ ਦੱਤਾ ਗਆਿ ਹੁਕਮ ਜਸਿ ਵੱਚਿ ਕਸਿ ਵਅਿਕਤੀ ਨੂੰ ਤੁਰੰਤ ਗਲਤ ਕੰਮ ਰੋਕਣ ਲਈ ਕਹਾ ਜਾਂਦਾ ਹੈ।

हदिी: रोकें और बंद करें
इसका मतलब है अदालत या अधकिारी द्वारा दयिा गया आदेश जसिमें कसिी व्यक्त कि तुरंत गलत काम रोकने के लिए कहा जाता है।

CERTIFICATION

Definition: An official document or statement confirming that a fact, record, or copy is true and accurate; in family law, certifications are often used for birth records, income statements, or compliance with court orders.

Explanation: An official confirmation that something is true or correct.

Example: The attorney submitted a certification of the mother's income to support the child support claim.

ਪੰਜਾਬੀ: ਪ੍ਰਮਾਣੀਕਰਨ
ਇਸਦਾ ਮਤਲਬ ਹੈ ਕਸਿ ਦਸਤਾਵੇਜ਼, ਗੁਣਤਾ ਜਾਂ ਸੱਚਾਈ ਦੀ ਅਧਕਿਾਰਕਿ ਪੁਸ਼ਟੀ।

हदिी: प्रमाणीकरण
इसका मतलब है कसिी दस्तावेज़, योग्यता या सत्यता की आधकिारकि पुष्टि।

CERTIFICATION OF INDIGENCY

Definition: A sworn statement by a party declaring financial inability to pay court fees, costs, or legal representation, often used to request fee waivers or appointed counsel in family law proceedings.

Explanation: A form saying a person cannot afford court costs or a lawyer.

Example: The mother filed a certification of indigency to obtain appointed counsel in the custody matter.

ਪੰਜਾਬੀ: ਗਰੀਬੀ ਦਾ ਪ੍ਰਮਾਣੀਕਰਨ
ਇਸਦਾ ਮਤਲਬ ਹੈ ਅਦਾਲਤ ਦੁਆਰਾ ਮੰਨਿਆ ਗਿਆ ਬਿਆਨ ਕਿ ਵਿਅਕਤੀ ਕੋਲ ਕਾਨੂੰਨੀ ਖਰਚੇ ਭਰਨ ਲਈ ਪੈਸਾ ਨਹੀ ਹੈ।

हदिी: नरि्धनता का प्रमाणीकरण
इसका मतलब है अदालत द्वारा स्वीकार कयिा गया बयान कि व्यक्ति के पास कानूनी खर्चों का भुगतान करने के लिए पैसे नहीं हैं।

CERTIFIED COPY

Definition: A reproduction of a document that has been officially verified as a true and exact copy of the original; in family law, certified copies are required for documents like marriage certificates, divorce decrees, or adoption orders.

Explanation: An official copy of a document confirmed to be the same as the original.

Example: The adoptive parents submitted a certified copy of the child's birth certificate to the court.

ਪੰਜਾਬੀ: ਪ੍ਰਮਾਣਿਤ ਪ੍ਰਤੀ
ਇਸਦਾ ਮਤਲਬ ਹੈ ਅਧਿਕਾਰਕਿ ਤੌਰ 'ਤੇ ਪੁਸ਼ਟੀ ਕੀਤੀ ਗਈ ਨਕਲ ਜੋ ਅਸਲ ਦਸਤਾਵੇਜ਼ ਦੇ ਬਰਾਬਰ ਮੰਨੀ ਜਾਂਦੀ ਹੈ।

हिंदी: प्रमाणित प्रति
इसका मतलब है आधिकारिक रूप से पुष्ट की गई प्रति जो असली दस्तावेज़ के बराबर मानी जाती है।

CERTIORARI

Definition: A writ issued by a higher court, most notably the U.S. Supreme Court, to review the decision of a lower court; though rare in family law, certiorari may be sought in cases involving constitutional questions or conflicts in state law.

Explanation: A special order from a higher court to review a lower court's decision.

Example: The father petitioned for certiorari to challenge the state supreme court's ruling on parental relocation.

ਪੰਜਾਬੀ: ਸਰਟੀਓਰਾਰੀ
ਇਸਦਾ ਮਤਲਬ ਹੈ ਉੱਚ ਅਦਾਲਤ ਦੁਆਰਾ ਨੀਚਲੀ ਅਦਾਲਤ ਦੇ ਫ਼ੈਸਲੇ ਦੀ ਸਮੀਖਿਆ ਕਰਨ ਲਈ ਜਾਰੀ ਕੀਤਾ ਗਿਆ ਆਦੇਸ਼।

हिंदी: सर्टियोरारी
इसका मतलब है उच्च न्यायालय द्वारा निचली अदालत के फैसले की समीक्षा करने के लिए जारी किया गया आदेश।

CHAIN OF CUSTODY

Definition: The documented process that records the handling, transfer, and storage of evidence from collection to presentation in court, ensuring its authenticity; in family law, this can apply to drug tests, medical records, or supervised visitation logs.

Explanation: A record showing who handled evidence and when, to prove it is reliable.

Example: The mother's attorney questioned the chain of custody for the father's drug test results.

ਪੰਜਾਬੀ: ਹਰਿਾਸਤ ਦੀ ਲੜੀ
ਇਸਦਾ ਮਤਲਬ ਹੈ ਸਬੂਤ ਨੂੰ ਇਕੱਠਾ ਕਰਨ ਤੋਂ ਲੈ ਕੇ ਅਦਾਲਤ ਵੱਚਿ ਪੇਸ਼ ਕਰਨ ਤੱਕ ਉਸਦੀ ਸੁਰੱਖਆਿ ਅਤੇ ਰਕਿਾਰਡ ਰੱਖਣ ਦੀ ਪ੍ਰਕਰਿਆਿ।

हदिी: अभरिक्षा की श्रृंखला
इसका मतलब है साक्ष्य को इकट्ठा करने से लेकर अदालत में पेश करने तक उसकी सुरक्षा और रकिॉर्ड रखने की प्रक्रयिा।

CHALLENGE

Definition: A legal objection or contest to evidence, testimony, or a judicial decision; in family law, challenges may be raised to custody evaluations, admissibility of records, or a judge's impartiality.

Explanation: To formally object to something in a case.

Example: The father's attorney filed a challenge to the custody evaluator's report, arguing bias.

ਪੰਜਾਬੀ: ਚੁਣੌਤੀ
ਇਸਦਾ ਮਤਲਬ ਹੈ ਅਦਾਲਤ ਵੱਚਿ ਕਸਿੇ ਫ਼ੈਸਲੇ, ਗਵਾਹ ਜਾਂ ਸਬੂਤ ਦੀ ਸਹੀਤਾ 'ਤੇ ਸਵਾਲ ਉਠਾਉਣਾ।

हदिी: चुनौती
इसका मतलब है अदालत में कसिी नरि्णय, गवाह या साक्ष्य की सहीता पर सवाल उठाना।

CHAMBERS

Definition: The private office or courtroom space of a judge where certain discussions, conferences, or proceedings may take place outside of open court; in family law, chambers conferences often handle settlement talks or sensitive matters.

Explanation: The judge's private office where some case discussions happen.

Example: The parties met in chambers with the judge to discuss settlement of visitation issues.

ਪੰਜਾਬੀ: ਜੱਜ ਦੇ ਦਫ਼ਤਰ (ਚੈਂਬਰਜ਼)
ਇਸਦਾ ਮਤਲਬ ਹੈ ਅਦਾਲਤ ਦੇ ਅੰਦਰ ਜੱਜ ਦਾ ਨਿੱਜੀ ਦਫ਼ਤਰ, ਜਿੱਥੇ ਕਈ ਵਾਰ ਮਾਮਲਿਆਂ 'ਤੇ ਗੈਰ-ਰਸਮੀ ਸੁਣਵਾਈ ਜਾਂ ਗੱਲਬਾਤ ਹੁੰਦੀ ਹੈ।

हिंदी: न्यायाधीश का कार्यालय (चैम्बर्स)
इसका मतलब है अदालत के अंदर न्यायाधीश का निजी कार्यालय, जहाँ कई बार मामलों पर अनौपचारिक सुनवाई या चर्चा होती है।

CHANGE OF CIRCUMSTANCES

Definition: A significant change in facts or conditions that may justify modifying a custody or support order.

Explanation: A big change in life that could cause the judge to change orders.

Example: The father got custody based on a change of circumstances.

ਪੰਜਾਬੀ: ਹਾਲਾਤਾਂ ਵੱਚਿ ਤਬਦੀਲੀ
ਇਸਦਾ ਮਤਲਬ ਹੈ ਜਦੋਂ ਪਹਲਿਾਂ ਦੇ ਅਦਾਲਤੀ ਹੁਕਮ ਜਾਂ ਸਮਝੌਤੇ ਤੋਂ ਬਾਅਦ ਨਵੇਂ ਹਾਲਾਤ ਪੈਦਾ ਹੋਣ, ਜੋ ਕੇਸ ਨੂੰ ਦੁਬਾਰਾ ਦੇਖਣ ਦੀ ਲੋੜ ਪੈਦਾ ਕਰਦੇ ਹਨ।

हिंदी: परस्थितियों में परविर्तन
इसका मतलब है जब पहले के न्यायालयी आदेश या समझौते के बाद नई परस्थितियाँ उत्पन्न हों, जो मामले को दोबारा देखने की आवश्यकता पैदा करती हैं।

CHANGE OF VENUE

Definition: The legal process of transferring a case from one court or jurisdiction to another, usually because of concerns about fairness, convenience, or proper jurisdiction; in family law, a change of venue may be requested if the child now resides in a different county or state, or if all parties have moved.

Explanation: When a case is moved from one court location to another for fairness or convenience.

Example: The mother requested a change of venue for the custody case after both parents relocated to another county.

ਪੰਜਾਬੀ: ਅਦਾਲਤ ਦੀ ਜਗ੍ਹਾ ਬਦਲਣਾ
ਇਸਦਾ ਮਤਲਬ ਹੈ ਜਦੋਂ ਕਸਿ ਕੇਸ ਦੀ ਸੁਣਵਾਈ ਇੱਕ ਅਦਾਲਤ ਤੋਂ ਦੂਜੀ ਅਦਾਲਤ ਵੱਚਿ ਭੇਜੀ ਜਾਂਦੀ ਹੈ।

हदिी: अदालत का स्थान परवरि्तन
इसका मतलब है जब कसिी मामले की सुनवाई एक अदालत से दूसरी अदालत में भेजी जाती है।

CHILD ABDUCTION PREVENTION ORDER

Definition: Court orders designed to reduce the risk that a parent will wrongfully remove or hide a child.

Explanation: Rules to prevent a parent from taking or hiding the child.

Example: The order required surrender of the child's passport as prevention.

ਪੰਜਾਬੀ: ਬੱਚੇ ਦੇ ਅਪਹਰਨ ਨੂੰ ਰੋਕਣ ਦਾ ਆਦੇਸ਼
ਇਸਦਾ ਮਤਲਬ ਹੈ ਅਦਾਲਤ ਦੁਆਰਾ ਜਾਰੀ ਕੀਤਾ ਗਆਿ ਹੁਕਮ ਜੋ ਬੱਚੇ ਨੂੰ ਗੈਰਕਾਨੂੰਨੀ ਤਰੀਕੇ ਨਾਲ ਦੂਰ ਲਜਿਾਣ ਤੋਂ ਬਚਾਉਂਦਾ ਹੈ।

हदिी: बच्चे के अपहरण की रोकथाम का आदेश
इसका मतलब है अदालत द्वारा जारी कयिा गया आदेश जो बच्चे को गैरकानूनी तरीके से दूर ले जाने से बचाता है।

CHILD CUSTODY

Definition: The legal and physical rights and responsibilities to care for and make decisions for a child.

Explanation: Who the child lives with and who makes major decisions.

Example: They share joint legal custody but have different physical schedules.

ਪੰਜਾਬੀ: ਬੱਚੇ ਦੀ ਹਰਿਾਸਤ
ਇਸਦਾ ਮਤਲਬ ਹੈ ਅਦਾਲਤ ਦੁਆਰਾ ਕੀਤਾ ਗਆਿ ਨਰਿਣੇ ਕਿ ਬੱਚੇ ਦੀ ਦੇਖਭਾਲ, ਰਹਣਿ-ਸਹਣਿ ਅਤੇ ਪਰਵਰਸ਼ਿ ਦੀ ਜ਼ਿੰਮੇਵਾਰੀ ਕਸਿਦੇ ਹਵਾਲੇ ਹੋਵੇਗੀ।

हदिी: बच्चे की अभरिक्षा
इसका मतलब है अदालत द्वारा कयिा गया नरि्णय कि बच्चे की देखभाल, रहने और परवरशि की ज़म्मिेदारी कसिके पास होगी।

CHILD CUSTODY EVALUATION

Definition: An expert assessment of family circumstances to help the court decide custody and visitation.

Explanation: A professional studies the family and makes recommendations to the judge.

Example: The evaluator interviewed both parents and the child.

ਪੰਜਾਬੀ: ਬੱਚੇ ਦੀ ਹਰਿਾਸਤ ਮੁਲਾਂਕਣ
ਇਸਦਾ ਮਤਲਬ ਹੈ ਮਾਨਸਕਿ ਸਹਿਤ ਵਸਿ਼ੇਸ਼ੱਗ ਦੁਆਰਾ ਕੀਤੀ ਗਈ ਜਾਂਚ, ਜਸਿ ਨਾਲ ਅਦਾਲਤ ਨੂੰ ਇਹ ਫ਼ੈਸਲਾ ਕਰਨ ਵੱਿਚ ਮਦਦ ਮਲਿਦੀ ਹੈ ਕਿ ਬੱਚੇ ਲਈ ਕਹਿੜੀ ਹਰਿਾਸਤ ਸਭ ਤੋਂ ਵਧੀਆ ਹੈ।

हदिी: बच्चे की अभरिक्षा मूल्यांकन
इसका मतलब है मानसकि स्वास्थ्य वशिेषज्ञ द्वारा की गई जाँच, जसिसे अदालत को यह नर्िणय लेने में मदद मलिती है कि बच्चे के लिए कौन सी अभरिक्षा सबसे अच्छी है।

CHILD CUSTODY MEDIATION REPORT

Definition: A written report prepared by a mediator summarizing parents' discussions and recommendations about custody and visitation.

Explanation: The mediator's written summary of what was discussed about custody.

Example: The court reviewed the child custody mediation report before making a final decision.

ਪੰਜਾਬੀ: ਬੱਚੇ ਦੀ ਸੁਰੱਖਆਿ ਮੱਧਸਥਤਾ ਰਪਿੋਰਟ – ਮੱਧਸਥਤਾ ਕਰਨ ਵਾਲੇ ਦੁਆਰਾ ਤਆਿਰ ਕੀਤੀ ਗਈ ਲਖਿਤੀ ਰਪਿੋਰਟ। ਜਸਿ ਵੱਿਚ ਮਾਤਾ–ਪਤਿਾ ਦੀਆਂ ਚਰਚਾਵਾਂ ਅਤੇ ਹਫ਼ਾਜ਼ਤ ਅਤੇ ਮੁਲਾਕਾਤ ਬਾਰੇ ਸੁਝਾਵਾਂ ਦਾ ਸੰਖੇਪ ਦੱਿਤਾ ਜਾਂਦਾ ਹੈ।

हदिी: बाल अभरिक्षा मध्यस्थता रपिोर्ट – मध्यस्थ द्वारा तैयार की गई लखिति रपिोर्ट। जसिमें माता–पिता की चर्चाओं और अभरिक्षा एवं भेंट के बारे में सफिारशिों का सारांश होता है।

CHILD DEVELOPMENT ASSESSMENT

Definition: An evaluation of a child's physical, emotional, social, and educational progress, often ordered in custody or dependency cases.

Explanation: An evaluation to see how a child is growing and developing.

Example: The judge ordered a child development assessment to help decide custody.

ਪੰਜਾਬੀ: ਬੱਚੇ ਦੀ ਵਕਿਾਸ ਮੁਲਾਂਕਣ – ਬੱਚੇ ਦੀ ਸਰੀਰਕ, ਭਾਵਨਾਤਮਕ ਅਤੇ ਸੱਖਿਆਿਈ ਉੱਨਤੀ ਦੀ ਜਾਂਚ।

हदिी: बाल वकिास मूल्यांकन – बच्चे की शारीरकि, भावनात्मक और शैक्षकि प्रगतकिा परीक्षण।

CHILD ENDANGERMENT

Definition: Putting a child's health, safety, or welfare at risk through neglect, abuse, or exposing the child to dangerous conditions.

Explanation: When an adult puts a child in danger by neglect or abuse.

Example: He was arrested for child endangerment after leaving his toddler alone in the car.

ਪੰਜਾਬੀ: ਬੱਚੇ ਨੂੰ ਖਤਰੇ ਵੱਿਚ ਪਾਉਣਾ – ਲਾਪਰਵਾਹੀ ਜਾਂ ਦੁਰਵ੍ਵਿਹਾਰ ਰਾਹੀ ਬੱਚੇ ਦੀ ਸੁਰੱਖਆਿ ਨੂੰ ਖਤਰੇ ਵੱਿਚ ਪਾਉਣਾ।

हदिी: बाल संकट में डालना – लापरवाही या दुरुपयोग से बच्चे की सुरक्षा को खतरे में डालना।

CHILD EXCHANGE PROGRAM (NEUTRAL SITE)

Definition: A supervised service or designated safe location where parents exchange their child for visitation to reduce conflict or risk of harm.

Explanation: A safe place where parents switch custody of the child.

Example: The parents used a child exchange program at a neutral site to avoid direct conflict.

ਪੰਜਾਬੀ: ਬੱਚਾ ਅਦਲਾ-ਬਦਲੀ ਪ੍ਰੋਗਰਾਮ (ਤਟਸਥ ਸਥਾਨ) – ਇੱਕ ਸੁਰੱਖਅਿਤ ਜਗ੍ਹਾ ਜੱਿਥੇ ਮਾਤਾ-ਪਤਾ ਬੱਚੇ ਨੂੰ ਸੌਂਪਣ ਜਾਂ ਮਲਿਣ ਲਈ ਮਲਿਦੇ ਹਨ।

हदिी: बाल आदान-प्रदान कार्यक्रम (नषि्पक्ष स्थान) – एक सुरक्षति जगह जहाँ माता-पिता बच्चे को सौंपने या मलिने के लिए मलिते हैं।

CHILD MAINTENANCE (ALTERNATE TERM FOR SUPPORT)

Definition: Payments made by one parent to contribute to the child's living expenses and needs; another term for child support.

Explanation: Money a parent pays to help support the child's needs.

Example: The father was ordered to pay child maintenance until the child turned 18.

ਪੰਜਾਬੀ: ਬੱਚੇ ਦੀ ਦੇਖਭਾਲ ਰਕਮ – ਮਾਤਾ ਜਾਂ ਪਿਤਾ ਦੁਆਰਾ ਬੱਚੇ ਦੇ ਖਰਚੇ ਪੂਰੇ ਕਰਨ ਲਈ ਦੱਿਤੀ ਜਾਣ ਵਾਲੀ ਭੁਗਤਾਨ।

हिंदी: बाल भरण-पोषण – माता या पिता द्वारा बच्चे के खर्च पूरे करने के लिए दी जाने वाली भुगतान।

CHILD NEGLECT

Definition: Failure of a parent or caregiver to provide proper care, supervision, or essential needs of a child.

Explanation: When a parent doesn't give a child food, shelter, or care.

Example: The agency investigated allegations of child neglect.

ਪੰਜਾਬੀ: ਬੱਚੇ ਦੀ ਉਪੇਖਾ
ਇਸਦਾ ਮਤਲਬ ਹੈ ਜਦੋਂ ਮਾਤਾ-ਪਿਤਾ ਜਾਂ ਸੰਭਾਲ ਕਰਨ ਵਾਲਾ ਬੱਚੇ ਦੀਆਂ ਮੁੱਖ ਲੋੜਾਂ ਜਵਿੇਂ ਖਾਣਾ, ਕੱਪੜੇ, ਸੱਿਖਿਆ ਜਾਂ ਦਵਾਈਆਂ ਪੂਰੀਆਂ ਨਹੀ ਕਰਦਾ।

हिंदी: बच्चे की उपेक्षा
इसका मतलब है जब माता-पिता या देखभाल करने वाला बच्चे की मूल ज़रूरतें जैसे खाना, कपड़े, शकि्षा या दवाइयाँ पूरी नहीं करता।

CHILD PROTECTIVE SERVICES (CPS)

Definition: A government agency that investigates reports of child abuse or neglect and protects children.

Explanation: The agency that looks into child abuse and keeps children safe.

Example: CPS opened an investigation after the hotline call.

ਪੰਜਾਬੀ: ਬੱਚਾ ਸੁਰੱਖਿਆ ਸੇਵਾਵਾਂ (CPS)

ਇਸਦਾ ਮਤਲਬ ਹੈ ਸਰਕਾਰੀ ਏਜੰਸੀ ਜੋ ਬੱਚਿਆਂ ਨੂੰ ਉਪੇਖਾ, ਦੁਰਵਵਿਹਾਰ ਜਾਂ ਖ਼ਤਰੇ ਤੋਂ ਬਚਾਉਣ ਲਈ ਕੰਮ ਕਰਦੀ ਹੈ।

हिंदी: बाल संरक्षण सेवाएँ (CPS)
इसका मतलब है सरकारी संस्था जो बच्चों को उपेक्षा, दुर्व्यवहार या खतरे से बचाने के लिए काम करती है।

CHILD PROTECTION ORDER

Definition: A court order that protects a child from abuse, neglect, or exposure to domestic violence by limiting or restricting contact with the alleged abuser.

Explanation: A court order to keep a child safe from harm or abuse.

Example: The court issued a child protection order after evidence of neglect was found.

ਪੰਜਾਬੀ: ਬੱਚੇ ਦੀ ਸੁਰੱਖਿਆ ਹੁਕਮ – ਬੱਚੇ ਨੂੰ ਦੁਰਵਵਿਹਾਰ ਜਾਂ ਹਿੰਸਾ ਤੋਂ ਬਚਾਉਣ ਲਈ ਅਦਾਲਤ ਦੁਆਰਾ ਜਾਰੀ ਹੁਕਮ।

हिंदी: बाल संरक्षण आदेश – बच्चे को दुरुपयोग या हिंसा से बचाने के लिए अदालत द्वारा जारी आदेश।

CHILD SUPPORT

Definition: Court-ordered payments for a child's living expenses, typically made by the noncustodial parent.

Explanation: Money to help pay for a child's needs.

Example: The guideline child support amount was ordered.

ਪੰਜਾਬੀ: ਬੱਚੇ ਦੀ ਭਰਣ-ਪੋਸ਼ਣ ਰਕਮ
ਇਸਦਾ ਮਤਲਬ ਹੈ ਅਦਾਲਤ ਦੁਆਰਾ ਗੈਰ-ਹਫ਼ਾਜ਼ਤੀ ਮਾਤਾ-ਪਿਤਾ ਨੂੰ ਹੁਕਮ ਦਿੱਤਾ ਜਾਂਦਾ ਹੈ ਕਿ ਉਹ ਬੱਚੇ ਦੀ ਪਰਵਰਿਸ਼ ਲਈ ਦੂਜੇ ਮਾਤਾ-ਪਿਤਾ ਨੂੰ ਵਿੱਤੀ ਸਹਾਇਤਾ ਦੇਵੇ।

हिंदी: बच्चे का भरण-पोषण
इसका मतलब है अदालत द्वारा गैर-हिरासत माता-पिता को आदेश दिया जाता है कि वह बच्चे की परवरिश के लिए दूसरे माता-पिता को आर्थिक सहायता दे।

CHILD SUPPORT ADD-ONS

Definition: Additional child-related costs such as childcare, uninsured medical expenses, or educational costs that parents share.

Explanation: Extra costs for the child that parents split.

Example: They split childcare and uninsured medical expenses as add-ons.

ਪੰਜਾਬੀ: ਬੱਚੇ ਦੀ ਭਰਣ-ਪੋਸ਼ਣ ਵਾਧੂ ਰਕਮ
ਇਸਦਾ ਮਤਲਬ ਹੈ ਆਮ ਭਰਣ-ਪੋਸ਼ਣ ਤੋਂ ਇਲਾਵਾ ਬੱਚੇ ਦੀਆਂ ਖ਼ਾਸ ਲੋੜਾਂ ਲਈ ਦਿੱਤੇ ਜਾਣ ਵਾਲੇ ਵਾਧੂ ਖਰਚੇ, ਜਿਵੇਂ ਮੈਡੀਕਲ, ਸਿੱਖਿਆ ਜਾਂ ਗਤੀਵਿਧੀਆਂ।

हिंदी: बच्चे के भरण-पोषण की अतिरिक्त राशि
इसका मतलब है सामान्य भरण-पोषण के अलावा बच्चे की विशेष ज़रूरतों के लिए दिए जाने वाले अतिरिक्त खर्चे, जैसे चिकित्सीय, शिक्षा या गतिविधियाँ।

CHILD SUPPORT GUIDELINE

Definition: The formula set by law to calculate a presumptively correct child support amount.

Explanation: A legal formula the judge uses to set support.

Example: The court applied the guideline to compute support.

ਪੰਜਾਬੀ: ਬੱਚੇ ਦੀ ਭਰਣ-ਪੋਸ਼ਣ ਦਿਸ਼ਾ-ਨਿਰਦੇਸ਼
ਇਸਦਾ ਮਤਲਬ ਹੈ ਕਾਨੂੰਨੀ ਨਿਯਮ ਜਿਨ੍ਹਾਂ ਦੇ ਆਧਾਰ 'ਤੇ ਅਦਾਲਤ ਇਹ ਤੈਅ ਕਰਦੀ ਹੈ ਕਿ ਬੱਚੇ ਦੀ ਭਰਣ-ਪੋਸ਼ਣ ਰਕਮ ਕਿੰਨੀ ਹੋਵੇਗੀ।

हिंदी: बच्चे के भरण-पोषण के दिशा-निर्देश
इसका मतलब है कानूनी नियम जिनके आधार पर अदालत यह तय करती है कि बच्चे के भरण-पोषण की राशि कितनी होगी।

CHILD SUPPORT GUIDELINES DEVIATION

Definition: A court-approved change from standard child support guidelines due to special circumstances such as medical or educational needs.

Explanation: Changing the normal child support amount because of special needs.

Example: The court allowed a deviation due to the child's high medical expenses.

ਪੰਜਾਬੀ: ਬੱਚੇ ਦੀ ਸਹਾਇਤਾ ਨਯਿਮਾਂ ਤੋਂ ਹਟਾਉ – ਖ਼ਾਸ ਹਾਲਾਤਾਂ ਕਾਰਨ ਭੁਗਤਾਨ ਦੀ ਰਕਮ ਬਦਲਣਾ।

हदिी: बाल भरण-पोषण दशिानरि्देश वचिलन – वशिेष परसि्थतियिों के कारण भुगतान की राशि बदलना।

CIRCUMSTANTIAL EVIDENCE

Definition: Indirect evidence that does not directly prove a fact but allows a judge to infer its existence from related facts or circumstances; in family law, circumstantial evidence may be used to show neglect, abuse, or unfitness when direct proof is unavailable.

Explanation: Proof that suggests something happened based on related facts, not direct observation.

Example: The judge considered circumstantial evidence of the father's alcohol use, such as empty bottles found in the home, when ruling on custody.

ਪੰਜਾਬੀ: ਪਰਸਿਥਤਿੀਜਨਕ ਸਬੂਤ
ਇਸਦਾ ਮਤਲਬ ਹੈ ਉਹ ਸਬੂਤ ਜੋ ਸੱਧਿਾ ਤੱਥ ਸਾਬਤ ਨਾ ਕਰੇ ਪਰ ਹਾਲਾਤਾਂ ਤੋਂ ਅੰਦਾਜ਼ਾ ਲਗਾ ਕੇ ਨਤੀਜੇ ‘ਤੇ ਪਹੁੰਚਣ ਵੱਚਿ ਮਦਦ ਕਰੇ।

हदिी: परसि्थतजिन्य साक्ष्य
इसका मतलब है वह साक्ष्य जो सीधे तथ्य को साबति नहीं करता लेकनि हालातों से अंदाज़ा लगाकर नष्किर्ष तक पहुँचने में मदद करता है।

CITATION

Definition: A written order or notice requiring a person to appear in court, or a reference to legal authority (such as case law or statute) in legal documents; in family law, citations are used both to compel attendance and to support legal arguments.

Explanation: Either a paper telling someone to go to court, or a reference to laws or cases in legal documents.

Example: The father received a citation to appear in court for failing to pay child support.

ਪੰਜਾਬੀ: ਨੋਟਸਿ / ਹਵਾਲਾ
ਇਸਦਾ ਮਤਲਬ ਹੈ ਅਦਾਲਤ ਵੱਲੋਂ ਦੱਿਤਾ ਗਿਆ ਅਧਕਿਾਰਕ ਨੋਟਸਿ ਜੋ ਕਸਿੇ ਨੂੰ ਹਾਜ਼ਰ ਹੋਣ ਲਈ ਕਹੰਿਦਾ ਹੈ, ਜਾਂ ਕਾਨੂੰਨ ਵੱਿਚ ਕਸਿੇ ਫ਼ੈਸਲੇ ਜਾਂ ਧਾਰਾ ਦਾ ਹਵਾਲਾ।

हदिी: नोटसि / उद्धरण
इसका मतलब है अदालत द्वारा दयिा गया आधकिारकि नोटसि जो कसिी को उपस्थति होने के लएि कहता है, या कानून में कसिी नरि्णय या धारा का उल्लेख।

CITE

Definition: To formally reference or quote a statute, regulation, case law, or other authority to support a legal argument; in family law, attorneys cite statutes or prior decisions to show how the law applies to custody, support, or divorce cases.

Explanation: To point to a law or past case in order to support an argument in court.

Example: The mother's attorney cited case law to argue that relocation should be denied because it was not in the child's best interests.

ਪੰਜਾਬੀ: ਹਵਾਲਾ ਦੇਣਾ
ਇਸਦਾ ਮਤਲਬ ਹੈ ਕਸਿੇ ਕਾਨੂੰਨ, ਫ਼ੈਸਲੇ ਜਾਂ ਦਸਤਾਵੇਜ਼ ਨੂੰ ਸਬੂਤ ਜਾਂ ਉਦਾਹਰਨ ਵਜੋਂ ਦਰਸਾਉਣਾ।

हदिी: उद्धृत करना
इसका मतलब है कसिी क़ानून, नरि्णय या दस्तावेज़ को साक्ष्य या उदाहरण के रूप में प्रस्तुत करना।

CIVIL HARASSMENT RESTRAINING ORDER (CHRO)

Definition: A protective order for harassment by someone who is not a household or intimate partner, such as a neighbor.

Explanation: Court order to stop harassment by a non-family person.

Example: She filed a CHRO against her neighbor for threats.

ਪੰਜਾਬੀ: ਨਾਗਰਕਿ ਪਰੇਸ਼ਾਨੀ ਰੋਕ ਆਦੇਸ਼ (CHRO)
ਇਸਦਾ ਮਤਲਬ ਹੈ ਅਦਾਲਤ ਦੁਆਰਾ ਜਾਰੀ ਕੀਤਾ ਗਿਆ ਹੁਕਮ ਜੋ ਕਸਿੇ ਵਅਿਕਤੀ ਨੂੰ ਦੂਜੇ ਨੂੰ ਧਮਕਾਉਣ, ਤੰਗ ਕਰਨ ਜਾਂ ਪਰੇਸ਼ਾਨ ਕਰਨ ਤੋਂ ਰੋਕਦਾ ਹੈ।

हदिी: नागरकि उत्पीड़न नरिोधक आदेश (CHRO)

इसका मतलब है अदालत द्वारा जारी किया गया आदेश जो किसी व्यक्ति को दूसरे को धमकाने, परेशान करने या उत्पीड़ित करने से रोकता है।

CLAIM

Definition: A demand for relief, right, or remedy asserted in court by one party against another; in family law, claims may involve requests for custody, visitation, child support, spousal support, or division of property.

Explanation: A legal request asking the court to decide or grant something in a case.

Example: The mother filed a claim for increased child support based on the father's higher income.

ਪੰਜਾਬੀ: ਦਾਅਵਾ
ਇਸਦਾ ਮਤਲਬ ਹੈ ਅਦਾਲਤ ਵਿੱਚ ਕਿਸੇ ਹੱਕ, ਪੈਸੇ ਜਾਂ ਇਨਸਾਫ਼ ਲਈ ਕੀਤੀ ਗਈ ਬੇਨਤੀ।

हिंदी: दावा
इसका मतलब है अदालत में किसी अधिकार, पैसे या न्याय के लिए किया गया निवेदन।

CLAIMANT

Definition: The person who asserts a claim in court and seeks relief or enforcement of rights; in family law, a claimant may be a parent requesting custody, support, or enforcement of an order.

Explanation: The person who brings a request to the court asking for something.

Example: The claimant asked the court to enforce the custody order after repeated violations.

ਪੰਜਾਬੀ: ਦਾਅਵੇਦਾਰ
ਇਸਦਾ ਮਤਲਬ ਹੈ ਉਹ ਵਿਅਕਤੀ ਜੋ ਅਦਾਲਤ ਵਿੱਚ ਹੱਕ, ਪੈਸੇ ਜਾਂ ਇਨਸਾਫ਼ ਲਈ ਦਾਅਵਾ ਕਰਦਾ ਹੈ।

हिंदी: दावेदार
इसका मतलब है वह व्यक्ति जो अदालत में अधिकार, पैसे या न्याय के लिए दावा करता है।

CLEAR AND CONVINCING EVIDENCE

Definition: A heightened standard of proof in which the evidence must show that a fact is highly probable and reasonably certain; in family law, this standard is often required in cases such as termination of parental rights, adoption, or findings of domestic violence.

Explanation: Stronger proof than "more likely than not" but less than "beyond a reasonable doubt."

Example: The judge required clear and convincing evidence before terminating the father's parental rights.

ਪੰਜਾਬੀ: ਸਪਸ਼ਟ ਅਤੇ ਯਕੀਨੀ ਸਬੂਤ
ਇਸਦਾ ਮਤਲਬ ਹੈ ਅਜਿਹਾ ਮਜ਼ਬੂਤ ਸਬੂਤ ਜੋ ਜੱਜ ਜਾਂ ਅਦਾਲਤ ਨੂੰ ਇਹ ਯਕੀਨ ਦਵਿਾਏ ਕਿ ਦਾਅਵਾ ਬਹੁਤ ਸੰਭਾਵਨਾ ਨਾਲ ਸੱਚ ਹੈ।

हिंदी: स्पष्ट और ठोस साक्ष्य
इसका मतलब है ऐसा मज़बूत साक्ष्य जो न्यायाधीश या अदालत को यह वशि्वास दलिाए क दिावा बहुत अधकि संभावना से सच है।

CLERK OF THE SUPERIOR COURT

Definition: An officer of the court responsible for maintaining records, managing filings, and issuing certified copies of documents; in family law, the clerk of the superior court receives petitions, processes orders, and provides official copies of judgments.

Explanation: The court official who handles filings, records, and official copies of documents.

Example: The clerk of the superior court filed the divorce petition and issued the case number.

ਪੰਜਾਬੀ: ਉੱਚ ਅਦਾਲਤ ਦਾ ਲਪਿਕਿ
ਇਸਦਾ ਮਤਲਬ ਹੈ ਉਹ ਅਧਕਿਾਰੀ ਜੋ ਅਦਾਲਤ ਦੇ ਸਾਰੇ ਰਕਿਾਰਡ ਸੰਭਾਲਦਾ ਹੈ ਅਤੇ ਦਸਤਾਵੇਜ਼ਾਂ ਦੀ ਕਾਰਵਾਈ ਕਰਦਾ ਹੈ।

हिंदी: उच्च न्यायालय का क्लर्क
इसका मतलब है वह अधकिारी जो अदालत के सभी अभलिेख रखता है और दस्तावेज़ों की प्रक्रयिा करता है।

CLERK'S OFFICE

Definition: The administrative office of the court where clerks manage case records, filings, and public access to court documents; in family law, parties go to the clerk's office to file petitions, motions, or obtain certified documents.

Explanation: The office in the courthouse where paperwork is filed and records are kept.

Example: The mother went to the clerk's office to file her motion to modify custody.

ਪੰਜਾਬੀ: ਕਲਰਕ ਦਾ ਦਫ਼ਤਰ – ਅਦਾਲਤ ਦਾ ਪ੍ਰਸ਼ਾਸਨਕਿ ਦਫ਼ਤਰ ਜੋ ਕੇਸਾਂ ਦੀਆਂ ਫਾਈਲਾਂ ਸੰਭਾਲਦਾ ਹੈ, ਕਾਨੂੰਨੀ ਦਸਤਾਵੇਜ਼ਾਂ ਦੀ ਕਾਰਵਾਈ ਕਰਦਾ ਹੈ, ਫੀਸ ਇਕੱਠੀ ਕਰਦਾ ਹੈ ਅਤੇ ਜਨਤਾ ਦੀ ਮਦਦ ਕਰਦਾ ਹੈ।

हिंदी: क्लर्क का कार्यालय – अदालत का प्रशासनकि कार्यालय जो मामलों की फ़ाइलें रखता है, कानूनी दस्तावेज़ों की प्रक्रयिा करता है, शुल्क एकत्र करता है और जनता की मदद करता है।

CLETS ENTRY

Definition: The process of entering a restraining order into the California Law Enforcement Telecommunications System so police can enforce it.

Explanation: Putting the restraining order into the police database for enforcement.

Example: The clerk ensured the DVRO was entered into CLETS.

ਪੰਜਾਬੀ: CLETS ਦਾਖ਼ਲਾ
ਇਸਦਾ ਮਤਲਬ ਹੈ ਕੈਲੀਫ਼ੋਰਨੀਆ ਕਾਨੂੰਨ ਲਾਗੂ ਕਰਨ ਵਾਲੇ ਟੈਲੀਕਮਿਊਨੀਕੇਸ਼ਨ ਸਸਿਟਮ (CLETS) ਵੱਚਿ ਜਾਣਕਾਰੀ ਦਰਜ ਕਰਨਾ, ਜਵਿੇਂ ਰੋਕ ਆਦੇਸ਼ ਜਾਂ ਅਪਰਾਧਕ ਰਕਿਾਰਡ।

हिंदी: CLETS प्रवष्टि
इसका मतलब है कैलफ़ोर्नयिा क़ानून प्रवर्तन दूरसंचार प्रणाली (CLETS) में जानकारी दर्ज करना, जैसे नषिेधाज्ञा या आपराधकि अभलिेख।

CLOSING ARGUMENT

Definition: The final statement made by each party's attorney (or by a self-represented litigant) at the end of a hearing or trial, summarizing the evidence and explaining how the law supports their position; in family law, closing arguments emphasize factors such as the best interests of the child, financial fairness, or safety concerns.

Explanation: The last chance for lawyers or parties to tell the judge why the decision should be in their favor, based on the evidence.

Example: In her closing argument, the mother's attorney stressed that joint custody was not in the child's best interests due to the father's history of domestic violence.

ਪੰਜਾਬੀ: ਅੰਤਮਿ ਦਲੀਲ
ਇਸਦਾ ਮਤਲਬ ਹੈ ਕੇਸ ਦੇ ਅੰਤ ਵੱਚਿ ਵਕੀਲ ਦੁਆਰਾ ਜੱਜ ਜਾਂ ਜੂਰੀ ਅੱਗੇ ਆਪਣੀ ਪੱਖ ਵੱਚਿ ਕੀਤੀ ਜਾਣ ਵਾਲੀ ਆਖ਼ਰੀ ਪੇਸ਼ਕਸ਼।

हिंदी: अंतमि दलील
इसका मतलब है मुकदमे के अंत में वकील द्वारा न्यायाधीश या जूरी के सामने अपने पक्ष में की जाने वाली अंतमि प्रस्तुति।

COHABITATION

Definition: Living together in a romantic relationship without being married; may affect support orders.

Explanation: Unmarried partners living together, which can change support.

Example: The court considered cohabitation when reviewing spousal support.

ਪੰਜਾਬੀ: ਇਕੱਠੇ ਰਹਣਿਾ
ਇਸਦਾ ਮਤਲਬ ਹੈ ਜਦੋਂ ਦੋ ਵਅਿਕਤੀ ਵਆਿਹ ਕੀਤੇ ਬਨਿਾ ਇਕੱਠੇ ਰਹਦਿੇ ਹਨ ਜਵਿੇਂ ਪਤੀ-ਪਤਨੀ।

हिंदी: सहवास
इसका मतलब है जब दो व्यक्ति बिना विवाह किए पति-पत्नी की तरह साथ रहते हैं।

COHABITATION AGREEMENT

Definition: A written contract between unmarried partners living together that sets out their rights and responsibilities, similar to a marital contract.

Explanation: A contract between unmarried partners about their shared responsibilities.

Example: They signed a cohabitation agreement to clarify financial duties while living together.

ਪੰਜਾਬੀ: ਸਾਥ ਰਹਣਿ ਸਮਝੌਤਾ – ਗੈਰ-ਵਆਿਹੇ ਸਾਥੀਆਂ ਵਚਿਕਾਰ ਲਖਿਤੀ ਸਮਝੌਤਾ ਜੋ ਹੱਕਾਂ ਅਤੇ ਜ਼ਮੀਵਾਰੀਆਂ ਨੂੰ ਦਰਸਾਉਂਦਾ ਹੈ।

हदिी: सहवास समझौता – अववािहति साथयिों के बीच लखिति समझौता जो अधकिारों और जम्मिेदारयिों को दर्शाता है।

COLLABORATIVE DIVORCE

Definition: A divorce process where both spouses and their lawyers work together cooperatively to resolve disputes without trial.

Explanation: A divorce where both sides agree to work together instead of going to trial.

Example: They chose collaborative divorce to avoid a stressful courtroom battle.

ਪੰਜਾਬੀ: ਸਹਯੋਗੀ ਤਲਾਕ – ਤਲਾਕ ਦੀ ਪ੍ਰਕਰਿਆਿ ਜਸਿ ਵੱਚਿ ਦੋਵੇਂ ਪੱਖ ਬਨਿਾਂ ਅਦਾਲਤੀ ਕਾਰਵਾਈ ਦੇ ਸਹਮਿਤੀ ਨਾਲ ਮਾਮਲੇ ਸੁਲਝਾਉਂਦੇ ਹਨ।

हदिी: सहयोगी तलाक – तलाक की प्रकर्यिा जसिमें दोनों पक्ष बनिा अदालत में लड़े सहमत सि मामले सुलझाते हैं।

COLLABORATIVE LAW

Definition: A process where parties and their lawyers agree to resolve family disputes cooperatively without litigation.

Explanation: Everyone works together with lawyers to settle without going to trial.

Example: They used collaborative law to resolve property and custody issues.

ਪੰਜਾਬੀ: ਇਕੱਠੇ ਰਹਣਿਾ

ਇਸਦਾ ਮਤਲਬ ਹੈ ਜਦੋਂ ਦੋ ਵਅਿਕਤੀ ਵਆਿਹ ਤੋਂ ਬਨਿਾ ਪਤੀ-ਪਤਨੀ ਵਾਂਗ ਇਕੱਠੇ

ਰਹਿੰਦੇ ਹਨ।

हिंदी: सहवास
इसका मतलब है जब दो व्यक्ति बिना विवाह के पति-पत्नी की तरह साथ रहते हैं।

COLLATERAL ATTACK

Definition: A legal challenge to a judgment made in a separate proceeding rather than through a direct appeal; in family law, a collateral attack may occur when a party questions the validity of a custody order, adoption decree, or support judgment in a different case or jurisdiction.

Explanation: Challenging a past court decision in a different case instead of appealing it directly.

Example: The father attempted a collateral attack on the adoption decree by claiming the court lacked jurisdiction years earlier.

ਪੰਜਾਬੀ: ਅਪਰੋਖ ਚੁਣੌਤੀ
ਇਸਦਾ ਮਤਲਬ ਹੈ ਜਦੋਂ ਕਿਸੇ ਅਦਾਲਤੀ ਫ਼ੈਸਲੇ ਨੂੰ ਉਸੇ ਕੇਸ ਵਿੱਚ ਸਿੱਧੇ ਤੌਰ 'ਤੇ ਨਹੀਂ, ਬਲਕਿ ਕਿਸੇ ਹੋਰ ਕਾਰਵਾਈ ਰਾਹੀਂ ਚੁਣੌਤੀ ਦਿੱਤੀ ਜਾਂਦੀ ਹੈ।

हिंदी: परोक्ष चुनौती
इसका मतलब है जब किसी न्यायालय के निर्णय को उसी मामले में सीधे तौर पर नहीं, बल्कि किसी अन्य कार्यवाही के माध्यम से चुनौती दी जाती है।

COLLATERAL REVIEW

Definition: A judicial examination of the validity of a prior judgment or decision in a new proceeding, often to assess whether the earlier case complied with constitutional or jurisdictional requirements; in family law, this may apply to reviewing older custody or support orders.

Explanation: When a court looks at a past judgment in a new case to check if it was legally valid.

Example: The appellate court conducted a collateral review of the dependency order after claims of due process violations.

ਪੰਜਾਬੀ: ਅਪਰੋਖ ਸਮੀਖਿਆ

ਇਸਦਾ ਮਤਲਬ ਹੈ ਜਦੋਂ ਕਿਸੇ ਅਦਾਲਤੀ ਫ਼ੈਸਲੇ ਦੀ ਸਮੀਖਿਆ ਕਿਸੇ ਹੋਰ ਕਾਰਵਾਈ ਜਾਂ ਪ੍ਰਕਿਰਿਆ ਰਾਹੀ ਕੀਤੀ ਜਾਂਦੀ ਹੈ, ਨਾ ਕਿ ਸਿੱਧੀ ਅਪੀਲ ਰਾਹੀ।

हिंदी: परोक्ष समीक्षा
इसका मतलब है जब किसी न्यायालय के निर्णय की समीक्षा किसी अन्य कार्यवाही या प्रक्रिया के माध्यम से की जाती है, न कि सीधे अपील के द्वारा।

COMMINGLING

Definition: The mixing of separate property with marital or community property in such a way that the separate property loses its distinct identity; in family law, commingling may occur when inherited money is deposited into a joint account or when personal funds are used for marital expenses.

Explanation: Combining personal property with shared marital property so that ownership becomes unclear.

Example: The wife's inheritance was considered community property after commingling with joint funds in the family bank account.

ਪੰਜਾਬੀ: ਮਿਲਾਉਣਾ
ਇਸਦਾ ਮਤਲਬ ਹੈ ਵੱਖ-ਵੱਖ ਸੰਪਤੀਆਂ ਜਾਂ ਪੈਸੇ ਨੂੰ ਇਕੱਠੇ ਕਰ ਦੇਣਾ, ਜਿਵੇਂ ਨਿੱਜੀ ਅਤੇ ਸਾਂਝੀ ਸੰਪਤੀ ਨੂੰ ਮਿਲਾ ਦੇਣਾ।

हिंदी: मिश्रण
इसका मतलब है अलग-अलग संपत्तियों या पैसों को एक साथ मिला देना, जैसे व्यक्तिगत और साझा संपत्ति को मिला देना।

COMMUNITY DEBTS

Definition: Financial obligations incurred during the marriage that are considered the joint responsibility of both spouses, regardless of which spouse incurred them, under community property law.

Explanation: Debts taken on during marriage that both spouses are responsible for.

Example: The court divided the couple's credit card balances as community debts in the divorce decree.

ਪੰਜਾਬੀ: ਸਾਂਝੇ ਕਰਜ਼ੇ

ਇਸਦਾ ਮਤਲਬ ਹੈ ਵਿਆਹ ਦੌਰਾਨ ਪਤੀ-ਪਤਨੀ ਵੱਲੋਂ ਇਕੱਠੇ ਕੀਤੇ ਗਏ ਕਰਜ਼ੇ, ਜੋ ਦੋਨੋਂ 'ਤੇ ਬਰਾਬਰ ਲਾਗੂ ਹੁੰਦੇ ਹਨ।

हिंदी: सामुदायिक ऋण
इसका मतलब है विवाह के दौरान पति-पत्नी द्वारा लिए गए ऋण, जो दोनों पर समान रूप से लागू होते हैं।

COMMUNITY PROPERTY

Definition: Property acquired by spouses during marriage that is owned equally, unless an exception applies.

Explanation: Most things earned or bought during marriage belong to both spouses.

Example: The court divided community property equally.

ਪੰਜਾਬੀ: ਸਾਂਝੀ ਸੰਪਤੀ
ਇਸਦਾ ਮਤਲਬ ਹੈ ਵਿਆਹ ਦੌਰਾਨ ਪਤੀ-ਪਤਨੀ ਦੁਆਰਾ ਇਕੱਠੀ ਕੀਤੀ ਗਈ ਸੰਪਤੀ, ਜਿਸ 'ਤੇ ਦੋਨੋਂ ਦਾ ਬਰਾਬਰ ਹੱਕ ਹੁੰਦਾ ਹੈ।

हिंदी: सामुदायिक संपत्ति
इसका मतलब है विवाह के दौरान पति-पत्नी द्वारा अर्जित की गई संपत्ति, जिस पर दोनों का समान अधिकार होता है।

COMMUNITY PROPERTY WAIVER

Definition: An agreement in which one spouse voluntarily gives up rights to community property, often part of a marital settlement or contract.

Explanation: When one spouse agrees not to claim shared marital property.

Example: She signed a community property waiver as part of her divorce settlement.

ਪੰਜਾਬੀ: ਸਾਂਝੀ ਸੰਪਤੀ ਛੋਟ – ਵਿਆਹ ਸਮਝੌਤੇ ਜਾਂ ਤਲਾਕ ਸੈਟਲਮੈਂਟ ਵਿੱਚ ਸਾਂਝੀ ਸੰਪਤੀ ਦੇ ਹੱਕ ਛੱਡਣ ਦੀ ਸਹਿਮਤੀ।

हिंदी: सामुदायिक संपत्ति छूट – विवाह समझौते या तलाक निपटान में साझा संपत्ति के अधिकार छोड़ने की सहमति।

COMPETENT EVIDENCE

Definition: Evidence that is legally admissible and sufficient to prove a fact in court, meeting standards of relevance and reliability; in family law, competent evidence includes testimony, documents, or expert reports that the court can consider in custody, support, or divorce cases.

Explanation: Evidence the judge is allowed to accept and use to decide a case.

Example: The custody evaluator's report was admitted as competent evidence in the custody dispute.

ਪੰਜਾਬੀ: ਯੋਗ ਸਬੂਤ
ਇਸਦਾ ਮਤਲਬ ਹੈ ਉਹ ਸਬੂਤ ਜੋ ਕਾਨੂੰਨ ਅਨੁਸਾਰ ਅਦਾਲਤ ਵੱਿਚ ਮੰਨਣਯੋਗ ਅਤੇ ਭਰੋਸੇਯੋਗ ਹੋਵੇ।

हदिी: सक्षम साक्ष्य
इसका मतलब है वह साक्ष्य जो क़ानून के अनुसार अदालत में स्वीकार्य और भरोसेमंद हो।

COMPLAINANT

Definition: The person who initiates a legal complaint or petition seeking relief from the court; in family law, a complainant may request divorce, custody, support, or protective orders.

Explanation: The person who files a complaint or petition asking the court for help.

Example: The complainant filed for a restraining order to protect herself and her children from domestic violence.

ਪੰਜਾਬੀ: ਸ਼ਿਕਾਇਤਕਰਤਾ
ਇਸਦਾ ਮਤਲਬ ਹੈ ਉਹ ਵਅਿਕਤੀ ਜੋ ਅਦਾਲਤ ਜਾਂ ਅਧਕਿਾਰੀ ਕੋਲ ਸ਼ਿਕਾਇਤ ਕਰਦਾ ਹੈ।

हदिी: शकिायतकर्ता
इसका मतलब है वह व्यक्तजिो अदालत या अधकिारी के पास शकिायत करता है।

COMPLIANCE

Definition: The act of following or obeying a court order, rule, or legal requirement; in family law, compliance may involve paying support on time, following visitation schedules, or obeying restraining orders.

Explanation: Doing what the court has ordered.

Example: The father demonstrated compliance by making all child support payments on schedule.

ਪੰਜਾਬੀ: ਪਾਲਣਾ
ਇਸਦਾ ਮਤਲਬ ਹੈ ਅਦਾਲਤ ਦੇ ਹੁਕਮਾਂ ਜਾਂ ਕਾਨੂੰਨੀ ਨਿਯਮਾਂ ਦੀ ਪਾਬੰਦੀ ਨਾਲ ਪਾਲਣਾ ਕਰਨਾ।

हिंदी: अनुपालन
इसका मतलब है अदालत के आदेशों या कानूनी नियमों का पालन करना।

COMPLY

Definition: To act in accordance with or fulfill the requirements of a law, order, or regulation; in family law, a party must comply with custody schedules, support obligations, and protective orders.

Explanation: To follow what the court requires.

Example: The mother was warned to comply with the visitation schedule or face sanctions.

ਪੰਜਾਬੀ: ਪਾਲਣਾ ਕਰਨਾ
ਇਸਦਾ ਮਤਲਬ ਹੈ ਅਦਾਲਤ ਦੇ ਹੁਕਮਾਂ ਜਾਂ ਨਿਯਮਾਂ ਅਨੁਸਾਰ ਕੰਮ ਕਰਨਾ।

हिंदी: पालन करना
इसका मतलब है अदालत के आदेशों या नियमों के अनुसार कार्य करना।

COMPULSORY MEDIATION

Definition: A requirement by the court that parties attempt mediation before proceeding to trial in a family law case.

Explanation: The judge requires mediation before allowing trial to begin.

Example: The court ordered compulsory mediation before scheduling the custody hearing.

ਪੰਜਾਬੀ: ਲਾਜ਼ਮੀ ਮੱਧਸਥਤਾ – ਅਦਾਲਤ ਦੁਆਰਾ ਲਗਾਈ ਗਈ ਸ਼ਰਤ ਕਿ ਕੇਸ

ਟਰਾਇਲ ਤੋਂ ਪਹਿਲਾਂ ਮੱਧਸਥਤਾ ਹੋਵੇ।

हिंदी: अनिवार्य मध्यस्थता – अदालत द्वारा लगाई गई शर्त कि मुकदमे से पहले मध्यस्थता हो।

CONCERNING

Definition: A legal drafting term used to indicate that a statement, order, or document relates to a particular subject or party; in family law, it may appear in decrees or agreements referring to custody, support, or visitation issues.

Explanation: A formal way of saying “about” or “related to” in legal documents.

Example: The order included provisions concerning the child’s schooling and medical care.

ਪੰਜਾਬੀ: ਸਬੰਧੀ / ਬਾਰੇ
ਇਸਦਾ ਮਤਲਬ ਹੈ ਕਿਸੇ ਵਿਸ਼ੇ, ਵਿਅਕਤੀ ਜਾਂ ਗੱਲ ਨਾਲ ਜੁੜਿਆ ਹੋਇਆ।

हिंदी: संबंधित / बारे में
इसका मतलब है किसी विषय, व्यक्ति या बात से जुड़ा हुआ।

CONFIDENTIAL INFORMATION

Definition: Sensitive information that is protected from public disclosure, often by statute or court order; in family law, this includes addresses of abuse survivors, financial account numbers, or children’s medical records.

Explanation: Private information that must be kept secret and not shared publicly.

Example: The custody file contained confidential information such as the child’s therapy records.

ਪੰਜਾਬੀ: ਗੁਪਤ ਜਾਣਕਾਰੀ
ਇਸਦਾ ਮਤਲਬ ਹੈ ਅਜਿਹੀ ਜਾਣਕਾਰੀ ਜੋ ਸਿਰਫ਼ ਕੁਝ ਵਿਅਕਤੀਆਂ ਲਈ ਹੀ ਹੁੰਦੀ ਹੈ ਅਤੇ ਜਿਸਨੂੰ ਬਿਨਾ ਇਜਾਜ਼ਤ ਹੋਰਾਂ ਨਾਲ ਸਾਂਝਾ ਨਹੀ ਕੀਤਾ ਜਾ ਸਕਦਾ।

हिंदी: गोपनीय जानकारी
इसका मतलब है ऐसी जानकारी जो केवल कुछ व्यक्तियों के लिए होती है और जिसे बिना अनुमति दूसरों के साथ साझा नहीं किया जा सकता।

CONFIDENTIAL PERSONAL IDENTIFIER

Definition: A piece of personal data, such as Social Security numbers, driver's license numbers, or financial account numbers, that must be protected in legal filings; in family law, courts require redaction of such identifiers to protect privacy.

Explanation: Personal numbers or details that must be hidden in court papers to protect privacy.

Example: The court ordered parties to redact all confidential personal identifiers from financial records.

ਪੰਜਾਬੀ: ਗੁਪਤ ਨਿੱਜੀ ਪਹਚਿਾਣ ਨੰਬਰ
ਇਸਦਾ ਮਤਲਬ ਹੈ ਅਜਹਿਾ ਖ਼ਾਸ ਨੰਬਰ ਜਾਂ ਜਾਣਕਾਰੀ ਜੋ ਕਸਿੇ ਵਅਿਕਤੀ ਦੀ ਪਹਚਿਾਣ ਕਰਦੀ ਹੈ ਅਤੇ ਜਸਿਨੂੰ ਗੁਪਤ ਰੱਖਣਾ ਲਾਜ਼ਮੀ ਹੁੰਦਾ ਹੈ, ਜਵਿੇਂ ਸੋਸ਼ਲ ਸੁਰੱਖਆਿ ਨੰਬਰ।

हदिी: गोपनीय व्यक्तगित पहचान
इसका मतलब है ऐसा वशिेष नंबर या जानकारी जो कसिी व्यक्त‍ि की पहचान करती है और जसि‍े गुप्त रखना ज़रूरी होता है, जैसे सामाजकि सुरक्षा संख्या।

CONFLICT OF INTEREST

Definition: A situation where a person's professional or personal interests could improperly influence their judgment or responsibilities; in family law, conflicts of interest may arise with attorneys, guardians ad litem, or evaluators who have ties to one party.

Explanation: When someone involved in a case cannot be fair because of personal or professional connections.

Example: The attorney withdrew from representing the mother due to a conflict of interest with the father.

ਪੰਜਾਬੀ: ਹਤਿਾਂ ਦਾ ਟਕਰਾਅ
ਇਸਦਾ ਮਤਲਬ ਹੈ ਜਦੋਂ ਕਸਿੇ ਵਅਿਕਤੀ ਦੀ ਨਿੱਜੀ ਲਾਭ ਦੀ ਸਥതਿੀ ਉਸਦੇ ਪੇਸ਼ਾਵਰ ਫਰਜ਼ ਜਾਂ ਫੈਸਲੇ 'ਤੇ ਅਸਰ ਪਾਂਦੀ ਹੈ।

हदिी: हतिों का टकराव
इसका मतलब है जब कसिी व्यक्त‍ि की व्यक्तगित लाभ की स्थत‍ि उसके

पेशेवर कर्तव्य या निर्णय पर असर डालती है।

CONFORMED COPY

Definition: A copy of a filed document stamped to show it matches the document on file with the court.

Explanation: A stamped copy that proves it's the same as the court's version.

Example: She kept a conformed copy of the judgment for records.

ਪੰਜਾਬੀ: ਅਨੁਕੂਲ ਪ੍ਰਤੀ
ਇਸਦਾ ਮਤਲਬ ਹੈ ਅਜਿਹੀ ਨਕਲ ਜਿਸ 'ਤੇ ਕਲਰਕ ਵੱਲੋਂ ਇਹ ਦਰਜ ਕੀਤਾ ਗਿਆ ਹੋਵੇ ਕਿ ਇਹ ਅਸਲ ਦਸਤਾਵੇਜ਼ ਦੀ ਸਹੀ ਪ੍ਰਤੀ ਹੈ।

हिंदी: अनुरूप प्रति
इसका मतलब है ऐसी प्रति जिस पर लिपिक द्वारा यह दर्ज किया गया हो कि यह असली दस्तावेज़ की सही प्रति है।

CONTEMPT OF COURT

Definition: A finding that a person willfully disobeyed a court order, which can result in fines or jail.

Explanation: Breaking a court order on purpose.

Example: He was found in contempt for failing to pay support.

ਪੰਜਾਬੀ: ਅਦਾਲਤ ਦੀ ਅਣਦੇਖੀ
ਇਸਦਾ ਮਤਲਬ ਹੈ ਜਦੋਂ ਕੋਈ ਵਿਅਕਤੀ ਅਦਾਲਤ ਦੇ ਹੁਕਮਾਂ ਦੀ ਉਲੰਘਣਾ ਕਰਦਾ ਹੈ ਜਾਂ ਅਦਾਲਤ ਦਾ ਅਦਬ ਨਹੀਂ ਕਰਦਾ।

हिंदी: न्यायालय की अवमानना
इसका मतलब है जब कोई व्यक्ति अदालत के आदेशों का उल्लंघन करता है या अदालत का सम्मान नहीं करता।

CONSENT

Definition: Voluntary agreement or approval by a person with legal capacity to an action, order, or arrangement; in family law, consent may apply to parenting plans, adoption, medical treatment for children, or settlement agreements.

Explanation: When someone agrees to something willingly and legally.

Example: Both parents gave their consent to the child's relocation out of state.

ਪੰਜਾਬੀ: ਸਹਿਮਤੀ
ਕਿਸੇ ਕਾਰਵਾਈ, ਹੁਕਮ ਜਾਂ ਵਿਵਸਥਾ ਨਾਲ ਸਬੰਧਤ ਕਾਨੂੰਨੀ ਯੋਗਤਾ ਵਾਲੇ ਵਿਅਕਤੀ ਵੱਲੋਂ ਸੁਇੱਛਾ ਨਾਲ ਦਿੱਤੀ ਗਈ ਮਨਜ਼ੂਰੀ; ਪਰਿਵਾਰਕ ਕਾਨੂੰਨ ਵਿੱਚ, ਸਹਿਮਤੀ ਪੇਰੈਂਟਿੰਗ ਯੋਜਨਾਵਾਂ, ਗੋਦ ਲੈਣ, ਬੱਚਿਆਂ ਦੀ ਚਿਕਿਤਸਾ ਜਾਂ ਸੈਟਲਮੈਂਟ ਸਮਝੌਤਿਆਂ ਲਈ ਲਾਗੂ ਹੋ ਸਕਦੀ ਹੈ। ਜਦੋਂ ਕੋਈ ਵਿਅਕਤੀ ਕੁਝ ਕਰਨ ਲਈ ਇੱਛਾ ਅਤੇ ਕਾਨੂੰਨੀ ਤੌਰ 'ਤੇ ਸਹਿਮਤ ਹੁੰਦਾ ਹੈ।

हिंदी: सहमति
किसी क्रिया, आदेश या व्यवस्था के लिए कानूनी क्षमता वाले व्यक्ति द्वारा स्वेच्छा से दी गई मंजूरी; परिवार कानून में, सहमति पालन-पोषण योजनाओं, गोद लेने, बच्चों के लिए चिकित्सा उपचार या समझौता समझौतों पर लागू हो सकती है। जब कोई व्यक्ति किसी चीज़ के लिए अपनी इच्छा और कानूनी रूप से सहमत होता है।

CONSENT JUDGMENT

Definition: A court order that records and enforces an agreement reached voluntarily by the parties, making it legally binding as if decided by the judge; in family law, consent judgments often resolve custody, visitation, or support disputes.

Explanation: An agreement between parties that the judge approves and makes an official order.

Example: The parents reached a parenting plan, and the court entered it as a consent judgment.

ਪੰਜਾਬੀ: ਸਹਿਮਤੀ ਫ਼ੈਸਲਾ
ਇਸਦਾ ਮਤਲਬ ਹੈ ਅਦਾਲਤ ਦਾ ਉਹ ਫ਼ੈਸਲਾ ਜੋ ਪੱਖਾਂ ਦੀ ਆਪਸੀ ਸਹਿਮਤੀ ਨਾਲ ਕੀਤਾ ਜਾਂਦਾ ਹੈ।

हिंदी: सहमति निर्णय
इसका मतलब है अदालत का वह फैसला जो पक्षों की आपसी सहमति से किया जाता है।

CONSOLIDATED ACTION

Definition: The joining of two or more related legal cases into one proceeding to improve efficiency, avoid conflicting rulings, and reduce costs; in family law, cases involving the same parties—such as divorce and custody—may be consolidated.

Explanation: When the court combines related cases into one case.

Example: The divorce action and the custody petition were merged into a consolidated action.

ਪੰਜਾਬੀ: ਇਕੱਠੇ ਕੀਤੇ ਮਾਮਲੇ
ਇਸਦਾ ਮਤਲਬ ਹੈ ਜਦੋਂ ਦੋ ਜਾਂ ਵੱਧ ਵੱਖਰੇ ਕੇਸਾਂ ਨੂੰ ਅਦਾਲਤ ਇਕੱਠਾ ਕਰਕੇ ਇਕੱਠੇ ਸੁਣਦੀ ਹੈ ਕਉਿਂਕ ਿਉਹਨਾਂ ਦੇ ਮੁੱਦੇ ਮਲਿਦੇ ਹਨ।

हदिी: समेकति मामला
इसका मतलब है जब दो या अधकि अलग-अलग मामलों को अदालत एक साथ सुनती है क्योंक ि उनके मुद्दे मलिते-जुलते हैं।

CONTEMPT OF COURT

Definition: Willful disobedience of a court's order or showing disrespect to the authority of the court; in family law, contempt may arise from failing to pay support, violating visitation schedules, or ignoring restraining orders.

Explanation: When someone knowingly disobeys a judge's order or shows disrespect to the court.

Example: The father was found in contempt of court for refusing to pay child support as ordered.

ਪੰਜਾਬੀ: ਅਦਾਲਤ ਦੀ ਬੇਅਦਬੀ
ਇਸਦਾ ਮਤਲਬ ਹੈ ਜਦੋਂ ਕੋਈ ਵਅਿਕਤੀ ਜਾਣਬੁੱਝ ਕੇ ਅਦਾਲਤ ਦੇ ਹੁਕਮਾਂ ਦੀ ਉਲੰਘਣਾ ਕਰਦਾ ਹੈ ਜਾਂ ਅਦਾਲਤ ਦੀ ਇੱਜ਼ਤ ਨਹੀ ਕਰਦਾ।

हदिी: अदालत की अवमानना
इसका मतलब है जब कोई व्यक्ति जानबूझकर अदालत के आदेशों का उल्लंघन करता है या अदालत का सम्मान नहीं करता।

CONTEST

Definition: To formally challenge, oppose, or dispute a legal claim or proceeding; in family law, parties may contest divorce grounds, custody petitions, or support claims.

Explanation: To fight against or disagree with a claim in court.

Example: The mother decided to contest the father's request for sole custody.

ਪੰਜਾਬੀ: ਵਰਿੋਧ ਕਰਨਾ
ਇਸਦਾ ਮਤਲਬ ਹੈ ਅਦਾਲਤ ਵੱਿਚ ਕਸਿੇ ਦਾਅਵੇ, ਫ਼ੈਸਲੇ ਜਾਂ ਕਾਰਵਾਈ ਨਾਲ ਅਸਹਮਤੀ ਜ਼ਾਹਰ ਕਰਨੀ।

हदिी: वरिोध करना
इसका मतलब है अदालत में कसिी दावे, नरि्णय या कार्यवाही से असहमति व्यक्त करना।

CONTESTED DIVORCE

Definition: A divorce where the parties cannot agree on issues such as property, custody, or support.

Explanation: A divorce with disagreements that must be decided by the court.

Example: They went through a contested divorce involving custody disputes.

ਪੰਜਾਬੀ: ਵਰਿੋਧੀ ਤਲਾਕ
ਇਸਦਾ ਮਤਲਬ ਹੈ ਜਦੋਂ ਪਤੀ-ਪਤਨੀ ਤਲਾਕ ਦੇ ਮਾਮਲੇ ਵੱਿਚ ਸ਼ਰਤਾਂ ਜਾਂ ਮੁੱਦਿਆਂ 'ਤੇ ਸਹਮਤਿ ਨਹੀਂ ਹੁੰਦੇ ਅਤੇ ਕੇਸ ਅਦਾਲਤ ਵੱਿਚ ਸੁਣਿਆ ਜਾਂਦਾ ਹੈ।

हदिी: ववािदति तलाक
इसका मतलब है जब पत-िपत्नी तलाक के मामले में शर्तों या मुद्दों पर सहमत नहीं होते और मामला अदालत में सुना जाता है।

CONTINUANCE

Definition: A postponement of a court hearing to a later date.

Explanation: Moving a court date to another day.

Example: The judge granted a continuance to allow time for mediation.

ਪੰਜਾਬੀ: ਮਤਿੀ ਵਾਧਾ

ਇਸਦਾ ਮਤਲਬ ਹੈ ਅਦਾਲਤ ਦੁਆਰਾ ਕੇਸ ਦੀ ਸੁਣਵਾਈ ਨੂੰ ਅੱਗੇ ਲਈ ਟਾਲਣਾ ਜਾਂ ਨਵੀਂ ਤਾਰੀਖ਼ ਦੇਣਾ।

हिंदी: स्थगन
इसका मतलब है अदालत द्वारा मामले की सुनवाई को आगे के लिए टालना या नई तारीख़ देना।

CONTINUE A HEARING

Definition: A postponement of a scheduled court hearing to a later date, ordered by the judge for good cause such as lack of evidence, attorney conflicts, or the need for more preparation.

Explanation: When the judge delays a hearing to another day.

Example: The court agreed to continue the custody hearing so the evaluator's report could be completed.

ਪੰਜਾਬੀ: ਸੁਣਵਾਈ ਮੁਲਤਵੀ ਕਰਨੀ
ਇਸਦਾ ਮਤਲਬ ਹੈ ਅਦਾਲਤ ਵੱਲੋਂ ਨਿਰਧਾਰਤ ਸੁਣਵਾਈ ਦੀ ਤਾਰੀਖ਼ ਨੂੰ ਅੱਗੇ ਲਈ ਟਾਲਣਾ ਅਤੇ ਨਵੀਂ ਮਿਤੀ ਰੱਖਣਾ।

हिंदी: सुनवाई स्थगित करना
इसका मतलब है अदालत द्वारा निर्धारित सुनवाई की तारीख़ को आगे बढ़ाना और नई तारीख़ तय करना।

CO-PARENTING AGREEMENT

Definition: A written agreement between separated or divorced parents on how they will share responsibilities for raising their child.

Explanation: Parents' written plan on raising their child together after separation.

Example: Their co-parenting agreement included holiday schedules and healthcare decisions.

ਪੰਜਾਬੀ: ਸਹਿ-ਮਾਤਾ-ਪਿਤਾ ਸਮਝੌਤਾ – ਵੱਖ ਹੋਏ ਮਾਤਾ-ਪਿਤਾ ਵਿਚਕਾਰ ਬੱਚੇ ਦੀ ਪਰਵਰਿਸ਼ ਦੇ ਹੱਕਾਂ ਤੇ ਜ਼ਿੰਮੇਵਾਰੀਆਂ ਬਾਰੇ ਲਿਖਤੀ ਯੋਜਨਾ।

हिंदी: सह-अभिभावक समझौता – अलग हुए माता-पिता के बीच बच्चे की परवरिश के अधिकारों और जिम्मेदारियों के बारे में लिखित योजना।

COSTS AND ATTORNEY FEES

Definition: The expenses of litigation, including court filing fees and payments for legal representation, which the court may order one party to pay to the other in family law cases depending on financial need, ability to pay, or misconduct.

Explanation: The money for lawyer services and court expenses, which one side may have to pay for the other.

Example: The judge ordered the father to pay part of the mother's costs and attorney fees because of his higher income.

ਪੰਜਾਬੀ: ਖਰਚੇ ਅਤੇ ਵਕੀਲ ਦੀ ਫੀਸ
ਇਸਦਾ ਮਤਲਬ ਹੈ ਅਦਾਲਤੀ ਮਾਮਲੇ ਨਾਲ ਜੁੜੇ ਖਰਚੇ ਅਤੇ ਵਕੀਲ ਨੂੰ ਅਦਾਇਗੀ ਲਈ ਦੱਤੀ ਜਾਣ ਵਾਲੀ ਰਕਮ।

हिंदी: खर्चे और वकील की फीस
इसका मतलब है न्यायालयी मामले से जुड़े खर्चे और वकील को भुगतान के लिए दी जाने वाली राशि।

COUNSEL

Definition: A lawyer or attorney who represents a party in a legal matter; in family law, counsel provides advice, prepares documents, and advocates in court.

Explanation: Another word for lawyer.

Example: The mother's counsel argued that joint custody was not in the child's best interests.

ਪੰਜਾਬੀ: ਵਕੀਲ / ਕਾਨੂੰਨੀ ਸਲਾਹਕਾਰ
ਇਸਦਾ ਮਤਲਬ ਹੈ ਉਹ ਵਿਅਕਤੀ ਜੋ ਅਦਾਲਤ ਵੱਚਿ ਨੁਮਾਇੰਦਗੀ ਕਰਦਾ ਹੈ ਜਾਂ ਕਾਨੂੰਨੀ ਸਲਾਹ ਦੰਿਦਾ ਹੈ।

हिंदी: वकील / कानूनी सलाहकार
इसका मतलब है वह व्यक्ति जो अदालत में प्रतिनिधित्व करता है या कानूनी सलाह देता है।

COUNSELING

Definition: Professional therapy or guidance services provided to individuals or families; in family law, courts may order counseling for children, parents, or entire families to address issues like divorce, visitation, or domestic violence.

Explanation: Therapy or advice sessions ordered or recommended by the court.

Example: The judge ordered family counseling to help the children adjust to the divorce.

ਪੰਜਾਬੀ: ਸਲਾਹ-ਮਸ਼ਵਰਾ
ਇਸਦਾ ਮਤਲਬ ਹੈ ਮਾਹਰਿ ਦੁਆਰਾ ਦੱਿਤੀ ਜਾਣ ਵਾਲੀ ਰਾਹਨੁਮਾਈ ਜਾਂ ਮਦਦ, ਤਾਂ ਜੋ ਵਅਿਕਤੀ ਆਪਣੀਆਂ ਸਮੱਸਆਿਵਾਂ ਦਾ ਹੱਲ ਲੱਭ ਸਕੇ।

हदिी: परामर्श
इसका मतलब है वशिेषज्ञ द्वारा दी जाने वाली मार्गदर्शन या मदद, ताकि व्यक्ति अपनी समस्याओं का समाधान कर सके।

COURT

Definition: A tribunal established by law to hear and decide disputes, interpret laws, and issue legally binding orders; in family law, the court resolves matters such as divorce, custody, visitation, adoption, and protective orders.

Explanation: The official place where judges decide legal disputes.

Example: The family court ruled on custody and child support during the divorce.

ਪੰਜਾਬੀ: ਅਦਾਲਤ
ਇਸਦਾ ਮਤਲਬ ਹੈ ਉਹ ਥਾਂ ਜੱਿਥੇ ਜੱਜ ਜਾਂ ਮਜਸਿਟਰੇਟ ਕਾਨੂੰਨੀ ਮਾਮਲਿਆਂ ਦੀ ਸੁਣਵਾਈ ਕਰਦੇ ਹਨ।

हदिी: अदालत
इसका मतलब है वह स्थान जहाँ न्यायाधीश या मजस्ट्रिेट कानूनी मामलों की सुनवाई करते हैं।

COURT ADMINISTRATOR

Definition: A court official responsible for overseeing the administration, scheduling, and management of cases and staff to ensure efficient operation of the court system.

Explanation: The person who helps manage the court's schedule and operations.

Example: The court administrator coordinated the family court calendar to reduce delays.

ਪੰਜਾਬੀ: ਅਦਾਲਤ ਪ੍ਰਸ਼ਾਸਕ
ਇਸਦਾ ਮਤਲਬ ਹੈ ਉਹ ਅਧਿਕਾਰੀ ਜੋ ਅਦਾਲਤ ਦੇ ਰੋਜ਼ਾਨਾ ਪ੍ਰਸ਼ਾਸਕੀ ਕੰਮਾਂ ਅਤੇ ਪ੍ਰਬੰਧ ਦੀ ਦੇਖਭਾਲ ਕਰਦਾ ਹੈ।

हिंदी: न्यायालय प्रशासक
इसका मतलब है वह अधिकारी जो अदालत के दैनिक प्रशासनिक कार्यों और प्रबंधन की देखरेख करता है।

COURT APPEARANCE

Definition: The formal act of attending court at a scheduled time and place, either personally or through legal counsel, to participate in proceedings.

Explanation: When someone shows up in court for their case.

Example: The father failed to make his required court appearance for the support hearing.

ਪੰਜਾਬੀ: ਅਦਾਲਤ ਵਿੱਚ ਹਾਜ਼ਰੀ
ਇਸਦਾ ਮਤਲਬ ਹੈ ਜਦੋਂ ਕੋਈ ਵਿਅਕਤੀ ਜਾਂ ਉਸਦਾ ਵਕੀਲ ਨਿਰਧਾਰਿਤ ਮਿਤੀ 'ਤੇ ਅਦਾਲਤ ਵਿੱਚ ਪੇਸ਼ ਹੁੰਦਾ ਹੈ।

हिंदी: अदालत में पेशी
इसका मतलब है जब कोई व्यक्ति या उसका वकील निर्धारित तारीख़ पर अदालत में उपस्थित होता है।

COURT-APPOINTED EVALUATOR

Definition: A professional such as a psychologist or social worker appointed by the court to evaluate the family situation and make recommendations about custody or visitation.

Explanation: An expert chosen by the court to study the family and suggest custody plans.

Example: The court-appointed evaluator recommended joint custody after interviewing both parents and the child.

ਪੰਜਾਬੀ: ਅਦਾਲਤ ਦੁਆਰਾ ਨਿਯੁਕਤ ਮੁਲਾਂਕਣਕਾਰ – ਇੱਕ ਪੇਸ਼ੇਵਰ ਜਿਵੇਂ ਕਿ

ਮਨੋਵਗਿਆਿਨੀ ਜਾਂ ਸਮਾਜਕਿ ਕਰਮਚਾਰੀ, ਜਸਿ ਨੂੰ ਅਦਾਲਤ ਪਰਵਿਾਰਕ ਸਥਤਿੀ ਦਾ ਮੁਲਾਂਕਣ ਕਰਨ ਅਤੇ ਹਫ਼ਿਾਜ਼ਤ ਜਾਂ ਮੁਲਾਕਾਤ ਬਾਰੇ ਸਫ਼ਿਾਰਸ਼ਾਂ ਦੇਣ ਲਈ ਨਯਿੁਕਤ ਕਰਦੀ ਹੈ। ਅਦਾਲਤ ਵੱਲੋਂ ਚੁਣਆਿ ਗਆਿ ਵਸ਼ਿੇਸ਼ੱਗ ਜੋ ਪਰਵਿਾਰ ਦਾ ਅਧਐਿਨ ਕਰਦਾ ਹੈ ਅਤੇ ਹਫ਼ਿਾਜ਼ਤ ਯੋਜਨਾਵਾਂ ਲਈ ਸੁਝਾਅ ਦੰਿਦਾ ਹੈ।

हिंदी: अदालत द्वारा नियुक्त मूल्यांकनकर्ता – एक पेशेवर, जैसे मनोवैज्ञानिक या सामाजिक कार्यकर्ता, जिसे अदालत परिवार की स्थिति का मूल्यांकन करने और अभिरक्षा या भेंट के बारे में सिफारिशें देने के लिए नियुक्त करती है।अदालत द्वारा चुना गया विशेषज्ञ जो परिवार का अध्ययन करता है और अभिरक्षा योजनाओं के लिए सुझाव देता है।

COURT CLERK

Definition: An officer of the court who manages filings, keeps records, swears in witnesses, and provides administrative support to judges and attorneys.

Explanation: The court official who handles paperwork and records.

Example: The court clerk filed the divorce petition and issued the case number.

ਪੰਜਾਬੀ: ਅਦਾਲਤੀ ਲਪਿਕਿ
ਇਸਦਾ ਮਤਲਬ ਹੈ ਉਹ ਅਧਕਿਾਰੀ ਜੋ ਅਦਾਲਤ ਦੇ ਰਕਿਾਰਡ ਸੰਭਾਲਦਾ ਹੈ, ਦਸਤਾਵੇਜ਼ ਦਰਜ ਕਰਦਾ ਹੈ ਅਤੇ ਕਾਰਵਾਈ ਵੱਿਚ ਮਦਦ ਕਰਦਾ ਹੈ।

हिंदी: अदालत का लिपिक
इसका मतलब है वह अधिकारी जो अदालत के अभिलेख रखता है, दस्तावेज़ दर्ज करता है और कार्यवाही में सहायता करता है।

COURT COSTS

Definition: Mandatory fees and expenses charged for using the court system, such as filing fees, service fees, and transcript costs; sometimes ordered to be paid by one party.

Explanation: The fees required to file and process a case in court.

Example: The father was ordered to pay the court costs for the divorce action.

ਪੰਜਾਬੀ: ਅਦਾਲਤੀ ਖਰਚੇ

ਇਸਦਾ ਮਤਲਬ ਹੈ ਕੇਸ ਚਲਾਉਣ ਲਈ ਅਦਾਲਤ ਦੁਆਰਾ ਲਏ ਜਾਣ ਵਾਲੇ ਫੀਸਾਂ ਅਤੇ ਹੋਰ ਲਾਗਤਾਂ।

हिंदी: अदालत के खर्चे
इसका मतलब है मुकदमा चलाने के लिए अदालत द्वारा ली जाने वाली फीसें और अन्य लागतें।

COURT DEADLINES

Definition: The time limits established by law or court order within which parties must file documents, respond, or complete actions; missing a deadline may result in dismissal or sanctions.

Explanation: The due dates for filing or responding to court papers.

Example: The mother missed the court deadline to file her response to the custody petition.

ਪੰਜਾਬੀ: ਅਦਾਲਤੀ ਅੰਤਿਮ ਮਿਤੀਆਂ
ਇਸਦਾ ਮਤਲਬ ਹੈ ਉਹ ਤਾਰੀਖਾਂ ਜਿਨ੍ਹਾਂ ਤੱਕ ਅਦਾਲਤ ਵਿੱਚ ਦਸਤਾਵੇਜ਼ ਜਮ੍ਹਾਂ ਕਰਵਾਉਣੇ ਜਾਂ ਕਾਰਵਾਈ ਪੂਰੀ ਕਰਨੀ ਲਾਜ਼ਮੀ ਹੁੰਦੀ ਹੈ।

हिंदी: अदालत की अंतिम तिथियाँ
इसका मतलब है वे तारीखें जिन तक अदालत में दस्तावेज़ जमा करना या कार्यवाही पूरी करना अनिवार्य होता है।

COURT INTERPRETER

Definition: A trained and certified professional who translates spoken or signed language in court proceedings to ensure parties and witnesses with limited English proficiency or disabilities can fully participate.

Explanation: A person who translates what is said in court so everyone understands.

Example: The court appointed a court interpreter to assist the mother who spoke only Spanish.

ਪੰਜਾਬੀ: ਅਦਾਲਤੀ ਦੁਭਾਸ਼ੀਆ
ਇਸਦਾ ਮਤਲਬ ਹੈ ਉਹ ਵਿਅਕਤੀ ਜੋ ਅਦਾਲਤ ਵਿੱਚ ਵੱਖ-ਵੱਖ ਭਾਸ਼ਾਵਾਂ ਬੋਲਣ ਵਾਲਿਆਂ ਲਈ ਅਨੁਵਾਦ ਕਰਦਾ ਹੈ ਤਾਂ ਜੋ ਸਭ ਨੂੰ ਕਾਰਵਾਈ ਸਮਝ ਆ ਸਕੇ।

हिंदी: न्यायालय दुभाषिया
इसका मतलब है वह व्यक्ति जो अदालत में अलग-अलग भाषाएँ बोलने वालों के लिए अनुवाद करता है ताकि सभी को कार्यवाही समझ आ सके।

COURT INTERPRETING SERVICES

Definition: Services provided by certified interpreters to assist non-English speakers or individuals with hearing impairments during court proceedings, ensuring access to justice.

Explanation: Interpreter services in court for those who do not speak English or have hearing difficulties.

Example: The family court provided court interpreting services for the father who spoke only Mandarin.

ਪੰਜਾਬੀ: ਅਦਾਲਤੀ ਦੁਭਾਸੀਆ ਸੇਵਾਵਾਂ
ਇਸਦਾ ਮਤਲਬ ਹੈ ਅਦਾਲਤ ਵੱਚਿ ਦੱਤੀਆਂ ਜਾਣ ਵਾਲੀਆਂ ਅਨੁਵਾਦ ਸੇਵਾਵਾਂ, ਤਾਂ ਜੋ ਵੱਖ-ਵੱਖ ਭਾਸ਼ਾਵਾਂ ਬੋਲਣ ਵਾਲੇ ਲੋਕ ਕਾਰਵਾਈ ਨੂੰ ਸਮਝ ਸਕਣ।

हिंदी: न्यायालय दुभाषिया सेवाएँ
इसका मतलब है अदालत में दी जाने वाली अनुवाद सेवाएँ, ताकि अलग-अलग भाषाएँ बोलने वाले लोग कार्यवाही समझ सकें।

COURT ORDER

Definition: A legally binding directive issued by a judge requiring or prohibiting specific actions; in family law, court orders cover custody, visitation, support, property division, or protective measures.

Explanation: A judge's official command that must be followed.

Example: The father violated the court order by failing to return the child on time.

ਪੰਜਾਬੀ: ਅਦਾਲਤੀ ਹੁਕਮ
ਇਸਦਾ ਮਤਲਬ ਹੈ ਜੱਜ ਦੁਆਰਾ ਜਾਰੀ ਕੀਤਾ ਗਆਿ ਅਧਕਿਾਰਕ ਲਖਿਤੀ ਆਦੇਸ਼ ਜਸਿਦੀ ਪਾਲਣਾ ਕਰਨੀ ਲਾਜ਼ਮੀ ਹੁੰਦੀ ਹੈ।

हिंदी: अदालत का आदेश
इसका मतलब है न्यायाधीश द्वारा जारी किया गया आधिकारिक लिखित आदेश जिसकी पालना करना अनिवार्य होता है।

COURT RECORDS

Definition: The official documents and materials that make up the history of a case, including pleadings, motions, evidence, orders, and judgments.

Explanation: The official file containing all documents from a case.

Example: The adoption court records were sealed to protect the child's privacy.

ਪੰਜਾਬੀ: ਅਦਾਲਤੀ ਰਕਿਾਰਡ
ਇਿਸਦਾ ਮਤਲਬ ਹੈ ਉਹ ਸਾਰੇ ਦਸਤਾਵੇਜ਼ ਅਤੇ ਜਾਣਕਾਰੀ ਜੋ ਕਸਿੇ ਕੇਸ ਨਾਲ ਸੰਬੰਧਤਿ ਅਦਾਲਤ ਵੱਚਿ ਦਰਜ ਕੀਤੇ ਜਾਂਦੇ ਹਨ।

हदिी: अदालत के अभलिेख
इसका मतलब है वे सभी दस्तावेज़ और जानकारी जो कसिी मामले से संबंधति अदालत में दर्ज कएि जाते हैं।

COURT REPORTER

Definition: A professional responsible for creating a verbatim transcript of court proceedings, ensuring an accurate and official record.

Explanation: A person who types or records everything said in court.

Example: The court reporter prepared a transcript of the custody hearing for the appeal.

ਪੰਜਾਬੀ: ਅਦਾਲਤੀ ਰਪਿੋਰਟਰ
ਇਿਸਦਾ ਮਤਲਬ ਹੈ ਉਹ ਵਅਿਕਤੀ ਜੋ ਅਦਾਲਤ ਵੱਚਿ ਹੋਣ ਵਾਲੀ ਹਰ ਗੱਲਬਾਤ ਅਤੇ ਗਵਾਹੀ ਨੂੰ ਸ਼ਬਦ-ਸ਼ਬਦ ਲਖਿਦਾ ਜਾਂ ਰਕਿਾਰਡ ਕਰਦਾ ਹੈ।

हदिी: अदालत संवाददाता
इसका मतलब है वह व्यक्तजिो अदालत में होने वाली हर बातचीत और गवाही को शब्दशःलखिता या रकिॉर्ड करता है।

COURT RULES

Definition: The procedural rules and regulations governing how cases are filed, heard, and decided in a particular court system; they ensure consistency and fairness in legal proceedings.

Explanation: The rules that explain how court cases must be handled.

Example: The mother's attorney cited court rules requiring timely disclosure of financial records.

ਪੰਜਾਬੀ: ਅਦਾਲਤੀ ਨਯਿਮ
ਇਸਦਾ ਮਤਲਬ ਹੈ ਉਹ ਨਯਿਮ ਅਤੇ ਹਦਾਇਤਾਂ ਜੋ ਅਦਾਲਤ ਵੱਚਿ ਮਾਮਲਆਿਂ ਦੀ ਕਾਰਵਾਈ ਨੂੰ ਨਯਿਮਤਿ ਕਰਦੇ ਹਨ।

हदिी: अदालत के नयिम
इसका मतलब है वे नयिम और नरि्देश जो अदालत में मामलों की कार्यवाही को नयिंत्रति करते हैं।

COURTHOUSE

Definition: The building where judicial proceedings are held, housing courtrooms, clerk's offices, and administrative offices; in family law, the courthouse is the place where parties file petitions, attend hearings, and participate in trials involving custody, support, divorce, or adoption.

Explanation: The official building where people go for court cases.

Example: The mother went to the courthouse to file her motion to modify custody.

ਪੰਜਾਬੀ: ਅਦਾਲਤੀ ਭਵਨ
ਇਸਦਾ ਮਤਲਬ ਹੈ ਉਹ ਇਮਾਰਤ ਜੱਥੇ ਅਦਾਲਤੀ ਕਾਰਵਾਈਆਂ ਅਤੇ ਸੁਣਵਾਈਆਂ ਹੁੰਦੀਆਂ ਹਨ।

हदिी: न्यायालय भवन
इसका मतलब है वह इमारत जहाँ न्यायालय की कार्यवाहयिाँ और सुनवाईयाँ होती हैं।

COURTROOM

Definition: The specific room within a courthouse where a judge conducts hearings and trials, takes evidence, and issues rulings; in family law, courtrooms are where disputes over custody, support, visitation, and protective orders are decided.

Explanation: The room where the judge hears cases and makes

decisions.

Example: The custody trial took place in the family courtroom before Judge Ramirez.

ਪੰਜਾਬੀ: ਅਦਾਲਤੀ ਭਵਨ
ਇਸਦਾ ਮਤਲਬ ਹੈ ਉਹ ਇਮਾਰਤ ਜੱਥੇ ਅਦਾਲਤੀ ਕਾਰਵਾਈਆਂ ਅਤੇ ਸੁਣਵਾਈਆਂ ਹੁੰਦੀਆਂ ਹਨ।

हदिी: न्यायालय भवन
इसका मतलब है वह इमारत जहाँ न्यायालय की कार्यवाहियाँ और सुनवाईयाँ होती हैं।

COURT-ORDERED SUPERVISED VISITATION

Definition: Visitation that must occur in the presence of an approved third party or agency for safety.

Explanation: Visits with the child happen only when a supervisor is present.

Example: Due to safety concerns, visits were supervised at an agency.

ਪੰਜਾਬੀ: ਅਦਾਲਤ ਦੁਆਰਾ ਆਦੇਸ਼ਤਿ ਨਗਿਰਾਨੀ ਹੇਠ ਮੁਲਾਕਾਤ
ਇਸਦਾ ਮਤਲਬ ਹੈ ਜਦੋਂ ਅਦਾਲਤ ਹੁਕਮ ਕਰਦੀ ਹੈ ਕਿ ਬੱਚੇ ਅਤੇ ਮਾਤਾ-ਪਤਿਾ ਦੀ ਮੁਲਾਕਾਤ ਕਮਿ ਤੀਸਰੇ ਵਅਿਕਤੀ ਦੀ ਨਗਿਰਾਨੀ ਹੇਠ ਹੋਵੇ।

हदिी: अदालत द्वारा आदेशति नगिरानी में मुलाक़ात
इसका मतलब है जब अदालत आदेश देती है क बिच्चे और माता-पिता की मुलाक़ात कसिी तीसरे व्यक्त किी नगिरानी में हो।

CROSS-EXAMINATION

Definition: The questioning of a witness by the opposing party's attorney after the witness has given direct testimony, intended to test credibility, reveal inconsistencies, or clarify facts; in family law, cross-examination is used to challenge testimony about custody, visitation, abuse, or financial issues.

Explanation: When the other side's lawyer asks questions to check if a witness is telling the truth or to point out weaknesses in their story.

Example: During cross-examination, the father's attorney questioned the mother's expert about errors in the custody evaluation.

ਪੰਜਾਬੀ: ਜਰਿਹ
ਇਸਦਾ ਮਤਲਬ ਹੈ ਜਦੋਂ ਵਰਿਧੀ ਪੱਖ ਦਾ ਵਕੀਲ ਅਦਾਲਤ ਵੱਚਿ ਗਵਾਹ ਤੋਂ ਸਵਾਲ ਕਰਦਾ ਹੈ ਤਾਂ ਜੋ ਉਸਦੀ ਗਵਾਹੀ ਦੀ ਜਾਂਚ ਕੀਤੀ ਜਾ ਸਕੇ।

हिंदी: जरिह
इसका मतलब है जब विरोधी पक्ष का वकील अदालत में गवाह से सवाल करता है ताकि उसकी गवाही की जाँच की जा सके।

CUSTODIAL PARENT

Definition: The parent with whom the child primarily lives, or who has primary physical custody.

Explanation: The parent the child lives with most of the time.

Example: Mother is the custodial parent during the school year.

ਪੰਜਾਬੀ: ਹਰਿਾਸਤ ਵਾਲਾ ਮਾਤਾ-ਪਤਿਾ
ਇਸਦਾ ਮਤਲਬ ਹੈ ਉਹ ਮਾਂ ਜਾਂ ਪਓਿ ਜਸਿਦੇ ਕੋਲ ਬੱਚਾ ਮੁੱਖ ਤੌਰ 'ਤੇ ਰਹਦਿਾ ਹੈ ਅਤੇ ਜੋ ਉਸਦੀ ਦਨਿ-ਪ੍ਰਤੀਦਨਿ ਦੇਖਭਾਲ ਕਰਦਾ ਹੈ।

हिंदी: अभरिक्षा वाला अभिभावक
इसका मतलब है वह माँ या पति जसिके पास बच्चा मुख्य रूप से रहता है और जो उसकी रोज़ाना देखभाल करता है।

CUSTODY

Definition: The legal and practical responsibility for the care, control, and upbringing of a child, which may include legal custody (decision-making authority regarding education, health, and welfare) and physical custody (where and with whom the child lives); custody orders are determined by the court based on the best interests of the child.

Explanation: The legal right and duty to care for and make decisions about a child.

Example: The court awarded joint legal custody but granted the mother primary physical custody of the child.

ਪੰਜਾਬੀ: ਹਰਿਾਸਤ

ਇਸਦਾ ਮਤਲਬ ਹੈ ਬੱਚੇ ਦੀ ਦੇਖਭਾਲ ਅਤੇ ਪਰਵਰਸ਼ਿ ਦੀ ਕਾਨੂੰਨੀ ਜ਼ਮਿੇਵਾਰੀ।

हिंदी: अभरिक्षा
इसका मतलब है बच्चे की देखभाल और परवरशि की कानूनी ज़म्मिेदारी।

CUSTODY MODIFICATION

Definition: A change to an existing custody or visitation order based on a significant change of circumstances.

Explanation: Asking the court to change custody because something important has changed.

Example: Father requested modification after moving closer to the child's school.

ਪੰਜਾਬੀ: ਹਰਿਾਸਤ ਵੱਿਚ ਤਬਦੀਲੀ
ਇਸਦਾ ਮਤਲਬ ਹੈ ਅਦਾਲਤ ਦੁਆਰਾ ਪਹਲਿਾਂ ਦੱਿਤੇ ਗਏ ਬੱਚੇ ਦੀ ਹਰਿਾਸਤ ਦੇ ਹੁਕਮ ਵੱਿਚ ਬਦਲਾਵ ਕਰਨਾ।

हिंदी: अभरिक्षा में परविर्तन
इसका मतलब है अदालत द्वारा पहले दिए गए बच्चे की अभरिक्षा के आदेश में बदलाव करना।

CUSTODY SWAP LOCATION

Definition: A designated public or safe place where parents exchange custody of their child to minimize conflict and ensure safety.

Explanation: A set safe place where parents switch custody of the child.

Example: The parents agreed to use a police station as their custody swap location.

ਪੰਜਾਬੀ: ਸੁਰੱਖਿਆ ਬਦਲਣ ਦੀ ਜਗ੍ਹਾ – ਇੱਕ ਤੈਅ ਕੀਤੀ ਸੁਰੱਖਿਅਤ ਥਾਂ ਜੱਿਥੇ ਮਾਤਾ-ਪਤਿਾ ਬੱਚੇ ਦੀ ਸੁਰੱਖਿਆ ਬਦਲਦੇ ਹਨ।

हिंदी: अभरिक्षा बदलने का स्थान – एक तय की गई सुरक्षति जगह जहाँ माता-पिता बच्चे की अभरिक्षा बदलते हैं।

CYBER HARASSMENT

Definition: The use of electronic communication—such as emails, text messages, or social media—to intimidate, threaten, or harass another person; in family law, cyber harassment may be grounds for protective orders, restrictions on communication, or custody determinations when it affects a child's welfare.

Explanation: When someone uses the internet or electronic messages to threaten or bother another person.

Example: The court issued a restraining order after finding that the father's repeated threatening emails to the mother constituted cyber harassment.

ਪੰਜਾਬੀ: ਸਾਈਬਰ ਪਰੇਸ਼ਾਨੀ
ਇਸਦਾ ਮਤਲਬ ਹੈ ਇੰਟਰਨੈੱਟ ਜਾਂ ਡਿਜਿਟਲ ਸਾਧਨਾਂ ਰਾਹੀ ਕਿਸੇ ਨੂੰ ਧਮਕਾਉਣਾ, ਤੰਗ ਕਰਨਾ ਜਾਂ ਬਦਨਾਮ ਕਰਨਾ।

हिंदी: साइबर उत्पीड़न
इसका मतलब है इंटरनेट या डिजिटल साधनों के माध्यम से किसी को धमकाना, परेशान करना या बदनाम करना।

DAMAGES

Definition: Monetary compensation awarded by a court to a party who has suffered loss or harm due to another's wrongful act; in family law, damages may arise in related tort claims, such as domestic violence, intentional infliction of emotional distress, or misuse of marital assets.

Explanation: Money the court orders one person to pay another for harm or loss caused.

Example: The mother sought damages for medical expenses resulting from domestic violence by her spouse.

ਪੰਜਾਬੀ: ਹਰਜਾਨਾ – ਉਹ ਰਕਮ ਜੋ ਅਦਾਲਤ ਦੁਆਰਾ ਕਿਸੇ ਵਿਅਕਤੀ ਨੂੰ ਉਸ ਨੁਕਸਾਨ ਜਾਂ ਚੋਟ ਲਈ ਦਿੱਤੀ ਜਾਂਦੀ ਹੈ ਜੋ ਕਿਸੇ ਹੋਰ ਦੀ ਗੈਰਕਾਨੂੰਨੀ ਹਰਕਤ ਜਾਂ ਲਾਪਰਵਾਹੀ ਨਾਲ ਹੋਇਆ ਹੋਵੇ। ਪਰਿਵਾਰਕ ਕਾਨੂੰਨ ਵਿੱਚ, ਹਰਜਾਨੇ ਘਰੇਲੂ ਹਿੰਸਾ, ਸੰਪਤੀ ਵਿਵਾਦਾਂ ਜਾਂ ਵਿੱਤੀ ਗੜਬੜ ਦੇ ਮਾਮਲਿਆਂ ਵਿੱਚ ਦਿੱਤੇ ਜਾ ਸਕਦੇ ਹਨ।

हिंदी: हर्जाना – वह धनराशि जो अदालत किसी व्यक्ति को उस नुकसान या चोट के लिए देती है जो किसी दूसरे की गैरकानूनी हरकत या लापरवाही से हुआ हो। पारिवारिक कानून में, हर्जाना घरेलू हिंसा, संपत्ति विवादों या वित्तीय कदाचार के मामलों में दिया जा सकता है।

DEADLINE

Definition: A fixed time limit set by statute, rule, or court order within which a party must take a required legal action, such as filing documents or paying support; failure to meet a deadline may result in penalties or dismissal.

Explanation: The last day or time by which something must be done in a court case.

Example: The father missed the deadline to file his response to the custody petition.

ਪੰਜਾਬੀ: ਅੰਤਮਿ ਮਤਿੀ
ਇਸਦਾ ਮਤਲਬ ਹੈ ਉਹ ਤਾਰੀਖ਼ ਜਾਂ ਸਮਾਂ ਜਦ ਤੱਕ ਕੋਈ ਕੰਮ ਜਾਂ ਦਸਤਾਵੇਜ਼ ਜਮ੍ਹਾਂ ਕਰਨਾ ਲਾਜ਼ਮੀ ਹੁੰਦਾ ਹੈ।

हदिी: अंतमि तथि
इसका मतलब है वह तारीख़ या समय जब तक कोई काम या दस्तावेज़ जमा करना अनविार्य होता है।

DEAL

Definition: An informal term for an agreement or settlement reached between parties, often finalized in a written stipulation or consent judgment; in family law, deals may involve custody schedules, support amounts, or property division.

Explanation: An agreement reached between the parties, often later approved by the judge.

Example: The parents made a deal to share summer visitation equally, which was later entered as a court order.

ਪੰਜਾਬੀ: ਸਮਝੌਤਾ
ਇਸਦਾ ਮਤਲਬ ਹੈ ਦੋ ਜਾਂ ਵੱਧ ਪੱਖਾਂ ਵਚਿਕਾਰ ਕੀਤਾ ਗਆਿ ਲਖਿਤੀ ਜਾਂ ਮੌਖਕਿ ਕਰਾਰ।

हदिी: सौदा / समझौता
इसका मतलब है दो या अधकि पक्षों के बीच कयिा गया लखिति या मौखकि अनुबंध।

DEBT

Definition: A financial obligation to pay money owed to another person or entity; in family law, debts incurred during marriage may be classified as community/marital debts and divided between spouses, while individual debts may remain separate.

Explanation: Money that a person owes to another person, business, or institution.

Example: The court divided the couple's credit card debt as part of the divorce settlement.

ਪੰਜਾਬੀ: ਕਰਜ਼ਾ
ਇਸਦਾ ਮਤਲਬ ਹੈ ਉਹ ਰਕਮ ਜੋ ਕਸਿੇ ਵਅਿਕਤੀ ਨੇ ਕਸਿੇ ਹੋਰ ਤੋਂ ਲੈ ਰੱਖੀ ਹੈ ਅਤੇ ਜਸਿਨੂੰ ਵਾਪਸ ਕਰਨਾ ਲਾਜ਼ਮੀ ਹੈ।

हदिी: ऋण
इसका मतलब है वह राश जिो कसिी व्यक्त िने कसिी और से ली है और जसिे वापस करना अनविार्य है।

DECLARATION

Definition: A written statement submitted to the court under penalty of perjury, similar to an affidavit.

Explanation: A written statement to the court sworn as true.

Example: She filed a declaration explaining why custody should change.

ਪੰਜਾਬੀ: ਘੋਸ਼ਣਾ
ਇਸਦਾ ਮਤਲਬ ਹੈ ਅਦਾਲਤ ਨੂੰ ਦੱਤਾ ਗਅਿਾ ਲਖਿਤੀ ਬਅਿਾਨ ਜਸਿ ਵੱਚਿ ਕੋਈ ਵਅਿਕਤੀ ਸੱਚਾਈ ਦੀ ਪੁਸ਼ਟੀ ਕਰਦਾ ਹੈ।

हदिी: घोषणा
इसका मतलब है अदालत को दयिा गया लखिति बयान जसिमें कोई व्यक्त ि सत्यता की पुष्ट किरता है।

DECLARATORY JUDGMENT

Definition: A binding judgment issued by a court that declares the rights, duties, or obligations of the parties without ordering enforcement or awarding damages; in family law, declaratory judgments may be used to establish marital status, determine the validity of a prenuptial agreement, or clarify parental rights.

Explanation: A court's official statement that explains what the law says about the parties' rights, without giving money or punishment.

Example: The family court entered a declaratory judgment confirming that the prenuptial agreement was valid.

ਪੰਜਾਬੀ: ਘੋਸ਼ਣਾਤਮਕ ਫ਼ੈਸਲਾ
ਇਸਦਾ ਮਤਲਬ ਹੈ ਅਦਾਲਤ ਦੁਆਰਾ ਦੱਿਤਾ ਗਿਆ ਫ਼ੈਸਲਾ ਜੋ ਪੱਖਾਂ ਦੇ ਹੱਕਾਂ ਅਤੇ ਜ਼ਿੰਮੇਵਾਰੀਆਂ ਨੂੰ ਸਪਸ਼ਟ ਕਰਦਾ ਹੈ, ਬਨਿਾ ਕੋਈ ਹੋਰ ਕਾਰਵਾਈ ਲਾਗੂ ਕੀਤੇ।

हदिी: घोषणात्मक नरि्णय
इसका मतलब है अदालत द्वारा दयिा गया फैसला जो पक्षों के अधकिारों और ज़म्मिेदारयिों को स्पष्ट करता है, बनिा कोई अन्य कार्यवाही लागू कएि।

DECREE

Definition: A formal and authoritative order of the court that resolves a case or specific issue; in family law, decrees include divorce decrees, custody decrees, and adoption decrees, which finalize the court's rulings and carry the force of law.

Explanation: A judge's official written order that ends or settles a case.

Example: The judge signed a decree of divorce that included custody and child support provisions.

ਪੰਜਾਬੀ: ਫ਼ਰਮਾਨ / ਹੁਕਮ
ਇਸਦਾ ਮਤਲਬ ਹੈ ਅਦਾਲਤ ਦੁਆਰਾ ਜਾਰੀ ਕੀਤਾ ਗਿਆ ਅਧਕਿਾਰਕ ਲਖਿਤੀ ਹੁਕਮ ਜਾਂ ਫ਼ੈਸਲਾ।

हदिी: फ़रमान / आदेश
इसका मतलब है अदालत द्वारा जारी कयिा गया आधकिारकि लखिति आदेश या नरि्णय।

DECREE OF DIVORCE

Definition: The final judgment issued by the court officially ending a marriage.

Explanation: The court's final order that a marriage is over.

Example: The decree of divorce was signed by the judge last month.

ਪੰਜਾਬੀ: ਤਲਾਕ ਦਾ ਫ਼ਰਮਾਨ
ਇਸਦਾ ਮਤਲਬ ਹੈ ਅਦਾਲਤ ਦੁਆਰਾ ਜਾਰੀ ਕੀਤਾ ਗਿਆ ਅਧਿਕਾਰਕ ਹੁਕਮ ਜੋ ਵਿਆਹ ਨੂੰ ਕਾਨੂੰਨੀ ਤੌਰ 'ਤੇ ਖਤਮ ਕਰਦਾ ਹੈ।

हिंदी: तलाक का फ़रमान
इसका मतलब है अदालत द्वारा जारी किया गया आधिकारिक आदेश जो विवाह को क़ानूनी रूप से समाप्त करता है।

DEFAULT JUDGMENT

Definition: A court decision entered against a party who fails to respond or appear in the case.

Explanation: The judge's decision when someone doesn't show up or answer.

Example: The court entered a default judgment in the divorce case.

ਪੰਜਾਬੀ: ਗੈਰਹਾਜ਼ਰੀ ਫ਼ੈਸਲਾ
ਇਸਦਾ ਮਤਲਬ ਹੈ ਅਦਾਲਤ ਦਾ ਉਹ ਫ਼ੈਸਲਾ ਜੋ ਕਿਸੇ ਪੱਖ ਦੇ ਅਦਾਲਤ ਵਿੱਚ ਹਾਜ਼ਰ ਨਾ ਹੋਣ ਜਾਂ ਜਵਾਬ ਨਾ ਦੇਣ 'ਤੇ ਸੁਣਾਇਆ ਜਾਂਦਾ ਹੈ।

हिंदी: अनुपस्थिति निर्णय
इसका मतलब है अदालत का वह फैसला जो किसी पक्ष के अदालत में उपस्थिति न होने या जवाब न देने पर सुनाया जाता है।

DEDUCTION

Definition: A subtraction or reduction from income, wages, or benefits, often for tax or support purposes; in family law, deductions may include amounts withheld from earnings for child support, spousal support, or health insurance premiums.

Explanation: Money taken out of income or pay for support, taxes, or other required purposes.

Example: The court ordered a deduction from the father's paycheck each month for child support.

ਪੰਜਾਬੀ: ਕਟੌਤੀ
ਇਸਦਾ ਮਤਲਬ ਹੈ ਕਿਸੇ ਰਕਮ ਵਿੱਚੋਂ ਹਿੱਸਾ ਘਟਾਉਣਾ, ਜਿਵੇਂ ਤਨਖਾਹ ਵਿੱਚੋਂ ਟੈਕਸ ਜਾਂ ਭਰਣ-ਪੋਸ਼ਣ ਦੀ ਰਕਮ ਕੱਟਣਾ।

हदिंी: कटौती
इसका मतलब है कसिी राशमिें से हसि्सा घटाना, जैसे वेतन से कर या भरण-पोषण की राशकिाटना।

DEED

Definition: A written and signed legal document that transfers ownership of real property from one person to another; in family law, deeds are often used to transfer a marital home as part of property division in a divorce.

Explanation: A paper that proves the transfer of ownership of land or a house.

Example: The divorce decree required the husband to sign a deed transferring the family home to the wife.

ਪੰਜਾਬੀ: ਰਜਸਿਟਰੀ ਦਸਤਾਵੇਜ਼
ਇਸਦਾ ਮਤਲਬ ਹੈ ਕਾਨੂੰਨੀ ਦਸਤਾਵੇਜ਼ ਜਸਿ ਰਾਹੀ ਜਾਇਦਾਦ ਦੀ ਮਲਕੀਅਤ ਇੱਕ ਵਅਿਕਤੀ ਤੋਂ ਦੂਜੇ ਨੂੰ ਸੌਂਪੀ ਜਾਂਦੀ ਹੈ।

हदिंी: वलिख
इसका मतलब है कानूनी दस्तावेज़ जसिके द्वारा संपत्तकिा स्वामत्वि एक व्यक्तसि दूसरे को सौंपा जाता है।

DEFAULT

Definition: The failure of a party to respond to a petition, complaint, or court order within the time required, allowing the court to rule in favor of the other party by default; in family law, default judgments are common when one spouse does not respond to a divorce petition.

Explanation: When someone does not answer or appear in court, and the judge decides in favor of the other side.

Example: The mother obtained a default judgment of divorce after the father failed to file an answer.

ਪੰਜਾਬੀ: ਗੈਰਹਾਜ਼ਰੀ / ਅਣਪਾਲਣਾ
ਇਸਦਾ ਮਤਲਬ ਹੈ ਜਦੋਂ ਕੋਈ ਵਅਿਕਤੀ ਅਦਾਲਤ ਵੱਚਿ ਹਾਜ਼ਰ ਨਹੀ ਹੁੰਦਾ ਜਾਂ ਨਰਿਧਾਰਤ ਸਮੇਂ ਤੱਕ ਲੋੜੀਦਾ ਕੰਮ ਨਹੀ ਕਰਦਾ।

हदिंी: अनुपस्थति/ अनुपालन न करना

इसका मतलब है जब कोई व्यक्ति अदालत में उपस्थित नहीं होता या निर्धारित समय तक आवश्यक कार्य नहीं करता।

DEFER

Definition: To postpone or delay a court action, decision, or obligation to a later time, usually by judicial discretion; in family law, deferral may apply to hearings, payments, or enforcement of orders when circumstances justify a temporary delay.

Explanation: When the judge or court puts off a decision or action until later.

Example: The judge chose to defer ruling on child support until the custody evaluation was complete.

ਪੰਜਾਬੀ: ਮੁਲਤਵੀ ਕਰਨਾ
ਇਸਦਾ ਮਤਲਬ ਹੈ ਕਿਸੇ ਗੱਲ ਜਾਂ ਫ਼ੈਸਲੇ ਨੂੰ ਅੱਗੇ ਲਈ ਟਾਲਣਾ।

हिंदी: स्थगित करना
इसका मतलब है किसी बात या निर्णय को आगे के लिए टालना।

DEPARTMENT OF CHILD SUPPORT SERVICES (DCSS)

Definition: A state agency that enforces child support orders and collects payments.

Explanation: The state office that makes sure child support is paid.

Example: DCSS began enforcement proceedings against the father.

ਪੰਜਾਬੀ: ਬੱਚੇ ਦੇ ਭਰਣ-ਪੋਸ਼ਣ ਸੇਵਾਵਾਂ ਵਿਭਾਗ (DCSS)
ਇਸਦਾ ਮਤਲਬ ਹੈ ਸਰਕਾਰੀ ਏਜੰਸੀ ਜੋ ਬੱਚਿਆਂ ਦੀ ਭਰਣ-ਪੋਸ਼ਣ ਰਕਮ ਇਕੱਠੀ ਕਰਨ ਅਤੇ ਉਸਦੀ ਪਾਲਣਾ ਯਕੀਨੀ ਬਣਾਉਣ ਲਈ ਕੰਮ ਕਰਦੀ ਹੈ।

हिंदी: बाल भरण-पोषण सेवाएँ विभाग (DCSS)
इसका मतलब है सरकारी संस्था जो बच्चों का भरण-पोषण धन एकत्र करने और उसका पालन सुनिश्चित करने का काम करती है।

DEPENDENCY

Definition: A legal status of a child who is under court supervision because of abuse, neglect, or abandonment.

Explanation: When a child is placed under court protection due to harm or neglect.

Example: The child was declared a dependency of the juvenile court.

ਪੰਜਾਬੀ: ਨਿਰਭਰਤਾ
ਇਸਦਾ ਮਤਲਬ ਹੈ ਜਦੋਂ ਕੋਈ ਬੱਚਾ ਆਪਣੀ ਸੁਰੱਖਿਆ ਅਤੇ ਦੇਖਭਾਲ ਲਈ ਅਦਾਲਤ ਜਾਂ ਰਾਜ ਦੇ ਅਧੀਨ ਹੋ ਜਾਂਦਾ ਹੈ ਕਿਉਂਕਿ ਮਾਤਾ-ਪਿਤਾ ਉਸਦੀ ਸੰਭਾਲ ਨਹੀਂ ਕਰ ਸਕਦੇ।

हिंदी: आश्रय
इसका मतलब है जब कोई बच्चा अपनी सुरक्षा और देखभाल के लिए अदालत या राज्य के अधीन हो जाता है क्योंकि माता-पिता उसकी देखभाल नहीं कर सकते।

DEPONENT

Definition: A person who gives sworn testimony in writing or orally outside of court, usually during a deposition, in response to questions; in family law, deponents may include parties, witnesses, or experts.

Explanation: Someone who answers questions under oath before trial.

Example: The mother became a deponent when she gave sworn answers in a deposition about custody.

ਪੰਜਾਬੀ: ਹਲਫ਼ਬਿਆਨ ਦੇਣ ਵਾਲਾ
ਇਸਦਾ ਮਤਲਬ ਹੈ ਉਹ ਵਿਅਕਤੀ ਜੋ ਹਲਫ਼ਨਾਮੇ ਜਾਂ ਬਿਆਨ ਵਿੱਚ ਕਸਮ ਖਾ ਕੇ ਸੱਚਾਈ ਦੱਸਦਾ ਹੈ।

हिंदी: हलफ़बयान देने वाला
इसका मतलब है वह व्यक्ति जो हलफ़नामा या बयान में शपथ लेकर सच्चाई बताता है।

DEPOSE

Definition: To question a witness or party under oath outside of court, usually in a deposition, for the purpose of gathering testimony and evidence; in family law, parties may be deposed about finances, custody, or conduct.

Explanation: To ask someone questions under oath before the trial.

Example: The father's attorney moved to depose the custody evaluator about her report.

ਪੰਜਾਬੀ: ਹਲਫ਼ਨਾਮੇ ਹੇਠ ਬਿਆਨ ਲੈਣਾ
ਇਸਦਾ ਮਤਲਬ ਹੈ ਅਦਾਲਤ ਤੋਂ ਬਾਹਰ ਗਵਾਹ ਜਾਂ ਪੱਖਕਾਰ ਤੋਂ ਕਸਮ ਖਵਾ ਕੇ ਬਿਆਨ ਦਰਜ ਕਰਨਾ।

हिंदी: शपथपूर्वक बयान लेना
इसका मतलब है अदालत के बाहर गवाह या पक्षकार से शपथ दिलाकर बयान दर्ज करना।

DEPOSITION

Definition: A formal session where a witness or party gives sworn testimony outside of court, recorded by a court reporter, to be used as evidence or for discovery; in family law, depositions often cover income, parenting ability, or allegations of abuse.

Explanation: A meeting where someone answers questions under oath before trial, and the answers are written down.

Example: The father gave a deposition about his income and work history for the child support case.

ਪੰਜਾਬੀ: ਹਲਫ਼ਨਾਮਾ ਬਿਆਨ
ਇਸਦਾ ਮਤਲਬ ਹੈ ਅਦਾਲਤ ਤੋਂ ਬਾਹਰ ਕਿਸੇ ਗਵਾਹ ਜਾਂ ਪੱਖਕਾਰ ਦਾ ਕਸਮ ਹੇਠ ਦਿੱਤਾ ਗਿਆ ਲਿਖਤੀ ਜਾਂ ਰਿਕਾਰਡ ਕੀਤਾ ਗਿਆ ਬਿਆਨ।

हिंदी: शपथपूर्वक बयान
इसका मतलब है अदालत के बाहर किसी गवाह या पक्षकार का शपथ लेकर दिया गया लिखित या रिकॉर्ड किया गया बयान।

DESERTION

Definition: The willful abandonment of a spouse or child without justification, support, or intent to return; in family law, desertion may serve as grounds for divorce or as evidence in custody or support proceedings.

Explanation: When a spouse or parent leaves and does not return, without providing support.

Example: The wife filed for divorce on the grounds of desertion after her husband left the family for over a year.

ਪੰਜਾਬੀ: ਪਰਤਿਆਗ
ਇਸਦਾ ਮਤਲਬ ਹੈ ਜਦੋਂ ਕੋਈ ਜੀਵਨ ਸਾਥੀ ਜਾਨਬੁੱਝ ਕੇ ਬਿਨਾ ਵਾਜਬ ਕਾਰਨ ਅਤੇ ਬਿਨਾ ਇਜਾਜ਼ਤ ਆਪਣੇ ਸਾਥੀ ਜਾਂ ਪਰਿਵਾਰ ਨੂੰ ਛੱਡ ਜਾਂਦਾ ਹੈ।

हिंदी: त्याग
इसका मतलब है जब कोई जीवनसाथी जानबूझकर बिना उचित कारण और बिना अनुमति अपने साथी या परिवार को छोड़ देता है।

DIRECT EVIDENCE

Definition: Evidence that directly proves a fact without requiring inference, such as eyewitness testimony or an admission; in family law, direct evidence might include testimony about an incident of abuse.

Explanation: Proof that directly shows a fact happened.

Example: The child’s testimony that he witnessed violence was direct evidence in the custody case.

ਪੰਜਾਬੀ: ਸਿੱਧਾ ਸਬੂਤ
ਇਸਦਾ ਮਤਲਬ ਹੈ ਉਹ ਸਬੂਤ ਜੋ ਕਿਸੇ ਤੱਥ ਨੂੰ ਬਿਨਾ ਕਿਸੇ ਅਨੁਮਾਨ ਦੇ ਸਿੱਧਾ ਸਾਬਤ ਕਰਦਾ ਹੈ, ਜਿਵੇਂ ਅੱਖੀਂ ਦੇਖੀ ਗਵਾਹੀ।

हिंदी: प्रत्यक्ष साक्ष्य
इसका मतलब है वह साक्ष्य जो किसी तथ्य को बिना किसी अनुमान के सीधे साबित करता है, जैसे आँखोंदेखी गवाही।

DIRECT EXAMINATION

Definition: The initial questioning of a witness by the attorney who called them to testify, intended to present evidence in support of that party’s case; in family law, direct examination may involve testimony about parenting ability or financial needs.

Explanation: When a lawyer questions their own witness first in court.

Example: On direct examination, the mother described the daily routine she provides for the child.

ਪੰਜਾਬੀ: ਸਿੱਧੀ ਜਿਰਹ

ਇਸਦਾ ਮਤਲਬ ਹੈ ਜਦੋਂ ਕਿਸੇ ਪੱਖ ਦਾ ਵਕੀਲ ਆਪਣੇ ਗਵਾਹ ਨੂੰ ਅਦਾਲਤ ਵਿੱਚ ਸਵਾਲ ਪੁੱਛਦਾ ਹੈ ਤਾਂ ਜੋ ਸਬੂਤ ਪੇਸ਼ ਕੀਤੇ ਜਾ ਸਕਣ।

हिंदी: प्रत्यक्ष जिरह
इसका मतलब है जब किसी पक्ष का वकील अपने गवाह से अदालत में सवाल पूछता है ताकि साक्ष्य प्रस्तुत किए जा सकें।

DISABLED

Definition: A condition recognized by law in which a person has a physical or mental impairment that substantially limits major life activities; in family law, disability may affect custody determinations, support obligations, or the need for accommodations in court.

Explanation: A legal status when a physical or mental condition limits a person's abilities.

Example: The court granted accommodations for the disabled parent to participate in custody proceedings.

ਪੰਜਾਬੀ: ਅਪਾਹਜ
ਇਸਦਾ ਮਤਲਬ ਹੈ ਉਹ ਵਿਅਕਤੀ ਜਿਸਨੂੰ ਸਰੀਰਕ ਜਾਂ ਮਾਨਸਿਕ ਦਿੱਕਤ ਕਾਰਨ ਰੋਜ਼ਾਨਾ ਦੇ ਕੰਮ ਕਰਨ ਵਿੱਚ ਮੁਸ਼ਕਲ ਆਉਂਦੀ ਹੈ।

हिंदी: दिव्यांग / विकलांग
इसका मतलब है वह व्यक्ति जिसे शारीरिक या मानसिक कठिनाई के कारण रोज़मर्रा के काम करने में परेशानी होती है।

DISAGREEMENT

Definition: A conflict or difference of opinion between parties regarding facts, rights, or obligations; in family law, disagreements often concern custody, visitation schedules, or financial support.

Explanation: When the parties do not agree about an issue in court.

Example: A disagreement over the child's school choice led to a contested custody hearing.

ਪੰਜਾਬੀ: ਅਸਹਿਮਤੀ
ਇਸਦਾ ਮਤਲਬ ਹੈ ਜਦੋਂ ਦੋ ਜਾਂ ਵੱਧ ਪੱਖ ਕਿਸੇ ਗੱਲ ‘ਤੇ ਇਕੋ ਜਿਹੀ ਰਾਏ ਨਹੀ ਰੱਖਦੇ।

हिंदी: असहमति

इसका मतलब है जब दो या अधकि पक्ष कसिी बात पर एक जैसी राय नहीं रखते।

DISCOVERY

Definition: The pretrial process through which parties exchange information and evidence relevant to the case, including depositions, interrogatories, document requests, and admissions; in family law, discovery helps determine financial status, parenting ability, or allegations of abuse.

Explanation: The process of gathering and sharing information before trial.

Example: Through discovery, the mother obtained the father's bank records for the child support case.

ਪੰਜਾਬੀ: ਜਾਣਕਾਰੀ ਪ੍ਰਾਪਤੀ ਪ੍ਰਕਰਿਆ
ਇਸਦਾ ਮਤਲਬ ਹੈ ਅਦਾਲਤੀ ਕੇਸ ਵੱਚਿ ਪੱਖਾਂ ਦੁਆਰਾ ਇੱਕ-ਦੂਜੇ ਤੋਂ ਸਬੂਤ ਅਤੇ ਜਾਣਕਾਰੀ ਇਕੱਠੀ ਕਰਨ ਦੀ ਕਾਨੂੰਨੀ ਪ੍ਰਕਰਿਆ।

हदिी: जानकारी प्राप्त प्रिकरयिा
इसका मतलब है न्यायालयी मामले में पक्षों द्वारा एक-दूसरे से साक्ष्य और जानकारी इकट्ठा करने की कानूनी प्रकरयिा।

DISMISSAL

Definition: A court's termination of a case without further hearing or judgment; in family law, dismissal may occur if the petition is withdrawn, settled, or legally insufficient.

Explanation: When the court ends a case before a final decision.

Example: The judge granted a dismissal of the custody petition after the parties reconciled.

ਪੰਜਾਬੀ: ਰੱਦਗੀ
ਇਸਦਾ ਮਤਲਬ ਹੈ ਅਦਾਲਤ ਦੁਆਰਾ ਕੇਸ ਨੂੰ ਖਤਮ ਕਰਨਾ ਬਨਿਾ ਅੱਗੇ ਸੁਣਵਾਈ ਜਾਰੀ ਰੱਖਣ ਦੇ।

हदिी: खारजि
इसका मतलब है अदालत द्वारा मामले को समाप्त करना बनिा आगे सुनवाई जारी रखे।

DISMISSAL WITH PREJUDICE

Definition: A court's termination of a case that bars the petitioner from bringing the same claim again; in family law, this prevents repeated litigation of the same custody, support, or divorce issues.

Explanation: When the court ends a case permanently.

Example: The mother's claim for relocation was dismissed with prejudice after the court found no legal basis.

ਪੰਜਾਬੀ: ਪੂਰਨ ਰੱਦਗੀ
ਇਸਦਾ ਮਤਲਬ ਹੈ ਅਦਾਲਤ ਦੁਆਰਾ ਕੇਸ ਨੂੰ ਇਸ ਤਰੀਕੇ ਨਾਲ ਰੱਦ ਕਰਨਾ ਕਿ ਉਸੇ ਮਾਮਲੇ ਨੂੰ ਮੁੜ ਅਦਾਲਤ ਵਿੱਚ ਨਹੀ ਲਿਆਂਦਾ ਜਾ ਸਕਦਾ।

हदिी: पूर्णतःखारजि
इसका मतलब है अदालत द्वारा मामले को इस तरह से समाप्त करना कि उसी मामले को दोबारा अदालत में नहीं लाया जा सकता।

DISMISSAL WITHOUT PREJUDICE

Definition: A court's termination of a case that allows the petitioner to refile the same claim in the future; in family law, dismissals without prejudice often occur when a petition is incomplete or premature.

Explanation: When the court ends a case but allows it to be filed again later.

Example: The father's child support petition was dismissed without prejudice so he could refile with proper documentation.

ਪੰਜਾਬੀ: ਅਸਥਾਈ ਰੱਦਗੀ
ਇਸਦਾ ਮਤਲਬ ਹੈ ਅਦਾਲਤ ਦੁਆਰਾ ਕੇਸ ਨੂੰ ਰੱਦ ਕਰਨਾ ਪਰ ਪੱਖਕਾਰ ਨੂੰ ਬਾਅਦ ਵਿੱਚ ਉਹੀ ਮਾਮਲਾ ਦੁਬਾਰਾ ਅਦਾਲਤ ਵਿੱਚ ਲਿਆਂਦਾ ਜਾਣ ਦੀ ਇਜਾਜ਼ਤ ਹੋਣਾ।

हदिी: अस्थायी खारजि
इसका मतलब है अदालत द्वारा मामले को खारजि करना लेकनि पक्षकार को बाद में वही मामला फरि से अदालत में लाने की अनुमत हिोना।

DISPENSE WITH

Definition: To waive or eliminate a legal requirement, procedure, or formality by court order; in family law, courts may dispense with notice, service, or consent under certain circumstances.

Explanation: When the court says a normal legal step is not needed.

Example: The judge decided to dispense with the father's consent to the adoption due to abandonment.

ਪੰਜਾਬੀ: ਬਨਿਾ ਕਰੇ ਕੰਮ ਚਲਾਉਣਾ
ਇਸਦਾ ਮਤਲਬ ਹੈ ਕਸਿੇ ਲੋੜੀਂਦੀ ਚੀਜ਼ ਜਾਂ ਪ੍ਰਕਰਿਆਿ ਨੂੰ ਛੱਡ ਦੇਣਾ ਕਉਿਂਕਿ ਉਹ ਲਾਜ਼ਮੀ ਨਹੀਂ ਰਹਦਿੀ।

हिंदी: बनिा कएि काम चलाना
इसका मतलब है कसिी आवश्यक वस्तु या प्रक्रयिा को छोड़ देना क्योंकि वह ज़रूरी नहीं रह जाती।

DISPOSITION

Definition: The court's final determination of a case or a specific issue within a case; in family law, disposition may include custody orders, support determinations, or findings of dependency.

Explanation: The final decision the court makes in a case.

Example: The disposition of the divorce case awarded custody to the mother and child support from the father.

ਪੰਜਾਬੀ: ਨਰਿਣੇ / ਅੰਤਮਿ ਫ਼ੈਸਲਾ
ਇਸਦਾ ਮਤਲਬ ਹੈ ਅਦਾਲਤ ਦੁਆਰਾ ਕੇਸ ਜਾਂ ਮਾਮਲੇ ਦਾ ਅੰਤਮਿ ਹੱਲ ਜਾਂ ਨਤੀਜਾ।

हिंदी: नपिटान / अंतमि नर्णिय
इसका मतलब है अदालत द्वारा मामले का अंतमि समाधान या परणिाम।

DISPOSITION OF ASSETS

Definition: The allocation, sale, or transfer of property as determined by court order or agreement; in family law, it refers to how marital or community assets are divided at divorce.

Explanation: How the court decides property or money will be handled in divorce.

Example: The judge ordered the disposition of assets by dividing the marital home and retirement accounts.

ਪੰਜਾਬੀ: ਸੰਪਤੀ ਦਾ ਨਪਿਟਾਰਾ
ਇਸਦਾ ਮਤਲਬ ਹੈ ਸੰਪਤੀ ਨੂੰ ਵੇਚਣਾ, ਵੰਡਣਾ ਜਾਂ ਕਸਿੇ ਹੋਰ ਤਰੀਕੇ ਨਾਲ ਹਟਾਉਣਾ।

हिंदी: संपत्ति का निपटान
इसका मतलब है संपत्ति को बेचना, बाँटना या किसी अन्य तरीके से हटाना।

DISPOSITIONAL HEARING

Definition: A hearing held after a finding of dependency, neglect, or delinquency to determine the appropriate placement, custody, or services for a child; in family law, dispositional hearings focus on the child's best interests and long-term plan.

Explanation: A court hearing to decide what should happen to a child after the court finds abuse, neglect, or dependency.

Example: At the dispositional hearing, the judge ordered foster care and reunification services for the parents.

ਪੰਜਾਬੀ: ਨਿਰਣੇਤਮਕ ਸੁਣਵਾਈ
ਇਸਦਾ ਮਤਲਬ ਹੈ ਅਦਾਲਤ ਵਿੱਚ ਹੋਣ ਵਾਲੀ ਉਹ ਸੁਣਵਾਈ ਜਿਸ ਵਿੱਚ ਜੱਜ ਇਹ ਤੈਅ ਕਰਦਾ ਹੈ ਕਿ ਬੱਚੇ ਜਾਂ ਮਾਮਲੇ ਨਾਲ ਅੱਗੇ ਕੀ ਕਾਰਵਾਈ ਕੀਤੀ ਜਾਵੇਗੀ।

हिंदी: निपटान संबंधी सुनवाई
इसका मतलब है अदालत में होने वाली वह सुनवाई जिसमें न्यायाधीश यह तय करता है कि बच्चे या मामले के साथ आगे क्या कार्रवाई की जाएगी।

DISSOLUTION OF MARRIAGE

Definition: The legal term for divorce, ending a valid marriage by court order.

Explanation: Another word for divorce; ending a marriage legally.

Example: She filed a petition for dissolution of marriage.

ਪੰਜਾਬੀ: ਵਿਆਹ ਦਾ ਖ਼ਾਤਮਾ
ਇਸਦਾ ਮਤਲਬ ਹੈ ਅਦਾਲਤ ਦੁਆਰਾ ਵਿਆਹਕ ਸੰਬੰਧ ਨੂੰ ਕਾਨੂੰਨੀ ਤੌਰ 'ਤੇ ਖਤਮ ਕਰਨਾ, ਜਿਸਨੂੰ ਆਮ ਤੌਰ 'ਤੇ ਤਲਾਕ ਕਿਹਾ ਜਾਂਦਾ ਹੈ।

हिंदी: विवाह विच्छेद
इसका मतलब है अदालत द्वारा वैवाहिक संबंध को क़ानूनी रूप से समाप्त करना, जिसे सामान्यतः तलाक कहा जाता है।

DIVORCE

Definition: The legal dissolution of a valid marriage by a court, terminating the marital relationship and addressing related issues such as custody, visitation, child support, spousal support, and division of property.

Explanation: When a court officially ends a marriage and decides custody, support, and property matters.

Example: The court granted the divorce and ordered joint legal custody of the children.

ਪੰਜਾਬੀ: ਤਲਾਕ
ਇਸਦਾ ਮਤਲਬ ਹੈ ਅਦਾਲਤ ਦੁਆਰਾ ਪਤੀ-ਪਤਨੀ ਦੇ ਵਿਆਹਕ ਸੰਬੰਧ ਨੂੰ ਕਾਨੂੰਨੀ ਤੌਰ 'ਤੇ ਖਤਮ ਕਰਨਾ।

हिंदी: तलाक
इसका मतलब है अदालत द्वारा पति-पत्नी के वैवाहिक संबंध को क़ानूनी रूप से समाप्त करना।

DNA

Definition: Deoxyribonucleic acid, the genetic material used for identification; in family law, DNA testing is often used to establish or dispute paternity and parentage, providing nearly conclusive evidence of biological relationships.

Explanation: Genetic testing used to prove if someone is the biological parent of a child.

Example: The court ordered DNA testing to confirm the alleged father's paternity.

ਪੰਜਾਬੀ: ਡੀ.ਐਨ.ਏ.
ਇਸਦਾ ਮਤਲਬ ਹੈ ਜੀਵਤਿ ਜੀਵਾਂ ਦੀ ਵਰਿਾਸਤੀ ਜਾਣਕਾਰੀ ਰੱਖਣ ਵਾਲਾ ਅਣੂ, ਜੋ ਅਕਸਰ ਮਾਤਾ-ਪਤਿਾ ਦੀ ਪਹਚਿਾਣ ਸਾਬਤ ਕਰਨ ਲਈ ਵਰਤਆਿ ਜਾਂਦਾ ਹੈ।

हिंदी: डी.एन.ए.
इसका मतलब है जीवति प्राणयिों की आनुवंशकि जानकारी रखने वाला अणु, जसि अक्सर माता-पिता की पहचान साबति करने के लिए इस्तेमाल कयिा जाता है।

DOCKET

Definition: The official list or calendar of cases maintained by a court, showing scheduled hearings, filings, and pending matters; in family law, the docket includes divorce, custody, support, and protection cases.

Explanation: The court's official list of all the cases it must handle.

Example: The divorce case appeared on the family court's docket for hearing next month.

ਪੰਜਾਬੀ: ਅਦਾਲਤੀ ਰਜਸਿਟਰ (ਡਾਕਟ)
ਇਸਦਾ ਮਤਲਬ ਹੈ ਅਦਾਲਤ ਦਾ ਅਧਕਿਾਰਕ ਰਕਿਾਰਡ ਜਸਿ ਵੱਚਿ ਕੇਸਾਂ ਦੀ ਸੂਚੀ ਅਤੇ ਉਨ੍ਹਾਂ ਦੀ ਕਾਰਵਾਈ ਦਰਜ ਹੁੰਦੀ ਹੈ।

हदिी: न्यायालय अभलिेख (डॉकेट)
इसका मतलब है अदालत का आधकिारकि रकिॉर्ड जसिमें मामलों की सूची और उनकी कार्यवाही दर्ज होती है।

DOCKET NUMBER

Definition: A unique identifying number assigned by the court to each case, used for tracking filings, orders, and proceedings; in family law, docket numbers ensure accurate reference to divorce, custody, or support cases.

Explanation: The special number given to each case to keep track of it in court.

Example: The custody petition was filed under docket number BFL-25-123456.

ਪੰਜਾਬੀ: ਅਦਾਲਤੀ ਰਜਸਿਟਰ ਨੰਬਰ
ਇਸਦਾ ਮਤਲਬ ਹੈ ਹਰ ਕੇਸ ਨੂੰ ਅਦਾਲਤ ਵੱਲੋਂ ਦੱਤਿਾ ਗਆਿ ਖ਼ਾਸ ਨੰਬਰ ਜਸਿ ਨਾਲ ਉਸਦੀ ਪਛਾਣ ਹੁੰਦੀ ਹੈ।

हदिी: न्यायालय अभलिेख संख्या
इसका मतलब है प्रत्येक मामले को अदालत द्वारा दयिा गया वशिेष नंबर जसिसे उसकी पहचान होती है।

DOCUMENTARY PROOF

Definition: Written or recorded evidence submitted to the court to establish a fact, such as contracts, financial records, medical reports, or school records; in family law, documentary proof supports claims regarding income, parenting ability, or allegations of abuse.

Explanation: Written or recorded documents used as evidence in court.

Example: The mother presented documentary proof of the father's income through his pay stubs.

ਪੰਜਾਬੀ: ਦਸਤਾਵੇਜ਼ੀ ਸਬੂਤ
ਇਸਦਾ ਮਤਲਬ ਹੈ ਲਖਿਤੀ ਜਾਂ ਛਪੇ ਹੋਏ ਦਸਤਾਵੇਜ਼ ਜੋ ਅਦਾਲਤ ਵੱਿਚ ਕਸਿੇ ਤੱਥ ਨੂੰ ਸਾਬਤ ਕਰਨ ਲਈ ਪੇਸ਼ ਕੀਤੇ ਜਾਂਦੇ ਹਨ।

हिंदी: दस्तावेजी साक्ष्य
इसका मतलब है लखिति या मुद्रति दस्तावेज़ जो अदालत में कसिी तथ्य को साबति करने के लिए प्रस्तुत किए जाते हैं।

DOMESTIC VIOLENCE

Definition: Abuse or threats of abuse within a family or intimate relationship, including physical, emotional, or financial harm.

Explanation: Abuse between partners or family members.

Example: The court issued a restraining order after evidence of domestic violence.

ਪੰਜਾਬੀ: ਘਰੇਲੂ ਹਿੰਸਾ
ਇਸਦਾ ਮਤਲਬ ਹੈ ਪਰਵਿਾਰ ਜਾਂ ਘਰ ਦੇ ਅੰਦਰ ਕਸਿੇ ਮੈਂਬਰ ਨਾਲ ਸਰੀਰਕ, ਮਾਨਸਕਿ, ਜਨਿਸੀ ਜਾਂ ਭਾਵਨਾਤਮਕ ਤਸ਼ੱਦਦ ਕਰਨਾ।

हिंदी: घरेलू हिंसा
इसका मतलब है परविार या घर के अंदर कसिी सदस्य के साथ शारीरकि, मानसकि, यौन या भावनात्मक उत्पीड़न करना।

DOMESTIC VIOLENCE RESTRAINING ORDER

Definition: A court order that protects a person from abuse, threats, or harassment by a current or former spouse, partner, family member, or household member. It can restrict contact, require the abuser to move out, and provide temporary custody or support orders.

Explanation: A legal order to keep an abuser away from the victim and protect their safety.

Example: The judge issued a domestic violence restraining order preventing the husband from contacting his wife and children.

ਪੰਜਾਬੀ: ਘਰੇਲੂ ਹਿੰਸਾ ਰੋਕ ਹੁਕਮ – ਇੱਕ ਅਦਾਲਤੀ ਹੁਕਮ ਜੋ ਪੀੜਤ ਨੂੰ ਹਿੰਸਾ, ਧਮਕੀਆਂ ਜਾਂ ਤੰਗ ਕਰਨ ਤੋਂ ਬਚਾਉਂਦਾ ਹੈ। ਇਹ ਦੋਸ਼ੀ ਨੂੰ ਸੰਪਰਕ ਕਰਨ ਤੋਂ ਰੋਕ ਸਕਦਾ ਹੈ, ਘਰ ਖਾਲੀ ਕਰਨ ਲਈ ਕਹਿ ਸਕਦਾ ਹੈ ਅਤੇ ਅਸਥਾਈ ਸੁਰੱਖਿਆ ਜਾਂ ਸਹਾਇਤਾ ਦੇ ਹੁਕਮ ਦੇ ਸਕਦਾ ਹੈ।

हिंदी: घरेलू हिंसा निरोधक आदेश – एक अदालत का आदेश जो पीड़ित को हिंसा, धमकी या उत्पीड़न से बचाता है। यह आरोपी को संपर्क करने से रोक सकता है, घर छोड़ने का आदेश दे सकता है और अस्थायी अभिरक्षा या भरण-पोषण का आदेश दे सकता है।

DOMESTIC VIOLENCE RISK ASSESSMENT

Definition: An evaluation used to assess the likelihood of domestic violence occurring or recurring, often used in custody or protective order cases.

Explanation: A test to see how likely domestic violence is to happen or happen again.

Example: The court required a domestic violence risk assessment before allowing unsupervised visitation.

ਪੰਜਾਬੀ: ਘਰੇਲੂ ਹਿੰਸਾ ਖ਼ਤਰਾ ਮੁਲਾਂਕਣ – ਘਰੇਲੂ ਹਿੰਸਾ ਹੋਣ ਜਾਂ ਦੁਬਾਰਾ ਹੋਣ ਦੀ ਸੰਭਾਵਨਾ ਦੀ ਜਾਂਚ।

हिंदी: घरेलू हिंसा जोखिम मूल्यांकन – घरेलू हिंसा होने या दोबारा होने की संभावना की जाँच।

DOMICILE

Definition: A person's permanent legal residence, where they intend to remain or return; in family law, domicile determines jurisdiction for divorce, custody, and adoption proceedings.

Explanation: A person's true home for legal purposes, not just where they are temporarily staying.

Example: The court confirmed the mother's domicile in the state before accepting her divorce petition.

ਪੰਜਾਬੀ: ਸਥਾਈ ਨਿਵਾਸ

ਇਸਦਾ ਮਤਲਬ ਹੈ ਉਹ ਥਾਂ ਜੱਥੇ ਕੋਈ ਵਅਿਕਤੀ ਸਥਾਈ ਤੌਰ 'ਤੇ ਰਹਣਿ ਦਾ ਇਰਾਦਾ ਰੱਖਦਾ ਹੈ। ਪਰਵਿਾਰਕ ਕਾਨੂੰਨ ਵੱਚਿ, ਡੋਮਸਿਾਈਲ ਤਲਾਕ, ਹਰਿਾਸਤ ਅਤੇ ਗੋਦ ਲੈਣ ਦੀ ਕਾਰਵਾਈ ਲਈ ਅਧਕਿਾਰ-ਖੇਤਰ ਨਰਿਧਾਰਤ ਕਰਦਾ ਹੈ।

हिंदी: स्थायी निवास
इसका मतलब है वह स्थान जहाँ कोई व्यक्ति स्थायी रूप से रहने का इरादा रखता है। परिवार कानून में, डोमिसाइल तलाक, अभिरक्षा और दत्तक ग्रहण की कार्यवाही के लिए अधिकार-क्षेत्र निर्धारित करता है।

DUE DILIGENCE

Definition: The reasonable efforts a person must make to fulfill a legal requirement or obligation; in family law, due diligence often arises when attempting service of process, investigating financial records, or locating a missing parent.

Explanation: Taking all reasonable steps to meet a legal responsibility.

Example: The petitioner showed due diligence in trying to serve the father with custody papers before requesting service by publication.

ਪੰਜਾਬੀ: ਯਥਾਯੋਗ ਧਆਿਨ
ਇਸਦਾ ਮਤਲਬ ਹੈ ਕੋਈ ਕੰਮ ਜਾਂ ਜਾਂਚ ਪੂਰੇ ਧਆਿਨ, ਸਾਵਧਾਨੀ ਅਤੇ ਜ਼ੰਿਮੇਵਾਰੀ ਨਾਲ ਕਰਨਾ ਤਾਂ ਜੋ ਕੁਝ ਵੀ ਛੱਡਆਿ ਨਾ ਜਾਵੇ।

हिंदी: समुचित परिश्रम
इसका मतलब है कोई काम या जाँच पूरे ध्यान, सावधानी और ज़िम्मेदारी के साथ करना ताकि कुछ भी छूट न जाए।

DUE PROCESS

Definition: The constitutional guarantee that legal proceedings will be fair, that individuals will receive notice of proceedings, and that they will have an opportunity to be heard; in family law, due process ensures fairness in custody, support, and parental rights cases.

Explanation: The right to fair legal procedures, including notice and a chance to be heard.

Example: The father argued that his due process rights were violated when the custody hearing was held without notifying him.

ਪੰਜਾਬੀ: ਯਥਾਯੋਗ ਕਾਨੂੰਨੀ ਪ੍ਰਕਰਿਆਿ

ਇਸਦਾ ਮਤਲਬ ਹੈ ਉਹ ਕਾਨੂੰਨੀ ਹੱਕ ਜਸਿ ਅਨੁਸਾਰ ਹਰ ਵਅਿਕਤੀ ਨੂੰ ਇਨਸਾਫ਼ ਮਲਿਣ ਲਈ ਨਰਿਪੱਖ ਕਾਰਵਾਈ ਅਤੇ ਸੁਣਵਾਈ ਦਾ ਮੌਕਾ ਦੱਤਿਾ ਜਾਂਦਾ ਹੈ।

हिंदी: उचति वधिकि प्रक्रयिा

इसका मतलब है वह कानूनी अधिकार जसिके तहत हर व्यक्ति को न्याय पाने के लिए नष्पिक्ष कार्यवाही और सुनवाई का अवसर दयिा जाता है।

DUE PROCESS OF LAW

Definition: A broader legal principle that incorporates both procedural due process (fair procedures) and substantive due process (protection of fundamental rights), ensuring justice and fairness in court proceedings; in family law, it applies in termination of parental rights, custody determinations, and adoption cases.

Explanation: The legal rule that courts must act fairly and protect basic rights when making decisions.

Example: The appellate court reversed the termination of parental rights because the parents were denied due process of law.

ਪੰਜਾਬੀ: ਕਾਨੂੰਨੀ ਯਥਾਯੋਗ ਪ੍ਰਕਰਿਆਿ

ਇਸਦਾ ਮਤਲਬ ਹੈ ਉਹ ਸਧਿਾਂਤ ਜਸਿ ਵੱਚਿ ਰਾਜ ਜਾਂ ਅਦਾਲਤ ਕਸਿੇ ਵਅਿਕਤੀ ਦੇ ਹੱਕਾਂ ਨੂੰ ਬਨਿਾ ਨਰਿਪੱਖ ਸੁਣਵਾਈ ਅਤੇ ਨਆਿਂਪੂਰਣ ਕਾਰਵਾਈ ਤੋਂ ਖਤਮ ਨਹੀ ਕਰ ਸਕਦੀ।

हिंदी: वधि द्वारा उचति प्रक्रयिा

इसका मतलब है वह सद्धिांत जसिमें राज्य या अदालत कसिी व्यक्ति के अधिकारों को बनिा नष्पिक्ष सुनवाई और न्यायपूर्ण कार्यवाही के समाप्त नहीं कर सकती।

DURESS

Definition: Unlawful pressure or coercion that forces someone to act against their free will, such as signing an agreement; in family law, a divorce settlement or prenuptial agreement signed under duress may be invalid.

Explanation: When someone is forced or pressured to do something they don’t want to do, making it unfair.

Example: The wife argued that she signed the marital settlement agreement under duress.

ਪੰਜਾਬੀ: ਜ਼ਬਰਦਸਤੀ
ਇਸਦਾ ਮਤਲਬ ਹੈ ਜਦੋਂ ਕਸਿੇ ਵਅਿਕਤੀ ਨੂੰ ਧਮਕੀ, ਦਬਾਅ ਜਾਂ ਜ਼ੋਰ ਜਬਰ ਨਾਲ ਕੋਈ ਕੰਮ ਕਰਨ ਲਈ ਮਜਬੂਰ ਕੀਤਾ ਜਾਂਦਾ ਹੈ।

हदिी: जबरदस्ती
इसका मतलब है जब कसिी व्यक्ति को धमकी, दबाव या बल प्रयोग से कोई काम करने के लिए मजबूर कयिा जाता है।

DUTY

Definition: A legal obligation to act or refrain from acting in a certain way; in family law, duties include the duty to support children financially, to provide care, or to comply with court orders.

Explanation: A legal responsibility that a person must follow.

Example: Parents have a legal duty to provide financial support for their children.

ਪੰਜਾਬੀ: ਫਰਜ਼
ਇਸਦਾ ਮਤਲਬ ਹੈ ਕੋਈ ਕੰਮ ਜਾਂ ਜ਼ੰਿਮੇਵਾਰੀ ਜੋ ਕਾਨੂੰਨ ਜਾਂ ਨੈਤਕਿਤਾ ਅਨੁਸਾਰ ਨਭਿਾਉਣੀ ਲਾਜ਼ਮੀ ਹੋਵੇ।

हदिी: कर्तव्य
इसका मतलब है कोई काम या ज़म्मिेदारी जो क़ानून या नैतकिता के अनुसार नभिाना अनविार्य हो।

EARLY NEUTRAL EVALUATION (FAMILY LAW)

Definition: A process where a neutral evaluator listens to both parties early in the case and provides an assessment to encourage settlement.

Explanation: An early review by a neutral expert to help settle the case.

Example: The parties participated in early neutral evaluation to avoid a trial.

ਪੰਜਾਬੀ: ਸੁਰੂਆਤੀ ਤਟਸਥ ਮੁਲਾਂਕਣ – ਇੱਕ ਪ੍ਰਕਰਿਆਿ ਜਸਿ ਵੱਿਚ ਨਰਿਪੱਖ ਮਾਹਰ ਦੋਵੇਂ ਪੱਖ ਸੁਣਦਾ ਹੈ ਅਤੇ ਕੇਸ ਦੀ ਸਮੀਖਆਿ ਕਰਦਾ ਹੈ।

हदिी: प्रारंभकि नष्पिक्ष मूल्यांकन – एक प्रक्रयिा जसिमें नष्पिक्ष

वशिषज्ञ दोनों पक्षों को सुनता है और मामले की समीक्षा करता है।

EMANCIPATION

Definition: A legal process by which a minor is declared independent from parental control and responsibility.

Explanation: When a teenager is made legally independent from their parents.

Example: She sought emancipation to live on her own before age 18.

ਪੰਜਾਬੀ: ਮੁਕਤੀ / ਸਵੈ-ਨਰਿਭਰਤਾ
ਇਸਦਾ ਮਤਲਬ ਹੈ ਜਦੋਂ ਅਦਾਲਤ ਕਸਿੇ ਨਾਬਾਲਗ ਨੂੰ ਕਾਨੂੰਨੀ ਤੌਰ 'ਤੇ ਸੁਤੰਤਰ ਮੰਨਦੀ ਹੈ ਤਾਂ ਜੋ ਉਹ ਆਪਣੇ ਫ਼ੈਸਲੇ ਖੁਦ ਲੈ ਸਕੇ।

हदिी: स्वतंत्रता / स्वावलंबन
इसका मतलब है जब अदालत कसिी नाबालगि को कानूनी रूप से स्वतंत्र मानती है ताक विह अपने नरि्णय स्वयं ले सके।

EMERGENCY CUSTODY ORDER

Definition: A temporary order issued quickly to protect a child in immediate danger.

Explanation: A fast custody order when a child is unsafe.

Example: The judge signed an emergency custody order after the abuse report.

ਪੰਜਾਬੀ: ਐਮਰਜੈਂਸੀ ਹਰਿਾਸਤ ਆਦੇਸ਼
ਇਸਦਾ ਮਤਲਬ ਹੈ ਅਦਾਲਤ ਦੁਆਰਾ ਜਾਰੀ ਕੀਤਾ ਗਿਆ ਤੁਰੰਤ ਹੁਕਮ ਜਿਸ ਨਾਲ ਬੱਚੇ ਦੀ ਸੁਰੱਖਿਆ ਲਈ ਉਸਦੀ ਹਰਿਾਸਤ ਅਸਥਾਈ ਤੌਰ 'ਤੇ ਬਦਲੀ ਜਾਂਦੀ ਹੈ।

हदिी: आपातकालीन अभरिक्षा आदेश
इसका मतलब है अदालत द्वारा जारी कयिा गया तात्कालकि आदेश जसिके द्वारा बच्चे की सुरक्षा के लएि उसकी अभरिक्षा अस्थायी रूप से बदली जाती है।

EMERGENCY PROTECTIVE ORDER (EPO)

Definition: A short-term court order protecting a child or adult from immediate danger, often issued in cases of domestic violence or abuse.

Explanation: A quick order to keep someone safe from harm.

Example: The victim obtained an emergency protective order after reporting abuse.

ਪੰਜਾਬੀ: ਐਮਰਜੈਂਸੀ ਸੁਰੱਖਿਆ ਹੁਕਮ – ਛੋਟੇ ਸਮੇਂ ਲਈ ਜਾਰੀ ਕੀਤਾ ਗਿਆ ਅਦਾਲਤੀ ਹੁਕਮ ਜੋ ਖ਼ਤਰੇ ਤੋਂ ਬਚਾਉਂਦਾ ਹੈ।

हदिी: आपातकालीन संरक्षण आदेश – अल्पकालकि अदालत आदेश जो खतरे से बचाने के लएि जारी कयिा जाता है।

EMERGENCY RELIEF

Definition: Immediate, temporary orders issued by the court to protect parties or children from harm or to preserve the status quo until a full hearing can be held; in family law, emergency relief may include restraining orders, temporary custody, or suspension of visitation.

Explanation: Quick court action to protect someone until a full hearing can happen.

Example: The judge granted emergency relief by giving the mother temporary custody after evidence of abuse.

ਪੰਜਾਬੀ: ਐਮਰਜੈਂਸੀ ਰਾਹਤ
ਇਸਦਾ ਮਤਲਬ ਹੈ ਅਦਾਲਤ ਦੁਆਰਾ ਦੱਿਤੀ ਗਈ ਤੁਰੰਤ ਸਹਾਇਤਾ, ਜਵਿੇਂ ਅਸਥਾਈ ਹੁਕਮ ਜਾਂ ਸੁਰੱਖਿਆ ਲਈ ਤੁਰੰਤ ਕਦਮ।

हदिी: आपातकालीन राहत
इसका मतलब है अदालत द्वारा दी गई तात्कालकि सहायता, जैसे अस्थायी आदेश या सुरक्षा के लएि त्वरति कदम।

EMERGENCY TEMPORARY CUSTODY

Definition: A temporary custody order granted by the court when a child is in immediate danger or urgent action is required.

Explanation: A short-term custody order to protect a child in danger.

Example: The grandmother was granted emergency temporary custody after allegations of neglect arose.

ਪੰਜਾਬੀ: ਐਮਰਜੈਂਸੀ ਅਸਥਾਈ ਸੁਰੱਖਿਆ – ਖ਼ਤਰੇ ਦੇ ਮਾਮਲਿਆਂ ਵੱਿਚ ਬੱਚੇ ਦੀ ਰੱਖਿਆ ਲਈ ਤੁਰੰਤ ਹੁਕਮ।

हिंदी: आपातकालीन अस्थायी अभिरक्षा – खतरे की स्थिति में बच्चे की रक्षा के लिए तत्काल आदेश।

EMPLOYER

Definition: A person or entity that hires and pays workers; in family law, employers are often directed by court order to withhold child support or spousal support payments directly from an employee's wages.

Explanation: A person or company that gives someone a job and pays them.

Example: The father's employer was ordered to deduct child support payments from his paycheck.

ਪੰਜਾਬੀ: ਨੌਕਰੀਦਾਤਾ
ਇਸਦਾ ਮਤਲਬ ਹੈ ਉਹ ਵਿਅਕਤੀ ਜਾਂ ਸੰਸਥਾ ਜੋ ਕਿਸੇ ਨੂੰ ਕੰਮ 'ਤੇ ਰੱਖਦੀ ਹੈ ਅਤੇ ਉਸਨੂੰ ਤਨਖਾਹ ਦਿੰਦੀ ਹੈ।

हिंदी: नियोक्ता
इसका मतलब है वह व्यक्ति या संस्था जो किसी को काम पर रखती है और उसे वेतन देती है।

ENFORCE

Definition: To compel compliance with a law, order, or judgment through legal means; in family law, courts enforce child support, spousal support, custody, and visitation orders through contempt, wage garnishment, or other remedies.

Explanation: To make sure a court order is obeyed.

Example: The court moved to enforce the visitation order after repeated violations by the mother.

ਪੰਜਾਬੀ: ਲਾਗੂ ਕਰਨਾ
ਇਸਦਾ ਮਤਲਬ ਹੈ ਕਾਨੂੰਨ, ਨਿਯਮ ਜਾਂ ਅਦਾਲਤ ਦੇ ਹੁਕਮ ਦੀ ਪਾਲਣਾ ਯਕੀਨੀ ਬਣਾਉਣਾ।

हिंदी: लागू करना
इसका मतलब है क़ानून, नियम या अदालत के आदेश का पालन सुनिश्चित करना।

ENFORCEABLE BY THE COURT

Definition: A right, duty, or agreement that can be compelled or upheld by legal action; in family law, agreements regarding custody, support, or property division must be enforceable by the court to carry legal weight.

Explanation: Something the judge can make happen by law.

Example: The parenting agreement became enforceable by the court once it was signed by the judge.

ਪੰਜਾਬੀ: ਅਦਾਲਤ ਦੁਆਰਾ ਲਾਗੂ ਕਰਨ ਯੋਗ
ਇਸਦਾ ਮਤਲਬ ਹੈ ਕੋਈ ਅਜਿਹਾ ਹੁਕਮ ਜਾਂ ਸਮਝੌਤਾ ਜਿਸਦੀ ਪਾਲਣਾ ਅਦਾਲਤ ਕਾਨੂੰਨੀ ਤੌਰ 'ਤੇ ਕਰਵਾ ਸਕਦੀ ਹੈ।

हिंदी: अदालत द्वारा लागू करने योग्य
इसका मतलब है ऐसा आदेश या समझौता जिसकी पालना अदालत कानूनी रूप से करवा सकती है।

ENFORCEMENT

Definition: The legal process of ensuring compliance with a court order or judgment; in family law, enforcement actions include garnishment of wages, contempt findings, or suspension of licenses for nonpayment of support.

Explanation: Steps taken to make sure court orders are followed.

Example: The state child support agency initiated enforcement after months of unpaid support.

ਪੰਜਾਬੀ: ਲਾਗੂ ਕਰਨਾ / ਕਾਰਵਾਈ
ਇਸਦਾ ਮਤਲਬ ਹੈ ਅਦਾਲਤ ਜਾਂ ਅਧਿਕਾਰੀ ਦੁਆਰਾ ਇਹ ਯਕੀਨੀ ਬਣਾਉਣਾ ਕਿ ਹੁਕਮਾਂ ਜਾਂ ਕਾਨੂੰਨ ਦੀ ਪਾਲਣਾ ਕੀਤੀ ਜਾ ਰਹੀ ਹੈ।

हिंदी: प्रवर्तन / अमल
इसका मतलब है अदालत या अधिकारी द्वारा यह सुनिश्चित करना कि आदेशों या क़ानून का पालन किया जा रहा है।

ENJOIN

Definition: To legally prohibit or command an act through a court order, often issued as an injunction; in family law, courts may enjoin harassment, removal of children from jurisdiction, or dissipation of marital assets.

Explanation: When the judge orders someone to stop doing or to do something.

Example: The court enjoined the father from taking the child out of state without permission.

ਪੰਜਾਬੀ: ਰੋਕ ਦਾ ਹੁਕਮ ਦੇਣਾ
ਇਸਦਾ ਮਤਲਬ ਹੈ ਅਦਾਲਤ ਦੁਆਰਾ ਕਸਿੇ ਨੂੰ ਕੁਝ ਕਰਨ ਜਾਂ ਨਾ ਕਰਨ ਲਈ ਅਧਕਿਾਰਕ ਹੁਕਮ ਜਾਰੀ ਕਰਨਾ।

हदिी: नषिधाज्ञा देना
इसका मतलब है अदालत द्वारा कसिी को कुछ करने या न करने के लिए आधकिारकि आदेश जारी करना।

ENTER AN ORDER

Definition: The formal act by which a court's decision is recorded as an official order, making it legally binding and enforceable.

Explanation: When the judge officially records a decision as a court order.

Example: The judge entered an order granting joint custody of the children.

ਪੰਜਾਬੀ: ਹੁਕਮ ਜਾਰੀ ਕਰਨਾ
ਇਸਦਾ ਮਤਲਬ ਹੈ ਜਦੋਂ ਜੱਜ ਅਧਕਿਾਰਕ ਤੌਰ 'ਤੇ ਲਖਿਤੀ ਰੂਪ ਵੱਚਿ ਅਦਾਲਤ ਦਾ ਹੁਕਮ ਦਰਜ ਕਰਦਾ ਹੈ।

हदिी: आदेश जारी करना
इसका मतलब है जब न्यायाधीश आधकिारकि रूप से लखिति रूप में अदालत का आदेश दर्ज करता है।

ENTERTAIN A MOTION

Definition: To consider and rule upon a motion submitted by a party; in family law, judges entertain motions on issues such as temporary custody, child support, visitation, or protective orders.

Explanation: When a judge agrees to hear and decide on a request made in a case.

Example: The court agreed to entertain a motion for temporary child support during the divorce.

ਪੰਜਾਬੀ: ਅਰਜ਼ੀ ਸੁਣਨਾ
ਇਸਦਾ ਮਤਲਬ ਹੈ ਜਦੋਂ ਅਦਾਲਤ ਕਸਿੇ ਪੱਖ ਵੱਲੋਂ ਦੱਤਿੀ ਗਈ ਅਰਜ਼ੀ 'ਤੇ ਵਚਿਾਰ ਕਰਨ ਲਈ ਸਹਮਿਤ ਹੁੰਦੀ ਹੈ।

हिंदी: याचिका सुनना
इसका मतलब है जब अदालत कसिी पक्ष द्वारा दी गई याचिका पर वचिार करने के लिए तैयार होती है।

ENTRY OF JUDGMENT

Definition: The recording of a final judgment in the official court record, making it effective and enforceable; in family law, this may include divorce decrees, custody judgments, or support orders.

Explanation: When the final decision of the court is officially entered into the record.

Example: The clerk filed the entry of judgment for the divorce, finalizing the case.

ਪੰਜਾਬੀ: ਫ਼ੈਸਲੇ ਦੀ ਦਰਜਗੀ
ਇਸਦਾ ਮਤਲਬ ਹੈ ਅਦਾਲਤ ਦੇ ਅੰਤਮਿ ਫ਼ੈਸਲੇ ਨੂੰ ਅਧਕਿਾਰਕ ਤੌਰ 'ਤੇ ਰਕਿਾਰਡ ਵੱਚਿ ਦਰਜ ਕਰਨਾ।

हिंदी: नरि्णय का अभलिेखन
इसका मतलब है अदालत के अंतमि फैसले को आधकिारकि रूप से अभलिेख में दर्ज करना।

EPSTEIN CREDITS

Definition: A reimbursement credit given to a spouse in a divorce case for separate property funds used to pay community debts after separation. It comes from the California case In re Marriage of Epstein (1979).

Explanation: A spouse gets credit when they use their own money (not community funds) to pay off joint debts after separation.

Example: The wife received Epstein credits for paying the mortgage with her separate earnings after the couple separated.

ਪੰਜਾਬੀ: ਐਪਸਟਾਈਨ ਕਰੈਡਟਿ – ਤਲਾਕ ਦੇ ਕੇਸ ਵੱਚਿ ਇੱਕ ਜੀਵਨ ਸਾਥੀ ਨੂੰ ਵਾਪਸ ਕੀਤਾ ਜਾਣ ਵਾਲਾ ਕਰੈਡਟਿ ਜਦੋਂ ਉਹ ਵੱਖ ਹੋਣ ਤੋਂ ਬਾਅਦ ਆਪਣੇ ਨੱਜੀ ਪੈਸਆਿਂ ਨਾਲ ਸਾਂਝੇ ਕਰਜ਼ੇ ਅਦਾ ਕਰਦਾ ਹੈ। ਇਹ ਕੈਲੀਫ਼ੋਰਨੀਆ ਦੇ ਕੇਸ Marriage of Epstein (1979) ਤੋਂ ਆਇਆ ਹੈ।

हदिी: एपस्टीन क्रेडटि – तलाक के मामले में एक जीवनसाथी को दयिा जाने वाला क्रेडटि जब वह अलगाव के बाद अपनी नजिी आय से संयुक्त ऋण का भुगतान करता है। यह कैलफ़िोर्नयिा के मामले Marriage of Epstein (1979) से लयिा गया है।

EQUAL PROTECTION OF LAWS

Definition: A constitutional principle under the Fourteenth Amendment requiring that similarly situated individuals be treated equally under the law; in family law, equal protection may apply to custody rights, adoption eligibility, or support obligations.

Explanation: The rule that people in the same situation must be treated the same by law.

Example: The father argued that denying him custody rights violated equal protection of laws.

ਪੰਜਾਬੀ: ਕਾਨੂੰਨਾਂ ਦੀ ਸਮਾਨ ਸੁਰੱਖਿਆ
ਇਸਦਾ ਮਤਲਬ ਹੈ ਸੰਵਧਿਾਨਕ ਹੱਕ ਜਸਿ ਅਨੁਸਾਰ ਹਰ ਵਅਿਕਤੀ ਨੂੰ ਕਾਨੂੰਨ ਅੱਗੇ ਬਰਾਬਰ ਦਾ ਸਲੂਕ ਅਤੇ ਸੁਰੱਖਿਆ ਮਲਿਦੀ ਹੈ।

हदिी: क़ानूनों का समान संरक्षण
इसका मतलब है संवैधानकि अधकिार जसिके अनुसार हर व्यक्त िको क़ानून के सामने बराबरी का व्यवहार और सुरक्षा मलिती है।

EQUITABLE DISTRIBUTION

Definition: A system used in many states for dividing marital property fairly, though not always equally, based on factors such as length of marriage, contributions of each spouse, and economic circumstances.

Explanation: Dividing property in a fair way between spouses, not always 50/50.

Example: The court applied equitable distribution to divide the couple's retirement accounts and real estate.

ਪੰਜਾਬੀ: ਨਿਆਂਸੰਗਤ ਵੰਡ
ਇਸਦਾ ਮਤਲਬ ਹੈ ਤਲਾਕ ਦੇ ਸਮੇਂ ਅਦਾਲਤ ਦੁਆਰਾ ਸੰਪਤੀ ਅਤੇ ਕਰਜ਼ਿਆਂ ਦੀ ਨਿਆਂਪੂਰਣ ਪਰ ਹਮੇਸ਼ਾਂ ਬਰਾਬਰ ਨਾ ਹੋਣ ਵਾਲੀ ਵੰਡ।

हिंदी: न्यायसंगत वितरण
इसका मतलब है तलाक के समय अदालत द्वारा संपत्ति और ऋणों का न्यायपूर्ण लेकिन हमेशा समान न होने वाला बँटवारा।

EQUITABLE DISTRIBUTION WORKSHEET

Definition: A form used in divorce cases to list and fairly divide marital property between the spouses.

Explanation: A worksheet showing how marital property is divided in divorce.

Example: The equitable distribution worksheet helped the judge divide the couple's property fairly.

ਪੰਜਾਬੀ: ਨਿਆਯਸੰਗਤ ਵੰਡ ਵਰਕਸ਼ੀਟ – ਤਲਾਕ ਦੇ ਸਮੇਂ ਸੰਪਤੀ ਵੰਡਣ ਲਈ ਵਰਤੀ ਜਾਣ ਵਾਲਾ ਫਾਰਮ।

हिंदी: न्यायसंगत वितरण कार्यपत्रक – तलाक के समय संपत्ति बाँटने के लिए प्रयुक्त प्रपत्र।

ESTATE

Definition: All property, assets, and debts owned by a person at death, or sometimes during life in trust or guardianship; in family law, estates are relevant in cases of inheritance, child support claims against estates, or guardianship of a child's estate.

Explanation: Everything a person owns, including money, property, and debts, especially after death.

Example: The child's guardian was appointed to manage the estate inherited from his grandparents.

ਪੰਜਾਬੀ: ਜਾਇਦਾਦ / ਸੰਪਤੀ
ਇਸਦਾ ਮਤਲਬ ਹੈ ਉਹ ਸਾਰੀ ਸੰਪਤੀ, ਜਾਇਦਾਦ ਅਤੇ ਪੈਸਾ ਜੋ ਕਿਸੇ ਵਿਅਕਤੀ ਦੀ ਮੌਤ ਦੇ ਸਮੇਂ ਉਸਦੇ ਨਾਮ 'ਤੇ ਹੁੰਦਾ ਹੈ।

हदिी: संपत्ति/ जायदाद
इसका मतलब है वह सारी संपत्ति, जायदाद और धन जो कसिी व्यक्ति की मृत्यु के समय उसके नाम पर होता है।

EVIDENCE

Definition: Testimony, documents, objects, or other items presented to the court to prove or disprove facts in dispute; in family law, evidence may include school records, financial statements, medical reports, or witness testimony concerning custody, support, or abuse.

Explanation: Proof presented in court to show whether something is true.

Example: The mother presented evidence of the father's missed child support payments at the hearing.

ਪੰਜਾਬੀ: ਸਬੂਤ
ਇਸਦਾ ਮਤਲਬ ਹੈ ਉਹ ਜਾਣਕਾਰੀ, ਦਸਤਾਵੇਜ਼ ਜਾਂ ਗਵਾਹੀ ਜੋ ਅਦਾਲਤ ਵੱਿਚ ਕਸਿੇ ਤੱਥ ਨੂੰ ਸਾਬਤ ਕਰਨ ਲਈ ਵਰਤੀ ਜਾਂਦੀ ਹੈ।

हदिी: साक्ष्य
इसका मतलब है वह जानकारी, दस्तावेज़ या गवाही जो अदालत में कसिी तथ्य को साबति करने के लिए इस्तेमाल की जाती है।

EVIDENTIARY HEARING

Definition: A court proceeding where parties present evidence and testimony for the judge to consider.

Explanation: A hearing where the judge listens to evidence from both sides.

Example: The court scheduled an evidentiary hearing on visitation issues.

ਪੰਜਾਬੀ: ਸਬੂਤੀ ਸੁਣਵਾਈ
ਇਸਦਾ ਮਤਲਬ ਹੈ ਅਦਾਲਤ ਵੱਿਚ ਹੋਣ ਵਾਲੀ ਉਹ ਸੁਣਵਾਈ ਜਸਿ ਵੱਿਚ ਗਵਾਹੀ ਜਾਂ ਦਸਤਾਵੇਜ਼ੀ ਸਬੂਤ ਪੇਸ਼ ਕੀਤੇ ਜਾਂਦੇ ਹਨ।

हदिी: साक्ष्य संबंधी सुनवाई
इसका मतलब है अदालत में होने वाली वह सुनवाई जसिमें गवाही या दस्तावेज़ी साक्ष्य प्रस्तुत कएि जाते हैं।

EX PARTE MOTION

Definition: A request made to the court by one party without notifying the other, often in urgent cases involving custody or protection.

Explanation: Asking the court for something urgent without telling the other side first.

Example: She filed an ex parte motion for temporary custody due to safety concerns.

ਪੰਜਾਬੀ: ਇਕ ਪੱਖੀ ਅਰਜ਼ੀ – ਅਦਾਲਤ ਵੱਿਚ ਤੁਰੰਤ ਬੇਨਤੀ ਜੋ ਦੂਜੇ ਪੱਖ ਨੂੰ ਸੂਚਿਤ ਕੀਤੇ ਬਿਨਾਂ ਕੀਤੀ ਜਾਂਦੀ ਹੈ।

हिंदी: एकपक्षीय याचिका – अदालत में तत्काल अनुरोध जो दूसरे पक्ष को सूचित किए बिना किया जाता है।

EX PARTE ORDER

Definition: A court order made without the other party present, usually for urgent matters.

Explanation: A quick court order without telling the other side first.

Example: She requested an ex parte order for protection.

ਪੰਜਾਬੀ: ਇੱਕ-ਪੱਖੀ ਆਦੇਸ਼
ਇਸਦਾ ਮਤਲਬ ਹੈ ਅਦਾਲਤ ਦਾ ਉਹ ਹੁਕਮ ਜੋ ਸਿਰਫ਼ ਇੱਕ ਪੱਖ ਦੀ ਅਰਜ਼ੀ ਸੁਣ ਕੇ ਜਾਰੀ ਕੀਤਾ ਜਾਂਦਾ ਹੈ, ਬਿਨਾ ਦੂਜੇ ਪੱਖ ਨੂੰ ਸੁਣੇ।

हिंदी: एकपक्षीय आदेश
इसका मतलब है अदालत का वह आदेश जो केवल एक पक्ष की याचिका सुनकर जारी किया जाता है, बिना दूसरे पक्ष को सुने।

EXAMINATION (DIRECT AND CROSS)

Definition: Questioning of witnesses in court, either by the party who called them (direct) or the opposing party (cross).

Explanation: When lawyers ask questions of witnesses in court.

Example: The father's attorney conducted a cross-examination of the witness.

ਪੰਜਾਬੀ: ਪੁੱਛਗਿੱਛ (ਸਿੱਧੀ ਅਤੇ ਜਰਿਹ)
ਇਸਦਾ ਮਤਲਬ ਹੈ ਅਦਾਲਤ ਵੱਚਿ ਗਵਾਹ ਤੋਂ ਸਵਾਲ ਕਰਨ ਦੀ ਪ੍ਰਕਰਿਆ। ਸਿੱਧੀ ਪੁੱਛਗਿੱਛ ਉਸ ਪੱਖ ਦਾ ਵਕੀਲ ਕਰਦਾ ਹੈ ਜਸਿਨੇ ਗਵਾਹ ਬੁਲਾਇਆ ਹੈ, ਅਤੇ ਜਰਿਹ ਵਰਿੋਧੀ ਪੱਖ ਦਾ ਵਕੀਲ ਕਰਦਾ ਹੈ।

हदिी: परीक्षण (प्रत्यक्ष और जरिह)
इसका मतलब है अदालत में गवाह से प्रश्न पूछने की प्रक्रयिा। प्रत्यक्ष परीक्षण वह पक्ष का वकील करता है जसिने गवाह बुलाया है, और जरिह वरिोधी पक्ष का वकील करता है।

EXECUTION AGAINST WAGES

Definition: A court-ordered process directing an employer to withhold a portion of an employee's wages to satisfy a judgment or debt; in family law, commonly used to collect overdue child support or spousal support.

Explanation: When the court orders money to be taken directly from a person's paycheck to pay support.

Example: The judge ordered execution against wages after the father fell behind on child support.

ਪੰਜਾਬੀ: ਤਨਖਾਹ ਵਰਿੁੱਧ ਕਾਰਵਾਈ
ਇਸਦਾ ਮਤਲਬ ਹੈ ਅਦਾਲਤ ਦਾ ਉਹ ਹੁਕਮ ਜਸਿ ਨਾਲ ਕਸਿੇ ਵਅਿਕਤੀ ਦੀ ਤਨਖਾਹ ਵਚਿੋਂ ਰਕਮ ਕੱਟ ਕੇ ਕਰਜ਼ਾ ਜਾਂ ਬਕਾਇਆ ਅਦਾ ਕੀਤਾ ਜਾਂਦਾ ਹੈ।

हदिी: वेतन के वरिुद्ध कार्यवाही
इसका मतलब है अदालत का वह आदेश जसिके द्वारा कसिी व्यक्ति के वेतन से राशि काटकर ऋण या बकाया चुकाया जाता है।

EXEMPT

Definition: A status or condition freeing a person or property from a legal duty, payment, or liability; in family law, certain income or assets may be exempt from support calculations or enforcement.

Explanation: When something is legally excused from a rule or payment.

Example: Disability payments were exempt from the income considered for spousal support.

ਪੰਜਾਬੀ: ਮੁਕਤ / ਛੋਟ ਪ੍ਰਾਪਤ
ਇਸਦਾ ਮਤਲਬ ਹੈ ਜਦੋਂ ਕਸਿੇ ਵਅਿਕਤੀ ਜਾਂ ਚੀਜ਼ ਨੂੰ ਕਾਨੂੰਨੀ ਜ਼ਿੰਮੇਵਾਰੀ, ਕਰ ਜਾਂ ਨਯਿਮ ਤੋਂ ਆਜ਼ਾਦ ਕੀਤਾ ਜਾਂਦਾ ਹੈ।

हिंदी: मुक्त / छूट प्राप्त
इसका मतलब है जब कसिी व्यक्ति या वस्तु को कानूनी ज़िम्मेदारी, कर या नयिम से आज़ाद कयिा जाता है।

EXEMPTION

Definition: A specific exclusion or privilege that removes a person or property from liability or obligation under the law; in family law, exemptions may include child tax exemptions or statutory exemptions in calculating income for support.

Explanation: A rule that allows someone to avoid paying or being subject to something the law usually requires.

Example: The mother claimed the child as a tax exemption after being awarded primary custody.

ਪੰਜਾਬੀ: ਛੋਟ
ਇਸਦਾ ਮਤਲਬ ਹੈ ਕਾਨੂੰਨ ਅਨੁਸਾਰ ਕਸਿੇ ਜ਼ਿੰਮੇਵਾਰੀ ਜਾਂ ਕਰ ਤੋਂ ਆਜ਼ਾਦੀ ਮਲਿਣਾ।

हिंदी: छूट
इसका मतलब है कानून के अनुसार कसिी ज़िम्मेदारी या कर से मुक्ति मलिना।

EXHIBIT

Definition: A document, record, object, or piece of evidence formally introduced in court proceedings to support a party's case; in family law, exhibits may include school records, medical reports, pay stubs, or photographs.

Explanation: A piece of evidence shown to the judge in court.

Example: The mother introduced the child's medical records as an exhibit in the custody trial.

ਪੰਜਾਬੀ: ਪ੍ਰਦਰਸ਼
ਇਸਦਾ ਮਤਲਬ ਹੈ ਕੋਈ ਦਸਤਾਵੇਜ਼, ਚੀਜ਼ ਜਾਂ ਸਬੂਤ ਜੋ ਅਦਾਲਤ ਵੱਿਚ ਕਸਿੇ ਤੱਥ ਨੂੰ ਸਾਬਤ ਕਰਨ ਲਈ ਪੇਸ਼ ਕੀਤਾ ਜਾਂਦਾ ਹੈ।

हिंदी: प्रस्तुति/ प्रदर्श
इसका मतलब है कोई दस्तावेज़, वस्तु या साक्ष्य जो अदालत में किसी तथ्य को साबित करने के लिए प्रस्तुत किया जाता है।

EXPENSES

Definition: The costs or outlays incurred by parties in relation to a legal matter; in family law, expenses often include childcare, medical costs, educational costs, and litigation expenses.

Explanation: Money spent on needs or related costs, sometimes shared by the parents.

Example: The decree required both parents to share the child's extracurricular expenses equally.

ਪੰਜਾਬੀ: ਖਰਚੇ
ਇਸਦਾ ਮਤਲਬ ਹੈ ਉਹ ਰਕਮ ਜੋ ਰੋਜ਼ਾਨਾ ਦੀਆਂ ਜ਼ਰੂਰਤਾਂ ਜਾਂ ਖ਼ਾਸ ਕੰਮਾਂ 'ਤੇ ਖਰਚ ਕੀਤੀ ਜਾਂਦੀ ਹੈ।

हिंदी: खर्चे
इसका मतलब है वह राशि जो रोज़मर्रा की ज़रूरतों या विशेष कार्यों पर खर्च की जाती है।

EXPERT TESTIMONY

Definition: Evidence given by a qualified professional who provides specialized knowledge to assist the court in understanding complex issues; in family law, expert testimony may involve psychologists, financial analysts, or child development specialists.

Explanation: When a professional explains technical or specialized matters to the court.

Example: The court relied on expert testimony from a psychologist about the child's attachment to each parent.

ਪੰਜਾਬੀ: ਵਿਸ਼ੇਸ਼ਜ੍ਞ ਗਵਾਹੀ
ਇਸਦਾ ਮਤਲਬ ਹੈ ਕਿਸੇ ਮਾਹਿਰ ਵਿਅਕਤੀ ਦੁਆਰਾ ਅਦਾਲਤ ਵਿੱਚ ਦਿੱਤਾ ਗਿਆ ਬਿਆਨ ਜੋ ਉਸਦੀ ਖ਼ਾਸ ਜਾਣਕਾਰੀ ਜਾਂ ਤਜਰਬੇ 'ਤੇ ਆਧਾਰਿਤ ਹੁੰਦਾ ਹੈ।

हिंदी: विशेषज्ञ गवाही
इसका मतलब है किसी माहिर व्यक्ति द्वारा अदालत में दिया गया बयान जो उसकी विशेष जानकारी या अनुभव पर आधारित होता है।

EXPERT WITNESS

Definition: A professional with specialized expertise who is qualified by the court to give opinions and testify about matters requiring expert knowledge; in family law, expert witnesses often include custody evaluators, accountants, and medical professionals.

Explanation: A professional allowed by the judge to give expert opinions in court.

Example: The custody evaluator testified as an expert witness in the relocation case.

ਪੰਜਾਬੀ: ਵਿਸ਼ੇਸ਼ਗ ਗਵਾਹ
ਇਸਦਾ ਮਤਲਬ ਹੈ ਉਹ ਵਿਅਕਤੀ ਜਿਸਨੂੰ ਅਦਾਲਤ ਉਸਦੀ ਖ਼ਾਸ ਜਾਣਕਾਰੀ ਜਾਂ ਤਜਰਬੇ ਦੇ ਆਧਾਰ 'ਤੇ ਗਵਾਹੀ ਦੇਣ ਲਈ ਬੁਲਾਂਦੀ ਹੈ।

हिंदी: विशेषज्ञ गवाह
इसका मतलब है वह व्यक्ति जिसे अदालत उसकी विशेष जानकारी या अनुभव के आधार पर गवाही देने के लिए बुलाती है।

EXTEND

Definition: To lengthen the time period or expand the scope of a court order, obligation, or deadline; in family law, courts may extend restraining orders, support obligations, or deadlines for filing.

Explanation: To make something last longer or cover more time.

Example: The judge extended the temporary restraining order for another six months.

ਪੰਜਾਬੀ: ਵਧਾਉਣਾ
ਇਸਦਾ ਮਤਲਬ ਹੈ ਕਿਸੇ ਸਮੇਂ, ਮਿਆਦ ਜਾਂ ਸੀਮਾ ਨੂੰ ਹੋਰ ਲੰਮਾ ਕਰਨਾ।

हिंदी: बढ़ाना
इसका मतलब है किसी समय, अवधि या सीमा को और लंबा करना।

EXTENSION

Definition: The act of granting additional time to perform a legal duty or the continuation of a court order; in family law, extensions may apply to visitation periods, filing deadlines, or temporary orders.

Explanation: Extra time given to meet a deadline or continue an order.

Example: The father requested an extension to file his financial disclosure in the divorce case.

ਪੰਜਾਬੀ: ਮਿਆਦ ਵਾਧਾ
ਇਸਦਾ ਮਤਲਬ ਹੈ ਕਿਸੇ ਕੰਮ ਜਾਂ ਅਦਾਲਤੀ ਕਾਰਵਾਈ ਨੂੰ ਪੂਰਾ ਕਰਨ ਲਈ ਦਿੱਤੇ ਸਮੇਂ ਨੂੰ ਹੋਰ ਵਧਾਉਣਾ।

हिंदी: अवधि वृद्धि
इसका मतलब है किसी काम या न्यायालयी कार्यवाही को पूरा करने के लिए दिए गए समय को और बढ़ाना।

EXTENUATING CIRCUMSTANCES

Definition: Facts or conditions that lessen the severity or culpability of an act, often considered by courts when determining consequences; in family law, extenuating circumstances may justify missed payments, visitation issues, or delays.

Explanation: Special conditions that help explain or excuse someone's failure to follow an order.

Example: The court considered extenuating circumstances when the mother missed visitation due to hospitalization.

ਪੰਜਾਬੀ: ਹਲਕੀਆਂ ਕਰਨ ਵਾਲੀਆਂ ਪਰਿਸਥਿਤੀਆਂ
ਇਸਦਾ ਮਤਲਬ ਹੈ ਅਜਿਹੇ ਖ਼ਾਸ ਹਾਲਾਤ ਜੋ ਕਿਸੇ ਗਲਤੀ ਜਾਂ ਅਪਰਾਧ ਦੀ ਗੰਭੀਰਤਾ ਨੂੰ ਘਟਾ ਸਕਦੇ ਹਨ।

हिंदी: लघुकरण करने वाली परिस्थितियाँ
इसका मतलब है ऐसे विशेष हालात जो किसी गलती या अपराध की गंभीरता को कम कर सकते हैं।

EYEWITNESS

Definition: A person who directly observes and testifies about an event relevant to the case; in family law, eyewitness testimony may relate to parenting practices, domestic violence, or child neglect.

Explanation: Someone who saw what happened and tells the judge about it.

Example: An eyewitness testified that the father struck the mother during a visitation exchange.

ਪੰਜਾਬੀ: ਅੱਖੀ ਦੇਖਣ ਵਾਲਾ ਗਵਾਹ
ਇਸਦਾ ਮਤਲਬ ਹੈ ਉਹ ਵਿਅਕਤੀ ਜਸਿਨੇ ਘਟਨਾ ਨੂੰ ਆਪਣੇ ਅੱਖੀ ਵਾਸਤਵ ਵੱਚਿ ਦੇਖਿਆ ਹੋਵੇ।

हिंदी: प्रत्यक्षदर्शी गवाह
इसका मतलब है वह व्यक्ति जिसने घटना को अपनी आँखों से वास्तव में देखा हो।

FACTUAL BASIS

Definition: The underlying facts and evidence that support a claim, order, or legal conclusion; in family law, courts require a factual basis to issue orders regarding custody, support, or termination of parental rights.

Explanation: The facts that back up a court's decision or a party's claim.

Example: The judge found a factual basis for terminating parental rights due to continued neglect.

ਪੰਜਾਬੀ: ਤੱਥਾਂ ਦਾ ਆਧਾਰ
ਇਸਦਾ ਮਤਲਬ ਹੈ ਉਹ ਹਕੀਕਤੀ ਕਾਰਨ ਜਾਂ ਸਬੂਤ ਜੋ ਕਸਿੇ ਦਾਅਵੇ ਜਾਂ ਫ਼ੈਸਲੇ ਨੂੰ ਸਮਰਥਨ ਦੰਿਦੇ ਹਨ।

हिंदी: तथ्यात्मक आधार
इसका मतलब है वे वास्तविक कारण या साक्ष्य जो किसी दावे या निर्णय का समर्थन करते हैं।

FAMILY CASE CONFERENCE

Definition: A meeting between the parties, their lawyers, and sometimes a judge or mediator to discuss family law issues and encourage settlement before trial.

Explanation: A meeting to talk about family law issues and try to settle before going to trial.

Example: The judge scheduled a family case conference to resolve custody and support disputes.

ਪੰਜਾਬੀ: ਪਰਵਿਾਰਕ ਕੇਸ ਕਾਨਫਰੰਸ – ਪੱਖਕਾਰਾਂ, ਵਕੀਲਾਂ ਅਤੇ ਕਈ ਵਾਰ ਜੱਜ ਜਾਂ ਮੱਧਸਥਤਾ ਕਰਨ ਵਾਲੇ ਵਚਿਕਾਰ ਮੀਟਿੰਗ ਤਾਂ ਜੋ ਟਰਾਇਲ ਤੋਂ ਪਹਲਿਾਂ ਮਾਮਲੇ ਸੁਲਝਾਏ ਜਾ ਸਕਣ।

हिंदी: पारिवारिक मामला सम्मेलन – पक्षकारों, वकीलों और कभी-कभी न्यायाधीश या मध्यस्थ के बीच बैठक ताकि मुकदमे से पहले मामले सुलझाए जा सकें।

FAMILY COURT

Definition: A specialized court that hears cases related to family law matters such as divorce, custody, and support.

Explanation: The court that handles family cases.

Example: Their dispute was scheduled in family court.

ਪੰਜਾਬੀ: ਪਰਵਿਾਰਕ ਅਦਾਲਤ
ਇਸਦਾ ਮਤਲਬ ਹੈ ਉਹ ਅਦਾਲਤ ਜੋ ਪਰਵਿਾਰ ਨਾਲ ਸੰਬੰਧਤਿ ਮਾਮਲੇ ਜਵਿੇਂ ਤਲਾਕ, ਬੱਚਆਿਂ ਦੀ ਹਰਿਾਸਤ, ਭਰਣ-ਪੋਸ਼ਣ ਅਤੇ ਗੋਦ ਲੈਣ ਦੇ ਕੇਸ ਸੁਣਦੀ ਹੈ।

हिंदी: पारिवारिक न्यायालय
इसका मतलब है वह अदालत जो परिवार से संबंधित मामले जैसे तलाक, बच्चों की अभिरक्षा, भरण-पोषण और दत्तक ग्रहण के केस सुनती है।

FAMILY COURT SERVICES

Definition: Court programs that provide mediation, evaluations, and services in custody disputes.

Explanation: Services run by the court to help with custody cases.

Example: They attended mediation through family court services.

ਪੰਜਾਬੀ: ਪਰਵਿਾਰਕ ਅਦਾਲਤੀ ਸੇਵਾਵਾਂ
ਇਸਦਾ ਮਤਲਬ ਹੈ ਅਦਾਲਤ ਦੁਆਰਾ ਦੱਿਤੀਆਂ ਜਾਣ ਵਾਲੀਆਂ ਸਹਾਇਤਾ ਸੇਵਾਵਾਂ, ਜਵਿੇਂ ਮਧਸਥਤਾ, ਸਲਾਹ-ਮਸ਼ਵਰਾ ਅਤੇ ਬੱਚਆਿਂ ਦੀ ਭਲਾਈ ਲਈ ਪ੍ਰੋਗਰਾਮ।

हिंदी: पारिवारिक न्यायालय सेवाएँ
इसका मतलब है अदालत द्वारा दी जाने वाली सहायता सेवाएँ, जैसे मध्यस्थता, परामर्श और बच्चों की भलाई के लिए कार्यक्रम।

FAMILY COURT SERVICES REPORT

Definition: A written report prepared by family court services, often after mediation or investigation, giving recommendations to the judge about custody or visitation.

Explanation: A report from family court staff with recommendations about custody or visitation.

Example: The family court services report recommended joint custody with the mother as the primary caregiver.

ਪੰਜਾਬੀ: ਪਰਿਵਾਰਕ ਅਦਾਲਤ ਸੇਵਾਵਾਂ ਰਿਪੋਰਟ – ਪਰਿਵਾਰਕ ਅਦਾਲਤ ਦੁਆਰਾ ਤਿਆਰ ਕੀਤੀ ਗਈ ਰਿਪੋਰਟ ਜੋ ਸੁਰੱਖਿਆ ਜਾਂ ਮੁਲਾਕਾਤ ਬਾਰੇ ਸਿਫ਼ਾਰਸ਼ਾਂ ਦਿੰਦੀ ਹੈ।

हिंदी: पारिवारिक अदालत सेवाएँ रिपोर्ट – पारिवारिक अदालत द्वारा तैयार की गई रिपोर्ट जो अभिरक्षा या मुलाक़ात के बारे में सिफारिशें देती है।

FAMILY DIVISION

Definition: A specialized branch or section of the court system dedicated to handling cases involving family law matters, such as divorce, child custody, visitation, child support, spousal support, adoption, guardianship, domestic violence, and juvenile issues. The family division ensures that judges and staff are trained in family law and that sensitive cases receive focused attention.

Explanation: The part of the court that deals only with family-related cases.

Example: The custody petition was filed in the family division of the superior court, where judges focus on family law matters.

ਪੰਜਾਬੀ: ਪਰਿਵਾਰਕ ਵਿਭਾਗ
ਇਸਦਾ ਮਤਲਬ ਹੈ ਅਦਾਲਤ ਦਾ ਉਹ ਹਿੱਸਾ ਜੋ ਤਲਾਕ, ਹਿਰਾਸਤ, ਗੋਦ ਲੈਣ ਅਤੇ ਭਰਣ-ਪੋਸ਼ਣ ਵਰਗੇ ਪਰਿਵਾਰਕ ਮਾਮਲਿਆਂ ਦੀ ਸੁਣਵਾਈ ਕਰਦਾ ਹੈ।

हिंदी: पारिवारिक प्रभाग
इसका मतलब है अदालत का वह हिस्सा जो तलाक, अभिरक्षा, दत्तक ग्रहण और भरण-पोषण जैसे पारिवारिक मामलों की सुनवाई करता है।

FAMILY LAW FACILITATOR

Definition: A court employee who helps self-represented parties with forms and procedures in family law cases.

Explanation: A helper at court who explains family law paperwork.

Example: The family law facilitator helped him complete the child support forms.

ਪੰਜਾਬੀ: ਪਰਿਵਾਰਕ ਕਾਨੂੰਨ ਸਹਾਇਕ
ਇਸਦਾ ਮਤਲਬ ਹੈ ਅਦਾਲਤ ਦੁਆਰਾ ਮੁਫ਼ਤ ਦਿੱਤੀ ਜਾਣ ਵਾਲੀ ਸੇਵਾ ਜਿਸ ਵਿੱਚ ਵਕੀਲ ਲੋਕਾਂ ਨੂੰ ਤਲਾਕ, ਭਰਣ-ਪੋਸ਼ਣ, ਹਿਰਾਸਤ ਆਦਿ ਮਾਮਲਿਆਂ ਵਿੱਚ ਫ਼ਾਰਮ ਭਰਨ ਅਤੇ ਕਾਨੂੰਨੀ ਜਾਣਕਾਰੀ ਦੇਣ ਵਿੱਚ ਮਦਦ ਕਰਦਾ ਹੈ।

हिंदी: पारिवारिक क़ानून सहयोगी
इसका मतलब है अदालत द्वारा निशुल्क दी जाने वाली सेवा जिसमें वकील लोगों को तलाक, भरण-पोषण, अभिरक्षा आदि मामलों में फ़ॉर्म भरने और कानूनी जानकारी देने में मदद करता है।

FAMILY MAINTENANCE REVIEW HEARING

Definition: A court hearing to review whether parents are complying with child or spousal support orders and to make changes if needed.

Explanation: A hearing to check if support orders are being followed and if changes are needed.

Example: At the review hearing, the judge modified spousal support due to a change in income.

ਪੰਜਾਬੀ: ਪਰਿਵਾਰਕ ਭਰਣ-ਪੋਸ਼ਣ ਸਮੀਖਿਆ ਸੁਣਵਾਈ – ਭਰਣ-ਪੋਸ਼ਣ ਦੇ ਹੁਕਮਾਂ ਦੀ ਪਾਲਣਾ ਦੀ ਜਾਂਚ ਕਰਨ ਲਈ ਅਦਾਲਤੀ ਸੁਣਵਾਈ।

हिंदी: पारिवारिक भरण-पोषण समीक्षा सुनवाई – भरण-पोषण आदेशों के पालन की जाँच के लिए अदालत की सुनवाई।

FAMILY MEDIATION AGREEMENT

Definition: A written settlement reached by parties in mediation, often covering custody, visitation, and support, which can be made into a court order.

Explanation: The written agreement parents make in mediation about custody and support.

Example: The parents signed a family mediation agreement resolving all custody issues.

ਪੰਜਾਬੀ: ਪਰਵਿਾਰਕ ਮੱਧਸਥਤਾ ਸਮਝੌਤਾ – ਮੱਧਸਥਤਾ ਵੱਚਿ ਤੈਅ ਕੀਤਾ ਗਆਿ ਲਖਿਤੀ ਸਮਝੌਤਾ ਜਸਿਨੂੰ ਅਦਾਲਤ ਵੀ ਮਨਜ਼ੂਰ ਕਰ ਸਕਦੀ ਹੈ।

हदिी: पारविारकि मध्यस्थता समझौता – मध्यस्थता में कयिा गया लखिति समझौता जसि अदालत भी मंजूर कर सकती है।

FAMILY REUNIFICATION

Definition: The process of returning children in foster care to their parents when safe and appropriate.

Explanation: Sending foster children back to their parents safely.

Example: The agency developed a plan for family reunification.

ਪੰਜਾਬੀ: ਪਰਵਿਾਰਕ ਮਲਿਾਪ
ਇਸਦਾ ਮਤਲਬ ਹੈ ਉਹ ਪ੍ਰਕਰਿਆਿ ਜਸਿ ਵੱਚਿ ਬੱਚੇ ਨੂੰ ਰਾਜ ਦੀ ਦੇਖਭਾਲ ਤੋਂ ਵਾਪਸ ਮਾਪਆਿਂ ਜਾਂ ਪਰਵਿਾਰ ਦੇ ਨਾਲ ਮਲਿਾਇਆ ਜਾਂਦਾ ਹੈ।

हदिी: पारविारकि पुनर्मलिन
इसका मतलब है वह प्रक्रयिा जसिमें बच्चे को राज्य की देखभाल से वापस माता-पिता या परविार के साथ मलिाया जाता है।

FAMILY SUPPORT

Definition: Financial assistance ordered by the court that combines both child support and spousal support into a single payment; commonly used in jurisdictions where calculating one combined obligation simplifies enforcement and collection.

Explanation: A court-ordered payment that covers both child support and spousal support together.

Example: The divorce decree required the father to pay monthly family support, which included money for the children and the ex-spouse.

ਪੰਜਾਬੀ: ਪਰਵਿਾਰਕ ਸਹਾਇਤਾ

ਇਸਦਾ ਮਤਲਬ ਹੈ ਅਦਾਲਤ ਦੁਆਰਾ ਆਦੇਸ਼ਤਿ ਵੱਤੀ ਮਦਦ ਜੋ ਬੱਚੇ ਅਤੇ ਜੀਵਨ ਸਾਥੀ ਦੀਆਂ ਜ਼ਰੂਰਤਾਂ ਪੂਰੀ ਕਰਨ ਲਈ ਦੱਤੀ ਜਾਂਦੀ ਹੈ।

हिंदी: पारिवारिक सहायता

इसका मतलब है अदालत द्वारा आदेशित आर्थिक मदद जो बच्चे और जीवनसाथी की ज़रूरतें पूरी करने के लिए दी जाती है।

FATHER'S RIGHTS

Definition: Legal rights of fathers regarding custody, visitation, and decision-making for their children.

Explanation: The rights a father has to see and care for his child.

Example: The father asserted his rights during the custody case.

ਪੰਜਾਬੀ: ਪਤਿਾ ਦੇ ਅਧਕਿਾਰ

ਇਸਦਾ ਮਤਲਬ ਹੈ ਉਹ ਕਾਨੂੰਨੀ ਹੱਕ ਜੋ ਪਤਿਾ ਨੂੰ ਬੱਚੇ ਦੀ ਹਰਿਾਸਤ, ਮਲਿਾਪ ਅਤੇ ਪਰਵਰਸ਼ਿ ਸੰਬੰਧੀ ਮਲਿਦੇ ਹਨ।

हिंदी: पिता के अधिकार

इसका मतलब है वे कानूनी अधिकार जो पिता को बच्चे की अभिरक्षा, मुलाक़ात और परवरिश से संबंधित मिलते हैं।

FEE SCHEDULE

Definition: A detailed list of the costs and charges set by law or the court for filing documents, motions, or other legal services; in family law, fee schedules govern filing fees for divorce petitions, custody motions, and certified copies.

Explanation: A list showing how much different court filings or services cost.

Example: The clerk provided the fee schedule listing the costs for filing a custody modification.

ਪੰਜਾਬੀ: ਫੀਸ ਸੂਚੀ

ਇਸਦਾ ਮਤਲਬ ਹੈ ਅਧਕਿਾਰਕ ਤੌਰ 'ਤੇ ਤੈਅ ਕੀਤੀ ਗਈ ਫੀਸਾਂ ਦੀ ਸੂਚੀ ਜੋ ਵਕੀਲ, ਅਦਾਲਤ ਜਾਂ ਹੋਰ ਸੇਵਾਵਾਂ ਲਈ ਲਾਗੂ ਹੁੰਦੀ ਹੈ।

हिंदी: शुल्क सूची
इसका मतलब है आधकिारकि रूप से तय की गई फीसों की सूची जो वकील, अदालत या अन्य सेवाओं के लिए लागू होती है।

FEES

Definition: Payments required for court filings, services, or representation; in family law, fees include filing fees, service fees, or attorney’s fees.

Explanation: Money paid to the court or professionals for their work or services.

Example: The mother asked the court to order the father to pay her attorney’s fees after the custody trial.

ਪੰਜਾਬੀ: ਫੀਸਾਂ
ਇਸਦਾ ਮਤਲਬ ਹੈ ਉਹ ਰਕਮ ਜੋ ਸੇਵਾਵਾਂ ਲਈ ਅਦਾ ਕੀਤੀ ਜਾਂਦੀ ਹੈ, ਜਵਿੇਂ ਅਦਾਲਤ, ਵਕੀਲ ਜਾਂ ਹੋਰ ਕਾਨੂੰਨੀ ਸੇਵਾਵਾਂ ਦੀ ਫੀਸ।

हिंदी: फीस
इसका मतलब है वह राशि जो सेवाओं के लिए दी जाती है, जैसे अदालत, वकील या अन्य कानूनी सेवाओं की फीस।

FILE

Definition: To officially submit a legal document to the court clerk so it becomes part of the case record; in family law, parties file petitions, motions, responses, and financial disclosures.

Explanation: To hand in official papers to the court so they become part of the case.

Example: The father went to the courthouse to file his response to the divorce petition.

ਪੰਜਾਬੀ: ਦਸਤਾਵੇਜ਼ ਜਮ੍ਹਾਂ ਕਰਨਾ / ਫਾਈਲ
ਇਸਦਾ ਮਤਲਬ ਹੈ ਅਦਾਲਤ ਵਿੱਚ ਕੋਈ ਦਸਤਾਵੇਜ਼ ਅਧਕਿਾਰਕ ਤੌਰ ‘ਤੇ ਪੇਸ਼ ਕਰਨਾ, ਜਾਂ ਮਾਮਲੇ ਨਾਲ ਜੁੜੇ ਦਸਤਾਵੇਜ਼ਾਂ ਦਾ ਰਕਿਾਰਡ।

हिंदी: दाख़लि करना / फ़ाइल
इसका मतलब है अदालत में कोई दस्तावेज़ आधकिारकि रूप से प्रस्तुत करना, या मामले से जुड़े दस्तावेज़ों का अभलिेख।

FILE A MOTION

Definition: To formally request that the court take a specific action or make a ruling on an issue; in family law, motions may ask for temporary custody, support, or a change in visitation.

Explanation: To submit a written request asking the judge to decide on something in the case.

Example: The mother decided to file a motion for temporary child support while the divorce was pending.

ਪੰਜਾਬੀ: ਅਰਜ਼ੀ ਦਾਖ਼ਲ ਕਰਨਾ
ਇਸਦਾ ਮਤਲਬ ਹੈ ਅਦਾਲਤ ਵਿੱਚ ਲਿਖਤੀ ਬੇਨਤੀ ਪੇਸ਼ ਕਰਨਾ ਤਾਂ ਜੋ ਜੱਜ ਤੋਂ ਕਿਸੇ ਖ਼ਾਸ ਹੁਕਮ ਜਾਂ ਕਾਰਵਾਈ ਦੀ ਮੰਗ ਕੀਤੀ ਜਾ ਸਕੇ।

हिंदी: याचिका दाख़िल करना
इसका मतलब है अदालत में लिखित निवेदन प्रस्तुत करना ताकि न्यायाधीश से किसी विशेष आदेश या कार्यवाही की माँग की जा सके।

FILE AN APPEAL

Definition: To initiate appellate proceedings by submitting a notice of appeal and required documents to challenge a trial court's decision; in family law, appeals may concern custody, visitation, support, or property division.

Explanation: To officially ask a higher court to review and change a lower court's decision.

Example: The father decided to file an appeal after the trial court denied his relocation request.

ਪੰਜਾਬੀ: ਅਪੀਲ ਦਾਖ਼ਲ ਕਰਨੀ
ਇਸਦਾ ਮਤਲਬ ਹੈ ਉੱਚ ਅਦਾਲਤ ਵਿੱਚ ਲਿਖਤੀ ਬੇਨਤੀ ਕਰਨੀ ਤਾਂ ਜੋ ਨੀਚਲੀ ਅਦਾਲਤ ਦੇ ਫ਼ੈਸਲੇ ਦੀ ਸਮੀਖਿਆ ਹੋ ਸਕੇ।

हिंदी: अपील दाख़िल करना
इसका मतलब है ऊपरी अदालत में लिखित निवेदन करना ताकि निचली अदालत के फैसले की समीक्षा हो सके।

FILE SUIT

Definition: To commence a lawsuit by filing a complaint or petition in court; in family law, filing suit may involve divorce, custody, child support, or protective orders.

Explanation: To start a case in court by submitting the first legal papers.

Example: The wife chose to file suit for divorce after years of separation.

ਪੰਜਾਬੀ: ਮੁਕੱਦਮਾ ਦਾਇਰ ਕਰਨਾ
ਇਸਦਾ ਮਤਲਬ ਹੈ ਅਦਾਲਤ ਵੱਚਿ ਅਧਕਿਾਰਕ ਤੌਰ 'ਤੇ ਕਾਨੂੰਨੀ ਕਾਰਵਾਈ ਸੁਰੂ ਕਰਨੀ।

हदिी: मुकदमा दायर करना
इसका मतलब है अदालत में आधकिारकि रूप से कानूनी कार्यवाही शुरू करना।

FILING FEE

Definition: The charge imposed by the court when a party submits a petition, motion, or other document to open or proceed with a case; in family law, filing fees apply to divorce petitions, custody requests, or modifications.

Explanation: Money paid to the court when submitting documents to start or continue a case.

Example: The mother paid the filing fee when she submitted her petition to modify child support.

ਪੰਜਾਬੀ: ਦਾਇਰੀ ਫੀਸ
ਇਸਦਾ ਮਤਲਬ ਹੈ ਅਦਾਲਤ ਵੱਚਿ ਮਾਮਲਾ ਜਾਂ ਦਸਤਾਵੇਜ਼ ਜਮ੍ਹਾਂ ਕਰਵਾਉਣ ਸਮੇਂ ਅਦਾ ਕੀਤੀ ਜਾਣ ਵਾਲੀ ਰਕਮ।

हदिी: दायर शुल्क
इसका मतलब है अदालत में मामला या दस्तावेज़ जमा करते समय दी जाने वाली राशि।

FINAL JUDGMENT

Definition: The court's last order resolving all issues in a case.

Explanation: The final decision of the court that ends the case.

Example: The divorce was complete after the final judgment was entered.

ਪੰਜਾਬੀ: ਅੰਤਮਿ ਫ਼ੈਸਲਾ
ਇਸਦਾ ਮਤਲਬ ਹੈ ਅਦਾਲਤ ਦੁਆਰਾ ਕੇਸ ਵੱਚਿ ਦੱਤਿਾ ਗਅਿਾ ਆਖ਼ਰੀ ਅਤੇ ਨਰਿਣਾਇਕ ਹੁਕਮ।

हदिी: अंतमि नर्िणय
इसका मतलब है अदालत द्वारा मामले में दयिा गया आख़रि और नर्िणायक आदेश।

FINAL RESTRAINING ORDER

Definition: A long-term protective order issued by the court after a hearing, prohibiting contact or harassment by the restrained party; in family law, final restraining orders are often granted in domestic violence cases to ensure the safety of the victim and children.

Explanation: A permanent order that stops one person from contacting or harming another after a court hearing.

Example: The court issued a final restraining order preventing the father from contacting the mother due to domestic violence.

ਪੰਜਾਬੀ: ਅੰਤਮਿ ਰੋਕ ਆਦੇਸ਼
ਇਸਦਾ ਮਤਲਬ ਹੈ ਅਦਾਲਤ ਦੁਆਰਾ ਜਾਰੀ ਕੀਤਾ ਗਅਿਾ ਸਥਾਈ ਹੁਕਮ ਜੋ ਕਸਿੇ ਵਅਿਕਤੀ ਨੂੰ ਦੂਜੇ ਨੂੰ ਤੰਗ ਕਰਨ ਜਾਂ ਨੁਕਸਾਨ ਪਹੁੰਚਾਉਣ ਤੋਂ ਰੋਕਦਾ ਹੈ।

हदिी: अंतमि नरिोधक आदेश
इसका मतलब है अदालत द्वारा जारी कयिा गया स्थायी आदेश जो कसिी व्यक्त िको दूसरे को परेशान करने या नुकसान पहुँचाने से रोकता है।

FINANCE

Definition: The management of money, property, and economic resources; in family law, finance relates to determining income, expenses, debts, and assets to decide child support, spousal support, and division of property.

Explanation: Money matters such as income, debts, and property that courts consider in family cases.

Example: The divorce decree included detailed provisions about the parties' finance, dividing assets and debts.

ਪੰਜਾਬੀ: ਵੱਤਿ
ਇਸਦਾ ਮਤਲਬ ਹੈ ਪੈਸੇ, ਸੰਪਤੀ ਅਤੇ ਸਰੋਤਾਂ ਦਾ ਪ੍ਰਬੰਧਨ, ਖ਼ਾਸ ਤੌਰ 'ਤੇ ਆਮਦਨੀ ਅਤੇ ਖਰਚੇ ਨਾਲ ਸੰਬੰਧਤਿ।

हिंदी: वत्ति
इसका मतलब है पैसे, संपत्तिऔर संसाधनों का प्रबंधन, वशिेष रूप से आय और खर्च से संबंधति।

FINANCIAL INFORMATION

Definition: Data regarding a party's income, expenses, debts, and assets, provided to the court to assess support obligations or property division; disclosure is required in most family law proceedings.

Explanation: A person's money details, including what they earn, spend, owe, and own.

Example: The mother submitted financial information to support her claim for increased child support.

ਪੰਜਾਬੀ: ਵੱਤੀ ਜਾਣਕਾਰੀ
ਇਸਦਾ ਮਤਲਬ ਹੈ ਕਸਿ ਵਅਿਕਤੀ ਜਾਂ ਸੰਸਥਾ ਦੀ ਆਮਦਨੀ, ਖਰਚੇ, ਸੰਪਤੀ ਅਤੇ ਕਰਜ਼ਆਿਂ ਨਾਲ ਸੰਬੰਧਤਿ ਵੇਰਵੇ।

हिंदी: वत्तिीय जानकारी
इसका मतलब है कसिी व्यक्तया संस्था की आय, खर्च, संपत्तिऔर ऋण से संबंधति ववािरण।

FINDING

Definition: A determination of fact made by a judge based on the evidence presented in a case; in family law, findings may relate to parental fitness, child's best interests, or financial capacity.

Explanation: A fact the judge decides is true after looking at the evidence.

Example: The court made a finding that the father had failed to comply with visitation orders.

ਪੰਜਾਬੀ: ਨਿਰਣੇ / ਖੋਜ
ਇਸਦਾ ਮਤਲਬ ਹੈ ਅਦਾਲਤ ਜਾਂ ਜੱਜ ਦੁਆਰਾ ਸਬੂਤਾਂ ਦੇ ਆਧਾਰ 'ਤੇ ਕੀਤਾ ਗਿਆ ਤੱਥਾਂ ਬਾਰੇ ਅਧਿਕਾਰਕ ਨਿਸ਼ਕਰਸ਼।

हिंदी: निष्कर्ष / निर्णय
इसका मतलब है अदालत या न्यायाधीश द्वारा साक्ष्यों के आधार पर किया गया तथ्यों के बारे में आधिकारिक निष्कर्ष।

FIRST APPEARANCE

Definition: The initial court proceeding where a party is formally brought before the judge, informed of the case, and procedural steps are scheduled; in family law, first appearances often occur in divorce, custody, or support cases.

Explanation: The first time someone goes to court for their case.

Example: At the first appearance, the judge set deadlines for exchanging financial information.

ਪੰਜਾਬੀ: ਪਹਿਲੀ ਹਾਜ਼ਰੀ
ਇਸਦਾ ਮਤਲਬ ਹੈ ਕਿਸੇ ਕੇਸ ਵਿੱਚ ਪੱਖਕਾਰ ਜਾਂ ਮੁਲਜ਼ਮ ਦੀ ਅਦਾਲਤ ਅੱਗੇ ਪਹਿਲੀ ਵਾਰ ਪੇਸ਼ੀ।

हिंदी: पहली पेशी
इसका मतलब है किसी मामले में पक्षकार या अभियुक्त की अदालत के सामने पहली बार उपस्थिति।

FOR THE RECORD

Definition: A phrase used in court to indicate that a statement is being made for inclusion in the official transcript, ensuring clarity and accuracy in the case record.

Explanation: Words spoken in court to make sure something is officially noted.

Example: The attorney stated for the record that both parties had agreed to the visitation schedule.

ਪੰਜਾਬੀ: ਰਿਕਾਰਡ ਲਈ
ਇਸਦਾ ਮਤਲਬ ਹੈ ਅਦਾਲਤ ਵਿੱਚ ਦਿੱਤਾ ਗਿਆ ਉਹ ਬਿਆਨ ਜੋ ਅਧਿਕਾਰਕ ਰਿਕਾਰਡ ਦਾ ਹਿੱਸਾ ਬਣਾਉਣ ਲਈ ਕਿਹਾ ਜਾਂਦਾ ਹੈ।

हिंदी: अभिलेख हेतु
इसका मतलब है अदालत में दिया गया वह बयान जिसे आधिकारिक अभिलेख का हिस्सा बनाने के लिए कहा जाता है।

FORENSIC EVALUATION

Definition: A professional assessment ordered by the court, often psychological, to inform custody or visitation decisions.

Explanation: An expert study ordered by the court to guide decisions.

Example:The judge ordered a forensic evaluation in the custody matter.

ਪੰਜਾਬੀ: ਨਿਆਇਕ ਮੁਲਾਂਕਣ
ਇਸਦਾ ਮਤਲਬ ਹੈ ਮਾਹਰਿ ਦੁਆਰਾ ਕੀਤੀ ਗਈ ਜਾਂਚ ਜੋ ਅਦਾਲਤ ਵਿੱਚ ਸਬੂਤ ਵਜੋਂ ਵਰਤੀ ਜਾਂਦੀ ਹੈ, ਜਵਿੇਂ ਮਨੋਵਗਿਆਿਨਕ ਜਾਂਚ ਜਾਂ ਵਗਿਆਿਨਕ ਵਸ਼ਿਲੇਸ਼ਣ।

हिंदी: न्यायिक मूल्यांकन
इसका मतलब है विशेषज्ञ द्वारा की गई जाँच जो अदालत में साक्ष्य के रूप में इस्तेमाल होती है, जैसे मनोवैज्ञानिक जाँच या वैज्ञानिक विश्लेषण।

FORM INTERROGATORIES

Definition: Standardized sets of written questions created by law or court rule that one party may send to another to obtain information in discovery; in family law, form interrogatories cover issues like income, assets, custody, and support.

Explanation: Prewritten lists of questions used in court cases to gather important information.

Example: The mother answered form interrogatories about her income and childcare expenses in the divorce case.

ਪੰਜਾਬੀ: ਨਮੂਨਾ ਪੁੱਛਗਿੱਛ ਪ੍ਰਸ਼ਨ
ਇਸਦਾ ਮਤਲਬ ਹੈ ਅਦਾਲਤ ਦੁਆਰਾ ਮਨਜ਼ੂਰ ਕੀਤੇ ਗਏ ਤੈਅਸ਼ੁਦਾ ਲਖਿਤੀ ਸਵਾਲ, ਜੋ ਇੱਕ ਪੱਖ ਦੂਜੇ ਪੱਖ ਤੋਂ ਜਾਣਕਾਰੀ ਅਤੇ ਸਬੂਤ ਪ੍ਰਾਪਤ ਕਰਨ ਲਈ ਵਰਤਦਾ ਹੈ।

हिंदी: नमूना प्रश्नावली
इसका मतलब है अदालत द्वारा स्वीकृत तयशुदा लिखित प्रश्न, जिन्हें एक पक्ष दूसरे पक्ष से जानकारी और साक्ष्य प्राप्त करने के लिए उपयोग

करता है।

FOSTER CARE

Definition: A system in which children who cannot safely live with their parents are placed in the temporary care of state-licensed families or facilities; family law courts oversee foster care placements, permanency plans, and reunification efforts.

Explanation: Temporary care for children provided by another family or facility when parents cannot care for them.

Example: The judge ordered that the neglected child be placed in foster care until the parents completed reunification services.

ਪੰਜਾਬੀ: ਅਸਥਾਈ ਸੰਭਾਲ
ਇਸਦਾ ਮਤਲਬ ਹੈ ਬੱਚੇ ਨੂੰ ਉਸਦੇ ਮਾਪਿਆਂ ਤੋਂ ਹਟਾ ਕੇ ਅਦਾਲਤ ਜਾਂ ਏਜੰਸੀ ਦੁਆਰਾ ਮਨਜ਼ੂਰ ਕੀਤੇ ਪਰਵਿਾਰ ਦੇ ਨਾਲ ਅਸਥਾਈ ਤੌਰ 'ਤੇ ਰੱਖਣਾ।

हदिी: पालक देखभाल
इसका मतलब है बच्चे को उसके माता-पिता से हटाकर अदालत या संस्था द्वारा स्वीकृत परविार के साथ अस्थायी रूप से रखना।

FOSTER FAMILY

Definition: A family licensed by the state to provide temporary care and supervision for children placed in foster care; in family law, foster families work with courts and agencies to ensure children's safety.

Explanation: A family approved to take care of children temporarily when their own parents cannot.

Example: The foster family provided a safe home while the child's parents completed substance abuse treatment.

ਪੰਜਾਬੀ: ਅਸਥਾਈ ਸੰਭਾਲ ਪਰਵਿਾਰ
ਇਸਦਾ ਮਤਲਬ ਹੈ ਉਹ ਪਰਵਿਾਰ ਜੋ ਅਦਾਲਤ ਜਾਂ ਏਜੰਸੀ ਦੀ ਮਨਜ਼ੂਰੀ ਨਾਲ ਬੱਚੇ ਦੀ ਅਸਥਾਈ ਦੇਖਭਾਲ ਕਰਦਾ ਹੈ।

हदिी: पालक परविार
इसका मतलब है वह परविार जो अदालत या संस्था की स्वीकृत से बच्चे की अस्थायी देखभाल करता है।

FOSTER HOME

Definition: A private residence licensed by the state to house children placed in foster care, either short-term or long-term, under the supervision of foster parents.

Explanation: A licensed home where children in foster care live temporarily.

Example: The child was placed in a foster home until a permanent placement could be arranged.

ਪੰਜਾਬੀ: ਅਸਥਾਈ ਮੰਭਾਲ ਘਰ
ਇਮਦਾ ਮਤਲਬ ਹੈ ਉਹ ਘਰ ਜਿੱਥੇ ਬੱਚਿਆਂ ਨੂੰ ਉਨ੍ਹਾਂ ਦੇ ਮਾਪਿਆਂ ਤੋਂ ਵੱਖ ਕਰਕੇ ਅਸਥਾਈ ਤੌਰ 'ਤੇ ਰੱਖਿਆ ਜਾਂਦਾ ਹੈ।

हिंदी: पालक गृह
इसका मतलब है वह घर जहाँ बच्चों को उनके माता-पिता से अलग करके अस्थायी रूप से रखा जाता है।

FRAUD

Definition: A deliberate misrepresentation or concealment of material facts intended to deceive another party, causing harm; in family law, fraud may invalidate prenuptial agreements, property settlements, or claims of parentage.

Explanation: Lying or hiding important facts to trick someone in a legal case.

Example: The court set aside the divorce settlement after finding the husband committed fraud by concealing assets.

ਪੰਜਾਬੀ: ਪੋਖਾਪੜੀ
ਇਮਦਾ ਮਤਲਬ ਹੈ ਜਾਨਬੁੱਝ ਕੇ ਗਲਤ ਜਾਣਕਾਰੀ ਦੇ ਕੇ ਜਾਂ ਮੱਚਾਈ ਛੁਪਾ ਕੇ ਕਿਸੇ ਨੂੰ ਨੁਕਮਾਨ ਪਹੁੰਚਾਉਣਾ ਜਾਂ ਗਲਤ ਫ਼ਾਇਦਾ ਲੈਣਾ।

हिंदी: धोखाधड़ी
इसका मतलब है जानबूझकर गलत जानकारी देकर या सच्चाई छुपाकर किसी को नुकसान पहुँचाना या अनुचित लाभ लेना।

FRINGE BENEFITS

Definition: Non-wage compensation provided by an employer, such as health insurance, retirement contributions, or company cars; in family law, fringe benefits are considered when calculating income for child or spousal support.

Explanation: Job benefits other than salary, like insurance or retirement, counted in support cases.

Example: The judge included the father's fringe benefits in calculating his child support obligation.

ਪੰਜਾਬੀ: ਵਾਧੂ ਲਾਭ
ਇਸਦਾ ਮਤਲਬ ਹੈ ਉਹ ਸਹੂਲਤਾਂ ਜੋ ਨੌਕਰੀ ਦੇ ਨਾਲ ਤਨਖਾਹ ਤੋਂ ਇਲਾਵਾ ਮਲਿਦੀਆਂ ਹਨ, ਜਵਿੇਂ ਸਹਿਤ ਬੀਮਾ, ਛੁੱਟੀਆਂ ਜਾਂ ਪੈਨਸ਼ਨ।

हदिी: अतरिक्ति लाभ
इसका मतलब है वे सुवधिाएँ जो नौकरी के साथ वेतन के अलावा मलिती हैं, जैसे स्वास्थ्य बीमा, छुट्टियाँ या पेंशन।

FULL TIME

Definition: Employment status where an individual works the standard number of hours defined by law or employer policy, typically 35–40 hours per week; in family law, full-time work affects support obligations and parenting schedules.

Explanation: A regular work schedule of about 40 hours a week.

Example: The court considered the father's full-time employment when setting the child support amount.

ਪੰਜਾਬੀ: ਪੂਰਾ ਸਮਾਂ
ਇਸਦਾ ਮਤਲਬ ਹੈ ਨੌਕਰੀ ਜਾਂ ਜ਼ਮਿੇਵਾਰੀ ਜਸਿ ਵੱਚਿ ਨਯਿਮਤ ਤੌਰ ‘ਤੇ ਪੂਰੇ ਘੰਟਆਿਂ ਲਈ ਕੰਮ ਕਰਨਾ ਲਾਜ਼ਮੀ ਹੁੰਦਾ ਹੈ।

हदिी: पूर्णकालकि
इसका मतलब है नौकरी या ज़म्मिेदारी जसिमें नयिमति रूप से पूरे घंटों तक काम करना आवश्यक होता है।

GARNISH

Definition: To legally withhold part of a person's wages or assets to satisfy a debt or obligation by court order; in family law, garnishment is commonly used to collect unpaid child or spousal support.

Explanation: Taking money directly from someone's paycheck by court order to pay a debt.

Example: The mother requested the court to garnish the father's wages for overdue child support.

ਪੰਜਾਬੀ: ਤਨਖਾਹ ਕਟੌਤੀ
ਇਸਦਾ ਮਤਲਬ ਹੈ ਅਦਾਲਤ ਦੁਆਰਾ ਹੁਕਮ ਦੇ ਕੇ ਕਸਿੇ ਵਅਿਕਤੀ ਦੀ ਤਨਖਾਹ ਵਚਿੋਂ ਸੱਧਿਾ ਰਕਮ ਕੱਟ ਕੇ ਕਰਜ਼ੇ ਜਾਂ ਭਰਣ-ਪੋਸ਼ਣ ਦੀ ਅਦਾਇਗੀ ਕਰਵਾਉਣਾ।

हिंदी: वेतन कटौती
इसका मतलब है अदालत द्वारा आदेश देकर कसिी व्यक्ति के वेतन से सीधे राशि काटकर ऋण या भरण-पोषण का भुगतान करवाना।

GARNISHMENT

Definition: The legal process of collecting money from a person's wages or bank account by court order to satisfy debts; in family law, wage garnishment is a common enforcement tool for support obligations.

Explanation: A process where the court takes money from wages or accounts to pay what is owed.

Example: The court ordered garnishment of the father's paycheck until child support arrears were paid.

ਪੰਜਾਬੀ: ਤਨਖਾਹ ਕਟੌਤੀ ਆਦੇਸ਼
ਇਸਦਾ ਮਤਲਬ ਹੈ ਅਦਾਲਤ ਦਾ ਹੁਕਮ ਜਸਿ ਅਨੁਸਾਰ ਕਸਿੇ ਵਅਿਕਤੀ ਦੀ ਤਨਖਾਹ ਜਾਂ ਆਮਦਨੀ ਵਚਿੋਂ ਸੱਧਿਾ ਪੈਸਾ ਕੱਟ ਕੇ ਕਰਜ਼ੇ ਜਾਂ ਭਰਣ-ਪੋਸ਼ਣ ਦੀ ਅਦਾਇਗੀ ਕੀਤੀ ਜਾਂਦੀ ਹੈ।

हिंदी: वेतन आहरण
इसका मतलब है अदालत का आदेश जसिके अनुसार कसिी व्यक्ति के वेतन या आय से सीधे पैसा काटकर ऋण या भरण-पोषण का भुगतान कयिा जाता है।

GENETIC MARKERS (DNA)

Definition: Specific sequences in a person's DNA used to establish biological relationships; in family law, genetic marker testing is a primary method for determining paternity and parentage.

Explanation: Pieces of DNA used in tests to prove if someone is a child's biological parent.

Example: The court relied on genetic markers from DNA testing to establish the father's paternity.

ਪੰਜਾਬੀ: ਜਨਾਤਕੀ ਨਸ਼ਿਾਨ (ਡੀ.ਐਨ.ਏ.)
ਇਸਦਾ ਮਤਲਬ ਹੈ ਸਰੀਰ ਦੇ ਅੰਦਰ ਮੌਜੂਦ ਵਰਿਾਸਤੀ ਲੱਛਣ ਜੋ ਕਸਿੇ ਵਅਿਕਤੀ ਦੀ ਪਛਾਣ ਕਰਨ ਜਾਂ ਮਾਤਾ-ਪਤਿਾ ਨਾਲ ਸੰਬੰਧ ਸਾਬਤ ਕਰਨ ਲਈ ਵਰਤੇ ਜਾਂਦੇ ਹਨ।

हदिी: आनुवंशकि चन्हि (डी.एन.ए.)
इसका मतलब है शरीर के भीतर मौजूद वंशानुगत लक्षण जो कसिी व्यक्ति की पहचान करने या माता-पिता से संबंध साबति करने के लिए उपयोग कएि जाते हैं।

GOOD FAITH

Definition: Honest intention to act fairly, without deception or intent to defraud; in family law, good faith is required in disclosure of assets, negotiation of settlements, and compliance with court orders.

Explanation: Acting honestly and fairly in legal matters.

Example: The wife negotiated the property settlement in good faith, fully disclosing her assets.

ਪੰਜਾਬੀ: ਨੇਕ ਨੀਤੀ
ਇਸਦਾ ਮਤਲਬ ਹੈ ਇਮਾਨਦਾਰੀ ਅਤੇ ਸੱਚਾਈ ਨਾਲ ਬਨਿਾ ਧੋਖਾਧੜੀ ਜਾਂ ਛਲ ਦੇ ਕੰਮ ਕਰਨਾ।

हदिी: सद्भावना
इसका मतलब है ईमानदारी और सच्चाई से बनिा धोखाधड़ी या छल के काम करना।

GRANDPARENT CUSTODY PETITION

Definition: A legal request filed by grandparents asking the court to grant them custody of a grandchild, usually due to parental unfitness or absence.

Explanation: When grandparents ask the court to give them custody of their grandchild.

Example: The grandparents filed a custody petition after the parents were found unfit due to substance abuse.

ਪੰਜਾਬੀ: ਦਾਦਾ-ਦਾਦੀ ਸੁਰੱਖਿਆ ਅਰਜ਼ੀ – ਦਾਦਾ-ਦਾਦੀ ਦੁਆਰਾ ਪੋਤੇ ਜਾਂ ਪੋਤੀ ਦੀ ਸੁਰੱਖਿਆ ਲਈ ਅਦਾਲਤ ਵਿੱਚ ਦਿੱਤੀ ਗਈ ਬੇਨਤੀ।

हिंदी: दादा-दादी अभिरक्षा याचिका – दादा-दादी द्वारा पोते या पोती की अभिरक्षा के लिए अदालत में दी गई याचिका।

GRANDPARENT VISITATION ORDER

Definition: A court order giving grandparents the legal right to visit their grandchild, even if one or both parents object, when it serves the child's best interests.

Explanation: An order allowing grandparents to visit their grandchild by law.

Example: The court issued a grandparent visitation order to preserve the child's bond with grandparents.

ਪੰਜਾਬੀ: ਦਾਦਾ-ਦਾਦੀ ਮੁਲਾਕਾਤ ਹੁਕਮ – ਅਦਾਲਤੀ ਹੁਕਮ ਜੋ ਦਾਦਾ-ਦਾਦੀ ਨੂੰ ਆਪਣੇ ਪੋਤੇ ਜਾਂ ਪੋਤੀ ਨਾਲ ਮਿਲਣ ਦਾ ਅਧਿਕਾਰ ਦਿੰਦਾ ਹੈ।

हिंदी: दादा-दादी मुलाक़ात आदेश – अदालत का आदेश जो दादा-दादी को अपने पोते या पोती से मिलने का अधिकार देता है।

GRANT A MOTION

Definition: A court's approval of a request made by a party through a formal motion; in family law, judges may grant motions for temporary custody, child support, or protective orders.

Explanation: When the judge agrees to a request made in writing.

Example: The judge decided to grant a motion for temporary child support.

ਪੰਜਾਬੀ: ਅਰਜ਼ੀ ਮਨਜ਼ੁਰ ਕਰਨਾ
ਇਸਦਾ ਮਤਲਬ ਹੈ ਜਦੋਂ ਅਦਾਲਤ ਕਿਸੇ ਪੱਖ ਵੱਲੋਂ ਦਿੱਤੀ ਗਈ ਅਰਜ਼ੀ ਨੂੰ ਸਵੀਕਾਰ ਕਰ ਲੈਂਦੀ ਹੈ।

हिंदी: याचिका मंजूर करना
इसका मतलब है जब अदालत किसी पक्ष द्वारा दी गई याचिका को स्वीकार कर लेती है।

GROSS INCOME TAX RETURN

Definition: A tax filing that reports all income before deductions; in family law, gross income tax returns are examined to determine a party's ability to pay child support or spousal support.

Explanation: A tax document showing all money earned before deductions.

Example: The court reviewed the father's gross income tax return to calculate child support.

ਪੰਜਾਬੀ: ਕੁੱਲ ਆਮਦਨੀ ਕਰ ਰਟਿਰਨ
ਇਮਦਾ ਮਤਲਬ ਹੈ ਉਹ ਦਮਤਾਵੇਜ਼ ਜਮਿ ਵੱਚਿ ਕਮਿ ਵਅਿਕਤੀ ਦੀ ਮਾਲਾਨਾ ਕੁੱਲ ਕਮਾਈ ਅਤੇ ਉਮ 'ਤੇ ਲਾਗੂ ਹੋਣ ਵਾਲਾ ਕਰ ਦਰਜ ਹੁੰਦਾ ਹੈ।

हदिी: सकल आय कर रटिर्न
इसका मतलब है वह दस्तावेज़ जसिमें कसिी व्यक्त किी वार्षकि कुल कमाई और उस पर लगने वाला कर दर्ज होता है।

GROSS WAGES

Definition: Total earnings received by an employee before any taxes or deductions are taken out; in family law, gross wages are used to calculate support obligations.

Explanation: All the money someone earns before taxes or deductions.

Example: The judge used the father's gross wages to determine his monthly child support obligation.

ਪੰਜਾਬੀ: ਕੁੱਲ ਤਨਖਾਹ
ਇਮਦਾ ਮਤਲਬ ਹੈ ਉਹ ਤਨਖਾਹ ਜੋ ਕਮਿ ਕਰਮਚਾਰੀ ਨੂੰ ਕਟੌਤੀਆਂ (ਜਵਿੇਂ ਟੈਕਮ ਜਾਂ ਹੋਰ ਖਰਚੇ) ਤੋਂ ਪਹਲਿਾਂ ਮਲਿਦੀ ਹੈ।

हदिी: सकल वेतन
इसका मतलब है वह वेतन जो कसिी कर्मचारी को कटौतयिों (जैसे कर या अन्य खर्चे) से पहले मलिता है।

GROUNDS FOR DIVORCE

Definition: Legal reasons accepted by the court to grant a divorce, such as irreconcilable differences.

Explanation: The legal reasons why a marriage can be ended.

Example:The petition listed irreconcilable differences as grounds for divorce.

ਪੰਜਾਬੀ: ਤਲਾਕ ਦੇ ਆਧਾਰ
ਇਸਦਾ ਮਤਲਬ ਹੈ ਉਹ ਕਾਨੂੰਨੀ ਕਾਰਨ ਜਿਨ੍ਹਾਂ ਦੇ ਆਧਾਰ 'ਤੇ ਅਦਾਲਤ ਵਿਆਹ ਨੂੰ ਖਤਮ ਕਰਨ ਦੀ ਮਨਜ਼ੂਰੀ ਦੇ ਸਕਦੀ ਹੈ, ਜਿਵੇਂ ਧੋਖਾਧੜੀ, ਤਸ਼ੱਦਦ ਜਾਂ ਲੰਬਾ ਅਲੱਗ ਰਹਿਣਾ।

हिंदी: तलाक के आधार
इसका मतलब है वे कानूनी कारण जिनके आधार पर अदालत विवाह को समाप्त करने की अनुमति दे सकती है, जैसे धोखाधड़ी, उत्पीड़न या लंबा अलगाव।

GUARDIAN

Definition: A person appointed by the court with legal authority to care for and make decisions on behalf of another person, usually a minor child or an incapacitated adult; in family law, a guardian may have authority over the child's person (care, custody, and upbringing) or estate (management of property and finances).

Explanation: Someone chosen by the court to take care of a child or their property when the parents cannot.

Example: The court appointed the aunt as guardian of the child after both parents were found unfit.

ਪੰਜਾਬੀ: ਸਰਪ੍ਰਸਤ
ਇਸਦਾ ਮਤਲਬ ਹੈ ਉਹ ਵਿਅਕਤੀ ਜਿਸਨੂੰ ਅਦਾਲਤ ਬੱਚੇ ਜਾਂ ਅਸਮਰਥ ਵਿਅਕਤੀ ਦੀ ਦੇਖਭਾਲ ਅਤੇ ਫ਼ੈਸਲੇ ਕਰਨ ਦੀ ਕਾਨੂੰਨੀ ਜ਼ਿੰਮੇਵਾਰੀ ਦੇਂਦੀ ਹੈ।

हिंदी: अभिभावक
इसका मतलब है वह व्यक्ति जिसे अदालत बच्चे या असमर्थ व्यक्ति की देखभाल और निर्णय लेने की कानूनी ज़िम्मेदारी देती है।

GUARDIAN AD LITEM

Definition: A person, often a lawyer, appointed by the court to represent the best interests of a child in a case.

Explanation: A court-appointed helper who speaks for the child's best interests.

Example: The judge appointed a guardian ad litem for the custody case.

ਪੰਜਾਬੀ: ਅਦਾਲਤੀ ਸਰਪ੍ਰਸਤ (ਅਸਥਾਈ)
ਇਸਦਾ ਮਤਲਬ ਹੈ ਉਹ ਵਅਿਕਤੀ ਜਸਿਨੂੰ ਅਦਾਲਤ ਬੱਚੇ ਜਾਂ ਅਸਮਰਥ ਵਅਿਕਤੀ ਦੇ ਹਤਿਾਂ ਦੀ ਰੱਖਆਿ ਕਰਨ ਲਈ ਕੇਸ ਵੱਚਿ ਖਾਸ ਤੌਰ 'ਤੇ ਨਯੁਿਕਤ ਕਰਦੀ ਹੈ।

हदिी: न्यायालय अभभिावक (अस्थायी)
इसका मतलब है वह व्यक्त जिसि अदालत बच्चे या असमर्थ व्यक्त के हतिों की रक्षा करने के लएि मामले में वशिष रूप से नयिुक्त करती है।

GUARDIAN OF THE ESTATE

Definition: A person appointed by the court to manage and protect the financial assets, property, and legal affairs of a minor or incapacitated person, without necessarily having authority over personal care or custody.

Explanation: Someone chosen by the court to take care only of a child's money and property.

Example: The grandmother was appointed guardian of the estate to manage the child's inheritance until adulthood.

ਪੰਜਾਬੀ: ਸੰਪਤੀ ਦਾ ਸਰਪ੍ਰਸਤ
ਇਸਦਾ ਮਤਲਬ ਹੈ ਉਹ ਵਅਿਕਤੀ ਜਸਿਨੂੰ ਅਦਾਲਤ ਕਸਿ ਬੱਚੇ ਜਾਂ ਅਸਮਰਥ ਵਅਿਕਤੀ ਦੀ ਸੰਪਤੀ ਅਤੇ ਵੱਤੀ ਮਾਮਲਆਿਂ ਦੀ ਦੇਖਭਾਲ ਲਈ ਨਯੁਿਕਤ ਕਰਦੀ ਹੈ।

हदिी: संपत्त का अभभिावक
इसका मतलब है वह व्यक्त जिसि अदालत कसिी बच्चे या असमर्थ व्यक्त की संपत्त और वत्तिीय मामलों की देखभाल के लएि नयिुक्त करती है।

GUARDIAN OF THE ESTATE AND PERSON

Definition: A person appointed by the court with combined authority to care for both the personal needs (custody, education, medical decisions) and the financial matters (property, inheritance) of a minor or incapacitated person.

Explanation: Someone chosen by the court to care for both the child and the child's property.

Example: The court named the uncle guardian of the estate and person after both parents passed away.

ਪੰਜਾਬੀ: ਸੰਪਤੀ ਅਤੇ ਵਿਅਕਤੀ ਦਾ ਸਰਪ੍ਰਸਤ
ਇਸਦਾ ਮਤਲਬ ਹੈ ਉਹ ਵਿਅਕਤੀ ਜਸਿਨੂੰ ਅਦਾਲਤ ਬੱਚੇ ਜਾਂ ਅਸਮਰਥ ਵਿਅਕਤੀ ਦੀ ਸੰਪਤੀ ਦੇ ਨਾਲ-ਨਾਲ ਉਸਦੀ ਨੱਜੀ ਦੇਖਭਾਲ ਅਤੇ ਫ਼ੈਸਲਿਆਂ ਦੀ ਜ਼ੰਿਮੇਵਾਰੀ ਵੀ ਸੌਂਪਦੀ ਹੈ।

हदिी: संपत्त‌ि और व्यक्त‌ि का अभिभावक
इसका मतलब है वह व्यक्त‌ि जिसि अदालत बच्चे या असमर्थ व्यक्त‌ि की संपत्त‌ि के साथ-साथ उसकी व्यक्तगित देखभाल और नर्णियों की ज़म्मिेदारी भी देती है।

GUARDIAN OF THE PERSON

Definition: A person appointed by the court with authority over the daily care, custody, education, and medical decisions of a minor or incapacitated person, but without control of financial assets unless specifically granted.

Explanation: Someone chosen by the court to care for a child's personal needs but not their money or property.

Example: The mother's sister was appointed guardian of the person to make medical and educational decisions for the child.

ਪੰਜਾਬੀ: ਵਿਅਕਤੀ ਦਾ ਸਰਪ੍ਰਸਤ
ਇਸਦਾ ਮਤਲਬ ਹੈ ਉਹ ਵਿਅਕਤੀ ਜਸਿਨੂੰ ਅਦਾਲਤ ਬੱਚੇ ਜਾਂ ਅਸਮਰਥ ਵਿਅਕਤੀ ਦੀ ਨੱਜੀ ਦੇਖਭਾਲ ਅਤੇ ਫ਼ੈਸਲਿਆਂ ਦੀ ਜ਼ੰਿਮੇਵਾਰੀ ਦੇਂਦੀ ਹੈ।

हदिी: व्यक्त‌ि का अभिभावक
इसका मतलब है वह व्यक्त‌ि जिसि अदालत बच्चे या असमर्थ व्यक्त‌ि की व्यक्तगित देखभाल और नर्णियों की ज़म्मिेदारी देती है।

GUIDELINES

Definition: Rules or standards, often established by statute or court policy, that provide a framework for decision-making; in family law, guidelines commonly refer to child support guidelines, which use income, custody time, and other factors to calculate support obligations.

Explanation: Rules the court uses to help decide things like how much child support should be paid.

Example: The judge applied the state's child support guidelines to set the father's monthly payment.

ਪੰਜਾਬੀ: ਦਸ਼ਿਾ-ਨਰਿਦੇਸ਼
ਇਸਦਾ ਮਤਲਬ ਹੈ ਨਯਿਮਾਂ ਜਾਂ ਸਧਿਾਂਤਾਂ ਦਾ ਸੈੱਟ ਜੋ ਕਸਿੇ ਕਾਰਵਾਈ ਜਾਂ ਫ਼ੈਸਲੇ ਲਈ ਰਾਹਨੁਮਾਈ ਕਰਦਾ ਹੈ।

हदिी: दशिा-नरि्देश
इसका मतलब है नयिमों या सदि्धांतों का समूह जो कसिी कार्यवाही या नरि्णय के लिए मार्गदर्शन करता है।

HABITUAL RESIDENCE

Definition: The country or state where a child normally lives, often used in international custody disputes.

Explanation: The place where a child usually lives.

Example: The court considered the child's habitual residence in the Hague Convention case.

ਪੰਜਾਬੀ: ਸਥਾਈ ਨਵਿਾਸ ਸਥਾਨ
ਇਸਦਾ ਮਤਲਬ ਹੈ ਉਹ ਥਾਂ ਜੱਥੇ ਕੋਈ ਵਅਿਕਤੀ ਆਮ ਤੌਰ 'ਤੇ ਰਹੰਿਦਾ ਹੈ ਅਤੇ ਜਸਿਨੂੰ ਉਸਦਾ ਮੁੱਖ ਘਰ ਮੰਨਿਆ ਜਾਂਦਾ ਹੈ।

हदिी: स्थायी नविास स्थान
इसका मतलब है वह स्थान जहाँ कोई व्यक्ति सामान्य रूप से रहता है और जसि उसका मुख्य घर माना जाता है।

HAGUE PETITION (INTERNATIONAL ABDUCTION)

Definition: A legal request filed under the Hague Convention to secure the return of a child wrongfully removed or retained across international borders.

Explanation: A process to bring back a child taken illegally to another country.

Example: The father filed a Hague petition after the mother took the child abroad without consent.

ਪੰਜਾਬੀ: ਹੇਗ ਅਰਜ਼ੀ (ਅੰਤਰਰਾਸ਼ਟਰੀ ਅਪਹਰਨ) – ਬੱਚੇ ਨੂੰ ਗੈਰਕਾਨੂੰਨੀ ਤਰੀਕੇ ਨਾਲ ਹੋਰ ਦੇਸ਼ ਲਿਜਾਣ ਤੋਂ ਬਾਅਦ ਵਾਪਸ ਲਿਆਉਣ ਲਈ ਕਾਨੂੰਨੀ ਬੇਨਤੀ।

हिंदी: हेग याचिका (अंतरराष्ट्रीय अपहरण) – बच्चे को अवैध रूप से किसी अन्य देश ले जाने के बाद वापस लाने के लिए कानूनी अनुरोध।

HARASSMENT

Definition: Unwanted conduct that causes alarm or distress, often the basis for restraining orders in family cases.

Explanation: When someone repeatedly bothers or threatens another person.

Example: She filed for a restraining order based on harassment.

ਪੰਜਾਬੀ: ਪਰੇਸ਼ਾਨੀ / ਤੰਗ ਕਰਨਾ
ਇਸਦਾ ਮਤਲਬ ਹੈ ਕਿਸੇ ਨੂੰ ਵਾਰ-ਵਾਰ ਧਮਕਾਉਣਾ, ਤੰਗ ਕਰਨਾ ਜਾਂ ਉਸਦੀ ਇੱਜ਼ਤ ਨੂੰ ਠੇਸ ਪਹੁੰਚਾਉਣਾ।

हिंदी: उत्पीड़न / परेशान करना
इसका मतलब है किसी को बार-बार धमकाना, तंग करना या उसकी प्रतिष्ठा को ठेस पहुँचाना।

HEALTH INSURANCE

Definition: A contract that provides coverage for medical care and treatment; in family law, courts may require one or both parents to maintain health insurance for their children as part of a support order.

Explanation: Medical coverage that a parent may be required to provide for their child.

Example: The divorce decree required the father to maintain health insurance for the children through his employer.

ਪੰਜਾਬੀ: ਸਿਹਤ ਬੀਮਾ
ਇਸਦਾ ਮਤਲਬ ਹੈ ਉਹ ਯੋਜਨਾ ਜਿਸ ਅਨੁਸਾਰ ਬੀਮਾ ਕੰਪਨੀ ਬਿਮਾਰੀ ਜਾਂ ਇਲਾਜ ਦੇ

ਖਰਚੇ ਦਾ ਭੁਗਤਾਨ ਕਰਦੀ ਹੈ।

ਹਦਿੀ: स्वास्थ्य बीमा
इसका मतलब है वह योजना जसिके तहत बीमा कंपनी बीमारी या इलाज के खर्च का भुगतान करती है।

HEAR A CASE

Definition: The act of a court or judge reviewing arguments, evidence, and testimony to make a decision on legal issues; in family law, judges hear cases involving custody, visitation, support, and domestic violence.

Explanation: When the judge listens to both sides and decides the outcome of a legal dispute.

ਪੰਜਾਬੀ: ਕੇਸ ਸੁਣਨਾ
ਇਸਦਾ ਮਤਲਬ ਹੈ ਜਦੋਂ ਅਦਾਲਤ ਕਸਿ ਮਾਮਲੇ ਦੀ ਕਾਰਵਾਈ ਅਤੇ ਸਬੂਤਾਂ ਨੂੰ ਵੇਖ ਕੇ ਨਰਿਣੇ ਲਈ ਸੁਣਵਾਈ ਕਰਦੀ ਹੈ।

हदिी: मामला सुनना
इसका मतलब है जब अदालत कसिी मामले की कार्यवाही और साक्ष्यों को देखकर नर्णिय के लएि सुनवाई करती है।

HEARING

Definition: A formal court session where parties present arguments, evidence, and testimony on specific issues; in family law, hearings resolve matters such as temporary custody, child support, or restraining orders.

Explanation: A court meeting where evidence is presented and the judge makes a decision.

Example: At the custody hearing, both parents testified about their ability to care for the child.

ਪੰਜਾਬੀ: ਸੁਣਵਾਈ
ਇਸਦਾ ਮਤਲਬ ਹੈ ਅਦਾਲਤ ਵੱਿਚ ਹੋਣ ਵਾਲੀ ਕਾਰਵਾਈ ਜਸਿ ਵੱਿਚ ਜੱਜ ਪੱਖਾਂ ਦੀਆਂ ਦਲੀਲਾਂ ਅਤੇ ਸਬੂਤ ਸੁਣਦਾ ਹੈ।

हदिी: सुनवाई
इसका मतलब है अदालत में होने वाली कार्यवाही जसिमें न्यायाधीश पक्षों

की दलीलें और साक्ष्य सुनता है।

HEARING OFFICER

Definition: A judicial officer or quasi-judicial official who conducts hearings, takes evidence, and makes recommendations or rulings; in family law, hearing officers may handle support calculations or preliminary matters under court supervision.

Explanation: A court official, not always a judge, who runs hearings and makes recommendations or decisions.

Example: The child support issue was decided by a hearing officer appointed by the court.

ਪੰਜਾਬੀ: ਸੁਣਵਾਈ ਅਧਿਕਾਰੀ
ਇਸਦਾ ਮਤਲਬ ਹੈ ਉਹ ਅਧਿਕਾਰੀ ਜੋ ਅਦਾਲਤੀ ਮਾਮਲੇ ਜਾਂ ਪ੍ਰਸ਼ਾਸਕੀ ਕਾਰਵਾਈ ਦੀ ਸੁਣਵਾਈ ਕਰਦਾ ਹੈ ਅਤੇ ਫ਼ੈਸਲੇ ਜਾਂ ਸਿਫ਼ਾਰਸ਼ਾਂ ਕਰਦਾ ਹੈ।

हिंदी: सुनवाई अधिकारी
इसका मतलब है वह अधिकारी जो न्यायालयी मामला या प्रशासनिक कार्यवाही सुनता है और निर्णय या सिफ़ारिशें करता है।

HEARSAY

Definition: An out-of-court statement offered in court to prove the truth of the matter asserted, generally inadmissible unless an exception applies; in family law, hearsay may arise in testimony about what a child allegedly said.

Explanation: Secondhand information told in court that usually cannot be used as proof.

Example: The judge excluded the mother's testimony as hearsay when she repeated what the child said about the father.

ਪੰਜਾਬੀ: ਸੁਣੀ ਸੁਣਾਈ ਗੱਲ
ਇਸਦਾ ਮਤਲਬ ਹੈ ਅਜਿਹਾ ਬਿਆਨ ਜੋ ਕਿਸੇ ਵਿਅਕਤੀ ਨੇ ਖੁਦ ਨਾ ਦੇਖਿਆ ਹੋਵੇ, ਪਰ ਕਿਸੇ ਹੋਰ ਤੋਂ ਸੁਣ ਕੇ ਦੱਸੇ। ਇਹ ਆਮ ਤੌਰ 'ਤੇ ਅਦਾਲਤ ਵਿੱਚ ਸਬੂਤ ਵਜੋਂ ਕਬੂਲ ਨਹੀਂ ਹੁੰਦਾ।

हिंदी: सुनी-सुनाई बात
इसका मतलब है ऐसा बयान जो किसी व्यक्ति ने स्वयं न देखा हो, बल्कि

किसी और से सुनकर बताया हो। इसे सामान्यतःअदालत में साक्ष्य के रूप में स्वीकार नहीं किया जाता।

HEARSAY EVIDENCE

Definition: Evidence consisting of hearsay statements, which are generally excluded unless they fit within statutory or common law exceptions, such as business records or excited utterances.

Explanation: Evidence based on repeating what someone else said, not direct knowledge.

Example: The father's lawyer objected to hearsay evidence when the mother tried to introduce a letter from a neighbor.

ਪੰਜਾਬੀ: ਸੁਣੀ ਸੁਣਾਈ ਗਵਾਹੀ
ਇਸਦਾ ਮਤਲਬ ਹੈ ਅਜਿਹਾ ਸਬੂਤ ਜੋ ਕਿਸੇ ਵਿਅਕਤੀ ਦੇ ਦੂਜੇ ਤੋਂ ਸੁਣੇ ਬਿਆਨ 'ਤੇ ਆਧਾਰਿਤ ਹੋਵੇ, ਨਾ ਕਿ ਉਸਦੀ ਆਪਣੀ ਸਿੱਧੀ ਜਾਣਕਾਰੀ 'ਤੇ।

हिंदी: सुनी-सुनाई गवाही
इसका मतलब है ऐसा साक्ष्य जो किसी व्यक्ति के दूसरे से सुने बयान पर आधारित हो, न कि उसकी अपनी प्रत्यक्ष जानकारी पर।

HEREBY

Definition: A formal legal term used in documents to indicate that an action is being taken by virtue of the statement itself; it gives immediate effect to what follows.

Explanation: A formal word in legal documents meaning "by this statement."

Example: The order stated, "The court hereby grants custody of the minor child to the mother."

ਪੰਜਾਬੀ: ਇਸ ਦੁਆਰਾ
ਇਸਦਾ ਮਤਲਬ ਹੈ ਅਧਿਕਾਰਕ ਦਸਤਾਵੇਜ਼ ਜਾਂ ਹੁਕਮ ਵਿੱਚ ਵਰਤਿਆ ਜਾਣ ਵਾਲਾ ਸ਼ਬਦ ਜੋ ਦਰਸਾਉਂਦਾ ਹੈ ਕਿ ਕੁਝ ਹੁਣੇ ਹੀ ਘੋਸ਼ਿਤ ਜਾਂ ਲਾਗੂ ਕੀਤਾ ਜਾ ਰਿਹਾ ਹੈ।

हिंदी: इसके द्वारा
इसका मतलब है आधिकारिक दस्तावेज़ या आदेश में इस्तेमाल होने वाला शब्द जो दिखाता है कि कुछ अभी तुरंत घोषित या लागू किया जा रहा है।

HOLIDAY

Definition: A recognized day of rest or celebration, often specified in custody and visitation schedules to determine which parent will spend time with the child on that date.

Explanation: A special day like Christmas or Thanksgiving, often divided between parents in custody orders.

Example: The parenting plan alternated custody of the children on each holiday.

ਪੰਜਾਬੀ: ਛੁੱਟੀ
ਇਸਦਾ ਮਤਲਬ ਹੈ ਉਹ ਦਨਿ ਜਦੋਂ ਅਦਾਲਤ ਜਾਂ ਦਫ਼ਤਰ ਬੰਦ ਰਹੰਿਦੇ ਹਨ, ਜਾਂ ਲੋਕਾਂ ਨੂੰ ਕੰਮ ਤੋਂ ਆਰਾਮ ਲਈ ਛੁੱਟੀ ਮਲਿਦੀ ਹੈ।

हदिी: अवकाश
इसका मतलब है वह दनि जब अदालत या दफ्‌तर बंद रहते हैं, या लोगों को काम से आराम के लिए छुट्‌टी मलिती है।

HOME ADDRESS

Definition: The residential address where a party or child lives, often required for jurisdiction, service of process, or enforcement of custody orders; courts may restrict disclosure of home addresses in cases involving safety concerns.

Explanation: The place where someone or a child lives for legal purposes.

Example: The custody order required each parent to keep the court updated with their current home address.

ਪੰਜਾਬੀ: ਘਰ ਦਾ ਪਤਾ
ਇਸਦਾ ਮਤਲਬ ਹੈ ਉਹ ਥਾਂ ਜੱਥਿੇ ਕੋਈ ਵਅਿਕਤੀ ਰਹੰਿਦਾ ਹੈ ਅਤੇ ਜਸਿਨੂੰ ਉਸਦਾ ਨਵਿਾਸ ਸਥਾਨ ਮੰਨਆਿ ਜਾਂਦਾ ਹੈ।

हदिी: घर का पता
इसका मतलब है वह स्‌थान जहाँ कोई व्यक्‌त रिहता है और जसिे उसका नविास स्‌थान माना जाता है।

HOME STATE

Definition: The state where a child has lived for at least six months, used to determine jurisdiction in custody cases.

Explanation: The state where the child has been living for six months or more.

Example: California was determined to be the child's home state.

ਪੰਜਾਬੀ: ਮੁੱਖ ਰਾਜ
ਇਸਦਾ ਮਤਲਬ ਹੈ ਉਹ ਰਾਜ ਜੱਥਿੇ ਬੱਚਾ ਜਾਂ ਵਅਿਕਤੀ ਮੁੱਖ ਤੌਰ 'ਤੇ ਰਹੰਿਦਾ ਹੈ ਅਤੇ ਜਸਿਨੂੰ ਉਸਦਾ ਸਥਾਈ ਨਵਿਾਸ ਮੰਨਆਿ ਜਾਂਦਾ ਹੈ।

हदिी: मुख्य राज्य
इसका मतलब है वह राज्य जहाँ बच्चा या व्यक्ति मुख्य रूप से रहता है और जसि उसका स्थायी नविास माना जाता है।

HOME STUDY REPORT (ADOPTION)

Definition: An evaluation prepared by a social worker or agency assessing the suitability of prospective adoptive parents' home and background.

Explanation: A report checking if adoptive parents' home is suitable for adoption.

Example: The agency submitted a home study report before the adoption was approved.

ਪੰਜਾਬੀ: ਘਰ ਅਧਅਿਨ ਰਪਿੋਰਟ (ਗੋਦ ਲੈਣਾ) – ਸਮਾਜ ਸੇਵਕ ਦੁਆਰਾ ਤਆਿਰ ਕੀਤੀ ਰਪਿੋਰਟ ਜੋ ਗੋਦ ਲੈਣ ਵਾਲੇ ਮਾਤਾ-ਪਤਿਾ ਦੀ ਯੋਗਤਾ ਦੀ ਜਾਂਚ ਕਰਦੀ ਹੈ।

हदिी: गृह अध्ययन रपिोर्ट (दत्तक ग्रहण) – सामाजकि कार्यकर्ता द्वारा तैयार रपिोर्ट जो दत्तक माता-पिता की योग्यता की जाँच करती है।

HOSTILE WITNESS

Definition: A witness who demonstrates bias, resistance, or antagonism toward the party who called them to testify; in family law, a hostile witness may be cross-examined by the calling party as if by the opposing side, using leading questions.

Explanation: A witness who refuses to cooperate or shows bias, so the lawyer can question them more strictly.

Example: The mother was declared a hostile witness when she resisted answering questions about the parenting schedule.

ਪੰਜਾਬੀ: ਵਰਿਧੀ ਗਵਾਹ
ਇਸਦਾ ਮਤਲਬ ਹੈ ਉਹ ਗਵਾਹ ਜੋ ਉਸ ਪੱਖ ਦੇ ਵਰਿੁੱਧ ਗਵਾਹੀ ਦੇਵੇ ਜਸਿਨੇ ਉਸਨੂੰ ਬੁਲਾਇਆ ਹੋਵੇ ਜਾਂ ਜੋ ਸਹਯਿੋਗੀ ਨਾ ਹੋਵੇ।

हदिी: शत्रुतापूर्ण गवाह
इसका मतलब है वह गवाह जो उस पक्ष के खलिाफ गवाही दे जो उसे बुलाता है या जो सहयोगी नहीं होता।

HOUSING

Definition: Residential arrangements or accommodations where a parent or child lives; in family law, housing conditions are considered when determining custody, visitation, and the child's best interests.

Explanation: The living place or conditions where a parent or child resides.

Example: The judge reviewed the father's housing situation before granting overnight visitation.

ਪੰਜਾਬੀ: ਰਹਣਿ ਲਈ ਮਕਾਨ / ਆਵਾਸ
ਇਸਦਾ ਮਤਲਬ ਹੈ ਰਹਣਿ ਦੀ ਥਾਂ ਜਾਂ ਠਕਿਾਣਾ ਜੋ ਕਸਿੇ ਵਅਿਕਤੀ ਜਾਂ ਪਰਵਿਾਰ ਲਈ ਉਪਲਬਧ ਹੁੰਦਾ ਹੈ।

हदिी: आवास
इसका मतलब है रहने की जगह या मकान जो कसिी व्यक्त‍ि या परविार के लएि उपलब्ध होता है।

IMPEACH A WITNESS

Definition: The process of challenging the credibility, truthfulness, or reliability of a witness's testimony by showing inconsistencies, bias, or prior contradictory statements; in family law, this may occur when a witness gives conflicting accounts about custody or financial matters.

Explanation: To show that a witness is not telling the truth or cannot be trusted.

Example: The father's attorney moved to impeach a witness by introducing her earlier inconsistent statement about visitation.

ਪੰਜਾਬੀ: ਗਵਾਹ ਨੂੰ ਅਣਵਸ਼ਿਵਾਸਯੋਗ ਸਾਬਤ ਕਰਨਾ
ਇਸਦਾ ਮਤਲਬ ਹੈ ਅਦਾਲਤ ਵੱਚਿ ਗਵਾਹ ਦੀ ਗਵਾਹੀ ਜਾਂ ਭਰੋਸੇਯੋਗਤਾ 'ਤੇ ਸਵਾਲ

ਉਠਾਉਣਾ।

हिंदी: गवाह को अविश्वसनीय साबित करना
इसका मतलब है अदालत में गवाह की गवाही या विश्वसनीयता पर सवाल उठाना।

IMPEACHMENT

Definition: The broader legal process of discrediting evidence or testimony by proving it unreliable, inconsistent, or biased; in family law, impeachment helps ensure the court bases decisions on trustworthy testimony.

Explanation: The act of proving that testimony or evidence is not reliable.

Example: The mother's lawyer used impeachment when the father contradicted his financial disclosure.

ਪੰਜਾਬੀ: ਅਹੁਦਾ ਹਟਾਉਣਾ / ਦੋਸ਼ਾਰੋਪਣ
ਇਸਦਾ ਮਤਲਬ ਹੈ ਸਰਕਾਰੀ ਅਧਿਕਾਰੀ ਨੂੰ ਉਸਦੇ ਅਹੁਦੇ ਤੋਂ ਹਟਾਉਣ ਦੀ ਕਾਨੂੰਨੀ ਪ੍ਰਕਰਿਆ ਜਦੋਂ ਉਸ 'ਤੇ ਗੰਭੀਰ ਦੋਸ਼ ਲੱਗਣ।

हिंदी: पदच्युत करना / महाभियोग
इसका मतलब है सरकारी अधिकारी को उसके पद से हटाने की कानूनी प्रक्रिया जब उस पर गंभीर आरोप लगते हैं।

IMPLIED CONTRACT BETWEEN COHABITANTS

Definition: An unwritten agreement inferred from the conduct and circumstances of unmarried partners, showing an understanding to share property, earnings, or support. Courts may enforce implied contracts under Marvin v. Marvin.

Explanation: An agreement the court assumes exists between partners because of how they lived and acted, even if not written down.

Example: The court found an implied contract between the partners to share property because they had pooled their income for 15 years.

ਪੰਜਾਬੀ: ਸਾਥ ਰਹਣਿ ਵਾਲਿਆਂ ਵਚਿਕਾਰ ਅਨੁਮਾਨਤਿ ਸਮਝੌਤਾ – ਇੱਕ ਅਲਖਿਤਿ ਸਮਝੌਤਾ ਜੋ ਗੈਰ-ਵਆਿਹਤਿ ਸਾਥੀਆਂ ਦੇ ਵਹਿਾਰ ਅਤੇ ਪਰਸਿਥਤੀਆਂ ਤੋਂ ਅਨੁਮਾਨਆਿ ਜਾਂਦਾ ਹੈ, ਜਸਿ ਨਾਲ ਇਹ ਸਮਝ ਦਖਿਾਈ ਦੇਂਦੀ ਹੈ ਕਿ ਉਹ ਸੰਪਤੀ, ਕਮਾਈ ਜਾਂ

ਸਹਾਇਤਾ ਸਾਂਝੀ ਕਰਨ ਲਈ ਸਹਿਮਤ ਹਨ। ਅਦਾਲਤਾਂ *Marvin v. Marvin* ਦੇ ਅਧੀਨ ਅਜਿਹੇ ਸੰਕੇਤਕ ਕਰਾਰਾਂ ਨੂੰ ਲਾਗੂ ਕਰ ਸਕਦੀਆਂ ਹਨ। ਇੱਕ ਅਜਿਹਾ ਸਮਝੌਤਾ ਜੋ ਅਦਾਲਤ ਸਾਥੀਆਂ ਦੇ ਜੀਵਨ ਜੀਉਣ ਦੇ ਢੰਗ ਅਤੇ ਕਰਤੂਤਾਂ ਤੋਂ ਮੰਨ ਲੈਂਦੀ ਹੈ, ਭਾਵੇਂ ਉਹ ਲਿਖਿਤ ਰੂਪ ਵਿੱਚ ਨਾ ਹੋਵੇ।

हिंदी: सहवासियों के बीच निहित अनुबंध – एक अलिखित समझौता जो अविवाहित साथियों के आचरण और परिस्थितियों से अनुमानित होता है, यह दर्शाते हुए कि वे संपत्ति, आय या सहयोग साझा करने के लिए सहमत हैं। अदालतें *Marvin v. Marvin* के तहत ऐसे निहित अनुबंधों को लागू कर सकती हैं। ऐसा समझौता जिसे अदालत यह मान लेती है कि साथियों के रहने और व्यवहार से अस्तित्व में है, भले ही वह लिखित रूप में न हो।

IMPOSE

Definition: To order or enforce an obligation, penalty, or requirement by authority of the court; in family law, a court may impose child support, sanctions for contempt, or restrictions on visitation.

Explanation: When the judge orders something that must be followed.

Example: The judge decided to impose a fine for the father's repeated failure to comply with visitation orders.

ਪੰਜਾਬੀ: ਲਾਗੂ ਕਰਨਾ
ਇਸਦਾ ਮਤਲਬ ਹੈ ਜਦੋਂ ਅਦਾਲਤ ਜਾਂ ਅਧਿਕਾਰੀ ਕਿਸੇ ਨਿਯਮ, ਜੁਰਮਾਨੇ ਜਾਂ ਸਜ਼ਾ ਨੂੰ ਬੰਨ੍ਹਿਆ ਕਰਦਾ ਹੈ।

हिंदी: लागू करना
इसका मतलब है जब अदालत या अधिकारी किसी नियम, जुर्माना या सज़ा को बाध्य करता है।

IMPROPER MOTIVES

Definition: Reasons for acting that are dishonest, unfair, or intended to harm, rather than to serve a legitimate legal purpose; in family law, improper motives may appear in custody disputes where one parent seeks to limit access out of spite.

Explanation: Acting for the wrong reasons, not for fairness or the child's best interests.

Example: The court found that the mother's objection to visitation was based on improper motives of revenge.

ਪੰਜਾਬੀ: ਗਲਤ ਇਰਾਦੇ
ਇਸਦਾ ਮਤਲਬ ਹੈ ਜਦੋਂ ਕੋਈ ਵਅਿਕਤੀ ਨੱਜੀ ਲਾਭ ਲਈ ਜਾਂ ਬੇਇਮਾਨੀ ਨਾਲ ਕੰਮ ਕਰਦਾ ਹੈ।

हदिी: अनुचति उद्देश्य
इसका मतलब है जब कोई व्यक्त निजिी लाभ के लिए या बेईमानी से काम करता है।

IMPUTED INCOME (SUPPORT CASES)

Definition: Income assigned by the court to a parent based on earning capacity rather than actual earnings, used to calculate child or spousal support.

Explanation: Income the court assumes a parent could earn, used for support calculations.

Example: The court used imputed income to calculate support after the father quit his job.

ਪੰਜਾਬੀ: ਅਨੁਮਾਨਤਿ ਆਮਦਨ (ਸਹਾਇਤਾ ਕੇਸ) - ਅਦਾਲਤ ਵੱਲੋਂ ਮਾਪੇ ਨੂੰ ਉਸਦੀ ਕਮਾਈ ਦੀ ਸਮਰੱਥਾ ਦੇ ਆਧਾਰ 'ਤੇ ਦੱਿਤੀ ਗਈ ਆਮਦਨ, ਨਾ ਕ ਿਅਸਲ ਕਮਾਈ ਦੇ ਆਧਾਰ 'ਤੇ, ਜੋ ਬੱਚੇ ਜਾਂ ਜੀਵਨਸਾਥੀ ਦੀ ਸਹਾਇਤਾ ਦੀ ਗਣਿਤੀ ਕਰਨ ਲਈ ਵਰਤੀ ਜਾਂਦੀ ਹੈ।

हदिी: आरोपति आय (भरण-पोषण मामले) – अदालत द्वारा माता-पिता को उनकी आय क्षमता के आधार पर दी गई आय, न क िवास्तवकि आय के आधार पर, जसिका उपयोग बच्चे या जीवनसाथी के भरण-पोषण की गणना के लिए कयिा जाता है।

IN LOCO PARENTIS DOCTRINE

Definition: A legal principle allowing a non-parent to assume parental responsibilities by acting in the place of a parent.

Explanation: When someone acts like a parent even if not the biological parent.

Example: The stepfather sought rights under the in loco parentis doctrine after raising the child for years.

ਪੰਜਾਬੀ: ਇਨ ਲੋਕੋ ਪੇਰੈਂਟਸਿ ਸਧਿਾਂਤ – ਇੱਕ ਕਾਨੂੰਨੀ ਸਧਿਾਂਤ ਜੋ ਗੈਰ-ਮਾਤਾ-ਪਤਿਾ ਨੂੰ ਮਾਤਾ-ਪਤਿਾ ਵਾਂਗ ਜ਼ੰਮਿੇਵਾਰੀਆਂ ਲੈਣ ਦੀ ਆਗਆਿ ਦੰਿਦਾ ਹੈ।

हिंदी: इन लोको पैरेंटसि सदि्धांत – एक कानूनी सदि्धांत जो गैर-माता-पिता को माता-पिता की तरह जमि्मेदारयिाँ लेने की अनुमतदिेता है।

IN-CAMERA INTERVIEW OF CHILD

Definition: A private interview conducted by a judge with a child, outside the presence of the parents, to learn the child's views on custody or visitation.

Explanation: A private talk between the judge and child about custody, without parents there.

Example: The judge held an in-camera interview of the child to consider her wishes in the custody case.

ਪੰਜਾਬੀ: ਬੰਦ ਕਮਰੇ ਵੱਚਿ ਬੱਚੇ ਦੀ ਪੁੱਛਗੱਿਛ – ਜੱਜ ਦੁਆਰਾ ਬੱਚੇ ਨਾਲ ਨੱਜੀ ਗੱਲਬਾਤ ਤਾਂ ਜੋ ਉਸਦੀ ਇੱਛਾ ਬਾਰੇ ਪਤਾ ਲੱਗੇ।

हिंदी: इन-कैमरा साक्षात्कार – न्यायाधीश द्वारा बच्चे से नजिी बातचीत ताकउिसकी इच्छा जानी जा सके।

INADMISSIBLE

Definition: Evidence that cannot be considered by the court because it does not meet the rules of evidence, such as relevance, reliability, or compliance with procedure; in family law, inadmissible evidence may include hearsay or improperly obtained documents.

Explanation: Evidence the judge is not allowed to consider in making a decision.

Example: The father's attorney objected, and the judge ruled the text messages were inadmissible.

ਪੰਜਾਬੀ: ਅਣਮਣਵੀਕਾਰਯੋਗ
ਇਸਦਾ ਮਤਲਬ ਹੈ ਉਹ ਸਬੂਤ ਜਾਂ ਗਵਾਹੀ ਜੋ ਕਾਨੂੰਨ ਅਨੁਸਾਰ ਅਦਾਲਤ ਵੱਚਿ ਮੰਨੀ ਨਹੀਂ ਜਾ ਸਕਦੀ।

हिंदी: अग्राह्य
इसका मतलब है वह साक्ष्य या गवाही जसि क़ानून के अनुसार अदालत में

स्वीकार नहीं कयिा जा सकता।

INCOME

Definition: Money earned or received from any source, including wages, salaries, bonuses, investments, or benefits; in family law, income is the primary factor used to calculate child support and spousal support.

Explanation: All money a person earns or receives, which is used to decide support payments.

Example: The court reviewed income records to set child support.

ਪੰਜਾਬੀ: ਆਮਦਨ
ਇਸਦਾ ਮਤਲਬ ਹੈ ਉਹ ਪੈਸਾ ਜੋ ਕੋਈ ਵਅਿਕਤੀ ਕੰਮ, ਕਾਰੋਬਾਰ ਜਾਂ ਹੋਰ ਸਰੋਤਾਂ ਰਾਹੀਂ ਕਮਾਂਦਾ ਹੈ।

हदिी: आय
इसका मतलब है वह पैसा जो कोई व्यक्ति काम, व्यवसाय या अन्य स्रोतों से कमाता है।

INCOME AND EXPENSE DECLARATION

Definition: A court form where parties disclose their financial information in family law cases.

Explanation: A form that shows your income and expenses to the court.

Example: He filed an income and expense declaration in the support case.

ਪੰਜਾਬੀ: ਆਮਦਨ ਅਤੇ ਖਰਚਾ ਘੋਸ਼ਣਾ
ਇਸਦਾ ਮਤਲਬ ਹੈ ਅਦਾਲਤ ਨੂੰ ਦੱਤਿਾ ਗਆਿ ਦਸਤਾਵੇਜ਼ ਜਸਿ ਵੱਚਿ ਕਸਿ ਵਅਿਕਤੀ ਦੀ ਆਮਦਨ ਅਤੇ ਖਰਚਆਿਂ ਦੇ ਵੇਰਵੇ ਦਰਜ ਹੁੰਦੇ ਹਨ।

हदिी: आय और व्यय घोषणा
इसका मतलब है अदालत को दयिा गया दस्तावेज़ जसिमें कसिी व्यक्ति की आय और खर्चों का ववरिण दर्ज होता है।

INCOME WITHHOLDING ORDER

Definition: A court order directing an employer to deduct child or spousal support from a paycheck.

Explanation: An order that makes the employer take support money from a paycheck.

Example: The employer received an income withholding order for child support.

ਪੰਜਾਬੀ: ਆਮਦਨ ਰੋਕ ਆਦੇਸ਼
ਇਸਦਾ ਮਤਲਬ ਹੈ ਅਦਾਲਤ ਦਾ ਹੁਕਮ ਜਸਿ ਅਨੁਸਾਰ ਕਸਿੇ ਵਅਿਕਤੀ ਦੀ ਤਨਖਾਹ ਵਚਿੋਂ ਸੱਧਿੇ ਹੀ ਰਕਮ ਕੱਟ ਕੇ ਬੱਚੇ ਦੀ ਭਰਣ-ਪੋਸ਼ਣ ਜਾਂ ਹੋਰ ਬਕਾਇਆ ਭੁਗਤਾਨ ਲਈ ਦੱਤਿੀ ਜਾਂਦੀ ਹੈ।

हदिी: आय रोक आदेश
इसका मतलब है अदालत का आदेश जसिके अनुसार कसिी व्यक्तिके वेतन से सीधे ही राशिकाटकर बच्चे के भरण-पोषण या अन्य बकाया भुगतान के लिए दी जाती है।

INCULPATORY STATEMENT

Definition: A statement made by a person that tends to show their own involvement in wrongdoing or liability; in family law, an inculpatory statement might arise in contempt proceedings or admissions of violating custody or support orders.

Explanation: A statement where someone admits or suggests they did something wrong.

Example: The father's inculpatory statement that he "knew he wasn't supposed to take the child" was used in the contempt hearing.

ਪੰਜਾਬੀ: ਦੋਸ਼ ਸਵੀਕਾਰ ਕਰਨ ਵਾਲਾ ਬਆਿਨ
ਇਸਦਾ ਮਤਲਬ ਹੈ ਉਹ ਬਆਿਨ ਜੋ ਕਸਿੇ ਵਅਿਕਤੀ ਨੂੰ ਅਪਰਾਧ ਵੱਚਿ ਦੋਸ਼ੀ ਠਹਰਿਾਉਣ ਵੱਚਿ ਮਦਦ ਕਰਦਾ ਹੈ।

हदिी: दोष स्वीकार करने वाला बयान
इसका मतलब है वह बयान जो कसिी व्यक्तिको अपराध में दोषी ठहराने में मदद करता है।

INCUR

Definition: To become liable for or bring upon oneself a debt, expense, or obligation; in family law, a parent may incur expenses for childcare, medical care, or educational costs.

Explanation: To take on or become responsible for a cost or obligation.

Example: The mother did not want to incur additional daycare expenses without the father's contribution.

ਪੰਜਾਬੀ: ਭੁਗਤਣਾ / ਝੱਲਣਾ
ਇਸਦਾ ਮਤਲਬ ਹੈ ਕਸਿ ਕਾਰਨ ਕਰਕੇ ਖਰਚਾ, ਕਰਜ਼ਾ ਜਾਂ ਨੁਕਸਾਨ ਆਪਣੇ ਉੱਤੇ ਲੈਣਾ।

हदिी: वहन करना / झेलना
इसका मतलब है कसिी कारण से खर्च, ऋण या नुकसान अपने ऊपर लेना।

INDEPENDENT ADOPTION AGENCY

Definition: A licensed private agency that arranges adoptions outside of the state or public foster care system.

Explanation: A private agency that handles adoptions outside the government system.

Example: They worked with an independent adoption agency to adopt a child from another state.

ਪੰਜਾਬੀ: ਸਵਤੰਤਰ ਗੋਦ ਲੈਣ ਏਜੰਸੀ – ਇੱਕ ਲਾਇਸੈਂਸ ਪ੍ਰਾਪਤ ਨੱਜੀ ਏਜੰਸੀ ਜੋ ਰਾਜ ਤੋਂ ਬਾਹਰ ਜਾਂ ਸਰਕਾਰੀ ਫੋਸਟਰ ਕੇਅਰ ਪ੍ਰਣਾਲੀ ਤੋਂ ਬਾਹਰ ਗੋਦ ਲੈਣ ਦੀ ਪ੍ਰਕਰਿਆਿ ਕਰਵਾਉਂਦੀ ਹੈ।

हदिी: स्वतंत्र दत्तक ग्रहण एजेंसी – एक लाइसेंस प्राप्त नजिी एजेंसी जो राज्य से बाहर या सार्वजनकि फ़ॉस्टर केयर प्रणाली से बाहर दत्तक ग्रहण की व्यवस्था करती है।

INDIGENCE

Definition: The state of being extremely poor and unable to afford basic living costs or legal expenses; in family law, indigence may allow a party to request fee waivers or court-appointed counsel.

Explanation: Being too poor to pay for court costs or legal representation.

Example: The mother filed a statement of indigence to qualify for appointed counsel in the custody case.

ਪੰਜਾਬੀ: ਗਰੀਬੀ / ਲਾਚਾਰੀ
ਇਸਦਾ ਮਤਲਬ ਹੈ ਉਹ ਹਾਲਤ ਜਦੋਂ ਕਸਿੇ ਵਅਿਕਤੀ ਕੋਲ ਆਪਣੇ ਕਾਨੂੰਨੀ ਖਰਚੇ ਜਾਂ ਜੀਵਨ ਦੀਆਂ ਮੂਲ ਜ਼ਰੂਰਤਾਂ ਪੂਰੀਆਂ ਕਰਨ ਲਈ ਪੈਸਾ ਨਹੀ ਹੁੰਦਾ।

हदिं: नरि्धनता / असहायता
इसका मतलब है वह स्थतिजिब कसिी व्यक्तके पास अपने कानूनी खर्च या जीवन की मूल ज़रूरतें पूरी करने के लिए पैसे नहीं होते।

INDIGENCE DETERMINATION

Definition: A court's finding about whether a party qualifies as indigent, based on financial information such as income, assets, and expenses; in family law, this determination may allow access to free counsel or fee waivers.

Explanation: The judge's decision about whether someone is too poor to pay court costs.

Example: The court's indigence determination granted the father a waiver of filing fees.

ਪੰਜਾਬੀ: ਗਰੀਬੀ ਦਾ ਨਰਿਧਾਰਣ
ਇਸਦਾ ਮਤਲਬ ਹੈ ਅਦਾਲਤ ਦੁਆਰਾ ਇਹ ਤੈਅ ਕਰਨਾ ਕਿ ਕੋਈ ਵਅਿਕਤੀ ਇੰਨਾ ਗਰੀਬ ਹੈ ਕਿ ਉਹ ਕਾਨੂੰਨੀ ਖਰਚੇ ਨਹੀ ਭਰ ਸਕਦਾ।

हदिं: नरि्धनता का नरि्धारण
इसका मतलब है अदालत द्वारा यह तय करना कि कोई व्यक्त इतना गरीब है कि वह कानूनी खर्च नहीं उठा सकता।

INDIGENCY

Definition: The legal recognition of a person's financial inability to afford counsel or court fees, often used as grounds for fee waivers or appointment of counsel; similar to indigence.

Explanation: Official legal status of not having enough money to pay court or lawyer costs.

Example: The mother claimed indigency when requesting free legal representation in her divorce case.

ਪੰਜਾਬੀ: ਗਰੀਬੀ ਦੀ ਹਾਲਤ
ਇਸਦਾ ਮਤਲਬ ਹੈ ਉਹ ਸਥਤਿੀ ਜਦੋਂ ਵਅਿਕਤੀ ਕੋਲ ਕਾਨੂੰਨੀ ਮਾਮਲੇ ਦੇ ਖਰਚੇ ਜਾਂ

ਜੀਵਨ ਦੀਆਂ ਬੁਨਿਆਦੀ ਜ਼ਰੂਰਤਾਂ ਪੂਰੀਆਂ ਕਰਨ ਲਈ ਪੈਸਾ ਨਹੀ ਹੁੰਦਾ।

हिंदी: निर्धनता की स्थिति

इसका मतलब है वह अवस्था जब व्यक्ति के पास कानूनी मामले के खर्च या जीवन की मूलभूत ज़रूरतें पूरी करने के लिए पैसे नहीं होते।

INDIGENT

Definition: A person who is found to be unable to afford the expenses of litigation; in family law, an indigent person may be entitled to waived fees or assigned counsel.

Explanation: A person who is too poor to pay court costs or hire a lawyer.

Example: The court appointed an attorney for the indigent father in the parental rights termination case.

ਪੰਜਾਬੀ: ਗਰੀਬ / ਲਾਚਾਰ

ਇਸਦਾ ਮਤਲਬ ਹੈ ਉਹ ਵਿਅਕਤੀ ਜਿਸ ਕੋਲ ਕਾਨੂੰਨੀ ਖਰਚੇ ਜਾਂ ਜੀਵਨ ਦੀਆਂ ਬੁਨਿਆਦੀ ਜ਼ਰੂਰਤਾਂ ਪੂਰੀਆਂ ਕਰਨ ਲਈ ਪੈਸਾ ਨਹੀ ਹੁੰਦਾ।

हिंदी: निर्धन / असहाय

इसका मतलब है वह व्यक्ति जिसके पास कानूनी खर्च या जीवन की मूलभूत ज़रूरतें पूरी करने के लिए पैसे नहीं होते।

INHERITANCE

Definition: Property, money, or assets received from a deceased person's estate; in family law, inheritance may be considered separate property, but commingling can make it marital property.

Explanation: Assets passed down to a person when someone dies.

Example: The court ruled that the wife's inheritance remained her separate property since it was kept in her own account.

ਪੰਜਾਬੀ: ਵਿਰਾਸਤ

ਇਸਦਾ ਮਤਲਬ ਹੈ ਸੰਪਤੀ, ਪੈਸਾ ਜਾਂ ਜਾਇਦਾਦ ਜੋ ਕਿਸੇ ਵਿਅਕਤੀ ਨੂੰ ਉਸਦੇ ਮਾਪਿਆਂ ਜਾਂ ਪਰਿਵਾਰ ਤੋਂ ਮੌਤ ਦੇ ਬਾਅਦ ਮਿਲਦੀ ਹੈ।

हिंदी: विरासत

इसका मतलब है संपत्ति, पैसा या जायदाद जो किसी व्यक्ति को उसके

माता-पिता या परविार से मृत्यु के बाद मलिती है।

INITIAL APPEARANCE

Definition: The first court proceeding in which a party formally appears before a judge, is informed of the case, and initial scheduling orders are made; in family law, initial appearances may involve custody, support, or divorce petitions.

Explanation: The first time a party appears in court to begin the process.

Example: At the initial appearance, the judge scheduled mediation for the custody dispute.

ਪੰਜਾਬੀ: ਪ੍ਰਾਰੰਭਕਿ ਹਾਜ਼ਰੀ
ਇਸਦਾ ਮਤਲਬ ਹੈ ਮੁਲਜ਼ਮ ਦੀ ਅਦਾਲਤ ਵੱਚਿ ਪਹਲਿੀ ਪੇਸ਼ੀ, ਜੱਥਿ ਉਸਨੂੰ ਉਸਦੇ ਹੱਕਾਂ ਅਤੇ ਉਸ 'ਤੇ ਲੱਗੇ ਦੋਸ਼ਾਂ ਬਾਰੇ ਦੱਸਆਿ ਜਾਂਦਾ ਹੈ।

हदिी: प्रारंभकि पेशी
इसका मतलब है अभयिुक्त की अदालत में पहली उपस्थति, जहाँ उसे उसके अधकिारों और उस पर लगे आरोपों के बारे में बताया जाता है।

INJUNCTION

Definition: A court order directing a party to do or refrain from doing specific acts; in family law, injunctions may prevent harassment, asset transfers, or relocation of children.

Explanation: A judge's order telling someone to stop or start doing something specific.

Example: The court issued an injunction preventing the father from selling marital property during the divorce.

ਪੰਜਾਬੀ: ਰੋਕ ਆਦੇਸ਼
ਇਸਦਾ ਮਤਲਬ ਹੈ ਅਦਾਲਤ ਦੁਆਰਾ ਜਾਰੀ ਕੀਤਾ ਗਆਿ ਹੁਕਮ ਜੋ ਕਸਿ ਵਅਿਕਤੀ ਨੂੰ ਕੁਝ ਕਰਨ ਜਾਂ ਨਾ ਕਰਨ ਲਈ ਕਹਦਿਾ ਹੈ।

हदिी: नषिधाज्ञा
इसका मतलब है अदालत द्वारा जारी कयिा गया आदेश जो कसिी व्यक्त िको कुछ करने या न करने के लिए कहता है।

INJURED SPOUSE CLAIM

Definition: A request made to the IRS by a spouse who files a joint tax return to protect their portion of a refund from being used to pay the other spouse's debts, such as overdue child support.

Explanation: A tax request that protects one spouse's refund money from being taken for the other spouse's debts.

Example: The wife filed an injured spouse claim to recover her share of the tax refund from being used to pay the husband's child support arrears.

ਪੰਜਾਬੀ: ਪੀੜਤ ਜੀਵਨ ਸਾਥੀ ਦਾ ਦਾਅਵਾ
ਇਸਦਾ ਮਤਲਬ ਹੈ ਉਹ ਬੇਨਤੀ ਜੋ ਜੀਵਨ ਸਾਥੀ ਕਰਦਾ ਹੈ ਤਾਂ ਜੋ ਉਸਦਾ ਟੈਕਸ ਰਫਿੰਡ ਦੂਜੇ ਜੀਵਨ ਸਾਥੀ ਦੇ ਕਰਜ਼ਿਆਂ ਨੂੰ ਭਰਨ ਲਈ ਨਾ ਵਰਤਿਆ ਜਾਵੇ।

हिंदी: पीड़ित जीवनसाथी का दावा
इसका मतलब है वह निवेदन जो जीवनसाथी करता है ताकि उसका कर रिफंड दूसरे जीवनसाथी के कर्ज़ चुकाने में इस्तेमाल न हो।

INSTALLMENT

Definition: A partial payment of a total debt or obligation, made in scheduled portions over time; in family law, child support or spousal support may be ordered to be paid in monthly installments.

Explanation: Paying part of what is owed in regular scheduled payments.

Example: The father was ordered to pay child support in monthly installments of $500.

ਪੰਜਾਬੀ: ਕਿਸ਼ਤ
ਇਸਦਾ ਮਤਲਬ ਹੈ ਵੱਡੀ ਰਕਮ ਨੂੰ ਛੋਟੇ-ਛੋਟੇ ਭੁਗਤਾਨਾਂ ਵਿੱਚ ਵੰਡ ਕੇ ਅਦਾ ਕਰਨਾ।

हिंदी: किस्त
इसका मतलब है बड़ी राशि को छोटे-छोटे भुगतानों में बाँटकर अदा करना।

INSURANCE

Definition: A contractual arrangement in which an insurer agrees to provide financial protection against specified risks in exchange for premiums; in family law, parents may be required to maintain health, dental, or life insurance for their children.

Explanation: Coverage that pays for losses or medical needs, sometimes ordered for children in custody cases.

Example: The divorce decree required the father to maintain health insurance for the child until age 18.

ਪੰਜਾਬੀ: ਬੀਮਾ
ਇਸਦਾ ਮਤਲਬ ਹੈ ਇੱਕ ਸਮਝੌਤਾ ਜਸਿ ਵੱਚਿ ਵਅਿਕਤੀ ਖ਼ਾਸ ਰਕਮ ਅਦਾ ਕਰਦਾ ਹੈ ਅਤੇ ਬੀਮਾ ਕੰਪਨੀ ਨੁਕਸਾਨ ਜਾਂ ਖ਼ਤਰੇ ਦੀ ਸਥਤਿੀ ਵੱਚਿ ਭੁਗਤਾਨ ਕਰਦੀ ਹੈ।

हदिी: बीमा
इसका मतलब है एक अनुबंध जसिमें व्यक्त विशिष राशअिदा करता है और बीमा कंपनी नुकसान या खतरे की स्थतिमिें भुगतान करती है।

INTACT

Definition: In family law, used to describe a family structure in which both parents live together with their children; also used to refer to property or documents that remain whole and unchanged.

Explanation: Complete and not broken apart, often used for families or property.

Example: The judge noted that the child had grown up in an intact family until the divorce proceedings began.

ਪੰਜਾਬੀ: ਅਖੰਡ / ਸਹੀ ਸਲਾਮਤ
ਇਸਦਾ ਮਤਲਬ ਹੈ ਕੋਈ ਚੀਜ਼ ਜੋ ਬਲਿਕੁਲ ਟੁੱਟੀ-ਫੁੱਟੀ ਨਾ ਹੋਵੇ ਅਤੇ ਪੂਰੀ ਤਰ੍ਹਾਂ ਸੁਰੱਖਅਿਤ ਹੋਵੇ।

हदिी: अखंड / सुरक्षति
इसका मतलब है कोई वस्तु जो बलि्कुल टूटी-फूटी न हो और पूरी तरह सुरक्षति हो।

INTENT

Definition: The state of mind with which a person acts, showing purpose, design, or aim; in family law, intent may be relevant in proving fraud, parental alienation, or the willful violation of court orders.

Explanation: The reason or purpose behind a person's actions.

Example: The court found that the father's intent in denying visitation was to alienate the child from the mother.

ਪੰਜਾਬੀ: ਇਰਾਦਾ
ਇਸਦਾ ਮਤਲਬ ਹੈ ਕੋਈ ਕੰਮ ਕਰਨ ਦੀ ਮਨ ਦੀ ਯੋਜਨਾ ਜਾਂ ਨਸ਼ਿਚਾ।

हिंदी: इरादा
इसका मतलब है कोई काम करने की मन की योजना या नश्चिय।

INTERIM

Definition: Temporary in nature, often used to describe orders or measures issued to remain in effect until a final hearing; in family law, interim custody or support orders are common while the case is pending.

Explanation: A temporary order or measure until the court makes a final decision.

Example: The judge issued an interim order granting the mother primary custody until trial.

ਪੰਜਾਬੀ: ਅਸਥਾਈ
ਇਸਦਾ ਮਤਲਬ ਹੈ ਕੁਝ ਸਮੇਂ ਲਈ ਕੀਤਾ ਗਿਆ ਪ੍ਰਬੰਧ ਜਾਂ ਹੁਕਮ ਜਦ ਤੱਕ ਅੰਤਮਿ ਫ਼ੈਸਲਾ ਨਹੀਂ ਹੋ ਜਾਂਦਾ।

हिंदी: अंतरमि
इसका मतलब है कुछ समय के लिए कयिा गया प्रबंध या आदेश जब तक अंतमि नरि्णय नहीं हो जाता।

INTERROGATORY

Definition: A set of written questions formally submitted by one party to another as part of discovery, requiring written answers under oath; in family law, interrogatories are often used to gather information about income, assets, and parenting ability.

Explanation: Written questions that one side must answer in writing under oath before trial.

Example: The mother served an interrogatory asking the father about his employment history and income.

ਪੰਜਾਬੀ: ਲਖਿਤੀ ਪੁੱਛਗਿੱਛ
ਇਸਦਾ ਮਤਲਬ ਹੈ ਅਦਾਲਤ ਦੀ ਪ੍ਰਕਰਿਆਿ ਵੱਿਚ ਇੱਕ ਪੱਖ ਵੱਲੋਂ ਦੂਜੇ ਪੱਖ ਨੂੰ ਭੇਜੇ

ਗਏ ਲਿਖਤੀ ਸਵਾਲ, ਜਿਨ੍ਹਾਂ ਦੇ ਲਿਖਤੀ ਜਵਾਬ ਦੇਣੇ ਲਾਜ਼ਮੀ ਹੁੰਦੇ ਹਨ।

हिंदी: लिखित प्रश्नावली
इसका मतलब है न्यायालय की प्रक्रिया में एक पक्ष द्वारा दूसरे पक्ष को भेजे गए लिखित प्रश्न, जिनके लिखित उत्तर देना अनिवार्य होता है।

INTRODUCTION

Definition: The opening section of a legal document that explains its purpose, scope, or background; in family law, introductions may appear in agreements, parenting plans, or reports to outline the issues being addressed.

Explanation: The beginning part of a legal paper that explains what it is about.

Example: The introduction of the parenting plan stated that the parties wished to prioritize the child's best interests.

ਪੰਜਾਬੀ: ਲਿਖਤੀ ਪੁੱਛਗਿੱਛ
ਇਸਦਾ ਮਤਲਬ ਹੈ ਅਦਾਲਤ ਦੀ ਪ੍ਰਕਿਰਿਆ ਵਿੱਚ ਇੱਕ ਪੱਖ ਵੱਲੋਂ ਦੂਜੇ ਪੱਖ ਨੂੰ ਭੇਜੇ ਗਏ ਲਿਖਤੀ ਸਵਾਲ, ਜਿਨ੍ਹਾਂ ਦੇ ਲਿਖਤੀ ਜਵਾਬ ਦੇਣੇ ਲਾਜ਼ਮੀ ਹੁੰਦੇ ਹਨ।

हिंदी: लिखित प्रश्नावली
इसका मतलब है न्यायालय की प्रक्रिया में एक पक्ष द्वारा दूसरे पक्ष को भेजे गए लिखित प्रश्न, जिनके लिखित उत्तर देना अनिवार्य होता है।

INVESTMENT

Definition: The commitment of money or resources to an asset or venture with the expectation of generating income or profit; in family law, investments must be disclosed and may be divided as marital or community property.

Explanation: Money put into property, stocks, or other things to make a profit, which must be shared in divorce.

Example: The court divided the couple's investment portfolio equally under community property law.

ਪੰਜਾਬੀ: ਨਿਵੇਸ਼
ਇਸਦਾ ਮਤਲਬ ਹੈ ਪੈਸਾ ਕਿਸੇ ਕਾਰੋਬਾਰ, ਸੰਪਤੀ ਜਾਂ ਯੋਜਨਾ ਵਿੱਚ ਲਗਾਉਣਾ ਤਾਂ ਜੋ ਭਵਿੱਖ ਵਿੱਚ ਲਾਭ ਮਿਲੇ।

हिंदी: निवेश
इसका मतलब है पैसा किसी व्यापार, संपत्ति या योजना में लगाना ताकि भविष्य में लाभ मिले।

IRRECONCILABLE DIFFERENCES

Definition: A common legal ground for divorce meaning the spouses cannot get along and the marriage cannot be saved.

Explanation: When a marriage can't be fixed because the couple can't get along.

Example: The petition for divorce was based on irreconcilable differences.

ਪੰਜਾਬੀ: ਅਸਮਝੌਤਾਪਰਕ ਅੰਤਰ
ਇਸਦਾ ਮਤਲਬ ਹੈ ਪਤੀ-ਪਤਨੀ ਵਿੱਚ ਅਜਿਹੇ ਗੰਭੀਰ ਮਤਭੇਦ ਜੋ ਸੁਲਝਾਏ ਨਹੀਂ ਜਾ ਸਕਦੇ ਅਤੇ ਜਿਨ੍ਹਾਂ ਕਰਕੇ ਵਿਆਹ ਜਾਰੀ ਰੱਖਣਾ ਸੰਭਵ ਨਹੀਂ।

हिंदी: असमझौतापरक मतभेद
इसका मतलब है पति-पत्नी के बीच ऐसे गंभीर मतभेद जो सुलझाए नहीं जा सकते और जिनके कारण विवाह को जारी रखना संभव नहीं।

IRRELEVANT

Definition: Evidence, statements, or arguments that do not relate to the issues being decided in a case and therefore have no probative value; in family law, irrelevant matters are excluded to keep the focus on custody, support, or property questions that affect the child's best interests or equitable division.

Explanation: Information that does not matter to the legal question the judge must decide.

Example: The judge ruled that details about the father's teenage years were irrelevant to the custody decision.

ਪੰਜਾਬੀ: ਗੈਰ-ਸੰਬੰਧਿਤ
ਇਸਦਾ ਮਤਲਬ ਹੈ ਕੋਈ ਗੱਲ ਜਾਂ ਸਬੂਤ ਜੋ ਮੌਜੂਦਾ ਮਾਮਲੇ ਨਾਲ ਸੰਬੰਧਿਤ ਨਾ ਹੋਵੇ।

हिंदी: अप्रासंगिक
इसका मतलब है कोई बात या साक्ष्य जो वर्तमान मामले से संबंधित न हो।

ISSUE

Definition: A disputed question of fact or law that the court must resolve; in family law, issues may include custody, visitation, child support, spousal support, domestic violence, or property division.

Explanation: A legal question or conflict that the judge must decide.

Example: The main issue in the divorce was whether joint custody would serve the child's best interests.

ਪੰਜਾਬੀ: ਗੈਰ-ਸੰਬੰਧਿਤ
ਇਸਦਾ ਮਤਲਬ ਹੈ ਕੋਈ ਗੱਲ ਜਾਂ ਸਬੂਤ ਜੋ ਮੌਜੂਦਾ ਮਾਮਲੇ ਨਾਲ ਸੰਬੰਧਿਤ ਨਾ ਹੋਵੇ।

हिंदी: अप्रासंगिक
इसका मतलब है कोई बात या साक्ष्य जो वर्तमान मामले से संबंधित न हो।

JEFFRIES CREDITS

Definition: A reimbursement credit recognized in California divorce cases when one spouse pays community obligations with separate funds under circumstances not covered by Epstein, often involving fairness considerations.

Explanation: A spouse may be reimbursed for paying joint debts with their own money, in situations where Epstein credits don't directly apply.

Example: The court awarded Jeffries credits when the wife used her separate inheritance to pay off community credit card debt.

ਪੰਜਾਬੀ: ਜੈਫਰੀਜ਼ ਕਰੈਡਿਟ – ਕੈਲੀਫ਼ੋਰਨੀਆ ਤਲਾਕ ਮਾਮਲਿਆਂ ਵਿੱਚ ਇੱਕ ਵਾਪਸੀ ਕਰੈਡਿਟ ਜਦੋਂ ਇੱਕ ਜੀਵਨ ਸਾਥੀ ਆਪਣੇ ਨਿੱਜੀ ਪੈਸਿਆਂ ਨਾਲ ਸਾਂਝੇ ਕਰਜ਼ੇ ਅਦਾ ਕਰਦਾ ਹੈ, ਜਿੱਥੇ ਐਪਸਟਾਈਨ ਕਰੈਡਿਟ ਸਿੱਧੇ ਤੌਰ 'ਤੇ ਲਾਗੂ ਨਹੀ ਹੁੰਦੇ।

हिंदी: जेफ़्रीज़ क्रेडिट – कैलिफ़ोर्निया तलाक मामलों में प्रतिपूर्ति क्रेडिट जब एक जीवनसाथी अपनी निजी संपत्ति से संयुक्त ऋण का भुगतान करता है, जहाँ एपस्टीन क्रेडिट सीधे लागू नहीं होते।

JOINT CUSTODY

Definition: A custody arrangement where both parents share legal and/or physical custody of a child.

Explanation: When both parents share responsibility for the child.

Example: The court awarded joint custody to both parents.

ਪੰਜਾਬੀ: ਸਾਂਝੀ ਹਰਿਾਸਤ
ਇਸਦਾ ਮਤਲਬ ਹੈ ਜਦੋਂ ਅਦਾਲਤ ਬੱਚੇ ਦੀ ਦੇਖਭਾਲ ਅਤੇ ਫ਼ੈਸਲੇ ਕਰਨ ਦਾ ਹੱਕ ਦੋਨੋਂ ਮਾਪਿਆਂ ਨੂੰ ਸਾਂਝੇ ਤੌਰ 'ਤੇ ਦੰਿਦੀ ਹੈ।

हदिी: संयुक्त अभरिक्षा
इसका मतलब है जब अदालत बच्चे की देखभाल और नरि्णय लेने का अधकिार दोनों माता-पति को संयुक्त रूप से देती है।

JOINT LEGAL CUSTODY

Definition: Both parents share the right to make important decisions about the child's welfare, education, and health.

Explanation: Both parents have a say in major decisions for the child.

Example: They share joint legal custody, so both must agree on schooling.

ਪੰਜਾਬੀ: ਸਾਂਝੀ ਕਾਨੂੰਨੀ ਹਰਿਾਸਤ
ਇਸਦਾ ਮਤਲਬ ਹੈ ਜਦੋਂ ਅਦਾਲਤ ਦੋਨੋਂ ਮਾਪਿਆਂ ਨੂੰ ਬੱਚੇ ਦੀ ਸੱਖਿਆ, ਸਹਿਤ, ਧਰਮ ਅਤੇ ਭਲਾਈ ਸੰਬੰਧੀ ਮਹੱਤਵਪੂਰਨ ਫ਼ੈਸਲੇ ਕਰਨ ਦਾ ਹੱਕ ਦੰਿਦੀ ਹੈ।

हदिी: संयुक्त कानूनी अभरिक्षा
इसका मतलब है जब अदालत दोनों माता-पति को बच्चे की शकि्षा, स्वास्थ्य, धर्म और भलाई से जुड़े महत्वपूर्ण नरि्णय लेने का अधकिार देती है।

JOINT PHYSICAL CUSTODY

Definition: A custody arrangement where the child spends significant time living with each parent.

Explanation: The child lives part-time with each parent.

The child has joint physical custody and spends equal time with each parent.

ਪੰਜਾਬੀ: ਸਾਂਝੀ ਭੌਤਕਿ ਹਰਿਾਸਤ
ਇਸਦਾ ਮਤਲਬ ਹੈ ਜਦੋਂ ਬੱਚਾ ਦੋਨੋਂ ਮਾਪਿਆਂ ਕੋਲ ਮਹੱਤਵਪੂਰਨ ਸਮਾਂ ਬਤਿਾਉਂਦਾ ਹੈ ਅਤੇ ਉਸਦੀ ਰਹਣਿ-ਸਹਣਿ ਦੀ ਜ਼ੰਿਮੇਵਾਰੀ ਦੋਨੋਂ ਵੱਲੋਂ ਸਾਂਝੀ ਤੌਰ 'ਤੇ ਨਭਿਾਈ ਜਾਂਦੀ ਹੈ।

हदिी: संयुक्त भौतकि अभरिक्षा
इसका मतलब है जब बच्चा दोनों माता-पति के पास महत्वपूर्ण समय

बतिाता है और उसकी रहने-सहने की ज़म्मिेदारी दोनों द्वारा संयुक्त रूप से नभिाई जाती है।

JUDGE

Definition: A public official vested with the authority to preside over court proceedings, interpret and apply the law, evaluate evidence, and render decisions or orders; in family law, judges decide issues such as divorce, custody, visitation, child support, spousal support, adoption, and protective orders, always guided by the best interests of the child and fairness between parties.

Explanation: The person in charge of the courtroom who listens to both sides and makes the final decisions.

Example: The judge awarded joint legal custody but gave the mother primary physical custody of the children.

ਪੰਜਾਬੀ: ਜੱਜ / ਨਆਿਂਧੀਸ਼
ਇਸਦਾ ਮਤਲਬ ਹੈ ਉਹ ਵਅਿਕਤੀ ਜੋ ਅਦਾਲਤ ਵੱਿਚ ਕੇਸ ਸੁਣਦਾ ਹੈ ਅਤੇ ਕਾਨੂੰਨ ਅਨੁਸਾਰ ਫ਼ੈਸਲਾ ਕਰਦਾ ਹੈ।

हदिी: न्यायाधीश / जज
इसका मतलब है वह व्यक्तजिो अदालत में मामला सुनता है और क़ानून के अनुसार नर्णिय करता है।

JUDGMENT

Definition: The final decision of a court resolving the issues in a case.

Explanation: The court's final decision in a case.

Example: The divorce judgment was entered last week.

ਪੰਜਾਬੀ: ਫ਼ੈਸਲਾ
ਇਸਦਾ ਮਤਲਬ ਹੈ ਅਦਾਲਤ ਦੁਆਰਾ ਕੇਸ ਵੱਿਚ ਕੀਤਾ ਗਆਿ ਅੰਤਮਿ ਨਰਿਣੇ ਜਾਂ ਹੁਕਮ।

हदिी: नर्णिय
इसका मतलब है अदालत द्वारा मामले में दयिा गया अंतमि फैसला या आदेश।

JUDICIAL CUSTODY DETERMINATION

Definition: A custody decision made by a judge after reviewing evidence and testimony, focusing on the best interests of the child.

Explanation: A judge's decision about who gets custody of the child.

Example: The judicial custody determination awarded sole custody to the father.

ਪੰਜਾਬੀ: ਅਦਾਲਤੀ ਸੁਰੱਖਿਆ ਨਰਿਧਾਰਨ – ਜੱਜ ਦੁਆਰਾ ਕੀਤਾ ਗਿਆ ਫੈਸਲਾ ਕਿ ਬੱਚੇ ਦੀ ਸੁਰੱਖਿਆ ਕੌਣ ਲਵੇਗਾ।

हदिी: न्यायकि अभरिक्षा नर्धिारण – न्यायाधीश द्वारा कयिा गया नर्णिय कि बिच्चे की अभरिक्षा कसि मलिेगी।

JUDICIAL OFFICER

Definition: A person authorized by law to exercise judicial functions, including judges, magistrates, commissioners, or referees; in family law, judicial officers preside over hearings, issue orders, and resolve disputes involving custody, support, and protection.

Explanation: An official, such as a judge or magistrate, who has the power to make legal decisions in court.

Example: The judicial officer presided over the child support hearing and entered an enforceable order.

ਪੰਜਾਬੀ: ਨਿਆਂ ਅਧਕਿਾਰੀ
ਇਸਦਾ ਮਤਲਬ ਹੈ ਉਹ ਵਅਿਕਤੀ ਜਸਿਨੂੰ ਕਾਨੂੰਨ ਅਨੁਸਾਰ ਅਦਾਲਤੀ ਕੰਮਕਾਜ ਕਰਨ ਦਾ ਅਧਕਿਾਰ ਹੁੰਦਾ ਹੈ, ਜਵਿੇਂ ਜੱਜ ਜਾਂ ਮੈਜਸਿਟ੍ਰੇਟ।

हदिी: न्यायकि अधकिारी
इसका मतलब है वह व्यक्त जिसि क़ानून के अनुसार न्यायालयी कार्य करने का अधकिार होता है, जैसे न्यायाधीश या मजसि्ट्रेट।

JUDICIARY

Definition: The branch of government responsible for interpreting laws and administering justice through the court system; in family law, the judiciary includes family courts, judges, and administrative staff handling domestic cases.

Explanation: The court system, made up of judges and staff, that interprets and applies the law.

Example: The state judiciary established a specialized family division to handle divorce and custody cases.

ਪੰਜਾਬੀ: ਨਿਆਂ ਪ੍ਰਣਾਲੀ
ਇਸਦਾ ਮਤਲਬ ਹੈ ਅਦਾਲਤਾਂ ਅਤੇ ਜੱਜਾਂ ਦੀ ਉਹ ਪ੍ਰਣਾਲੀ ਜੋ ਕਾਨੂੰਨ ਦੀ ਵਿਆਖਿਆ ਅਤੇ ਨਿਆਂ ਦੇਣ ਲਈ ਜ਼ਿੰਮੇਵਾਰ ਹੁੰਦੀ ਹੈ।

हिंदी: न्यायपालिका
इसका मतलब है अदालतों और न्यायाधीशों की वह प्रणाली जो क़ानून की व्याख्या और न्याय देने के लिए ज़िम्मेदार होती है।

JURISDICTION

Definition: The legal authority of a court to hear and decide a case, based on subject matter, geography, or the parties involved; in family law, jurisdiction is critical for divorce, custody, and adoption proceedings, often determined by where the child or parties reside.

Explanation: The court's legal power to hear a case and make decisions.

Example: The court lacked jurisdiction to modify custody because the child no longer lived in the state.

ਪੰਜਾਬੀ: ਅਧਿਕਾਰ ਖੇਤਰ
ਇਸਦਾ ਮਤਲਬ ਹੈ ਉਹ ਕਾਨੂੰਨੀ ਤਾਕਤ ਜਾਂ ਹੱਦ ਜਿਸ ਅੰਦਰ ਅਦਾਲਤ ਕੇਸ ਸੁਣ ਕੇ ਫ਼ੈਸਲਾ ਕਰ ਸਕਦੀ ਹੈ।

हिंदी: क्षेत्राधिकार
इसका मतलब है वह कानूनी शक्ति या सीमा जिसके अंदर अदालत मामला सुनकर निर्णय कर सकती है।

JUSTIFICATION

Definition: A legal defense or explanation showing that an action, otherwise unlawful, was reasonable or legally excusable under the circumstances; in family law, justification may be raised in contempt cases or when explaining missed visitation or support payments.

Explanation: A valid legal reason or excuse for doing something that might otherwise be considered wrong.

Example: The father offered justification for missing visitation by showing he was hospitalized at the time.

ਪੰਜਾਬੀ: ਜਾਇਜ਼ ਕਾਰਨ
ਇਸਦਾ ਮਤਲਬ ਹੈ ਕੋਈ ਵਾਜਬ ਕਾਰਨ ਜਾਂ ਤਰਕ ਜੋ ਕਸਿੇ ਕੰਮ ਨੂੰ ਸਹੀ ਜਾਂ ਕਾਨੂੰਨੀ ਸਾਬਤ ਕਰਦਾ ਹੈ।

हदिी: औचत्यि
इसका मतलब है कोई उचति कारण या तर्क जो कसिी काम को सही या क़ानूनी साबति करता है।

KINSHIP CARE

Definition: When relatives care for children who cannot live with their parents, often approved by the court.

Explanation: When family members take care of children instead of parents.

Example: The grandmother provided kinship care for the children.

ਪੰਜਾਬੀ: ਰਸ਼ਿਤੇਦਾਰਾਂ ਦੁਆਰਾ ਸੰਭਾਲ
ਇਸਦਾ ਮਤਲਬ ਹੈ ਜਦੋਂ ਬੱਚੇ ਨੂੰ ਉਸਦੇ ਮਾਪਿਆਂ ਦੀ ਬਜਾਏ ਪਰਵਿਾਰਕ ਰਸ਼ਿਤੇਦਾਰ, ਜਵਿੇਂ ਦਾਦਾ-ਦਾਦੀ, ਚਾਚਾ-ਚਾਚੀ ਜਾਂ ਹੋਰ ਨੇੜਲੇ ਸੰਬੰਧੀ, ਦੀ ਦੇਖਭਾਲ ਵੱਿਚ ਰੱਖਿਆ ਜਾਂਦਾ ਹੈ।

हदिी: संबंधी देखभाल
इसका मतलब है जब बच्चे को उसके माता-पिता की बजाय पारविारकि संबंधी, जैसे दादा-दादी, चाचा-चाची या अन्य नकिट संबंधी, की देखभाल में रखा जाता है।

KNOWINGLY

Definition: With full awareness and intent, acting with knowledge of the facts or consequences; in family law, knowingly may describe violations of custody orders, failure to pay support, or acts of domestic violence done with awareness of their illegality.

Explanation: Doing something on purpose, knowing what you are doing is against the rules or law.

Example: The father was found in contempt for knowingly refusing to return the child after visitation.

ਪੰਜਾਬੀ: ਜਾਣਬੁੱਝ ਕੇ
ਇਸਦਾ ਮਤਲਬ ਹੈ ਜਦੋਂ ਕੋਈ ਵਿਅਕਤੀ ਪੂਰੀ ਜਾਣਕਾਰੀ ਨਾਲ ਇਰਾਦਾਤਨ ਕੋਈ ਕੰਮ ਕਰਦਾ ਹੈ।

हिंदी: जानबूझकर
इसका मतलब है जब कोई व्यक्ति पूरी जानकारी के साथ इरादतन कोई काम करता है।

LAW

Definition: The system of rules, statutes, and judicial decisions established by governing authorities and enforced through courts; in family law, statutes and case law regulate marriage, divorce, custody, support, and adoption.

Explanation: The set of rules created and enforced by government and courts.

Example: The lawyer argued that state law required child custody decisions to focus on the best interests of the child.

ਪੰਜਾਬੀ: ਕਾਨੂੰਨ
ਇਸਦਾ ਮਤਲਬ ਹੈ ਨਿਯਮਾਂ ਅਤੇ ਸਿਧਾਂਤਾਂ ਦਾ ਉਹ ਸੈੱਟ ਜੋ ਰਾਜ ਜਾਂ ਅਦਾਲਤ ਦੁਆਰਾ ਬਣਾਇਆ ਜਾਂਦਾ ਹੈ ਅਤੇ ਜਿਸਦੀ ਪਾਲਣਾ ਕਰਨੀ ਲਾਜ਼ਮੀ ਹੁੰਦੀ ਹੈ।

हिंदी: कानून
इसका मतलब है नियमों और सिद्धांतों का वह समूह जो राज्य या अदालत द्वारा बनाया जाता है और जिसका पालन करना अनिवार्य होता है।

LAW CLERK

Definition: A trained legal assistant, often a recent law graduate, who supports judges by researching legal issues, drafting opinions, and reviewing case files; in family law, clerks help judges analyze statutes and case law on custody and support.

Explanation: A legal assistant who helps a judge by researching and drafting documents.

Example: The law clerk researched case law on relocation disputes for the family court judge.

ਪੰਜਾਬੀ: ਕਾਨੂੰਨੀ ਲਿਪਿਕ

ਇਸਦਾ ਮਤਲਬ ਹੈ ਉਹ ਵਿਅਕਤੀ ਜੋ ਜੱਜ ਜਾਂ ਵਕੀਲ ਦੀ ਕਾਨੂੰਨੀ ਖੋਜ, ਦਸਤਾਵੇਜ਼ ਤਿਆਰ ਕਰਨ ਅਤੇ ਕੇਸਾਂ ਦੀ ਤਿਆਰੀ ਵੱਚਿ ਮਦਦ ਕਰਦਾ ਹੈ।

हिंदी: क़ानूनी लिपिक
इसका मतलब है वह व्यक्ति जो न्यायाधीश या वकील की कानूनी खोज, दस्तावेज़ तैयार करने और मामलों की तैयारी में मदद करता है।

LAW ENFORCEMENT AGENCY

Definition: A governmental body authorized to enforce laws, maintain public order, and protect individuals; in family law, law enforcement agencies may enforce protective orders, assist in child recovery, or ensure compliance with custody exchanges.

Explanation: A police or government agency that enforces laws and court orders.

Example: The mother contacted the law enforcement agency to enforce the restraining order after the father appeared at her home.

ਪੰਜਾਬੀ: ਕਾਨੂੰਨ ਲਾਗੂ ਕਰਨ ਵਾਲੀ ਏਜੰਸੀ
ਇਸਦਾ ਮਤਲਬ ਹੈ ਉਹ ਸਰਕਾਰੀ ਸੰਸਥਾ ਜੋ ਕਾਨੂੰਨ ਦੀ ਪਾਲਣਾ ਯਕੀਨੀ ਬਣਾਉਂਦੀ ਹੈ ਅਤੇ ਅਪਰਾਧ ਨੂੰ ਰੋਕਣ ਤੇ ਜਾਂਚਣ ਲਈ ਜ਼ਿੰਮੇਵਾਰ ਹੁੰਦੀ ਹੈ।

हिंदी: क़ानून लागू करने वाली संस्था
इसका मतलब है वह सरकारी संस्था जो क़ानून का पालन सुनिश्चित करती है और अपराध को रोकने व जाँचने के लिए ज़िम्मेदार होती है।

LAW LIBRARY

Definition: A specialized library containing legal texts, statutes, case law, and practice guides used by attorneys, judges, and the public; in family law, law libraries provide resources for legal research on divorce, custody, and support.

Explanation: A library with legal books and resources for research.

Example: The self-represented parent used the law library to find cases about child support modification.

ਪੰਜਾਬੀ: ਕਾਨੂੰਨੀ ਲਾਇਬ੍ਰੇਰੀ
ਇਸਦਾ ਮਤਲਬ ਹੈ ਉਹ ਲਾਇਬ੍ਰੇਰੀ ਜਸਿ ਵੱਚਿ ਕਾਨੂੰਨ, ਅਦਾਲਤੀ ਫ਼ੈਸਲਿਆਂ ਅਤੇ ਕਾਨੂੰਨੀ ਖੋਜ ਨਾਲ ਸੰਬੰਧਤਿ ਕਤਿਾਬਾਂ ਅਤੇ ਸਰੋਤ ਹੁੰਦੇ ਹਨ।

हिंदी: क़ानूनी पुस्तकालय
इसका मतलब है वह पुस्तकालय जिसमें कानून, न्यायालय के फैसलों और कानूनी शोध से संबंधित किताबें और संसाधन होते हैं।

LAWFUL

Definition: Permitted or authorized by law; in family law, lawful actions include properly filed petitions, lawful custody, and lawful marriage.

Explanation: Something that is allowed by law.

Example: The court confirmed that the marriage was lawful under state law.

ਪੰਜਾਬੀ: ਕਾਨੂੰਨੀ / ਜਾਇਜ਼
ਇਸਦਾ ਮਤਲਬ ਹੈ ਕੋਈ ਅਜਿਹਾ ਕੰਮ ਜੋ ਕਾਨੂੰਨ ਅਨੁਸਾਰ ਸਹੀ ਅਤੇ ਮਨਜ਼ੂਰਸ਼ੁਦਾ ਹੋਵੇ।

हिंदी: क़ानूनी / वैध
इसका मतलब है ऐसा कार्य जो क़ानून के अनुसार सही और स्वीकृत हो।

LAWSUIT

Definition: A legal proceeding brought before a court by one party against another seeking relief or enforcement of rights; in family law, lawsuits may involve divorce, custody, support, or annulment.

Explanation: A case started in court by filing legal papers asking for a ruling.

Example: The mother filed a lawsuit for divorce, seeking custody and child support.

ਪੰਜਾਬੀ: ਮੁਕੱਦਮਾ
ਇਸਦਾ ਮਤਲਬ ਹੈ ਅਦਾਲਤ ਵਿੱਚ ਕੀਤਾ ਗਿਆ ਅਧਿਕਾਰਕ ਦਾਅਵਾ ਜਿਸ ਰਾਹੀਂ ਕੋਈ ਵਿਅਕਤੀ ਆਪਣੇ ਹੱਕ ਦੀ ਮੰਗ ਕਰਦਾ ਹੈ ਜਾਂ ਨੁਕਸਾਨ ਦੀ ਭਰਪਾਈ ਚਾਹੁੰਦਾ ਹੈ।

हिंदी: मुकदमा
इसका मतलब है अदालत में किया गया आधिकारिक दावा जिसके द्वारा कोई व्यक्ति अपना अधिकार माँगता है या नुकसान की भरपाई चाहता है।

LAWYER

Definition: A professional licensed to practice law, represent clients in court, provide legal advice, and prepare legal documents; in family law, lawyers handle divorce, custody, support, adoption, and domestic violence matters.

Explanation: A person trained and licensed to represent and advise clients in court.

Example: The father hired a lawyer to represent him in the child custody case.

ਪੰਜਾਬੀ: ਵਕੀਲ
ਇਸਦਾ ਮਤਲਬ ਹੈ ਉਹ ਵਿਅਕਤੀ ਜੋ ਕਾਨੂੰਨ ਦੀ ਪੜ੍ਹਾਈ ਕਰਕੇ ਅਦਾਲਤ ਵੱਚਿ ਮੁਅੱਕਲ ਦੀ ਨੁਮਾਇੰਦਗੀ ਕਰਦਾ ਹੈ ਅਤੇ ਕਾਨੂੰਨੀ ਸਲਾਹ ਦੰਿਦਾ ਹੈ।

हदिी: वकील
इसका मतलब है वह व्यक्ति जो क़ानून की पढ़ाई करके अदालत में मुवक्कलि का प्रतनिधित्वि करता है और क़ानूनी सलाह देता है।

LEADING QUESTION

Definition: A question asked during testimony that suggests the answer within the question itself, typically allowed only on cross-examination; in family law, leading questions are used to test credibility or clarify testimony.

Explanation: A question that already suggests the answer, usually asked when challenging a witness.

Example: During cross-examination, the attorney asked the witness a leading question: "Isn't it true you never saw the father at the child's school?"

ਪੰਜਾਬੀ: ਪ੍ਰੇਰਤਿ ਸਵਾਲ
ਇਸਦਾ ਮਤਲਬ ਹੈ ਅਦਾਲਤ ਵੱਚਿ ਪੁੱਛਿਆ ਗਿਆ ਅਜਿਹਾ ਸਵਾਲ ਜੋ ਗਵਾਹ ਨੂੰ ਖ਼ਾਸ ਜਵਾਬ ਦੇਣ ਵੱਲ ਧੱਕਦਾ ਹੈ ਜਾਂ ਇਸ਼ਾਰਾ ਕਰਦਾ ਹੈ।

हदिी: प्रेरति प्रश्न
इसका मतलब है अदालत में पूछा गया ऐसा प्रश्न जो गवाह को वशिेष उत्तर देने की ओर ले जाता है या संकेत करता है।

LEGAL CUSTODY

Definition: The right to make important decisions about a child's life, including education, health care, and welfare.

Explanation: The power to decide about a child's schooling, health, and care.

Example: She was granted sole legal custody of her son.

ਪੰਜਾਬੀ: ਕਾਨੂੰਨੀ ਹਰਿਾਸਤ
ਇਸਦਾ ਮਤਲਬ ਹੈ ਬੱਚੇ ਦੀ ਸੱਖਿਆ, ਸਹਿਤ, ਧਰਮ ਅਤੇ ਭਲਾਈ ਬਾਰੇ ਮਹੱਤਵਪੂਰਨ ਫ਼ੈਸਲੇ ਕਰਨ ਦਾ ਕਾਨੂੰਨੀ ਅਧਕਿਾਰ।

हदिी: कानूनी अभरिक्षा
इसका मतलब है बच्चे की शकि्षा, स्वास्थ्य, धर्म और भलाई से संबंधति महत्वपूर्ण नरि्णय लेने का कानूनी अधकिार।

LEGAL SEPARATION

Definition: A court order allowing a married couple to live apart while still legally married, often addressing custody and support.

Explanation: When a couple lives apart by court order but is not divorced.

Example: They obtained a legal separation instead of divorce.

ਪੰਜਾਬੀ: ਕਾਨੂੰਨੀ ਅਲੱਗਾਵ
ਇਸਦਾ ਮਤਲਬ ਹੈ ਅਦਾਲਤ ਦੁਆਰਾ ਪਤੀ-ਪਤਨੀ ਨੂੰ ਵਆਿਹ ਖਤਮ ਕੀਤੇ ਬਨਿਾ ਅਲੱਗ ਰਹਣਿ ਦੀ ਇਜਾਜ਼ਤ ਦੇਣਾ, ਜਸਿ ਵੱਚਿ ਸੰਪਤੀ, ਭਰਣ-ਪੋਸ਼ਣ ਅਤੇ ਬੱਚਆਿਂ ਦੀ ਹਰਿਾਸਤ ਬਾਰੇ ਹੁਕਮ ਜਾਰੀ ਕੀਤੇ ਜਾਂਦੇ ਹਨ।

हदिी: कानूनी अलगाव
इसका मतलब है अदालत द्वारा पत-िपित्नी को ववािह समाप्त कएि बनिा अलग रहने की अनुमत दिेना, जसिमें संपत्त,ि भरण-पोषण और बच्चों की अभरिक्षा के बारे में आदेश दएि जाते हैं।

LIABILITY

Definition: A legal obligation or responsibility to act or to refrain from acting in a certain way, or to compensate for harm or debt; in family law, liability may include responsibility for child support, spousal support, or debts incurred during the marriage.

Explanation: A legal responsibility that requires someone to pay money or fulfill an obligation.

Example: The divorce decree established joint liability for the couple's credit card debts.

ਪੰਜਾਬੀ: ਜ਼ਿੰਮੇਵਾਰੀ
ਇਸਦਾ ਮਤਲਬ ਹੈ ਕਾਨੂੰਨੀ ਫ਼ਰਜ਼ ਜਸਿ ਅਨੁਸਾਰ ਕਸਿੇ ਵਅਿਕਤੀ ਨੂੰ ਕਰਜ਼ਾ ਚੁਕਾਉਣਾ ਜਾਂ ਨੁਕਸਾਨ ਦੀ ਭਰਪਾਈ ਕਰਨੀ ਲਾਜ਼ਮੀ ਹੁੰਦੀ ਹੈ।

हदिी: देयता
इसका मतलब है कानूनी दायत्वि जसिके तहत कसिी व्यक्तकिो ऋण चुकाना या नुकसान की भरपाई करना अनविार्य होता है।

LIMITED SCOPE REPRESENTATION (FAMILY LAW)

Definition: When a lawyer represents a client for only part of a case, such as preparing documents or appearing at one hearing, instead of the entire case.

Explanation: When a lawyer helps with only some parts of a case, not the whole case.

Example: She hired a lawyer for limited scope representation to prepare her custody documents.

ਪੰਜਾਬੀ: ਸੀਮਤਿ ਪੱਧਰ ਦੀ ਨੁਮਾਇੰਦਗੀ – ਜਦੋਂ ਵਕੀਲ ਕੇਸ ਦੇ ਸਰਿਫ਼ ਕੁਝ ਹੱਸਿਆਿਂ ਲਈ ਮਦਦ ਕਰਦਾ ਹੈ।

हदिी: सीमति दायरे का प्रतनिधित्वि – जब वकील केवल कुछ हसि्सों में मदद करता है, न कपिूरे मामले में।

LITIGANT

Definition: A party directly involved in a lawsuit, either as a petitioner, respondent, plaintiff, or defendant; in family law, litigants include spouses, parents, or guardians engaged in disputes over custody, support, or divorce.

Explanation: A person who is part of a case in court.

Example: Both litigants presented evidence at the custody hearing.

ਪੰਜਾਬੀ: ਮੁਕੱਦਮਾ ਕਰਨ ਵਾਲਾ ਪੱਖਕਾਰ
ਇਸਦਾ ਮਤਲਬ ਹੈ ਉਹ ਵਿਅਕਤੀ ਜੋ ਅਦਾਲਤ ਵਿੱਚ ਕੇਸ ਕਰਦਾ ਹੈ ਜਾਂ ਜਿਸ 'ਤੇ ਕੇਸ ਕੀਤਾ ਜਾਂਦਾ ਹੈ।

हिंदी: वादकारी
इसका मतलब है वह व्यक्ति जो अदालत में मुकदमा करता है या जिस पर मुकदमा किया जाता है।

LITIGATE

Definition: To bring a dispute before a court for resolution through the legal process; in family law, to litigate means to pursue contested issues such as custody, visitation, property division, or support through hearings and trials.

Explanation: To take a dispute to court so a judge can decide.

Example: The parents chose to litigate the custody dispute after mediation failed.

ਪੰਜਾਬੀ: ਅਦਾਲਤ ਵਿੱਚ ਕੇਸ ਲੜਨਾ
ਇਸਦਾ ਮਤਲਬ ਹੈ ਕਿਸੇ ਵਿਵਾਦ ਨੂੰ ਅਦਾਲਤ ਵਿੱਚ ਲੈ ਕੇ ਜਾਣਾ ਅਤੇ ਉਸਦੀ ਕਾਨੂੰਨੀ ਕਾਰਵਾਈ ਕਰਨਾ।

हिंदी: मुकदमा लड़ना
इसका मतलब है किसी विवाद को अदालत में ले जाना और उसकी कानूनी कार्यवाही करना।

LITIGATION

Definition: The process of resolving disputes through the court system.

Explanation: Fighting a case in court.

Example: The custody case went into litigation.

ਪੰਜਾਬੀ: ਮੁਕੱਦਮਾਬਾਜ਼ੀ
ਇਸਦਾ ਮਤਲਬ ਹੈ ਅਦਾਲਤ ਵਿੱਚ ਕੇਸ ਦਾਇਰ ਕਰਨ ਅਤੇ ਉਸਦੀ ਕਾਰਵਾਈ ਚਲਾਉਣ ਦੀ ਪ੍ਰਕਿਰਿਆ।

हिंदी: मुकदमेबाज़ी
इसका मतलब है अदालत में मुकदमा दायर करने और उसकी कार्यवाही चलाने की प्रक्रिया।

LIVESCAN

Definition: A digital method of capturing fingerprints and transmitting them electronically for background checks; in family law, LiveScan is often required for adoption, foster care, and guardianship proceedings to ensure the safety of children.

Explanation: A fingerprinting process used to check someone's background for child-related cases.

Example: The prospective adoptive parents completed a LiveScan before the court approved the adoption.

ਪੰਜਾਬੀ: ਲਾਈਵਸਕੈਨ (ਉਂਗਲ ਛਾਪ ਸਕੈਨ)
ਇਸਦਾ ਮਤਲਬ ਹੈ ਡਜਿਟਿਲ ਤਰੀਕੇ ਨਾਲ ਉਂਗਲ ਛਾਪ ਲੈਣ ਦੀ ਪ੍ਰਕਰਿਆਿ, ਜੋ ਅਕਸਰ ਅਪਰਾਧਕਿ ਪਛੋਕੜ ਜਾਂਚ ਲਈ ਵਰਤੀ ਜਾਂਦੀ ਹੈ।

हिंदी: लाइवस्कैन (अंगुली छाप स्कैन)
इसका मतलब है डजिटिल तरीके से अंगुली छाप लेने की प्रक्रयिा, जो अक्सर आपराधकि पृष्ठभूम जाँच के लिए उपयोग होती है।

LONG-TERM

Definition: Lasting for an extended period of time, usually years; in family law, long-term may refer to custody arrangements, spousal support duration, or the characterization of obligations.

Explanation: Something that lasts for a long time, often years.

Example: The court established a long-term visitation schedule to give the child stability.

ਪੰਜਾਬੀ: ਲੰਬੇ ਸਮੇਂ ਲਈ
ਇਸਦਾ ਮਤਲਬ ਹੈ ਅਜਹਿੀ ਚੀਜ਼ ਜੋ ਕਾਫ਼ੀ ਸਮੇਂ ਤੱਕ ਜਾਰੀ ਰਹੇ ਜਾਂ ਪ੍ਰਭਾਵਸ਼ਾਲੀ ਰਹੇ। ਆਮ ਤੌਰ 'ਤੇ ਸਾਲਾਂ ਲਈ; ਪਰਵਿਾਰਕ ਕਾਨੂੰਨ ਵੱਚਿ, "ਲੰਬੇ ਸਮੇਂ ਦਾ" ਸ਼ਬਦ ਹਰਿਾਸਤ ਦੀਆਂ ਵਵਿਸਥਾਵਾਂ, ਜੀਵਨਸਾਥੀ ਸਹਾਇਤਾ ਦੀ ਮਆਿਦ, ਜਾਂ ਜ਼ਮਿੇਵਾਰੀਆਂ ਦੇ ਸੁਭਾਉ ਲਈ ਵਰਤਆਿ ਜਾ ਸਕਦਾ ਹੈ।

हिंदी: दीर्घकालकि
इसका मतलब है ऐसी चीज़ जो काफ़ी समय तक जारी रहे या प्रभावी रहे। आमतौर पर वर्षों तक; पारवारिकि क़ानून में, "दीर्घकालकि" शब्द अभरिक्षा व्यवस्था, जीवनसाथी भरण-पोषण की अवध, या दायत्वों की

प्रकृति के लिए प्रयुक्त हो सकता है।

LONG-TERM MARRIAGE

Definition: A marriage of significant duration, typically 10 years or more (depending on jurisdiction), which can affect entitlement to spousal support, division of assets, and retirement benefits in divorce cases.

Explanation: A marriage that has lasted many years and can influence divorce outcomes.

Example: The judge considered the 15-year union a long-term marriage, justifying permanent spousal support.

ਪੰਜਾਬੀ: ਲੰਬੇ ਸਮੇਂ ਦਾ ਵਿਆਹ
ਇਸਦਾ ਮਤਲਬ ਹੈ ਉਹ ਵਿਆਹ ਜੋ ਕਈ ਸਾਲਾਂ ਤੱਕ ਚਲਿਆ ਹੋਵੇ ਅਤੇ ਜਿਸਨੂੰ ਅਦਾਲਤ ਅਕਸਰ ਜੀਵਨ ਸਾਥੀ ਦੇ ਭਰਣ-ਪੋਸ਼ਣ ਵਰਗੇ ਫ਼ੈਸਲਿਆਂ ਵਿੱਚ ਖ਼ਾਸ ਧਿਆਨ ਵਿੱਚ ਰੱਖਦੀ ਹੈ।

हिंदी: दीर्घकालिक विवाह
इसका मतलब है वह विवाह जो कई वर्षों तक चला हो और जिसे अदालत अक्सर जीवनसाथी के भरण-पोषण जैसे निर्णयों में विशेष रूप से ध्यान में रखती है।

MAGISTRATE

Definition: A judicial officer with limited authority to conduct hearings, make findings, or issue certain orders, often under the supervision of a judge; in family law, magistrates may handle preliminary hearings, support cases, or uncontested matters.

Explanation: A court official with authority to hear and decide certain legal matters, sometimes instead of a judge.

Example: The magistrate presided over the initial child support hearing.

ਪੰਜਾਬੀ: ਮੈਜਿਸਟਰੇਟ / ਅਦਾਲਤੀ ਅਧਿਕਾਰੀ
ਇਸਦਾ ਮਤਲਬ ਹੈ ਅਦਾਲਤ ਦਾ ਨੀਚਲੇ ਪੱਧਰ ਦਾ ਜੱਜ ਜੋ ਛੋਟੇ ਅਪਰਾਧਿਕ ਮਾਮਲੇ, ਪ੍ਰਾਰੰਭਿਕ ਸੁਣਵਾਈਆਂ ਅਤੇ ਕੁਝ ਸਿਵਲ ਮਾਮਲਿਆਂ ਦੀ ਸੁਣਵਾਈ ਕਰਦਾ ਹੈ।

हिंदी: मजिस्ट्रेट / न्यायिक अधिकारी
इसका मतलब है अदालत का निचले स्तर का न्यायाधीश जो छोटे

आपराधकि मामले, प्रारंभकि सुनवाई और कुछ दीवानी मामलों की सुनवाई करता है।

MANDATORY

Definition: Required by law, court rule, or order; in family law, mandatory obligations may include child support payments, parenting classes, or mediation before trial.

Explanation: Something that the law or court requires and cannot be avoided.

Example: The parents attended a mandatory parenting class before their custody trial.

ਪੰਜਾਬੀ: ਲਾਜ਼ਮੀ
ਇਸਦਾ ਮਤਲਬ ਹੈ ਕੋਈ ਅਜਹਿਾ ਕੰਮ ਜਾਂ ਨਯਿਮ ਜਸਿਦੀ ਪਾਲਣਾ ਕਰਨੀ ਬਲਿਕੁਲ ਜ਼ਰੂਰੀ ਹੋਵੇ।

हदिी: अनवािर्य
इसका मतलब है ऐसा कार्य या नयिम जसिका पालन करना बल्कुिल ज़रूरी हो।

MANDATORY PARENTING CLASS

Definition: A course required by the court for divorcing or separating parents to educate them on the effects of conflict on children and encourage cooperative parenting.

Explanation: A court-ordered class teaching parents how to reduce conflict and help their children during separation.

Example: Both parents had to complete a mandatory parenting class before the custody trial.

ਪੰਜਾਬੀ: ਲਾਜ਼ਮੀ ਮਾਤਾ-ਪਤਿਾ ਕਲਾਸ – ਅਦਾਲਤ ਦੁਆਰਾ ਲਗਾਈ ਗਈ ਕਲਾਸ ਜੋ ਵੱਖ ਹੋਣ ਵਾਲੇ ਮਾਤਾ-ਪਤਿਾ ਨੂੰ ਬੱਚਆਿਂ 'ਤੇ ਪ੍ਰਭਾਵ ਬਾਰੇ ਸੱਖਿਾਉਂਦੀ ਹੈ।

हदिी: अनवािर्य पालन-पोषण कक्षा – अदालत द्वारा लगाई गई कक्षा जो अलग होने वाले माता-पिता को बच्चों पर प्रभाव के बारे में सखिाती है।

MARITAL STATUS

Definition: A person's legally recognized status regarding marriage, such as single, married, divorced, or widowed; in family law, marital status affects property rights, support, and eligibility for benefits.

Explanation: A person's legal state of being married, divorced, or single.

Example: The mother's marital status changed from married to divorced after the court's decree.

ਪੰਜਾਬੀ: ਵਿਆਹਕ ਦਰਜਾ
ਇਸਦਾ ਮਤਲਬ ਹੈ ਕਿਸੇ ਵਿਅਕਤੀ ਦੀ ਵਿਆਹ ਨਾਲ ਸੰਬੰਧਿਤ ਸਥਿਤੀ, ਜਿਵੇਂ ਕਿ ਕੁਆਰਾ, ਵਿਆਹਿਆ, ਤਲਾਕਸ਼ੁਦਾ ਜਾਂ ਵਿਧਵਾ।

हिंदी: वैवाहिक स्थिति
इसका मतलब है किसी व्यक्ति की विवाह से संबंधित स्थिति, जैसे अविवाहित, विवाहित, तलाकशुदा या विधवा।

MARRIAGE CERTIFICATE

Definition: An official document issued by a government authority recording the legal union of two individuals in marriage; in family law, it is often required as proof in divorce or annulment proceedings.

Explanation: A legal paper that proves two people are married.

Example: The wife submitted a marriage certificate with her divorce petition.

ਪੰਜਾਬੀ: ਵਿਆਹ ਪ੍ਰਮਾਣ ਪੱਤਰ
ਇਸਦਾ ਮਤਲਬ ਹੈ ਸਰਕਾਰੀ ਦਸਤਾਵੇਜ਼ ਜੋ ਇਹ ਸਾਬਤ ਕਰਦਾ ਹੈ ਕਿ ਦੋ ਵਿਅਕਤੀਆਂ ਨੇ ਕਾਨੂੰਨੀ ਤੌਰ ‘ਤੇ ਵਿਆਹ ਕੀਤਾ ਹੈ।

हिंदी: विवाह प्रमाण पत्र
इसका मतलब है सरकारी दस्तावेज़ जो यह साबित करता है कि दो व्यक्तियों ने क़ानूनी रूप से विवाह किया है।

MARRIAGE OF ALLEN (1980)

Definition: A California case that established rules for reimbursement when community funds are used to improve one spouse's separate property, requiring equitable adjustment.

Explanation: If joint money improves property owned by just one spouse, the community may be reimbursed.

Example: In Marriage of Allen, the community was reimbursed for funds spent remodeling the husband's separate residence.

ਪੰਜਾਬੀ: ਐਲਨ ਮਾਮਲਾ (1980) – ਕੈਲੀਫ਼ੋਰਨੀਆ ਦਾ ਕੇਸ ਜਸਿ ਨੇ ਨਯਿਮ ਬਣਾਏ ਕ ਿਜਦੋਂ ਸਾਂਝੇ ਪੈਸੇ ਨਾਲ ਅਲੱਗ ਸੰਪਤੀ ਸੁਧਾਰੀ ਜਾਂਦੀ ਹੈ, ਤਾਂ ਸਮੁਦਾਏ ਨੂੰ ਵਾਪਸੀ ਮਲਿਦੀ ਹੈ।

हदिं: एलेन मामला (1980) – कैलफ़िोर्नयिा का मामला जसिने यह नयिम तय कयिा कजिब संयुक्त धन से अलग संपत्तमिें सुधार कयिा जाता है, तो समुदाय को प्रतपूिर्तमिलिती है।

MARRIAGE OF FRICK (1986)

Definition: A California case that clarified the method for calculating reimbursement when community contributions are made toward the mortgage and improvements of one spouse's separate property.

Explanation: It set rules for how much the community should be paid back if joint money goes into a spouse's separate property.

Example: In Marriage of Frick, the court reimbursed the community for payments on the wife's separate property mortgage.

ਪੰਜਾਬੀ: ਫ੍ਰਕਿ ਮਾਮਲਾ (1986) – ਕੈਲੀਫ਼ੋਰਨੀਆ ਦਾ ਕੇਸ ਜਸਿ ਨੇ ਇਹ ਸਪਸ਼ਟ ਕੀਤਾ ਕ ਿਜਦੋਂ ਸਾਂਝੇ ਪੈਸੇ ਨਾਲ ਅਲੱਗ ਸੰਪਤੀ ਦੇ ਮੌਰਟਗੇਜ ਜਾਂ ਸੁਧਾਰ ਕੀਤੇ ਜਾਂਦੇ ਹਨ, ਤਾਂ ਵਾਪਸੀ ਕਵਿੇਂ ਗਣਿੀ ਜਾਂਦੀ ਹੈ।

हदिं: फ्रकि मामला (1986) – कैलफ़िोर्नयिा का मामला जसिने यह स्पष्ट कयिा कजिब संयुक्त धन से अलग संपत्तकि बंधक या सुधार का भुगतान कयिा जाता है, तो प्रतपूिर्तकिैसे गनिी जाती है।

MARVIN ACTION

Definition: A civil lawsuit between unmarried partners (cohabitants) to enforce express or implied agreements regarding property division or financial support after the relationship ends. It comes from Marvin v. Marvin (1976), where the California Supreme Court held that contracts between cohabitants are enforceable if not based solely on sexual services.

Explanation: A type of lawsuit where an unmarried partner asks the court to recognize agreements or fairness in dividing property or providing support.

Example: After their breakup, the woman filed a Marvin action claiming her partner promised to share his earnings and provide lifelong support.

ਪੰਜਾਬੀ: ਮਾਰਵਨਿ ਕਾਰਵਾਈ – ਗੈਰ-ਵਆਿਹੇ ਸਾਥੀਆਂ ਵਚਿਕਾਰ ਇੱਕ ਸਵਿਲ ਮਾਮਲਾ ਜਸਿ ਵੱਚਿ ਸੰਪਤੀ ਵੰਡ ਜਾਂ ਵੱਤਿੀ ਸਹਾਇਤਾ ਬਾਰੇ ਕੀਤੇ ਗਏ ਸਮਝੌਤਆਿਂ ਨੂੰ ਲਾਗੂ ਕਰਨ ਦੀ ਬੇਨਤੀ ਕੀਤੀ ਜਾਂਦੀ ਹੈ। ਇਹ Marvin v. Marvin (1976) ਤੋਂ ਆਇਆ ਹੈ, ਜਸਿ ਵੱਚਿ ਕੈਲੀਫ਼ੋਰਨੀਆ ਸੁਪਰੀਮ ਕੋਰਟ ਨੇ ਫ਼ੈਸਲਾ ਕੀਤਾ ਕਿ ਅਜਹਿੇ ਸਮਝੌਤੇ ਲਾਗੂਯੋਗ ਹਨ ਜੇਕਰ ਉਹ ਸਰਿਫ਼ ਯੌਨ ਸੇਵਾਵਾਂ ‘ਤੇ ਆਧਾਰਤਿ ਨਾ ਹੋਣ।

हदिी: मार्वनि वाद – अववािहति साथयिों के बीच एक दीवानी मुकदमा जसिमें संपत्ता किे बंटवारे या वत्तिीय सहायता के संबंध में कएि गए समझौतों को लागू करने की मांग की जाती है। यह Marvin v. Marvin (1976) से उत्पन्न हुआ, जहाँ कैलफिोर्नया सर्वोच्च न्यायालय ने नर्णिय दयिा कि ऐसे समझौते लागू हो सकते हैं यदि वे केवल यौन सेवाओं पर आधारति न हों।

MATERIAL EVIDENCE

Definition: Evidence that is directly relevant and significant to the issues being decided, and that could affect the outcome of the case; in family law, material evidence may include financial records, custody evaluations, or testimony about a child's welfare.

Explanation: Important evidence that could change the judge's decision.

Example: The custody evaluator's report was considered material evidence in the case.

ਪੰਜਾਬੀ: ਮਹੱਤਵਪੂਰਨ ਸਬੂਤ
ਇਸਦਾ ਮਤਲਬ ਹੈ ਅਜਹਿਾ ਸਬੂਤ ਜੋ ਕੇਸ ਦੇ ਨਤੀਜੇ ‘ਤੇ ਸੱਧਾ ਪ੍ਰਭਾਵ ਪਾਂਦਾ ਹੈ।

हदिी: महत्वपूरण साक्ष्य
इसका मतलब है ऐसा साक्ष्य जो मामले के परणािम पर सीधा प्रभाव डालता है।

MATERIAL WITNESS

Definition: A witness whose testimony is considered crucial to determining the outcome of a case; in family law, a material witness might be a teacher, counselor, or doctor who can provide important insight into a child's well-being.

Explanation: A very important witness whose testimony is needed for the case.

Example: The court treated the child's therapist as a material witness in the custody hearing.

ਪੰਜਾਬੀ: ਮਹੱਤਵਪੂਰਨ ਗਵਾਹ
ਇਸਦਾ ਮਤਲਬ ਹੈ ਉਹ ਗਵਾਹ ਜਸਿਦੀ ਗਵਾਹੀ ਕੇਸ ਦੇ ਨਤੀਜੇ 'ਤੇ ਸੱਧਾ ਅਸਰ ਪਾ ਸਕਦੀ ਹੈ।

हिंदी: महत्वपूर्ण गवाह
इसका मतलब है वह गवाह जसिकी गवाही मामले के परणिाम पर सीधा असर डाल सकती है।

MATTER

Definition: A legal dispute, issue, or subject brought before the court for resolution; in family law, a matter may refer to divorce, custody, visitation, support, or any related proceeding.

Explanation: A legal issue or case that the court must decide.

Example: The custody matter was scheduled for hearing in the family court.

ਪੰਜਾਬੀ: ਮਾਮਲਾ / ਵਸਿ਼ਾ
ਇਸਦਾ ਮਤਲਬ ਹੈ ਅਦਾਲਤ ਵੱਚਿ ਸੁਣਵਾਈ ਲਈ ਪੇਸ਼ ਕੀਤਾ ਗਆਿ ਕੇਸ ਜਾਂ ਕੋਈ ਖ਼ਾਸ ਮੁੱਦਾ।

हिंदी: मामला / वषिय
इसका मतलब है अदालत में सुनवाई के लिए प्रस्तुत कयिा गया केस या कोई वशिेष मुद्दा।

MEDIATION

Definition: A process in which a neutral third party helps parents resolve disputes without a trial.

Explanation: A meeting with a neutral person to help parents agree.

Example: The couple attended mediation to settle custody issues.

ਪੰਜਾਬੀ: ਮਧਯਸਥਤਾ
ਇਸਦਾ ਮਤਲਬ ਹੈ ਇਕ ਪ੍ਰਕਰਿਆ ਜਿਸ ਵਿੱਚ ਤਟਸਥ ਵਿਅਕਤੀ (ਮਧਯਸਥ) ਪੱਖਾਂ ਦੀ ਮਦਦ ਕਰਦਾ ਹੈ ਤਾਂ ਜੋ ਉਹ ਅਦਾਲਤ ਤੋਂ ਬਾਹਰ ਆਪਸੀ ਸਮਝੌਤੇ ਨਾਲ ਵਿਵਾਦ ਦਾ ਹੱਲ ਕੱਢ ਸਕਣ।

हिंदी: मध्यस्थता
इसका मतलब है एक प्रक्रिया जिसमें निष्पक्ष व्यक्ति (मध्यस्थ) पक्षों की मदद करता है ताकि वे अदालत के बाहर आपसी समझौते से विवाद का समाधान कर सकें।

MEDIATOR

Definition: A neutral third-party professional trained to help disputing parties reach voluntary agreements outside of court; in family law, mediators assist parents in resolving custody, visitation, and support issues based on the best interests of the child.

Explanation: A neutral person who helps parents agree on custody, visitation, or support without a trial.

Example: The mediator helped the parents create a shared custody schedule that the court later approved.

ਪੰਜਾਬੀ: ਮਧਯਸਥਤਾ ਕਰਨ ਵਾਲਾ
ਇਸਦਾ ਮਤਲਬ ਹੈ ਉਹ ਤਟਸਥ ਵਿਅਕਤੀ ਜੋ ਵਿਵਾਦ ਕਰ ਰਹੇ ਪੱਖਾਂ ਨੂੰ ਸਮਝੌਤਾ ਕਰਨ ਵਿੱਚ ਮਦਦ ਕਰਦਾ ਹੈ।

हिंदी: मध्यस्थ
इसका मतलब है वह निष्पक्ष व्यक्ति जो विवाद कर रहे पक्षों को समझौता कराने में मदद करता है।

MENTAL INCAPACITY

Definition: A legal condition in which a person cannot understand the nature or consequences of their actions or decisions due to mental illness, cognitive impairment, or disability; in family law, mental incapacity may affect custody, guardianship, or the validity of agreements.

Explanation: When a person cannot make sound decisions because of mental illness or disability.

Example: The court found the mother had mental incapacity and appointed a guardian to manage her child's care.

ਪੰਜਾਬੀ: ਮਾਨਸਕਿ ਅਯੋਗਤਾ
ਇਸਦਾ ਮਤਲਬ ਹੈ ਉਹ ਹਾਲਤ ਜਦੋਂ ਕੋਈ ਵਅਿਕਤੀ ਮਾਨਸਕਿ ਰੁਕਾਵਟਾਂ ਕਾਰਨ ਆਪਣੇ ਫ਼ੈਸਲੇ ਖੁਦ ਨਹੀ ਕਰ ਸਕਦਾ।

हदिी: मानसकि अयोग्यता
इसका मतलब है वह स्थति जिब कोई व्यक्त मिानसकि सीमाओं के कारण अपने नरि्णय स्वयं नहीं ले सकता।

MENTALLY ILL

Definition: A medical and legal status referring to a person diagnosed with a mental disorder that substantially affects their ability to function; in family law, mental illness may be considered in custody decisions, guardianship cases, or protective proceedings.

Explanation: When a person has a mental disorder that impacts their daily life and decisions.

Example: The court evaluated whether the father, who was mentally ill, could safely care for the child.

ਪੰਜਾਬੀ: ਮਾਨਸਕਿ ਰੋਗੀ
ਇਸਦਾ ਮਤਲਬ ਹੈ ਉਹ ਵਅਿਕਤੀ ਜੋ ਮਾਨਸਕਿ ਬਮਿਾਰੀ ਨਾਲ ਪੀੜਤ ਹੋਵੇ ਅਤੇ ਜਸਿ ਕਰਕੇ ਉਸਦੀ ਸੋਚਣ, ਸਮਝਣ ਜਾਂ ਰੋਜ਼ਾਨਾ ਦੀ ਜ਼ੰਿਦਗੀ ਜੀਣ ਦੀ ਸਮਰੱਥਾ ਪ੍ਰਭਾਵਤਿ ਹੋਵੇ।

हदिी: मानसकि रोगी
इसका मतलब है वह व्यक्त जिो मानसकि बीमारी से पीड़ति हो और जसिके कारण उसकी सोचने, समझने या रोज़मर्रा की ज़दिगी जीने की क्षमता प्रभावति हो।

MERITS

Definition: The actual facts and substantive legal issues of a case, as opposed to technical or procedural matters; in family law, decisions on the merits focus on evidence regarding custody, support, or property division.

Explanation: The real issues and evidence in a case, not just the technical rules.

Example: The judge ruled on the merits of the custody dispute, emphasizing the child's best interests.

ਪੰਜਾਬੀ: ਗੁਣ / ਤੱਥਾਂ ਦੇ ਆਧਾਰ
ਇਸਦਾ ਮਤਲਬ ਹੈ ਕੇਸ ਜਾਂ ਦਲੀਲ ਦੀ ਮਜ਼ਬੂਤੀ ਜੋ ਸਬੂਤਾਂ ਅਤੇ ਸੱਚਾਈ ਦੇ ਆਧਾਰ 'ਤੇ ਹੁੰਦੀ ਹੈ, ਨਾ ਕਿ ਤਕਨੀਕੀ ਕਾਰਨਾਂ ਕਰਕੇ।

हिंदी: गुण / तथ्य आधारित
इसका मतलब है केस या दलील की मज़बूती जो साक्ष्यों और सच्चाई के आधार पर होती है, न कि तकनीकी कारणों से।

MINIMUM PAYMENT

Definition: The lowest amount a party is legally required to pay at a given time toward a debt or obligation; in family law, this may refer to ordered child support, spousal support, or payment plans for arrears.

Explanation: The smallest amount a person must pay to stay current on a debt or support order.

Example: The father was ordered to make a minimum payment each month toward his child support arrears.

ਪੰਜਾਬੀ: ਨਿਊਨਤਮ ਭੁਗਤਾਨ
ਇਸਦਾ ਮਤਲਬ ਹੈ ਸਭ ਤੋਂ ਘੱਟ ਰਕਮ ਜੋ ਕਰਜ਼ੇ ਜਾਂ ਕ੍ਰੈਡਿਟ ਖਾਤੇ 'ਤੇ ਨਿਰਧਾਰਿਤ ਸਮੇਂ ਵਿੱਚ ਅਦਾ ਕਰਨੀ ਪੈਂਦੀ ਹੈ।

हिंदी: न्यूनतम भुगतान
इसका मतलब है सबसे कम राशि जो ऋण या क्रेडिट खाते पर निर्धारित समय में अदा करनी पड़ती है।

MINOR

Definition: A person under the age of majority, usually under 18, who is subject to parental authority or court jurisdiction.

Explanation: A child under 18 years old.

Example: The court appointed a guardian for the minor.

ਪੰਜਾਬੀ: ਨਾਬਾਲਗ
ਇਸਦਾ ਮਤਲਬ ਹੈ ਉਹ ਵਿਅਕਤੀ ਜਸਿਦੀ ਉਮਰ ਕਾਨੂੰਨ ਅਨੁਸਾਰ ਬਾਲਗ ਹੋਣ ਦੀ ਉਮਰ ਤੋਂ ਘੱਟ ਹੈ।

हदिी: नाबालगि
इसका मतलब है वह व्यक्त जिसिकी उम्र क़ानून के अनुसार वयस्क होने की उम्र से कम है।

MISLEADING

Definition: A statement, action, or piece of evidence that has the tendency to deceive or create a false impression, whether intentional or not; in family law, misleading information may arise in financial disclosures, testimony, or representations made to the court.

Explanation: Information that gives the wrong idea or hides the truth.

Example: The court found the father's income statement misleading because he failed to include his overtime pay.

ਪੰਜਾਬੀ: ਗੁੰਮਰਾਹ ਕਰਨ ਵਾਲਾ
ਇਸਦਾ ਮਤਲਬ ਹੈ ਅਜਹਿੀ ਗੱਲ ਜਾਂ ਜਾਣਕਾਰੀ ਜੋ ਸੱਚਾਈ ਨੂੰ ਲੁਕਾ ਕੇ ਕਸਿੇ ਨੂੰ ਗਲਤ ਰਸਤੇ 'ਤੇ ਲੈ ਜਾਵੇ।

हदिी: भ्रामक
इसका मतलब है ऐसी बात या जानकारी जो सच्चाई को छुपाकर कसिी को गलत दशिा में ले जाए।

MISTRIAL

Definition: A trial that is declared invalid before its conclusion because of a fundamental error, misconduct, or inability of the jury or judge to proceed fairly; in family law, mistrials are rare but may occur if key evidence was improperly admitted or due process was violated.

Explanation: A trial that must be stopped and treated as if it never happened because of a serious problem.

Example: The judge declared a mistrial in the custody case after learning that confidential records had been improperly shared.

ਪੰਜਾਬੀ: ਅਧੂਰਾ ਮੁਕੱਦਮਾ
ਇਸਦਾ ਮਤਲਬ ਹੈ ਉਹ ਕੇਸ ਜਸਿ ਵੱਚਿ ਗਲਤੀਆਂ, ਜੂਰੀ ਦੀ ਅਸਹਮਿਤੀ ਜਾਂ ਹੋਰ ਕਾਰਨਾਂ ਕਰਕੇ ਅਦਾਲਤ ਵੱਲੋਂ ਫ਼ੈਸਲਾ ਨਹੀਂ ਦੱਿਤਾ ਜਾ ਸਕਦਾ।

हिंदी: असफल मुकदमा
इसका मतलब है वह केस जिसमें ग़लतियों, जूरी की असहमति या अन्य कारणों से अदालत द्वारा निर्णय नहीं दिया जा सकता।

MODIFICATION

Definition: A legal request to change an existing court order, often for custody, visitation, or support.

Explanation: Asking the court to change an existing order.

Example: He filed a modification to reduce his child support.

ਪੰਜਾਬੀ: ਤਬਦੀਲੀ / ਸੋਧ
ਇਸਦਾ ਮਤਲਬ ਹੈ ਅਦਾਲਤ ਦੇ ਪਹਿਲਾਂ ਦੇ ਹੁਕਮ ਜਾਂ ਸਮਝੌਤੇ ਵੱਿਚ ਬਦਲਾਵ ਕਰਨਾ।

हिंदी: संशोधन / परिवर्तन
इसका मतलब है अदालत के पहले के आदेश या समझौते में बदलाव करना।

MONEY JUDGMENT

Definition: A court's formal order requiring one party to pay a specific sum of money to another, often arising from arrears in child support, spousal support, or damages; enforceable through collection tools like wage garnishment or liens.

Explanation: A judge's order that someone must pay money to another person.

Example: The mother obtained a money judgment against the father for $10,000 in unpaid child support.

ਪੰਜਾਬੀ: ਰਕਮ ਸੰਬੰਧੀ ਫ਼ੈਸਲਾ
ਇਸਦਾ ਮਤਲਬ ਹੈ ਅਦਾਲਤ ਦਾ ਫ਼ੈਸਲਾ ਜਿਸ ਵੱਿਚ ਕਿਸੇ ਪੱਖ ਨੂੰ ਦੂਜੇ ਨੂੰ ਨਿਰਧਾਰਿਤ ਰਕਮ ਅਦਾ ਕਰਨ ਦਾ ਹੁਕਮ ਦੱਿਤਾ ਜਾਂਦਾ ਹੈ।

हिंदी: धन संबंधी निर्णय
इसका मतलब है अदालत का वह निर्णय जिसमें किसी पक्ष को दूसरे को निश्चित राशि अदा करने का आदेश दिया जाता है।

MONITORED EXCHANGE

Definition: A custody exchange supervised by a neutral third party to ensure the safety of the child and parents.

Explanation: When someone watches while parents switch custody of the child.

Example: The parents used a monitored exchange center to avoid direct confrontation.

ਪੰਜਾਬੀ: ਨਗਿਰਾਨੀ ਕੀਤੀ ਗਈ ਅਦਲਾ-ਬਦਲੀ – ਜਦੋਂ ਮਾਤਾ-ਪਤਿਾ ਬੱਚੇ ਨੂੰ ਬਦਲਦੇ ਹਨ ਅਤੇ ਕੋਈ ਤੀਜਾ ਵਅਿਕਤੀ ਨਗਿਰਾਨੀ ਕਰਦਾ ਹੈ।

हिंदी: नगिरानी आदान-प्रदान – जब माता-पिता बच्चे को बदलते हैं और कोई तीसरा व्यक्त नगिरानी करता है।

MONTHLY PAYMENT

Definition: A regularly scheduled sum of money due each month to satisfy a legal obligation, such as child support, spousal support, or payment toward arrears.

Explanation: The amount someone must pay every month under a court order.

Example: The father was ordered to make a monthly payment of $750 in child support.

ਪੰਜਾਬੀ: ਮਹੀਨਾਵਾਰ ਭੁਗਤਾਨ
ਇਸਦਾ ਮਤਲਬ ਹੈ ਉਹ ਰਕਮ ਜੋ ਹਰ ਮਹੀਨੇ ਨਯਿਮਤਿ ਤੌਰ 'ਤੇ ਅਦਾ ਕੀਤੀ ਜਾਂਦੀ ਹੈ, ਜਵਿੇਂ ਕਰਜ਼ੇ ਦੀ ਕਸਿ਼ਤ ਜਾਂ ਭਰਣ-ਪੋਸ਼ਣ।

हिंदी: मासकि भुगतान
इसका मतलब है वह राशजिो हर महीने नयिमति रूप से अदा की जाती है, जैसे ऋण की कस्ित या भरण-पोषण।

MOORE/MARSDEN

Definition: A California family law principle, from Marriage of Moore and Marriage of Marsden, that gives the community (marital estate) a proportional ownership interest in real property purchased before marriage but paid down with marital funds.

Explanation: A rule in California divorce law that splits part of a house's value when marital money was used to pay for property owned before marriage.

Example: The judge applied the Moore/Marsden formula to divide the equity in the husband's premarital home.

ਪੰਜਾਬੀ: ਮੂਰ/ਮਾਰਸਡਨ ਨਯਿਮ
ਇਸਦਾ ਮਤਲਬ ਹੈ ਕੈਲੀਫ਼ੋਰਨੀਆ ਪਰਵਿਾਰਕ ਕਾਨੂੰਨ ਵੱਚਿ ਵਰਤਆਿ ਜਾਣ ਵਾਲਾ ਨਯਿਮ, ਜਸਿਦੇ ਅਧੀਨ ਜਦੋਂ ਵਆਿਹ ਦੌਰਾਨ ਸਾਂਝੇ ਪੈਸੇ ਨਾਲ ਕਸਿੇ ਜੀਵਨ ਸਾਥੀ ਦੀ ਵੱਖਰੀ ਸੰਪਤੀ (ਜਵਿੇਂ ਘਰ) 'ਤੇ ਕਰਜ਼ਾ ਚੁਕਾਇਆ ਜਾਂ ਸੁਧਾਰ ਕੀਤਾ ਜਾਂਦਾ ਹੈ, ਤਾਂ ਸਾਂਝੀ ਸੰਪਤੀ ਦਾ ਉਸ 'ਤੇ ਹੱਕ ਬਣਦਾ ਹੈ।

हिंदी: मूर/मार्सडन नियिम
इसका मतलब है कैलफ़िोर्नयिा पारविारकि क़ानून में इस्तेमाल होने वाला नियिम, जसिके तहत जब ववािह के दौरान संयुक्त धन से कसिी जीवनसाथी की अलग संपत्त‌ि (जैसे घर) पर ऋण चुकाया जाता है या सुधार कयिा जाता है, तो संयुक्त संपत्त‌ि का उस पर अधकिार बनता है।

MORAL TURPITUDE

Definition: Conduct that is considered contrary to community standards of honesty, morality, or good morals; in family law, findings of crimes involving moral turpitude may affect custody or parental rights.

Explanation: Behavior considered dishonest, immoral, or very wrong.

Example: The father's conviction for a crime of moral turpitude was raised in the custody hearing.

ਪੰਜਾਬੀ: ਨੈਤਕਿ ਪਤਨ
ਇਸਦਾ ਮਤਲਬ ਹੈ ਅਜਹਿਾ ਵਰਤਾਅ ਜੋ ਸਮਾਜਕਿ ਨੈਤਕਿ ਮਾਪਦੰਡਾਂ ਦੇ ਖ਼ਲਿਾਫ਼ ਹੋਵੇ, ਜਵਿੇਂ ਧੋਖਾਧੜੀ, ਚੋਰੀ ਜਾਂ ਝੂਠ ਬੋਲਣਾ।

हिंदी: नैतकि पतन
इसका मतलब है ऐसा आचरण जो सामाजकि नैतकि मानकों के खलिाफ हो, जैसे धोखाधड़ी, चोरी या झूठ बोलना।

MOTION

Definition: A formal written or oral request asking the court to issue a ruling or order on a specific issue during a case; in family law, motions may request temporary custody, modification of support, or protective orders.

Explanation: A request made to the judge to decide on a particular issue in the case.

Example: The mother filed a motion to modify visitation after the father relocated.

ਪੰਜਾਬੀ: ਅਰਜ਼ੀ
ਇਸਦਾ ਮਤਲਬ ਹੈ ਅਦਾਲਤ ਨੂੰ ਦੱਤੀ ਗਈ ਲਖਿਤੀ ਜਾਂ ਮੌਖਕਿ ਬੇਨਤੀ, ਜਸਿ ਵੱਚਿ ਜੱਜ ਤੋਂ ਕਸਿ ਖ਼ਾਸ ਹੁਕਮ ਜਾਂ ਕਾਰਵਾਈ ਦੀ ਮੰਗ ਕੀਤੀ ਜਾਂਦੀ ਹੈ।

हदिी: याचकिा
इसका मतलब है अदालत को दयिा गया लखिति या मौखकि नविेदन, जसिमें न्यायाधीश से कसिी वशिेष आदेश या कार्यवाही की माँग की जाती है।

MOTION TO MODIFY SUPPORT

Definition: A legal request asking the court to change an existing child or spousal support order due to changed circumstances such as income or needs.

Explanation: Asking the court to change support payments because of new circumstances.

Example: The father filed a motion to modify support after losing his job.

ਪੰਜਾਬੀ: ਸਹਾਇਤਾ ਬਦਲਣ ਲਈ ਅਰਜ਼ੀ – ਬਦਲੀਆਂ ਹਾਲਾਤਾਂ ਦੇ ਕਾਰਨ ਸਹਾਇਤਾ ਦੇ ਹੁਕਮ ਨੂੰ ਬਦਲਣ ਲਈ ਕੀਤੀ ਗਈ ਬੇਨਤੀ।

हदिी: भरण-पोषण संशोधन याचकिा – बदली हुई परस्थितियिों के कारण भरण-पोषण आदेश को बदलने का अनुरोध।

MUTUAL RESTRAINING ORDERS

Definition: Court orders issued against both parties in a family law case, prohibiting harassment, threats, or contact between them.

Explanation: Orders stopping both people in a case from harassing or threatening each other.

Example: The judge issued mutual restraining orders during the divorce proceedings.

ਪੰਜਾਬੀ: ਪਰਸਪਰ ਰੋਕ ਹੁਕਮ – ਅਦਾਲਤੀ ਹੁਕਮ ਜੋ ਦੋਵੇਂ ਪੱਖਾਂ ਨੂੰ ਇੱਕ ਦੂਜੇ ਨੂੰ ਤੰਗ ਕਰਨ ਜਾਂ ਸੰਪਰਕ ਕਰਨ ਤੋਂ ਰੋਕਦੇ ਹਨ।

हिंदी: पारस्परिक प्रतिबंध आदेश – अदालत के आदेश जो दोनों पक्षों को एक-दूसरे को परेशान करने या संपर्क करने से रोकते हैं।

NAME CHANGE PETITION (FAMILY COURT)

Definition: A formal request filed in family court to legally change the name of an adult or child, often due to divorce, adoption, or safety concerns.

Explanation: A request in family court to legally change someone's name.

Example: The mother filed a name change petition for her child after adoption.

ਪੰਜਾਬੀ: ਨਾਮ ਬਦਲਣ ਦੀ ਅਰਜ਼ੀ (ਪਰਿਵਾਰਕ ਅਦਾਲਤ) – ਅਦਾਲਤ ਵਿੱਚ ਨਾਮ ਬਦਲਣ ਲਈ ਦਿੱਤੀ ਗਈ ਬੇਨਤੀ।

हिंदी: नाम परिवर्तन याचिका (पारिवारिक अदालत) – अदालत में नाम बदलने के लिए की गई याचिका।

NEGLECT

Definition: Failure of a parent or guardian to provide necessary care, supervision, or support for a child.

Explanation: When a parent doesn't give a child the care they need.

Example: The agency investigated a claim of neglect.

ਪੰਜਾਬੀ: ਲਾਪਰਵਾਹੀ / ਉਪੇਖਾ
ਇਸਦਾ ਮਤਲਬ ਹੈ ਜਦੋਂ ਕੋਈ ਵਿਅਕਤੀ ਆਪਣੀ ਜ਼ਿੰਮੇਵਾਰੀ ਪੂਰੀ ਨਹੀ ਕਰਦਾ, ਖ਼ਾਸ ਕਰਕੇ ਬੱਚੇ ਜਾਂ ਨਿਰਭਰ ਵਿਅਕਤੀ ਦੀ ਦੇਖਭਾਲ ਕਰਨ ਵਿੱਚ।

हिंदी: लापरवाही / उपेक्षा
इसका मतलब है जब कोई व्यक्ति अपनी ज़िम्मेदारी पूरी नहीं करता, खासकर बच्चे या आश्रित व्यक्ति की देखभाल करने में।

NEGLIGENCE

Definition: The failure to exercise the care that a reasonably prudent person would in similar circumstances, resulting in harm or risk of harm; in family law, negligence may involve failing to provide proper care, supervision, or safety for a child.

Explanation: When someone does not act carefully enough and puts another person, often a child, at risk.

Example: The court considered the mother's negligence in leaving the child unattended when deciding custody.

ਪੰਜਾਬੀ: ਲਾਪਰਵਾਹੀ
ਇਸਦਾ ਮਤਲਬ ਹੈ ਜਦੋਂ ਕੋਈ ਵਿਅਕਤੀ ਸਮਝਦਾਰੀ ਨਾਲ ਧਿਆਨ ਨਾ ਦੇਵੇ ਅਤੇ ਇਸ ਕਰਕੇ ਕਿਸੇ ਹੋਰ ਨੂੰ ਨੁਕਸਾਨ ਜਾਂ ਚੋਟ ਪਹੁੰਚੇ।

हिंदी: लापरवाही
इसका मतलब है जब कोई व्यक्ति उचित सावधानी न बरते और उसके कारण किसी अन्य को नुकसान या चोट पहुँचे।

NO-CONTACT ORDER

Definition: A court order prohibiting one person from directly or indirectly communicating with or approaching another; in family law, no-contact orders are often issued in domestic violence cases to protect spouses, partners, or children.

Explanation: A judge's order that stops someone from calling, messaging, or approaching another person.

Example: The court issued a no-contact order preventing the father from contacting the mother outside of custody exchanges.

ਪੰਜਾਬੀ: ਸੰਪਰਕ ਰੋਕ ਆਦੇਸ਼
ਇਸਦਾ ਮਤਲਬ ਹੈ ਅਦਾਲਤ ਦਾ ਹੁਕਮ ਜਿਸ ਵਿੱਚ ਕਿਸੇ ਵਿਅਕਤੀ ਨੂੰ ਦੂਜੇ ਵਿਅਕਤੀ ਨਾਲ ਸਿੱਧਾ ਜਾਂ ਅਪਰੋਖ ਸੰਪਰਕ ਕਰਨ ਤੋਂ ਮਨਾਹੀ ਹੁੰਦੀ ਹੈ।

हिंदी: संपर्क रोक आदेश
इसका मतलब है अदालत का आदेश जिसमें किसी व्यक्ति को दूसरे व्यक्ति से सीधे या परोक्ष संपर्क करने से मना किया जाता है।

NO-CONTACT VISITATION

Definition: A form of visitation where the child and parent interact without physical contact, often supervised through a barrier or monitored setting.

Explanation: Visits where the parent and child see each other but cannot touch.

Example: Due to safety concerns, the father was only granted no-contact visitation at the center.

ਪੰਜਾਬੀ: ਬਿਨਾਂ ਸੰਪਰਕ ਮੁਲਾਕਾਤ – ਜਦੋਂ ਬੱਚਾ ਅਤੇ ਮਾਤਾ-ਪਿਤਾ ਮਿਲਦੇ ਹਨ ਪਰ ਸਰੀਰਕ ਸੰਪਰਕ ਨਹੀ ਕਰਦੇ।

हिंदी: बिना संपर्क मुलाक़ात – जब बच्चा और माता-पिता मिलते हैं लेकिन शारीरिक संपर्क नहीं करते।

NO-FAULT DIVORCE

Definition: A divorce that does not require proof of wrongdoing by either spouse, often based on irreconcilable differences.

Explanation: Divorce without blaming either spouse.

Example: They filed for a no-fault divorce citing irreconcilable differences.

ਪੰਜਾਬੀ: ਬਿਨਾ ਦੋਸ਼ ਤਲਾਕ
ਇਸਦਾ ਮਤਲਬ ਹੈ ਅਜਿਹਾ ਤਲਾਕ ਜਿਸ ਵਿੱਚ ਕਿਸੇ ਪਤੀ ਜਾਂ ਪਤਨੀ ‘ਤੇ ਗਲਤੀ ਜਾਂ ਦੋਸ਼ ਨਹੀ ਲਗਾਇਆ ਜਾਂਦਾ, ਸਗੋਂ ਕੇਵਲ ਅਸਮਝੌਤਾਪਰਕ ਅੰਤਰਾਂ ਕਾਰਨ ਵਿਆਹ ਖਤਮ ਕੀਤਾ ਜਾਂਦਾ ਹੈ।

हिंदी: बिना दोष तलाक
इसका मतलब है ऐसा तलाक जिसमें किसी पति या पत्नी पर गलती या दोष नहीं लगाया जाता, बल्कि केवल असमझौतापरक मतभेदों के कारण विवाह समाप्त किया जाता है।

NONCOMPLIANCE

Definition: The failure or refusal to follow a court order, law, or legal requirement; in family law, noncompliance may involve not paying child support, not following custody or visitation schedules, or ignoring restraining orders.

Explanation: When someone does not do what the court has ordered.

Example: The judge found the father in noncompliance for failing to pay three months of child support.

ਪੰਜਾਬੀ: ਅਣਪਾਲਣਾ
ਇਸਦਾ ਮਤਲਬ ਹੈ ਅਦਾਲਤ ਦੇ ਹੁਕਮਾਂ ਜਾਂ ਨਯਿਮਾਂ ਦੀ ਪਾਲਣਾ ਨਾ ਕਰਨਾ।

हदिी: अनुपालन न करना
इसका मतलब है अदालत के आदेशों या नयिमों का पालन न करना।

NONCUSTODIAL PARENT

Definition: The parent who does not have primary physical custody of the child.

Explanation: The parent the child doesn't mainly live with.

Example: The noncustodial parent has visitation rights.

ਪੰਜਾਬੀ: ਬਨਿਾ ਹਰਿਾਸਤ ਵਾਲਾ ਮਾਤਾ-ਪਤਿਾ
ਇਸਦਾ ਮਤਲਬ ਹੈ ਉਹ ਮਾਂ ਜਾਂ ਪਉਿ ਜਸਿਦੇ ਕੋਲ ਬੱਚਾ ਮੁੱਖ ਤੌਰ 'ਤੇ ਨਹੀ ਰਹਦਿਾ ਪਰ ਉਸਨੂੰ ਮਲਿਣ ਜਾਂ ਸਹਾਇਤਾ ਕਰਨ ਦਾ ਹੱਕ ਹੁੰਦਾ ਹੈ।

हदिी: बनिा अभरिक्षा वाला अभभिावक
इसका मतलब है वह माँ या पति जसिके पास बच्चा मुख्य रूप से नहीं रहता लेकनि उसे मलिने या सहायता करने का अधकिार होता है।

NONMARITAL CHILD SUPPORT

Definition: Financial support ordered for a child whose parents were never married, calculated the same way as for children of married parents.

Explanation: Child support for children of parents who were not married.

Example: The father was ordered to pay nonmarital child support after paternity was established.

ਪੰਜਾਬੀ: ਗੈਰ-ਵਆਿਹੀ ਬੱਚੇ ਦੀ ਸਹਾਇਤਾ – ਅਵਵਿਾਹਤਿ ਮਾਤਾ-ਪਤਿਾ ਦੇ ਬੱਚੇ ਲਈ ਦੱਤਿੀ ਗਈ ਸਹਾਇਤਾ।

हदिी: गैर-ववािहति बच्चे का भरण-पोषण – अववािहति माता-पति के बच्चे के लएि दयिा गया भरण-पोषण।

NOTARIZE

Definition: To have a notary public officially certify the authenticity of a signature on a document, confirming the signer's identity and willingness; in family law, documents such as affidavits, adoption consents, or property agreements may need to be notarized.

Explanation: When a notary officially confirms that a signature on a legal paper is real.

Example: The parents had to notarize their custody agreement before filing it with the court.

ਪੰਜਾਬੀ: ਨੋਟਰੀ ਕਰਨਾ
ਇਸਦਾ ਮਤਲਬ ਹੈ ਜਦੋਂ ਨੋਟਰੀ ਪਬਲਿਕ ਅਧਿਕਾਰਕ ਤੌਰ 'ਤੇ ਦਸਤਾਵੇਜ਼ 'ਤੇ ਦਸਤਖ਼ਤ ਦੀ ਪੁਸ਼ਟੀ ਕਰਦਾ ਹੈ ਤਾਂ ਜੋ ਉਹ ਕਾਨੂੰਨੀ ਤੌਰ 'ਤੇ ਮੰਨਿਆ ਜਾ ਸਕੇ।

हिंदी: नोटरी करना
इसका मतलब है जब नोटरी पब्लिक आधिकारिक रूप से दस्तावेज़ पर हस्ताक्षर की पुष्टि करता है ताकि वह क़ानूनी रूप से मान्य हो सके।

NOTARY PUBLIC

Definition: An official authorized by the state to witness signatures, administer oaths, and certify documents; in family law, a notary public ensures the validity of consents, waivers, and sworn statements.

Explanation: An official who verifies signatures and documents for legal purposes.

Example: The adoption papers were signed in front of a notary public.

ਪੰਜਾਬੀ: ਨੋਟਰੀ ਪਬਲਿਕ
ਨੋਟਰੀ ਪਬਲਿਕ ਇੱਕ ਅਧਿਕਾਰਤ ਵਿਅਕਤੀ ਹੁੰਦਾ ਹੈ ਜੋ ਦਸਤਾਵੇਜ਼ਾਂ ਦੀ ਤਸਦੀਕ ਕਰਦਾ ਹੈ ਅਤੇ ਹਸਤਾਖਰਾਂ ਦੀ ਪੁਸ਼ਟੀ ਕਰਦਾ ਹੈ।

हिंदी: नोटरी पब्लिक
नोटरी पब्लिक एक अधिकृत व्यक्ति होता है जो दस्तावेज़ों का सत्यापन करता है और हस्ताक्षरों की पुष्टि करता है।

NOTICE

Definition: A formal written communication informing a party of legal action, hearing, or court order, required to ensure due process; in family law, notice must be properly served to the other party.

Explanation: An official paper that tells someone about a case or hearing.

Example: The father received notice of the upcoming custody hearing.

ਪੰਜਾਬੀ: ਨੋਟਿਸ

ਨੋਟਿਸ ਇੱਕ ਲਿਖਤੀ ਜਾਂ ਮੌਖਿਕ ਸੂਚਨਾ ਹੈ ਜੋ ਕਿਸੇ ਨੂੰ ਸਮੇਂ ਸਿਰ ਜਾਣਕਾਰੀ ਦੇਣ ਲਈ ਦਿੱਤੀ ਜਾਂਦੀ ਹੈ।

हिंदी: नोटिस

नोटिस एक लिखित या मौखिक सूचना है जो किसी को समय पर जानकारी देने के लिए दी जाती है।

NOTICE OF APPEAL

Definition: A written filing submitted to start an appeal, informing the court and opposing party that the filer seeks review of a judgment; in family law, a notice of appeal is the first step in challenging orders regarding custody, support, or divorce.

Explanation: The paper filed to tell the court you want to appeal a decision.

Example: The mother filed a notice of appeal to challenge the child custody order.

ਪੰਜਾਬੀ: ਅਪੀਲ ਦੀ ਸੂਚਨਾ

ਇਸਦਾ ਮਤਲਬ ਹੈ ਅਦਾਲਤ ਵਿੱਚ ਦਿੱਤਾ ਗਿਆ ਅਧਿਕਾਰਕ ਦਸਤਾਵੇਜ਼ ਜਿਸ ਨਾਲ ਦੱਸਿਆ ਜਾਂਦਾ ਹੈ ਕਿ ਕੋਈ ਪੱਖ ਨੀਚਲੀ ਅਦਾਲਤ ਦੇ ਫ਼ੈਸਲੇ ਖ਼ਿਲਾਫ਼ ਅਪੀਲ ਕਰ ਰਿਹਾ ਹੈ।

हिंदी: अपील की सूचना

इसका मतलब है अदालत में दिया गया आधिकारिक दस्तावेज़ जिसके द्वारा बताया जाता है कि कोई पक्ष निचली अदालत के फैसले के खिलाफ अपील कर रहा है।

NOTICE OF HEARING

Definition: A formal document notifying parties of the date, time, and place of a scheduled court hearing; in family law, proper notice of hearing is required for motions, custody disputes, and support hearings.

Explanation: A paper that tells the parties when and where the hearing will be.

Example: The clerk mailed the notice of hearing to both parents regarding the support modification.

ਪੰਜਾਬੀ: ਸੁਣਵਾਈ ਦੀ ਸੂਚਨਾ
ਇਹ ਇੱਕ ਅਧਕਿਾਰਤ ਦਸਤਾਵੇਜ਼ ਹੈ ਜੋ ਪੱਖਾਂ ਨੂੰ ਅਦਾਲਤੀ ਜਾਂ ਪ੍ਰਸ਼ਾਸਨਕਿ ਸੁਣਵਾਈ ਦੀ ਮਤਿੀ ਅਤੇ ਸਮੇਂ ਬਾਰੇ ਜਾਣਕਾਰੀ ਦੰਿਦਾ ਹੈ।

हदिी: सुनवाई की सूचना
यह एक आधकिारकि दस्तावेज़ है जो पक्षों को अदालत या प्रशासनकि सुनवाई की तारीख और समय की जानकारी देता है।

NOTICE OF RELOCATION

Definition: A legal notice filed by a custodial parent informing the court and the other parent of plans to move the child to a new location.

Explanation: Telling the court and the other parent before moving a child to another place.

Example: The mother filed a notice of relocation before moving with the child to another state.

ਪੰਜਾਬੀ: ਸਥਾਨ ਬਦਲਣ ਦੀ ਸੂਚਨਾ – ਬੱਚੇ ਨੂੰ ਨਵੀ ਜਗ੍ਹਾ ਲਜਿਾਣ ਤੋਂ ਪਹਲਿਾਂ ਅਦਾਲਤ ਅਤੇ ਦੂਜੇ ਮਾਤਾ-ਪਤਿਾ ਨੂੰ ਦੱਿਤੀ ਜਾਣ ਵਾਲੀ ਸੂਚਨਾ।

हदिी: स्थान परविर्तन की सूचना – बच्चे को नई जगह ले जाने से पहले अदालत और दूसरे माता-पिता को दी जाने वाली सूचना।

OATH

Definition: A solemn promise, often made before a judge or notary, to tell the truth or faithfully carry out duties, with penalties for perjury if broken; in family law, parties, witnesses, and interpreters give oaths before testifying.

Explanation: A promise to tell the truth or do one's duty, made formally in court.

Example: The witness took an oath before testifying about the child's living arrangements.

ਪੰਜਾਬੀ: ਕਸਮ
ਕਸਮ ਇੱਕ ਗੰਭੀਰ ਵਚਨ ਹੁੰਦਾ ਹੈ ਜੋ ਸੱਚ ਬੋਲਣ ਜਾਂ ਫਰਜ ਨਿਭਾਉਣ ਲਈ ਖਾਧਾ ਜਾਂਦਾ ਹੈ।

हिंदी: शपथ
शपथ एक गंभीर वचन होता है जो सच बोलने या कर्तव्य निभाने के लिए लिया जाता है।

OBJECT

Definition: To formally oppose evidence, testimony, or procedure during a court proceeding, usually on legal grounds such as relevance or hearsay; in family law, objections protect parties from improper evidence being considered.

Explanation: To tell the judge you disagree with something presented in court and want it excluded.

Example: The attorney raised an objection when the opposing party attempted to introduce hearsay evidence.

ਪੰਜਾਬੀ: ਐਤਰਾਜ਼
ਐਤਰਾਜ਼ ਅਦਾਲਤ ਵਿੱਚ ਕੀਤਾ ਗਿਆ ਵਿਰੋਧ ਹੁੰਦਾ ਹੈ ਜਦੋਂ ਕਿਸੇ ਪੱਖ ਨੂੰ ਕਿਸੇ ਗੱਲ ਜਾਂ ਕਾਰਵਾਈ ਨਾਲ ਅਸਹਮਤੀ ਹੁੰਦੀ ਹੈ।

हिंदी: आपत्ति
आपत्ति अदालत में किया गया विरोध होता है जब किसी पक्ष को किसी बात या कार्यवाही से असहमति होती है।

OBJECTION

Definition: A formal protest raised in court to disallow evidence or testimony.

Explanation: When a lawyer tells the judge that something should not be allowed.

Example: The attorney made an objection to the hearsay testimony.

ਪੰਜਾਬੀ: ਐਤਰਾਜ਼
ਇਸਦਾ ਮਤਲਬ ਹੈ ਅਦਾਲਤ ਵਿੱਚ ਵਕੀਲ ਦੁਆਰਾ ਕਿਹਾ ਗਿਆ ਵਿਰੋਧ ਜਦੋਂ ਉਹ ਸਮਝਦਾ ਹੈ ਕਿ ਦੂਜੇ ਪੱਖ ਦਾ ਸਵਾਲ ਜਾਂ ਸਬੂਤ ਕਾਨੂੰਨੀ ਤੌਰ 'ਤੇ ਠੀਕ ਨਹੀਂ।

हिंदी: आपत्ति
इसका मतलब है अदालत में वकील द्वारा किया गया विरोध जब उसे लगता है कि दूसरे पक्ष का सवाल या साक्ष्य क़ानूनी रूप से सही नहीं है।

OFF THE RECORD

Definition: A statement, discussion, or exchange that is not included in the official transcript of a court proceeding; in family law, judges or attorneys may go off the record for informal discussions, but these do not become part of the case history.

Explanation: Something said in court but not officially recorded as part of the case.

Example: The judge spoke with both attorneys off the record to encourage settlement discussions.

ਪੰਜਾਬੀ: ਰਿਕਾਰਡ ਤੋਂ ਬਾਹਰ
ਰਿਕਾਰਡ ਤੋਂ ਬਾਹਰ ਉਹ ਗੱਲ ਹੁੰਦੀ ਹੈ ਜੋ ਅਧਿਕਾਰਕ ਰਿਕਾਰਡ ਵਿੱਚ ਨਹੀਂ ਜੋੜੀ ਜਾਂਦੀ।

हिंदी: रिकॉर्ड से बाहर
रिकॉर्ड से बाहर वह बात होती है जो आधिकारिक रिकॉर्ड में शामिल नहीं की जाती।

ON OR ABOUT

Definition: A legal phrase used to indicate that an event happened approximately on a certain date, without requiring exact precision; in family law, this is often used in pleadings and testimony.

Explanation: A way of saying that something happened around a specific date, not exactly on it.

Example: The petition alleged that the father stopped paying support on or about June 1.

ਪੰਜਾਬੀ: ਲਗਭਗ ਇਸ ਮਿਤੀ ਤੇ
ਇਹ ਸ਼ਬਦ ਵਰਤੇ ਜਾਂਦੇ ਹਨ ਜਦੋਂ ਕਿਸੇ ਘਟਨਾ ਦੀ ਸਹੀ ਤਾਰੀਖ਼ ਪੱਕੀ ਨਾ ਹੋਵੇ ਪਰ ਲਗਭਗ ਉਸ ਸਮੇਂ ਹੋਈ ਹੋਵੇ।

हिंदी: लगभग इस तारीख़ को
ये शब्द तब प्रयोग किए जाते हैं जब किसी घटना की सही तारीख़ निश्चित न

हो लेकनि वह उस समय के आसपास हुई हो।

ON THE RECORD

Definition: Statements, evidence, or proceedings that are officially transcribed and form part of the case's legal history; in family law, everything said on the record may be reviewed on appeal.

Explanation: Something said in court that is officially recorded as part of the case.

Example: The mother wanted her objection placed on the record to preserve it for appeal.

ਪੰਜਾਬੀ: ਰਕਿਾਰਡ ਤੇ
ਰਕਿਾਰਡ ਤੇ ਉਹ ਗੱਲ ਹੁੰਦੀ ਹੈ ਜੋ ਅਧਕਿਾਰਕ ਤੌਰ ‘ਤੇ ਦਰਜ ਕੀਤੀ ਜਾਂਦੀ ਹੈ ਅਤੇ ਜਸਿਨੂੰ ਸਬੂਤ ਵਜੋਂ ਵਰਤਆਿ ਜਾ ਸਕਦਾ ਹੈ।

हदिी: रकिॉर्ड पर
रकिॉर्ड पर वह बात होती है जो आधकिारकि रूप से दर्ज की जाती है और जसि साक्ष्य के रूप में प्रयोग कयिा जा सकता है।

OPENING ARGUMENTS

Definition: The initial statements made by attorneys at the start of a trial to outline the evidence and legal theories they intend to present; in family law, opening arguments frame the issues of custody, visitation, or support for the judge.

Explanation: The first chance for each lawyer to explain what the case is about and what evidence they will show.

Example: In his opening argument, the father's lawyer emphasized his client's role as primary caregiver.

ਪੰਜਾਬੀ: ਸ਼ੁਰੂਆਤੀ ਦਲੀਲਾਂ
ਸ਼ੁਰੂਆਤੀ ਦਲੀਲਾਂ ਉਹ ਬਆਿਨ ਹੁੰਦੇ ਹਨ ਜੋ ਵਕੀਲ ਕੇਸ ਦੀ ਸ਼ੁਰੂਆਤ ਵੱਚਿ ਅਦਾਲਤ ਅੱਗੇ ਆਪਣੀ ਪੱਖ ਦੀ ਜਾਣਕਾਰੀ ਦੇਣ ਲਈ ਕਰਦੇ ਹਨ।

हदिी: प्रारंभकि दलीलें
प्रारंभकि दलीलें वे बयान होते हैं जो वकील मुकदमे की शुरुआत में अदालत के सामने अपने पक्ष की जानकारी देने के लिए करते हैं।

OPENING STATEMENT

Definition: Similar to an opening argument, it is a formal presentation at the start of trial summarizing what each party expects the evidence will show; in family law, opening statements prepare the judge to understand the custody or support issues at stake.

Explanation: A short overview at the beginning of trial about what each side will try to prove.

Example: The mother's attorney gave an opening statement explaining why sole custody served the child's best interests.

ਪੰਜਾਬੀ: ਸ਼ੁਰੂਆਤੀ ਬਆਿਨ
ਇਸਦਾ ਮਤਲਬ ਹੈ ਕੇਸ ਦੀ ਸ਼ੁਰੂਆਤ ਵੱਚਿ ਵਕੀਲ ਦੁਆਰਾ ਜੱਜ ਜਾਂ ਜੂਰੀ ਅੱਗੇ ਦੱਤਿਾ ਗਆਿ ਬਆਿਨ ਜਸਿ ਵੱਚਿ ਉਹ ਦੱਸਦਾ ਹੈ ਕਿ ਕੇਸ ਵੱਚਿ ਕੀ ਸਾਬਤ ਕਰਨ ਦੀ ਕੋਸ਼ਸ਼ਿ ਕਰੇਗਾ।

हदिी: प्रारंभकि वक्तव्य
इसका मतलब है मुकदमे की शुरुआत में वकील द्वारा न्यायाधीश या जूरी के सामने दयिा गया बयान जसिमें वह बताता है कि केस में क्या साबति करने की कोशशि करेगा।

OPINION

Definition: A written explanation by a judge or appellate court setting forth the reasoning behind a decision; in family law, opinions may interpret custody statutes, support guidelines, or constitutional rights.

Explanation: A judge's written explanation of why they made their decision.

Example: The appellate court's opinion explained why the custody ruling was affirmed.

ਪੰਜਾਬੀ: ਰਾਇ
ਰਾਇ ਅਦਾਲਤ ਜਾਂ ਜੱਜ ਦੁਆਰਾ ਦੱਤਿਾ ਗਆਿ ਲਖਿਤੀ ਫੈਸਲਾ ਜਾਂ ਵਚਿਾਰ ਹੁੰਦਾ ਹੈ ਜੋ ਕੇਸ ਦੇ ਨਤੀਜੇ ਦੀ ਵਆਿਖਆਿ ਕਰਦਾ ਹੈ।

हदिी: राय
राय अदालत या न्यायाधीश द्वारा दयिा गया लखिति नरि्णय या वचिार होता है जो मामले के परणिाम की व्याख्या करता है।

ORDER

Definition: A written or spoken command issued by a court or judge requiring action or forbidding it.

Explanation: A judge's official instruction.

Example: The judge issued an order granting visitation rights.

ਪੰਜਾਬੀ: ਹੁਕਮ
ਇਸਦਾ ਮਤਲਬ ਹੈ ਅਦਾਲਤ ਦੁਆਰਾ ਜਾਰੀ ਕੀਤਾ ਗਿਆ ਅਧਿਕਾਰਕ ਨਿਰਦੇਸ਼ ਜਿਸਦੀ ਪਾਲਣਾ ਕਰਨੀ ਲਾਜ਼ਮੀ ਹੁੰਦੀ ਹੈ।

हिंदी: आदेश
इसका मतलब है अदालत द्वारा जारी किया गया आधिकारिक निर्देश जिसकी पालना करना अनिवार्य होता है।

ORDER TO SHOW CAUSE (OSC)

Definition: A court order requiring a party to appear and explain why the court should not take a proposed action.

Explanation: A notice telling someone to come to court and explain themselves.

Example: The judge issued an order to show cause in the custody matter.

ਪੰਜਾਬੀ: ਕਾਰਨ ਦੱਸਣ ਦਾ ਹੁਕਮ
ਕਾਰਨ ਦੱਸਣ ਦਾ ਹੁਕਮ ਅਦਾਲਤ ਵੱਲੋਂ ਜਾਰੀ ਕੀਤਾ ਗਿਆ ਹੁਕਮ ਹੁੰਦਾ ਹੈ ਜਿਸ ਵਿੱਚ ਪੱਖ ਨੂੰ ਇਹ ਸਮਝਾਉਣ ਲਈ ਕਿਹਾ ਜਾਂਦਾ ਹੈ ਕਿ ਕਿਸੇ ਵਿਸ਼ੇਸ਼ ਕਾਰਵਾਈ ਕਿਉਂ ਨਾ ਕੀਤੀ ਜਾਵੇ।

हिंदी: कारण बताओ आदेश
कारण बताओ आदेश अदालत द्वारा जारी किया गया आदेश होता है जिसमें पक्ष को यह समझाने के लिए कहा जाता है कि किसी विशेष कार्रवाई को क्यों न किया जाए।

ORDINANCE

Definition: A law or regulation enacted by a city, county, or other local government authority; in family law, ordinances may relate to housing, zoning, domestic partnerships, or local protections against harassment and abuse.

Explanation: A local law made by a city or county.

Example: The court referenced a county ordinance requiring background checks for childcare providers.

ਪੰਜਾਬੀ: ਨਯਿਮ / ਉਪਬੰਧ
ਇਸਦਾ ਮਤਲਬ ਹੈ ਸਥਾਨਕ ਸਰਕਾਰ ਜਾਂ ਨਗਰ ਪਾਲਕਿਾ ਦੁਆਰਾ ਬਣਾਇਆ ਗਆਿ ਕਾਨੂੰਨ ਜਾਂ ਨਯਿਮ।

हदिी: उपवधि/ उपबंध
इसका मतलब है स्थानीय सरकार या नगरपालकिा द्वारा बनाया गया क़ानून या नयिम।

OUTSTANDING DEBTS

Definition: Financial obligations that remain unpaid at the time of legal proceedings; in family law, outstanding debts acquired during the marriage may be considered community or marital debts and divided between spouses.

Explanation: Money that is still owed and has not yet been paid off.

Example: The divorce decree required the couple to divide their outstanding debts equally, including loans and credit cards.

ਪੰਜਾਬੀ: ਬਕਾਇਆ ਕਰਜ਼ੇ
ਬਕਾਇਆ ਕਰਜ਼ੇ ਉਹ ਰਕਮ ਹੁੰਦੀ ਹੈ ਜੋ ਅਜੇ ਤੱਕ ਅਦਾ ਨਹੀ ਕੀਤੀ ਗਈ ਤੇ ਜਸਿਦੀ ਭੁਗਤਾਨੀ ਬਾਕੀ ਹੈ।

हदिी: बकाया कर्ज
बकाया कर्ज वह राश हिोती है जो अभी तक चुकाई नहीं गई है और जसिका भुगतान शेष है।

OVERRULE

Definition: A judicial ruling that rejects an objection raised during a hearing or trial, allowing the evidence or testimony to be admitted; in appellate practice, to overrule also means to reverse or set aside a prior precedent.

Explanation: When the judge rejects a lawyer's objection and lets the evidence or testimony in.

Example: The father's attorney objected to the testimony, but the judge overruled the objection and allowed it.

ਪੰਜਾਬੀ: ਅਣਮੰਨਣਾ / ਰੱਦ ਕਰਨਾ
ਇਸਦਾ ਮਤਲਬ ਹੈ ਜਦੋਂ ਜੱਜ ਅਦਾਲਤ ਵੱਚਿ ਵਕੀਲ ਦੁਆਰਾ ਕੀਤੇ ਐਤਰਾਜ਼ ਨੂੰ ਮਣੀਕਾਰ ਨਾ ਕਰਦਾ ਅਤੇ ਕਾਰਵਾਈ ਅੱਗੇ ਵਧਾਉਣ ਦੀ ਆਗਿਆ ਦੇਂਦਾ ਹੈ।

हदिी: आपत्ति खारजि करना
इसका मतलब है जब न्यायाधीश अदालत में वकील द्वारा की गई आपत्ति को स्वीकार नहीं करता और कार्यवाही आगे बढ़ाने की अनुमति देता है।

PAIN AND SUFFERING

Definition: A category of damages awarded for physical discomfort, emotional distress, or mental anguish caused by wrongful acts; in family law, claims for pain and suffering may arise in cases involving domestic violence or intentional infliction of emotional harm.

Explanation: Money a court may order as compensation for physical or emotional harm.

Example: The mother sought damages for pain and suffering caused by years of domestic abuse.

ਪੰਜਾਬੀ: ਦਰਦ ਅਤੇ ਪੀੜਾ
ਦਰਦ ਅਤੇ ਪੀੜਾ ਉਹ ਸਰੀਰਕ ਜਾਂ ਮਾਨਸਕਿ ਤਕਲੀਫ਼ ਹੁੰਦੀ ਹੈ ਜੋ ਕਸਿੇ ਹਾਦਸੇ ਜਾਂ ਗਲਤ ਕੰਮ ਦੇ ਕਾਰਨ ਝੱਲਣੀ ਪੈਂਦੀ ਹੈ।

हदिी: दर्द और कष्ट
दर्द और कष्ट वह शारीरकि या मानसकि तकलीफ़ होती है जो कसिी दुर्घटना या गलत कार्य के कारण सहनी पड़ती है।

PALIMONY

Definition: A slang term for financial support claimed by one unmarried partner from another after the end of a cohabiting relationship, based on contract or equitable principles rather than family law statutes.

Explanation: Support money (like alimony) requested by an unmarried partner after separation, but based on an agreement or fairness.

Example: She sued for palimony, arguing her partner had promised to support her even though they never married.

ਪੰਜਾਬੀ: ਪੈਲਮਿੋਨੀ – ਵੱਿਤੀ ਸਹਾਇਿਤਾ ਜੋ ਗੈਰ-ਵਿਆਹੇ ਸਾਥੀ ਵੱਖ ਹੋਣ ਤੋਂ ਬਾਅਦ ਸਮਝੌਤੇ ਜਾਂ ਇਨਸਾਫ਼ ਦੇ ਅਧਾਰ 'ਤੇ ਮੰਗਦਾ ਹੈ, ਨਾ ਕਿ ਪਰਿਵਾਰਕ ਕਾਨੂੰਨ ਦੇ ਨਿਯਮਾਂ ਰਾਹੀਂ।

हिंदी: पैलमोनी – वित्तीय सहायता जो अविवाहित साथी अलगाव के बाद समझौते या न्याय के आधार पर मांगता है, न कि पारिवारिक कानून के नियमों के तहत।

PARENT

Definition: A person who has a legal relationship with a child, either biologically or through adoption, carrying rights and responsibilities for care, custody, and support; in family law, a parent may also be established through court adjudication or voluntary acknowledgment.

Explanation: A child's legal mother or father, with duties of care and support.

Example: The court determined that both parents would share legal custody of the child.

ਪੰਜਾਬੀ: ਮਾਤਾ ਪਿਤਾ
ਮਾਤਾ ਪਿਤਾ ਉਹ ਵਿਅਕਤੀ ਹੁੰਦੇ ਹਨ ਜੋ ਬੱਚੇ ਨੂੰ ਜਨਮ ਦੇਣ ਜਾਂ ਉਸਦੀ ਦੇਖਭਾਲ ਕਰਨ ਵਾਲੇ ਹੁੰਦੇ ਹਨ।

हिंदी: माता पिता
माता पिता वे व्यक्ति होते हैं जो बच्चे को जन्म देने या उसकी देखभाल करने वाले होते हैं।

PARENTAL RIGHTS

Definition: The legal rights and responsibilities parents have toward their children, including custody and decision-making.

Explanation: The legal powers and duties parents have over children.

Example: The court discussed terminating parental rights in the adoption case.

ਪੰਜਾਬੀ: ਮਾਤਾ ਪਿਤਾ ਦੇ ਅਧਿਕਾਰ
ਮਾਤਾ ਪਿਤਾ ਦੇ ਅਧਿਕਾਰ ਉਹ ਕਾਨੂੰਨੀ ਹੱਕ ਹੁੰਦੇ ਹਨ ਜੋ ਮਾਤਾ ਪਿਤਾ ਨੂੰ ਆਪਣੇ ਬੱਚੇ

ਦੀ ਪਰਵਰਸ਼ਿ, ਸੱਖਿਆ ਅਤੇ ਫ਼ੈਸਲੇ ਕਰਨ ਲਈ ਮਲਿਦੇ ਹਨ।

हिंदी: मातापिता के अधिकार

मातापिता के अधिकार वे कानूनी हक़ होते हैं जो माता पिता को अपने बच्चे की परवरिश, शिक्षा और निर्णय लेने के लिए मिलते हैं।

PARENTING COURSE

Definition: A court-ordered educational program designed to teach parents effective communication, conflict resolution, and strategies to minimize the negative impact of divorce or separation on children; many jurisdictions require parenting courses in custody or divorce cases before final orders are entered.

Explanation: A class parents must take to learn how to help their children during divorce or custody disputes.

Example: The judge required both parents to complete a parenting course before finalizing the custody arrangement.

ਪੰਜਾਬੀ: ਮਾਤਾ ਪਤਿਾ ਦੀ ਪ੍ਰਸ਼ਕਿਸ਼ਣ ਕਲਾਸ

ਮਾਤਾ ਪਤਿਾ ਦੀ ਪ੍ਰਸ਼ਕਿਸ਼ਣ ਕਲਾਸ ਉਹ ਕਾਰਜਕ੍ਰਮ ਹੁੰਦਾ ਹੈ ਜਸਿ ਵੱਚਿ ਮਾਪਆਿਂ ਨੂੰ ਬੱਚਆਿਂ ਦੀ ਸੰਭਾਲ ਅਤੇ ਪਰਵਰਸ਼ਿ ਬਾਰੇ ਸਖਿਾਇਆ ਜਾਂਦਾ ਹੈ।

हिंदी: पालन-पोषण पाठ्यक्रम

पालन-पोषण पाठ्यक्रम वह कार्यक्रम होता है जिसमें माता-पिता को बच्चों की देखभाल और परवरिश के बारे में सिखाया जाता है।

PARENTING PLAN

Definition: A written agreement or court order that outlines custody and visitation arrangements.

Explanation: A plan that explains custody and visitation details for the child.

Example: The parents submitted a parenting plan to the court.

ਪੰਜਾਬੀ: ਮਾਤਾ ਪਤਿਾ ਦੀ ਯੋਜਨਾ

ਮਾਤਾ ਪਤਿਾ ਦੀ ਯੋਜਨਾ ਇੱਕ ਲਖਿਤੀ ਸਮਝੌਤਾ ਹੁੰਦਾ ਹੈ ਜਸਿ ਵੱਚਿ ਇਹ ਦਰਸਾਇਆ ਜਾਂਦਾ ਹੈ ਕਿ ਬੱਚੇ ਦੀ ਦੇਖਭਾਲ, ਰਹਣਿ ਦੀ ਵਵਿਸਥਾ ਅਤੇ ਜ਼ੰਿਮੇਵਾਰੀਆਂ ਕਵਿੇਂ ਵੰਡੀਆਂ ਜਾਣਗੀਆਂ।

हिंदी: पालन-पोषण योजना

पालन-पोषण योजना एक लखिति समझौता होता है जसिमें यह बताया जाता है कि बिच्चे की देखभाल, रहने की व्यवस्था और ज़म्मिेदारयिाँ कैसे बाँटी जाएँगी।

PARENTING SKILLS EVALUATION

Definition: An assessment of a parent's ability to provide proper care, discipline, and support for their child, often ordered in custody disputes.

Explanation: An evaluation to see if a parent has the skills to care for a child properly.

Example: The judge ordered a parenting skills evaluation before deciding custody.

ਪੰਜਾਬੀ: ਮਾਤਾ-ਪਿਤਾ ਦੀਆਂ ਹੁਨਰ ਮੁਲਾਂਕਣ – ਬੱਚੇ ਦੀ ਸਹੀ ਦੇਖਭਾਲ ਕਰਨ ਲਈ ਮਾਤਾ-ਪਿਤਾ ਦੀ ਯੋਗਤਾ ਦੀ ਜਾਂਚ।

हदिी: पालन कौशल मूल्यांकन – बच्चे की सही देखभाल करने के लिए माता-पिता की योग्यता की जाँच।

PARENTING TIME

Definition: The court-ordered schedule that determines when each parent will spend time with their child, sometimes referred to as visitation; in family law, parenting time is structured around the best interests of the child and may be supervised or unsupervised.

Explanation: The schedule showing when a parent is allowed to be with their child.

Example: The divorce decree gave the father parenting time every other weekend and one evening per week.

ਪੰਜਾਬੀ: ਮਾਤਾ-ਪਿਤਾ ਨਾਲ ਸਮਾਂ
ਇਸਦਾ ਮਤਲਬ ਹੈ ਉਹ ਸਮਾਂ ਜੋ ਅਦਾਲਤ ਦੇ ਹੁਕਮ ਜਾਂ ਸਮਝੌਤੇ ਅਨੁਸਾਰ ਬੱਚਾ ਆਪਣੇ ਮਾਤਾ ਜਾਂ ਪਿਤਾ ਦੇ ਨਾਲ ਬਿਤਾਉਂਦਾ ਹੈ।

हदिी: पालन-पोषण का समय
इसका मतलब है वह समय जो अदालत के आदेश या समझौते के अनुसार बच्चा अपने माता या पिता के साथ बिताता है।

PARTIES

Definition: The individuals or entities directly involved in a legal case who have legal rights and obligations in the proceedings; in family law, parties typically include spouses, parents, or guardians.

Explanation: The people who are part of a legal case.

Example: The court reminded the parties that the custody hearing was about the child's best interests, not personal grievances.

ਪੰਜਾਬੀ: ਪੱਖਾਂ

ਪੱਖਾਂ ਉਹ ਵਿਅਕਤੀ ਜਾਂ ਸਮੂਹ ਹੁੰਦੇ ਹਨ ਜੋ ਕਿਸੇ ਕਾਨੂੰਨੀ ਮਾਮਲੇ ਜਾਂ ਮੁਕੱਦਮੇ ਵਿੱਚ ਸਿੱਧੇ ਤੌਰ 'ਤੇ ਸ਼ਾਮਲ ਹੁੰਦੇ ਹਨ।

हिंदी: पक्षकार

पक्षकार वे व्यक्ति या समूह होते हैं जो किसी कानूनी मामले या मुकदमे में सीधे तौर पर शामिल होते हैं।

PARTY

Definition: A single individual or entity that takes part in a legal case; in family law, a party may be a spouse, parent, or guardian involved in proceedings concerning divorce, custody, support, or adoption.

Explanation: One person who is officially part of a court case.

Example: The father was named as a party in the child custody proceedings.

ਪੰਜਾਬੀ: ਪੱਖ

ਪੱਖ ਉਹ ਵਿਅਕਤੀ ਜਾਂ ਸਮੂਹ ਹੁੰਦਾ ਹੈ ਜੋ ਕਿਸੇ ਕਾਨੂੰਨੀ ਮਾਮਲੇ ਜਾਂ ਮੁਕੱਦਮੇ ਵਿੱਚ ਸਿੱਧੇ ਤੌਰ 'ਤੇ ਸ਼ਾਮਲ ਹੁੰਦਾ ਹੈ।

हिंदी: पक्ष

पक्ष वह व्यक्ति या समूह होता है जो किसी कानूनी मामले या मुकदमे में सीधे तौर पर शामिल होता है।

PATERNITY

Definition: Legal determination of fatherhood, often through genetic testing or acknowledgment forms.

Explanation: The legal process of deciding who the father is.

Example: The mother filed a case to establish paternity.

ਪੰਜਾਬੀ: ਪਤਿ੍ਰਤਾ
ਪਤਿ੍ਰਤਾ ਬੱਚੇ ਅਤੇ ਪਤਿਾ ਦੇ ਰਸ਼ਿਤੇ ਦੀ ਕਾਨੂੰਨੀ ਪਹਚਿਾਣ ਹੁੰਦੀ ਹੈ।

हदिी: पितृत्व
पितृत्व बच्चे और पिता के संबंध की कानूनी पहचान होती है।

PAYABLE

Definition: A financial obligation that is due to be paid, either immediately or at a set date, often referenced in judgments or support orders.

Explanation: Money that must be paid under a court order.

Example: Child support was payable on the first of each month.

ਪੰਜਾਬੀ: ਅਦਾਇਗੀਯੋਗ
ਅਦਾਇਗੀਯੋਗ ਉਹ ਰਕਮ ਹੁੰਦੀ ਹੈ ਜੋ ਕਸਿੇ ਨਸ਼ਿਚਤਿ ਸਮੇਂ ‘ਤੇ ਦੇਣੀ ਲਾਜ਼ਮੀ ਹੁੰਦੀ ਹੈ।

हदिी: देय
देय वह राशि होती है जो कसिी नशि्चति समय पर चुकाना अनविार्य होता है।

PAYMENT

Definition: The transfer of money or value to satisfy a legal obligation; in family law, payments typically include child support, spousal support, or reimbursement of expenses.

Explanation: Money given to meet a court-ordered duty.

Example: The father made his monthly child support payment on time.

ਪੰਜਾਬੀ: ਭੁਗਤਾਨ
ਭੁਗਤਾਨ ਉਹ ਰਕਮ ਜਾਂ ਮੁੱਲ ਹੁੰਦਾ ਹੈ ਜੋ ਕਸਿੇ ਵਸਤੂ ਜਾਂ ਸੇਵਾ ਦੇ ਬਦਲੇ ਦੱਤਿਾ ਜਾਂਦਾ ਹੈ।

हदिी: भुगतान
भुगतान वह राशि या मूल्य होता है जो कसिी वस्तु या सेवा के बदले दयिा जाता है।

PENALTY

Definition: A punishment, fine, or consequence imposed for violating a law or court order; in family law, penalties may include fines for contempt or sanctions for late support payments.

Explanation: Consequences for breaking the law or ignoring a court order.

Example: The court imposed a penalty for failure to follow the visitation schedule.

ਪੰਜਾਬੀ: ਜੁਰਮਾਨਾ
ਜੁਰਮਾਨਾ ਉਹ ਸਜ਼ਾ ਜਾਂ ਰਕਮ ਹੁੰਦੀ ਹੈ ਜੋ ਕਾਨੂੰਨ ਤੋੜਣ ਜਾਂ ਨਯਿਮ ਦੀ ਉਲੰਘਣਾ ਕਰਨ 'ਤੇ ਦੇਣੀ ਪੈਂਦੀ ਹੈ।

हदिी: दंड
दंड वह सज़ा या राशि होती है जो क़ानून तोड़ने या नयिम का उल्लंघन करने पर देनी पड़ती है।

PENALTY OF PERJURY

Definition: A statement made under oath that the signer affirms is true, with the risk of criminal penalties if the statement is false.

Explanation: Signing or declaring something as true, with punishment if it turns out false.

Example: The financial disclosure form was signed under penalty of perjury.

ਪੰਜਾਬੀ: ਝੂਠੀ ਗਵਾਹੀ ਦੀ ਸਜ਼ਾ
ਝੂਠੀ ਗਵਾਹੀ ਦੀ ਸਜ਼ਾ ਉਹ ਕਾਨੂੰਨੀ ਸਜ਼ਾ ਹੁੰਦੀ ਹੈ ਜੋ ਅਦਾਲਤ ਵੱਚਿ ਝੂਠ ਬੋਲਣ ਜਾਂ ਗਲਤ ਬਆਿਨ ਦੇਣ 'ਤੇ ਮਲਿਦੀ ਹੈ।

हदिी: झूठी गवाही का दंड
झूठी गवाही का दंड वह कानूनी सज़ा होती है जो अदालत में झूठ बोलने या ग़लत बयान देने पर मलिती है।

PENDING

Definition: A legal case or issue that is currently active and awaiting resolution.

Explanation: A case that has been started but not yet finished.

Example: The custody case is still pending before the family court.

ਪੰਜਾਬੀ: ਬਕਾਇਆ / ਲੰਬਤਿ
ਇਸਦਾ ਮਤਲਬ ਹੈ ਕੋਈ ਮਾਮਲਾ ਜਾਂ ਅਰਜ਼ੀ ਜੋ ਅਦਾਲਤ ਵੱਚਿ ਚੱਲ ਰਹੀ ਹੈ ਪਰ ਅਜੇ ਫ਼ੈਸਲਾ ਨਹੀ ਹੋਇਆ।

हदिी: लंबति
इसका मतलब है कोई मामला या याचकिा जो अदालत में चल रही है लेकनि अभी नरि्णय नहीं हुआ।

PEREIRA METHOD

Definition: A method used in California family law to divide community and separate property interests in a business when community labor has significantly increased its value. The Pereira method allocates a fair rate of return on the separate property investment, and the remainder of the growth is treated as community property. It comes from Pereira v. Pereira (1909).

Explanation: A way to divide a business in divorce: the original investment stays separate, but most of the increase in value from work during the marriage is shared.

Example: The court applied the Pereira method, awarding the husband a return on his original investment and classifying the rest of the business growth as community property.

ਪੰਜਾਬੀ: ਪੇਰੇਰਾ ਵਧਿੀ – ਕੈਲੀਫ਼ੋਰਨੀਆ ਪਰਵਿਾਰਕ ਕਾਨੂੰਨ ਵੱਚਿ ਵਰਤੀ ਜਾਣ ਵਾਲੀ ਵਧਿੀ ਜਸਿ ਨਾਲ ਕਾਰੋਬਾਰ ਦੀ ਵੰਡ ਕੀਤੀ ਜਾਂਦੀ ਹੈ ਜਦੋਂ ਵਆਿਹ ਦੌਰਾਨ ਕੀਤੇ ਗਏ ਸਾਂਝੇ ਉੱਦਮ ਨਾਲ ਉਸਦੀ ਕੀਮਤ ਵਧਦੀ ਹੈ। ਇਹ ਵਧਿੀ ਮੁੱਢਲੇ ਨਵਿੇਸ਼ 'ਤੇ ਵਾਜਬ ਵਾਪਸੀ ਨੂੰ ਅਲੱਗ ਸੰਪਤੀ ਮੰਨਦੀ ਹੈ, ਅਤੇ ਬਾਕੀ ਵਾਧੇ ਨੂੰ ਸਾਂਝੀ ਸੰਪਤੀ ਮੰਨਦੀ ਹੈ। Pereira v. Pereira (1909) ਤੋਂ ਆਈ ਹੈ।

हदिी: पेरेरा पद्धत– कैलफ़िोर्नयिा पारवािरकि कानून में प्रयुक्त एक पद्धत जिसिके द्वारा व्यवसाय का वभिाजन कयिा जाता है जब ववािह के दौरान कएि गए संयुक्त प्रयास से उसकी कीमत बढ़ती है। यह पद्धत मिूल नविेश पर उचति प्रतफिल को अलग संपत्त मिानती है और बाकी वृद्ध कि ो संयुक्त संपत्त मिानती है। यह Pereira v. Pereira (1909) मामले से आई है।

PEREMPTORY CHALLENGE

Definition: The right of a party to reject a potential juror without stating a reason, limited in number by statute or rule. Rare in family law, since most trials are bench trials.

Explanation: The right to excuse a juror without giving a reason.

Example: During jury selection in a family-related tort case, the attorney exercised a peremptory challenge.

ਪੰਜਾਬੀ: ਬਨਿਾ ਕਾਰਨ ਚੁਣੌਤੀ
ਬਨਿਾ ਕਾਰਨ ਚੁਣੌਤੀ ਉਹ ਅਧਕਿਾਰ ਹੁੰਦਾ ਹੈ ਜਸਿ ਨਾਲ ਵਕੀਲ ਕਸਿੇ ਜੁਰੀ ਮੈਂਬਰ ਨੂੰ ਬਨਿਾ ਕਾਰਨ ਦੱਸੇ ਹਟਾ ਸਕਦਾ ਹੈ।

हदिी: नरिाधार चुनौती
नरिाधार चुनौती वह अधकिार होता है जसिसे वकील कसिी जूरी सदस्य को बनिा कारण बताए हटा सकता है।

PERJURY

Definition: The criminal offense of knowingly making a false statement under oath in a judicial proceeding.

Explanation: Lying under oath in court or in sworn documents.

Example: The mother faced charges of perjury for lying in her affidavit about her income.

ਪੰਜਾਬੀ: ਝੂਠੀ ਗਵਾਹੀ
ਝੂਠੀ ਗਵਾਹੀ ਅਦਾਲਤ ਵੱਚਿ ਸੱਚਾਈ ਦੀ ਥਾਂ ਝੂਠ ਬੋਲਣ ਜਾਂ ਗਲਤ ਬਆਿਨ ਦੇਣ ਦੀ ਕਰਤੂਤ ਹੁੰਦੀ ਹੈ।

हदिी: झूठी गवाही
झूठी गवाही अदालत में सच की जगह झूठ बोलने या ग़लत बयान देने का कार्य होता है।

PERMANENT GUARDIANSHIP

Definition: A long-term order giving a guardian legal custody and decision-making rights for a child until adulthood, without terminating parental rights.

Explanation: When a guardian gets long-term legal custody of a child until adulthood.

Example: The aunt was granted permanent guardianship after repeated parental neglect.

ਪੰਜਾਬੀ: ਸਥਾਈ ਸਰਪ੍ਰਸਤ – ਲੰਬੇ ਸਮੇਂ ਲਈ ਅਦਾਲਤ ਦੁਆਰਾ ਦਿੱਤਾ ਗਿਆ ਸੁਰੱਖਿਆ ਹੁਕਮ।

हिंदी: स्थायी अभिभावकता – लंबे समय के लिए अदालत द्वारा दिया गया अभिरक्षा आदेश।

PERSONAL PROPERTY

Definition: Movable property owned by a person, not including land or buildings; in family law, personal property may be divided during divorce.

Explanation: Belongings other than land or houses, such as cars, jewelry, or furniture.

Example: The divorce decree divided personal property, giving the mother the family car.

ਪੰਜਾਬੀ: ਨਿੱਜੀ ਸੰਪਤੀ
ਨਿੱਜੀ ਸੰਪਤੀ ਉਹ ਚੀਜ਼ਾਂ ਹੁੰਦੀਆਂ ਹਨ ਜੋ ਕਿਸੇ ਵਿਅਕਤੀ ਦੀਆਂ ਆਪਣੀਆਂ ਹੁੰਦੀਆਂ ਹਨ ਪਰ ਜ਼ਮੀਨ ਜਾਂ ਇਮਾਰਤ ਨਹੀ ਹੁੰਦੀਆਂ, ਜਿਵੇਂ ਕਾਰ, ਕੱਪੜੇ ਜਾਂ ਫਰਨੀਚਰ।

हिंदी: व्यक्तिगत संपत्ति
व्यक्तिगत संपत्ति वे वस्तुएँ होती हैं जो किसी व्यक्ति की अपनी होती हैं लेकिन ज़मीन या इमारत नहीं होतीं, जैसे गाड़ी, कपड़े या फर्नीचर।

PETITION

Definition: A formal written request to the court seeking legal relief or action.

Explanation: A legal paper asking the court to decide on an issue.

Example: The father filed a petition for joint custody.

ਪੰਜਾਬੀ: ਅਰਜ਼ੀ
ਅਰਜ਼ੀ ਇੱਕ ਲਿਖਤੀ ਬੇਨਤੀ ਹੁੰਦੀ ਹੈ ਜੋ ਅਦਾਲਤ ਜਾਂ ਅਧਿਕਾਰਤ ਅਧਿਕਾਰੀ ਅੱਗੇ ਕਿਸੇ ਹੱਕ ਜਾਂ ਕਾਰਵਾਈ ਲਈ ਪੇਸ਼ ਕੀਤੀ ਜਾਂਦੀ ਹੈ।

हिंदी: याचिका
याचिका एक लिखित प्रार्थना होती है जो अदालत या अधिकृत अधिकारी के

सामने कसिी अधकिार या कार्रवाई के लएि प्रस्तुत की जाती है।

PETITIONER

Definition: The party who initiates a case by filing a petition.

Explanation: The person who starts a case in court.

Example: The petitioner asked for spousal support in addition to custody.

ਪੰਜਾਬੀ: ਅਰਜ਼ੀਕਰਤਾ
ਅਰਜ਼ੀਕਰਤਾ ਉਹ ਵਅਿਕਤੀ ਹੁੰਦਾ ਹੈ ਜੋ ਅਦਾਲਤ ਵੱਿਚ ਅਰਜ਼ੀ ਜਾਂ ਯਾਚਕਿਾ ਦਾਇਰ ਕਰਦਾ ਹੈ।

हदिी: याचकिाकर्ता
याचकिाकर्ता वह व्यक्ति होता है जो अदालत में याचकिा दायर करता है।

PLACEMENT

Definition: The arrangement of where a child will live, either temporarily or permanently, by court order.

Explanation: The decision of where a child will live.

Example: The court ordered placement of the child with relatives during the investigation.

ਪੰਜਾਬੀ: ਤਾਇਨਾਤੀ
ਤਾਇਨਾਤੀ ਉਹ ਪ੍ਰਕਰਿਆਿ ਹੁੰਦੀ ਹੈ ਜਸਿ ਵੱਿਚ ਕਸਿੇ ਵਅਿਕਤੀ, ਖ਼ਾਸਕਰ ਬੱਚੇ ਨੂੰ, ਰਹਣਿ ਜਾਂ ਦੇਖਭਾਲ ਲਈ ਕਸਿੇ ਖ਼ਾਸ ਥਾਂ ‘ਤੇ ਰੱਖਆਿ ਜਾਂਦਾ ਹੈ।

हदिी: नयिुक्ति
नयिुक्ति वह प्रकर्यिा होती है जसिमें कसिी व्यक्ति, वशिेषकर बच्चे को, रहने या देखभाल के लएि कसिी वशिेष स्थान पर रखा जाता है।

PLAINTIFF

Definition: The party who brings a lawsuit by filing a complaint.

Explanation: The person who starts a case asking the court for relief.

Example: The plaintiff filed for divorce citing irreconcilable differences.

ਪੰਜਾਬੀ: ਮੁਅੱਦਈ
ਮੁਅੱਦਈ ਉਹ ਵਿਅਕਤੀ ਹੁੰਦਾ ਹੈ ਜੋ ਅਦਾਲਤ ਵੱਚਿ ਮਾਮਲਾ ਦਾਇਰ ਕਰਦਾ ਹੈ ਤਾਕ ਿਆਪਣੇ ਹੱਕ ਦੀ ਰੱਖਿਆ ਕਰ ਸਕੇ ਜਾਂ ਨਿਆਂ ਲੈ ਸਕੇ।

हिंदी: वादी
वादी वह व्यक्ति होता है जो अदालत में मुकदमा दायर करता है ताकि अपने अधिकार की रक्षा कर सके या न्याय प्राप्त कर सके।

PLEADINGS

Definition: Formal written documents filed in court that state the parties' claims, defenses, and positions.

Explanation: The written papers that tell the court each side's position.

Example: The pleadings in the custody case included allegations of neglect.

ਪੰਜਾਬੀ: ਦਲੀਲਾਂ ਦੇ ਦਸਤਾਵੇਜ਼
ਦਲੀਲਾਂ ਦੇ ਦਸਤਾਵੇਜ਼ ਉਹ ਲਿਖਤੀ ਕਾਗਜ਼ਾਤ ਹੁੰਦੇ ਹਨ ਜੋ ਅਦਾਲਤ ਵੱਚਿ ਪੱਖਾਂ ਵੱਲੋਂ ਆਪਣਾ ਕੇਸ ਪੇਸ਼ ਕਰਨ ਲਈ ਦੱਤਿ ਜਾਂਦੇ ਹਨ।

हिंदी: दलीलों के दस्तावेज़
दलीलों के दस्तावेज़ वे लिखित कागज़ात होते हैं जो अदालत में पक्षों द्वारा अपना मामला प्रस्तुत करने के लिए दिए जाते हैं।

POSSESSION

Definition: The control or holding of property, either physical or legal; in family law, it may refer to temporary possession of a marital home or belongings.

Explanation: Having or controlling property.

Example: The mother was given temporary possession of the family residence.

ਪੰਜਾਬੀ: ਕਬਜ਼ਾ
ਕਬਜ਼ਾ ਕਸਿ ਚੀਜ਼ ਜਾਂ ਸੰਪਤੀ 'ਤੇ ਨਯਿੰਤਰਣ ਜਾਂ ਵਰਤੋਂ ਦਾ ਹੱਕ ਹੁੰਦਾ ਹੈ, ਚਾਹੇ ਉਹ ਮਾਲਕਾਨਾ ਹੱਕ ਨਾ ਵੀ ਹੋਵੇ।

हिंदी: कब्ज़ा

कब्ज़ा किसी वस्तु या संपत्ति पर नियंत्रण या उपयोग का अधिकार होता है, चाहे वह स्वामित्व का अधिकार न भी हो।

POST-ADOPTION CONTACT AGREEMENT

Definition: An agreement between birth parents and adoptive parents that allows some form of contact or communication after adoption.

Explanation: A deal that lets birth parents stay in touch with the child after adoption.

Example: The birth mother signed a post-adoption contact agreement allowing yearly visits.

ਪੰਜਾਬੀ: ਗੋਦ ਲੈਣ ਤੋਂ ਬਾਅਦ ਸੰਪਰਕ ਸਮਝੌਤਾ – ਜੈਵਕਿ ਅਤੇ ਗੋਦ ਲੈਣ ਵਾਲੇ ਮਾਤਾ-ਪਤਿਾ ਵਚਿਕਾਰ ਸੰਪਰਕ ਰੱਖਣ ਲਈ ਸਮਝੌਤਾ।

हिंदी: दत्तक ग्रहण के बाद संपर्क समझौता – जैवकि और दत्तक माता-पिता के बीच संपर्क बनाए रखने के लिए समझौता।

POSTPONE

Definition: To delay or reschedule a court hearing or deadline.

Explanation: To move a hearing or requirement to a later date.

Example: The court agreed to postpone the child support hearing.

ਪੰਜਾਬੀ: ਮੁਲਤਵੀ ਕਰਨਾ
ਮੁਲਤਵੀ ਕਰਨਾ ਕਸਿੇ ਮੀਟਿੰਗ, ਸੁਣਵਾਈ ਜਾਂ ਕਾਰਵਾਈ ਨੂੰ ਅੱਗੇ ਲਈ ਟਾਲਣ ਦੀ ਕਾਰਵਾਈ ਹੁੰਦੀ ਹੈ।

हिंदी: स्थगित करना
स्थगित करना किसी बैठक, सुनवाई या कार्यवाही को आगे के लिए टालने की क्रिया होती है।

POWER OF ATTORNEY

Definition: A legal document granting one person authority to act on behalf of another; in family law, this may be used for childcare, financial management, or medical decisions.

Explanation: A paper giving someone else legal power to act for you.

Example: The mother signed a power of attorney allowing her sister to care for the child during deployment.

ਪੰਜਾਬੀ: ਵਕਾਲਤਨਾਮਾ
ਵਕਾਲਤਨਾਮਾ ਇੱਕ ਕਾਨੂੰਨੀ ਦਸਤਾਵੇਜ਼ ਹੁੰਦਾ ਹੈ ਜਸਿ ਰਾਹੀ ਇੱਕ ਵਅਿਕਤੀ ਦੂਜੇ ਨੂੰ ਆਪਣੇ ਬਦਲੇ ਫੈਸਲੇ ਕਰਨ ਜਾਂ ਕਾਰਵਾਈ ਕਰਨ ਦਾ ਅਧਕਿਾਰ ਦੇਂਦਾ ਹੈ।

हिंदी: पावर ऑफ अटॉर्नी / वकालतनामा
पावर ऑफ अटॉर्नी एक कानूनी दस्तावेज़ होता है जसिके द्वारा एक व्यक्ति दूसरे को अपनी ओर से निर्णय लेने या कार्यवाही करने का अधिकार देता है।

PREJUDICE

Definition: In legal terms, harm or disadvantage caused by a ruling; in family law, a case dismissed “with prejudice” cannot be refiled, while “without prejudice” allows refiling.

Explanation: Whether a case can be brought back again after dismissal.

Example: The judge dismissed the petition with prejudice due to lack of evidence.

ਪੰਜਾਬੀ: ਪੱਖਪਾਤ
ਪੱਖਪਾਤ ਉਹ ਨਕਾਰਾਤਮਕ ਰਵੱਈਆ ਜਾਂ ਫੈਸਲਾ ਹੁੰਦਾ ਹੈ ਜੋ ਕਸਿੇ ਵਅਿਕਤੀ ਜਾਂ ਸਮੂਹ ਬਾਰੇ ਬਨਿਾ ਨਆਿਂਪੂਰਵਕ ਵਚਿਾਰ ਕੀਤੇ ਕੀਤਾ ਜਾਂਦਾ ਹੈ।

हिंदी: पक्षपात
पक्षपात वह नकारात्मक रवैया या निर्णय होता है जो कसिी व्यक्ति या समूह के बारे में बनिा न्यायपूर्ण वचिार कएि कयिा जाता है।

PREPONDERANCE OF THE EVIDENCE

Definition: The standard of proof in most civil and family law cases, requiring that a fact be more likely true than not (greater than 50%).

Explanation: The level of proof showing something is more likely true than not.

Example: The court used the preponderance of the evidence standard to decide the custody dispute.

ਪੰਜਾਬੀ: ਸਬੂਤਾਂ ਦੀ ਬਹੁਲਤਾ
ਸਬੂਤਾਂ ਦੀ ਬਹੁਲਤਾ ਉਹ ਮਾਪਦੰਡ ਹੁੰਦਾ ਹੈ ਜਸਿ ਵੱਚਿ ਇੱਕ ਪੱਖ ਦੇ ਸਬੂਤ ਦੂਜੇ ਪੱਖ

ਨਾਲੋਂ ਵੱਧ ਭਰੋਸੇਯੋਗ ਜਾਂ ਯਕੀਨੀ ਮੰਨੇ ਜਾਂਦੇ ਹਨ।
हिंदी: साक्ष्यों का प्राबल्य
साक्ष्यों का प्राबल्य वह मानदंड होता है जिसमें एक पक्ष के साक्ष्य दूसरे पक्ष की तुलना में अधिक विश्वसनीय या निश्चित माने जाते हैं।

PRESCRIBED

Definition: Ordered, directed, or required by law, rule, or court.

Explanation: Something required by the law or judge.

Example: The parents completed the prescribed parenting class before finalizing their divorce.

ਪੰਜਾਬੀ: ਨਿਰਧਾਰਤਿ
ਨਿਰਧਾਰਤਿ ਉਹ ਹੁੰਦਾ ਹੈ ਜੋ ਕਾਨੂੰਨ, ਨਿਯਮ ਜਾਂ ਅਧਿਕਾਰੀ ਦੁਆਰਾ ਤੈਅ ਕੀਤਾ ਗਿਆ ਹੋਵੇ।

हिंदी: निर्धारित
निर्धारित वह होता है जो क़ानून, नियम या अधिकारी द्वारा तय किया गया हो।

PRESIDING JUDGE

Definition: The judge assigned to oversee and manage a particular case or division, ensuring it proceeds properly.

Explanation: The main judge in charge of a case.

Example: The presiding judge set deadlines for custody evaluations.

ਪੰਜਾਬੀ: ਅਧ੍ਯਕਸ਼ ਜੱਜ
ਅਧ੍ਯਕਸ਼ ਜੱਜ ਉਹ ਮੁਖੀ ਜੱਜ ਹੁੰਦਾ ਹੈ ਜੋ ਅਦਾਲਤੀ ਕਾਰਵਾਈ ਦੀ ਦੇਖਰੇਖ ਕਰਦਾ ਹੈ ਅਤੇ ਇਹ ਯਕੀਨੀ ਬਣਾਉਂਦਾ ਹੈ ਕਿ ਮਾਮਲਾ ਨਿਆਂਪੂਰਵਕ ਚੱਲੇ।

हिंदी: अध्यक्ष न्यायाधीश
अध्यक्ष न्यायाधीश वह मुख्य न्यायाधीश होता है जो अदालती कार्यवाही की देखरेख करता है और यह सुनिश्चित करता है कि मामला न्यायपूर्ण ढंग से चले।

PREVAILING PARTY

Definition: The party who wins a case or succeeds on the main issues; in family law, the prevailing party may be entitled to attorney's fees or costs.

Explanation: The side that wins in court.

Example: The court awarded fees to the prevailing party in the custody dispute.

ਪੰਜਾਬੀ: ਜੱਿਤਣ ਵਾਲਾ ਪੱਖ
ਜੱਿਤਣ ਵਾਲਾ ਪੱਖ ਉਹ ਹੁੰਦਾ ਹੈ ਜੋ ਅਦਾਲਤੀ ਮਾਮਲੇ ਵੱਚਿ ਫ਼ੈਸਲਾ ਆਪਣੇ ਹੱਕ ਵੱਚਿ ਲੈਣ ਵੱਚਿ ਸਫਲ ਹੁੰਦਾ ਹੈ।

हदिी: वजियी पक्ष
वजियी पक्ष वह होता है जो अदालती मामले में नरि्णय अपने पक्ष में कराने में सफल होता है।

PRIMA FACIE

Definition: Evidence sufficient to establish a fact unless contradicted; in family law, a prima facie case of neglect may justify court intervention.

Explanation: Proof strong enough to stand unless it is disproved.

Example: The court found a prima facie showing of neglect based on the child's living conditions.

ਪੰਜਾਬੀ: ਪ੍ਰਥਮ ਦ੍ਰਸ਼ਿਟੀ
ਪ੍ਰਥਮ ਦ੍ਰਸ਼ਿਟੀ ਉਹ ਸਥਤਿੀ ਹੁੰਦੀ ਹੈ ਜਸਿ ਵੱਚਿ ਪਹਲਿੀ ਨਜ਼ਰ ਵੱਚਿ ਹੀ ਸਬੂਤ ਕਾਫ਼ੀ ਮਜ਼ਬੂਤ ਲੱਗਦੇ ਹਨ ਕਿ ਕੇਸ ਸਹੀ ਹੈ ਜਦ ਤੱਕ ਇਸਨੂੰ ਖੰਡਤਿ ਨਾ ਕੀਤਾ ਜਾਵੇ।

हदिी: प्रथम दृष्टया
प्रथम दृष्टया वह स्थतिि होती है जसिमें पहली नज़र में ही साक्ष्य पर्याप्त मज़बूत लगते हैं कि मामला सही है जब तक इसे खंडति न कयिा जाए।

PRIMA FACIE CASE

Definition: A case supported by enough evidence to proceed unless disproved; in family law, it may apply to custody, neglect, or support claims.

Explanation: A case with enough initial evidence to continue.

Example: The mother established a prima facie case for custody modification by showing a change in circumstances.

ਪੰਜਾਬੀ: ਪ੍ਰਥਮ ਦ੍ਰਸ਼ਿਟੀ ਮਾਮਲਾ
ਪ੍ਰਥਮ ਦ੍ਰਸ਼ਿਟੀ ਮਾਮਲਾ ਉਹ ਹੁੰਦਾ ਹੈ ਜਸਿ ਵੱਚਿ ਸ਼ੁਰੂਆਤੀ ਸਬੂਤ ਕਾਫ਼ੀ ਹੁੰਦੇ ਹਨ ਇਹ ਦਰਸਾਉਣ ਲਈ ਕ ਿਦਾਅਵਾ ਸਹੀ ਹੋ ਸਕਦਾ ਹੈ ਜਦ ਤੱਕ ਉਸਨੂੰ ਖੰਡਤਿ ਨਾ ਕੀਤਾ ਜਾਵੇ।

हदिी: प्रथम दृष्टया मामला
प्रथम दृष्टया मामला वह होता है जसिमें प्रारंभकि साक्ष्य पर्याप्त होते हैं यह दर्शाने के लिए क िदावा सही हो सकता है जब तक उसे खंडति न कयिा जाए।

PRO PER

Definition: A party representing themselves without an attorney, short for “in propria persona.”

Explanation: Someone who goes to court without a lawyer and represents themselves.

Example: The father appeared in pro per for the divorce trial.

ਪੰਜਾਬੀ: ਖੁਦ ਦੀ ਪੇਸ਼ੀ
ਖੁਦ ਦੀ ਪੇਸ਼ੀ ਉਹ ਸਥਤਿੀ ਹੁੰਦੀ ਹੈ ਜਦੋਂ ਕੋਈ ਵਅਿਕਤੀ ਬਨਿਾ ਵਕੀਲ ਦੇ ਅਦਾਲਤ ਵੱਚਿ ਆਪਣਾ ਕੇਸ ਆਪ ਲੜਦਾ ਹੈ।

हदिी: स्वयं पक्षकार
स्वयं पक्षकार वह स्थति िहोती है जब कोई व्यक्त िबिना वकील के अदालत में अपना मामला स्वयं लड़ता है।

PRO SE

Definition: A Latin term meaning “for oneself,” referring to a party who represents themselves in court without an attorney.

Explanation: A person who represents themselves in court without hiring a lawyer.

Example: The mother chose to proceed pro se in her custody case.

ਪੰਜਾਬੀ: ਆਪਣੇ ਆਪ ਦੀ ਨੁਮਾਇੰਦਗੀ
ਆਪਣੇ ਆਪ ਦੀ ਨੁਮਾਇੰਦਗੀ ਉਹ ਹੁੰਦੀ ਹੈ ਜਦੋਂ ਕੋਈ ਵਅਿਕਤੀ ਵਕੀਲ ਦੀ ਮਦਦ ਤੋਂ ਬਨਿਾ ਅਦਾਲਤ ਵੱਚਿ ਆਪਣਾ ਕੇਸ ਆਪ ਪੇਸ਼ ਕਰਦਾ ਹੈ।

हदिी: स्वयं प्रतनिधित्वि

स्वयं प्रतनिधित्वि वह स्थति होती है जब कोई व्यक्त विकील की मदद के बनिा अदालत में अपना मामला स्वयं प्रस्तुत करता है।

PROCEDURE

Definition: The set of rules that govern how a legal case moves through the court system.

Explanation: The steps and rules courts follow in handling cases.

Example: The attorney followed proper procedure in filing the custody motion.

ਪੰਜਾਬੀ: ਕਾਰਵਾਈ
ਕਾਰਵਾਈ ਉਹ ਨਰਿਧਾਰਤਿ ਤਰੀਕਾ ਹੁੰਦਾ ਹੈ ਜਸਿ ਰਾਹੀ ਅਦਾਲਤ ਜਾਂ ਕਾਨੂੰਨੀ ਮਾਮਲੇ ਵੱਚਿ ਕਦਮ ਚੁੱਕੇ ਜਾਂਦੇ ਹਨ।

हदिंी: प्रक्रयिा
प्रक्रयिा वह नर्धिारति तरीका होता है जसिके द्वारा अदालत या कानूनी मामले में कदम उठाए जाते हैं।

PROCEEDING

Definition: A step, hearing, or action taken in a case under the authority of the court.

Explanation: Any formal part of a case in court.

Example: The adoption proceeding lasted several months before finalization.

ਪੰਜਾਬੀ: ਕਾਰਵਾਈ
ਕਾਰਵਾਈ ਉਹ ਅਧਕਿਾਰਕ ਕਦਮ ਜਾਂ ਸੈਸ਼ਨ ਹੁੰਦਾ ਹੈ ਜੋ ਅਦਾਲਤ ਵੱਚਿ ਮਾਮਲੇ ਨੂੰ ਸੁਣਨ ਅਤੇ ਨਰਿਣੇ ਲਈ ਕੀਤਾ ਜਾਂਦਾ ਹੈ।

हदिंी: कार्यवाही
कार्यवाही वह आधकिारकि कदम या सत्र होता है जो अदालत में मामले को सुनने और नर्णिय के लए कयिा जाता है।

PROCESS

Definition: The official steps for serving legal documents and carrying out a case; also, the summons or writ notifying a party of legal action.

Explanation: The legal steps and notices required to involve someone in a case.

Example: The sheriff served process on the father with the custody petition.

ਪੰਜਾਬੀ: ਪ੍ਰਕਰਿਆ
ਪ੍ਰਕਰਿਆ ਉਹ ਕਾਨੂੰਨੀ ਕਾਰਵਾਈ ਜਾਂ ਕਦਮ ਹੁੰਦਾ ਹੈ ਜਿਸ ਰਾਹੀਂ ਅਦਾਲਤੀ ਮਾਮਲਾ ਅੱਗੇ ਵਧਾਇਆ ਜਾਂਦਾ ਹੈ।

हिंदी: प्रक्रिया
प्रक्रिया वह कानूनी कार्यवाही या कदम होता है जिसके द्वारा अदालती मामला आगे बढ़ाया जाता है।

PROFFER

Definition: To present or offer evidence to the court for consideration.

Explanation: To formally provide evidence for the judge to review.

Example: The attorney proffered documents proving the father's income.

ਪੰਜਾਬੀ: ਪੇਸ਼ਕਸ਼
ਪੇਸ਼ਕਸ਼ ਉਹ ਹੁੰਦੀ ਹੈ ਜਦੋਂ ਕੋਈ ਵਿਅਕਤੀ ਅਦਾਲਤ ਵਿੱਚ ਸਬੂਤ ਜਾਂ ਜਾਣਕਾਰੀ ਨੂੰ ਵਿਚਾਰ ਲਈ ਅੱਗੇ ਰੱਖਦਾ ਹੈ।

हिंदी: प्रस्तुति
प्रस्तुति वह होती है जब कोई व्यक्ति अदालत में साक्ष्य या जानकारी को विचार के लिए आगे रखता है।

PROOF

Definition: Evidence sufficient to establish a fact or persuade the court of its truth.

Explanation: Evidence that convinces the judge that something is true.

Example: The mother provided proof of medical expenses to support her reimbursement request.

ਪੰਜਾਬੀ: ਸਬੂਤ
ਸਬੂਤ ਉਹ ਤੱਥ ਜਾਂ ਜਾਣਕਾਰੀ ਹੁੰਦੀ ਹੈ ਜੋ ਅਦਾਲਤ ਵਿੱਚ ਕਿਸੇ ਦਾਅਵੇ ਨੂੰ ਸਹੀ ਜਾਂ ਗਲਤ ਸਾਬਤ ਕਰਨ ਲਈ ਪੇਸ਼ ਕੀਤੀ ਜਾਂਦੀ ਹੈ।

हिंदी: सबूत
सबूत वे तथ्य या जानकारी होते हैं जो अदालत में किसी दावे को सही या ग़लत साबित करने के लिए प्रस्तुत किए जाते हैं।

PROOF OF MAILING

Definition: A sworn statement or certificate showing that a document was mailed to the parties, used to establish service.

Explanation: Written confirmation that a legal document was mailed.

Example: The father filed proof of mailing for the custody motion he served on the mother.

ਪੰਜਾਬੀ: ਡਾਕ ਭੇਜਣ ਦਾ ਸਬੂਤ
ਡਾਕ ਭੇਜਣ ਦਾ ਸਬੂਤ ਉਹ ਦਸਤਾਵੇਜ਼ ਜਾਂ ਰਸੀਦ ਹੁੰਦੀ ਹੈ ਜੋ ਇਹ ਦਰਸਾਉਂਦੀ ਹੈ ਕਿ ਕਿਸੇ ਚਿੱਠੀ ਜਾਂ ਦਸਤਾਵੇਜ਼ ਨੂੰ ਡਾਕ ਰਾਹੀਂ ਭੇਜਿਆ ਗਿਆ ਹੈ।

हिंदी: डाक भेजने का प्रमाण
डाक भेजने का प्रमाण वह दस्तावेज़ या रसीद होती है जो यह दर्शाती है कि किसी पत्र या दस्तावेज़ को डाक द्वारा भेजा गया है।

PROOF OF SERVICE (AFFIDAVIT OF SERVICE)

Definition: A sworn statement confirming that legal papers were properly delivered to a party.

Explanation: A signed statement that the other side was served correctly.

Example: She filed a proof of service after serving the petition.

ਪੰਜਾਬੀ: ਸੇਵਾ ਦਾ ਹਲਫ਼ਨਾਮਾ (ਸੇਵਾ ਦਾ ਸਬੂਤ)
ਇਸਦਾ ਮਤਲਬ ਹੈ ਲਿਖਤੀ ਬਿਆਨ ਜੋ ਦੱਸਦਾ ਹੈ ਕਿ ਕਾਨੂੰਨੀ ਦਸਤਾਵੇਜ਼ ਕਿਸੇ ਵਿਅਕਤੀ ਨੂੰ ਠੀਕ ਤਰੀਕੇ ਨਾਲ ਸੁਪਰਦ ਕੀਤੇ ਗਏ ਹਨ।

हिंदी: सेवा का हलफ़नामा (सेवा का प्रमाण)
इसका मतलब है लिखित बयान जो बताता है कि कानूनी दस्तावेज़ किसी व्यक्ति को सही तरीके से सौंपे गए हैं।

PROPERTY

Definition: Anything of value owned by a person, including real estate, personal property, and intangible assets; in family law, property is divided as marital or separate in divorce.

Explanation: What someone owns, like houses, cars, or accounts.

Example: The divorce decree divided the couple's property equally.

ਪੰਜਾਬੀ: ਸੰਪਤੀ

ਸੰਪਤੀ ਉਹ ਸਭ ਕੁਝ ਹੁੰਦਾ ਹੈ ਜੋ ਕਸਿੇ ਵਅਿਕਤੀ ਦੀ ਮਲਕੀਅਤ ਵੱਚਿ ਹੋਵੇ, ਚਾਹੇ ਉਹ ਅਸਥਾਵਾਨ (ਜ਼ਮੀਨ, ਘਰ) ਹੋਵੇ ਜਾਂ ਚਲ ਅਸਥਾਵਾਨ (ਕਾਰ, ਫਰਨੀਚਰ, ਪੈਸਾ)।

हिंदी: संपत्ति

संपत्ति वह सब कुछ होता है जो किसी व्यक्ति के स्वामित्व में हो, चाहे वह अचल (ज़मीन, मकान) हो या चल (गाड़ी, फर्नीचर, पैसा)।

PROTECTION ORDER

Definition: A court order intended to protect a person from harassment, abuse, or violence, often by restricting contact; common in domestic violence and custody cases.

Explanation: An order keeping one person away from another for safety.

Example: The mother obtained a protection order against the father after repeated threats.

ਪੰਜਾਬੀ: ਸੁਰੱਖਿਆ ਹੁਕਮ

ਸੁਰੱਖਿਆ ਹੁਕਮ ਅਦਾਲਤ ਵੱਲੋਂ ਜਾਰੀ ਕੀਤਾ ਗਇਆ ਆਦੇਸ਼ ਹੁੰਦਾ ਹੈ ਜੋ ਕਸਿੇ ਵਅਿਕਤੀ ਨੂੰ ਹੰਿਸਾ, ਧਮਕੀ ਜਾਂ ਪਰੇਸ਼ਾਨੀ ਤੋਂ ਬਚਾਉਣ ਲਈ ਦੱਿਤਾ ਜਾਂਦਾ ਹੈ।

हिंदी: संरक्षण आदेश

संरक्षण आदेश अदालत द्वारा जारी किया गया आदेश होता है जो किसी व्यक्ति को हिंसा, धमकी या उत्पीड़न से बचाने के लिए दिया जाता है।

PROVE

Definition: To establish the truth of a fact or claim by presenting sufficient evidence in court.

Explanation: To show with evidence that something is true.

Example: The father had to prove that he had paid child support.

ਪੰਜਾਬੀ: ਸਾਬਤ ਕਰਨਾ

ਸਾਬਤ ਕਰਨਾ ਉਹ ਪ੍ਰਕਰਿਆ ਹੁੰਦੀ ਹੈ ਜਸਿ ਰਾਹੀ ਸਬੂਤਾਂ ਨਾਲ ਕਸਿੇ ਗੱਲ ਨੂੰ ਸਹੀ

ਜਾਂ ਸੱਚ ਦਖਿਾਇਆ ਜਾਂਦਾ ਹੈ।

ਹਿੰਦੀ: साबति करना
साबति करना वह प्रक्रयिा होती है जसिके द्वारा साक्ष्यों से कसिी बात को सही या सत्य दखिाया जाता है।

PUNISHABLE

Definition: Describing conduct for which the law provides a penalty if proven.

Explanation: An act that can be punished by law.

Example: Interference with visitation is punishable by contempt sanctions.

ਪੰਜਾਬੀ: ਸਜ਼ਾਯੋਗ
ਸਜ਼ਾਯੋਗ ਉਹ ਕੰਮ ਜਾਂ ਅਪਰਾਧ ਹੁੰਦਾ ਹੈ ਜਸਿ ਲਈ ਕਾਨੂੰਨ ਅਨੁਸਾਰ ਸਜ਼ਾ ਦੱਿਤੀ ਜਾ ਸਕਦੀ ਹੈ।

ਹਿੰਦੀ: दंडनीय
दंडनीय वह कार्य या अपराध होता है जसिके लिए क़ानून के अनुसार सज़ा दी जा सकती है।

PUNISHMENT

Definition: A penalty imposed by a court for violating the law or a court order.

Explanation: The consequence or sanction given by a judge when rules are broken.

Example: The father faced punishment for contempt after failing to pay support.

ਪੰਜਾਬੀ: ਸਜ਼ਾ
ਸਜ਼ਾ ਉਹ ਨਤੀਜਾ ਹੁੰਦਾ ਹੈ ਜੋ ਕਸਿ ਵਅਿਕਤੀ ਨੂੰ ਕਾਨੂੰਨ ਤੋੜਣ ਜਾਂ ਗਲਤ ਕੰਮ ਕਰਨ ‘ਤੇ ਮਲਿਦਾ ਹੈ।

ਹਿੰਦੀ: सज़ा
सज़ा वह परणिाम होता है जो कसिी व्यक्ति को क़ानून तोड़ने या गलत काम करने पर मलिता है।

PURSUANT TO

Definition: A legal phrase meaning "in accordance with" or "as authorized by" a law, rule, or order.

Explanation: A formal way of saying something is done according to a law or order.

Example: The court awarded custody pursuant to state statute.

ਪੰਜਾਬੀ: ਅਨੁਸਾਰ
ਅਨੁਸਾਰ ਉਹ ਵਾਕੰਸ਼ ਹੈ ਜੋ ਦਰਸਾਉਂਦਾ ਹੈ ਕਿ ਕੋਈ ਕੰਮ ਕਾਨੂੰਨ, ਨਿਯਮ ਜਾਂ ਆਦੇਸ਼ ਦੇ ਅਧਾਰ 'ਤੇ ਕੀਤਾ ਗਿਆ ਹੈ।

हिंदी: अनुसार
अनुसार वह पद है जो दर्शाता है कि कोई कार्य क़ानून, नियम या आदेश के आधार पर किया गया है।

QUALIFIED DOMESTIC RELATIONS ORDER (QDRO)

Definition: A court order that divides retirement plan benefits between divorcing spouses.

Explanation: An order that splits retirement money in a divorce.

Example: The judge signed a QDRO dividing the pension benefits.

ਪੰਜਾਬੀ: ਯੋਗ ਘਰੇਲੂ ਸੰਬੰਧੀ ਹੁਕਮ (QDRO)
ਯੋਗ ਘਰੇਲੂ ਸੰਬੰਧੀ ਹੁਕਮ ਅਦਾਲਤ ਦਾ ਇੱਕ ਖ਼ਾਸ ਆਦੇਸ਼ ਹੁੰਦਾ ਹੈ ਜੋ ਤਲਾਕ ਜਾਂ ਅਲੱਗ ਰਹਿਣ ਦੇ ਮਾਮਲੇ ਵਿੱਚ ਪੈਨਸ਼ਨ ਜਾਂ ਰਿਟਾਇਰਮੈਂਟ ਲਾਭਾਂ ਨੂੰ ਵੰਡਣ ਲਈ ਵਰਤਿਆ ਜਾਂਦਾ ਹੈ।

हिंदी: योग्य घरेलू संबंध आदेश (QDRO)
योग्य घरेलू संबंध आदेश अदालत का एक विशेष आदेश होता है जो तलाक़ या अलग रहने के मामलों में पेंशन या सेवानिवृत्ति लाभों को बाँटने के लिए प्रयोग किया जाता है।

QUASH

Definition: To annul, void, or set aside a legal proceeding, order, or document by court decision; in family law, motions to quash may be used to challenge improper service of process or subpoenas.

Explanation: When a judge cancels or rejects a legal paper or order.

Example: The father filed a motion to quash the subpoena for his employment records.

ਪੰਜਾਬੀ: ਰੱਦ ਕਰਨਾ
ਰੱਦ ਕਰਨਾ ਉਹ ਅਦਾਲਤੀ ਕਾਰਵਾਈ ਹੁੰਦੀ ਹੈ ਜਸਿ ਵੱਚਿ ਕਸਿੇ ਹੁਕਮ, ਸੱਦੇ ਜਾਂ ਕਾਰਵਾਈ ਨੂੰ ਗਲਤ ਜਾਂ ਅਵੈਧ ਮੰਨ ਕੇ ਖਤਮ ਕੀਤਾ ਜਾਂਦਾ ਹੈ।

हदिी: रद्द करना
रद्द करना वह अदालती कार्यवाही होती है जसिमें कसिी आदेश, समन या कार्यवाही को ग़लत या अवैध मानकर समाप्त कयिा जाता है।

RATIONALE

Definition: The underlying reasoning or justification for a legal decision; in family law, judges must provide the rationale for custody or support rulings to show how they serve the child's best interests or comply with the law.

Explanation: The legal reasoning behind a judge's decision.

Example: The court's rationale for awarding custody focused on the child's emotional stability.

ਪੰਜਾਬੀ: ਤਰਕ
ਤਰਕ ਉਹ ਕਾਰਣ ਜਾਂ ਵਜ੍ਹਾ ਹੁੰਦੀ ਹੈ ਜੋ ਕਸਿੇ ਫੈਸਲੇ ਜਾਂ ਕਦਮ ਨੂੰ ਸਮਝਾਉਣ ਲਈ ਦੱਿਤੀ ਜਾਂਦੀ ਹੈ।

हदिी: तर्क
तर्क वह कारण या वजह होती है जो कसिी नर्िणय या कदम को समझाने के लएि दी जाती है।

REBUTTAL

Definition: The presentation of evidence or argument intended to counter or disprove the opposing party's claims; in family law, rebuttals may involve challenging custody evaluations or financial disclosures.

Explanation: Evidence or arguments used to answer and disprove the other side's case.

Example: The mother offered a rebuttal to the father's claim that she interfered with visitation.

ਪੰਜਾਬੀ: ਖੰਡਨ

ਖੰਡਨ ਉਹ ਜਵਾਬ ਹੁੰਦਾ ਹੈ ਜਸਿ ਵੱਚਿ ਵਰਿਧੀ ਪੱਖ ਦੇ ਦਲੀਲਾਂ ਜਾਂ ਸਬੂਤਾਂ ਨੂੰ ਗਲਤ ਸਾਬਤ ਕਰਨ ਦੀ ਕੋਸ਼ਸ਼ਿ ਕੀਤੀ ਜਾਂਦੀ ਹੈ।

हिंदी: खंडन

खंडन वह उत्तर होता है जसिमें वरिधी पक्ष की दलीलों या साक्ष्यों को ग़लत साबति करने का प्रयास कयिा जाता है।

RECESS

Definition: A temporary break in court proceedings ordered by the judge, usually for rest, scheduling, or review of evidence.

Explanation: A short pause in a hearing or trial.

Example: The judge called a recess during the custody trial to review the documents.

ਪੰਜਾਬੀ: ਵਸ਼ਿਰਾਮ

ਵਸ਼ਿਰਾਮ ਅਦਾਲਤ ਦੀ ਕਾਰਵਾਈ ਦੌਰਾਨ ਇੱਕ ਅਸਥਾਈ ਬ੍ਰੇਕ ਹੁੰਦਾ ਹੈ ਜੋ ਸੁਣਵਾਈ ਨੂੰ ਕੁਝ ਸਮੇਂ ਲਈ ਰੋਕਣ ਲਈ ਦੱਤਾ ਜਾਂਦਾ ਹੈ।

हिंदी: अवकाश

अवकाश अदालत की कार्यवाही के दौरान एक अस्थायी वरिाम होता है जो सुनवाई को कुछ समय के लिए रोकने के लिए दयिा जाता है।

RECORD

Definition: The official collection of all documents, transcripts, evidence, and rulings that make up the history of a case; in family law, the record may be reviewed on appeal.

Explanation: The official file of everything that happens in a case.

Example: The appellate court reviewed the record of the divorce trial.

ਪੰਜਾਬੀ: ਰਕਿਾਰਡ

ਰਕਿਾਰਡ ਉਹ ਅਧਕਿਾਰਕ ਲਖਿਤ ਜਾਂ ਦਸਤਾਵੇਜ਼ ਹੁੰਦਾ ਹੈ ਜਸਿ ਵੱਚਿ ਅਦਾਲਤੀ ਕਾਰਵਾਈ ਜਾਂ ਹੋਰ ਮਹੱਤਵਪੂਰਨ ਜਾਣਕਾਰੀ ਦਰਜ ਕੀਤੀ ਜਾਂਦੀ ਹੈ।

हिंदी: रकिॉर्ड

रकिॉर्ड वह आधकिारकि लखिति या दस्तावेज़ होता है जसिमें अदालती

कार्यवाही या अन्य महत्वपूर्ण जानकारी दर्ज की जाती है।

RECUSAL

Definition: The act of a judge or judicial officer removing themselves from a case due to bias, conflict of interest, or appearance of impropriety.

Explanation: When a judge steps aside from a case because they cannot be fair.

Example: The judge ordered recusal after realizing he had a prior connection to one of the parties.

ਪੰਜਾਬੀ: ਪੱਖਪਾਤ ਕਾਰਨ ਵੱਖ ਹੋਣਾ
ਪੱਖਪਾਤ ਕਾਰਨ ਵੱਖ ਹੋਣਾ ਉਹ ਸਥਤਿੀ ਹੁੰਦੀ ਹੈ ਜਦੋਂ ਜੱਜ ਆਪਣੇ ਆਪ ਨੂੰ ਕੇਸ ਸੁਣਨ ਤੋਂ ਹਟਾ ਲੈਂਦਾ ਹੈ ਕਉਿਂਕ ਿਉਹ ਨਰିਪੱਖ ਫੈਸਲਾ ਨਹੀ ਦੇ ਸਕਦਾ।

हिंदी: पक्षपात के कारण अलग होना
पक्षपात के कारण अलग होना वह स्थति िहोती है जब न्यायाधीश स्वयं को मामले की सुनवाई से अलग कर लेता है क्योंक ि वह निष्पक्ष नरि्णय नहीं दे सकता।

RECUSE

Definition: To formally disqualify oneself, or be disqualified, from participating in a case due to bias or conflict; the verb form of recusal.

Explanation: When a judge or official removes themselves from a case.

Example: The magistrate chose to recuse herself from the custody case to avoid an appearance of bias.

ਪੰਜਾਬੀ: ਵੱਖ ਹੋਣਾ
ਵੱਖ ਹੋਣਾ ਉਹ ਕਰਿਆਿ ਹੁੰਦੀ ਹੈ ਜਦੋਂ ਜੱਜ ਜਾਂ ਅਧਕਿਾਰੀ ਆਪਣੇ ਆਪ ਨੂੰ ਕਸਿ ੇਕੇਸ ਜਾਂ ਮਾਮਲੇ ਦੀ ਸੁਣਵਾਈ ਤੋਂ ਹਟਾ ਲੈਂਦਾ ਹੈ ਕਉਿਂਕ ਿਉਹ ਨਰିਪੱਖ ਨਹੀ ਰਹਿ ਸਕਦਾ।

हिंदी: अलग होना
अलग होना वह क्रयाि होती है जब न्यायाधीश या अधकिारी स्वयं को कसिी मामले की सुनवाई से हटा लेता है क्योंक ि वह निष्पक्ष नहीं रह सकता।

REDIRECT EXAMINATION

Definition: The questioning of a witness by the attorney who originally called them, after cross-examination, to clarify or repair testimony; in family law, redirect is used to strengthen evidence about parenting or finances.

Explanation: When a lawyer questions their own witness again after cross-examination.

Example: On redirect examination, the mother's attorney clarified her testimony about school enrollment.

ਪੰਜਾਬੀ: ਮੁੜ-ਜਰਿਾਹ
ਮੁੜ-ਜਰਿਾਹ ਉਹ ਪ੍ਰਸ਼ਨ ਹੁੰਦੇ ਹਨ ਜੋ ਵਕੀਲ ਆਪਣੇ ਗਵਾਹ ਨੂੰ ਵਰਿੋਧੀ ਵੱਲੋਂ ਜਰਿਾਹ ਹੋਣ ਤੋਂ ਬਾਅਦ ਦੁਬਾਰਾ ਸਪਸ਼ਟੀਕਰਨ ਲਈ ਪੁੱਛਦਾ ਹੈ।

हदिी: पुनःपरीक्षण
पुनःपरीक्षण वे प्रश्न होते हैं जो वकील अपने गवाह से वरिोधी पक्ष द्वारा जरिह कएि जाने के बाद दोबारा स्पष्टीकरण के लएि पूछता है।

REDUCTION

Definition: A decrease ordered by the court in obligations or penalties, such as lowering support payments due to changed circumstances.

Explanation: When a judge lowers the amount of support or another obligation.

Example: The father requested a reduction in child support after losing his job.

ਪੰਜਾਬੀ: ਕਮੀ
ਕਮੀ ਉਹ ਹੁੰਦੀ ਹੈ ਜਦੋਂ ਕਸਿੇ ਸਜ਼ਾ, ਰਕਮ ਜਾਂ ਜ਼ੰਮਿੇਵਾਰੀ ਨੂੰ ਘਟਾਇਆ ਜਾਂਦਾ ਹੈ।

हदिी: कमी
कमी वह होती है जब कसिी सज़ा, राशयिा ज़म्मिेदारी को घटाया जाता है।

REFERRAL

Definition: The act of directing a case, party, or issue to another authority or professional for services or evaluation; in family law, referrals may be made to mediation, counseling, or child protective services.

Explanation: When the court sends a case or person to another service for help or evaluation.

Example: The judge made a referral to family counseling before deciding custody.

ਪੰਜਾਬੀ: ਰੈਫ਼ਰਲ / ਸਫ਼ਿਾਰਸ਼
ਰੈਫ਼ਰਲ ਉਹ ਹੁੰਦਾ ਹੈ ਜਦੋਂ ਕਸਿੇ ਵਅਿਕਤੀ ਨੂੰ ਹੋਰ ਮਾਹਰਿ, ਏਜੰਸੀ ਜਾਂ ਅਦਾਲਤ ਵੱਲ ਭੇਜਆਿ ਜਾਂਦਾ ਹੈ ਵਧੇਰੇ ਕਾਰਵਾਈ ਜਾਂ ਸਹਾਇਤਾ ਲਈ।

हिंदी: संदर्भ / सफि़ारशि
संदर्भ वह होता है जब कसिी व्यक्ति को आगे की कार्यवाही या सहायता के लिए कसिी अन्य वशिषज्ञ, एजेंसी या अदालत के पास भेजा जाता है।

REGARDING

Definition: A legal drafting term indicating that the subject of the document or order relates to a specific matter.

Explanation: A formal way of saying "about."

Example: The decree included provisions regarding child support and visitation.

ਪੰਜਾਬੀ: ਸੰਬੰਧੀ
ਸੰਬੰਧੀ ਉਹ ਸ਼ਬਦ ਹੈ ਜੋ ਦਰਸਾਉਂਦਾ ਹੈ ਕਿ ਗੱਲ ਕਸਿੇ ਵਸਿ਼ੇ ਜਾਂ ਮਾਮਲੇ ਬਾਰੇ ਕੀਤੀ ਜਾ ਰਹੀ ਹੈ।

हिंदी: संबंध में
संबंध में वह शब्द है जो दर्शाता है कि बात कसिी वषिय या मामले के बारे में की जा रही है।

RELINQUISHMENT OF PARENTAL RIGHTS

Definition: A legal process in which a parent voluntarily surrenders their rights and responsibilities to their child, often in preparation for adoption.

Explanation: When a parent gives up their legal rights to their child.

Example: The father completed paperwork for relinquishment of parental rights so the child could be adopted by relatives.

ਪੰਜਾਬੀ: ਮਾਤਾ-ਪਿਤਾ ਦੇ ਹੱਕ ਛੱਡਣ – ਜਦੋਂ ਮਾਤਾ-ਪਿਤਾ ਕਾਨੂੰਨੀ ਤੌਰ 'ਤੇ ਆਪਣੇ ਬੱਚੇ

ਲਈ ਹੱਕਾਂ ਤੋਂ ਹਟ ਜਾਂਦੇ ਹਨ।

हिंदी: माता-पिता के अधिकारों का परित्याग – जब माता-पिता कानूनी रूप से अपने बच्चे के अधिकार छोड़ देते हैं।

RELEVANT

Definition: Evidence or information that directly relates to and helps prove or disprove an issue before the court; irrelevant evidence is excluded.

Explanation: Information that matters to the issue the court must decide.

Example: The judge found the school records relevant to the custody dispute.

ਪੰਜਾਬੀ: ਸੰਬੰਧਤ
ਸੰਬੰਧਤ ਉਹ ਚੀਜ਼ ਹੁੰਦੀ ਹੈ ਜਿਸਦਾ ਸਿੱਧਾ ਨਾਤਾ ਮਾਮਲੇ ਜਾਂ ਗੱਲਬਾਤ ਨਾਲ ਹੁੰਦਾ ਹੈ।

हिंदी: प्रासंगिक
प्रासंगिक वह चीज़ होती है जिसका सीधा संबंध मामले या बातचीत से होता है।

RELIEF

Definition: The remedy or assistance a party requests from the court, such as custody, support, divorce, or protective orders.

Explanation: What someone asks the judge to give them in a case.

Example: The mother sought relief in the form of sole custody and child support.

ਪੰਜਾਬੀ: ਰਾਹਤ
ਰਾਹਤ ਉਹ ਸਹਾਇਤਾ ਜਾਂ ਉਪਚਾਰ ਹੁੰਦਾ ਹੈ ਜੋ ਅਦਾਲਤ ਕਿਸੇ ਪੱਖ ਨੂੰ ਉਸਦੀ ਮੰਗ ਜਾਂ ਹੱਕ ਦੇ ਅਧਾਰ 'ਤੇ ਪ੍ਰਦਾਨ ਕਰਦੀ ਹੈ।

हिंदी: राहत
राहत वह सहायता या उपाय होता है जो अदालत किसी पक्ष को उसकी माँग या अधिकार के आधार पर प्रदान करती है।

RELOCATION

Definition: When a parent with custody seeks to move a child to a different geographic area, requiring court approval.

Explanation: Moving a child far away, needing the judge's permission.

Example: She filed a motion for relocation to another state with the child.

ਪੰਜਾਬੀ: ਤਬਾਦਲਾ / ਪੁਨਰਵਾਸ
ਤਬਾਦਲਾ ਜਾਂ ਪੁਨਰਵਾਸ ਉਹ ਪ੍ਰਕਰਿਆਿ ਹੁੰਦੀ ਹੈ ਜਸਿ ਵੱਚਿ ਕਸਿੇ ਵਅਿਕਤੀ ਜਾਂ ਪਰਵਿਾਰ ਨੂੰ ਇੱਕ ਥਾਂ ਤੋਂ ਦੂਜੇ ਥਾਂ ਰਹਣਿ ਲਈ ਭੇਜਆਿ ਜਾਂਦਾ ਹੈ।

हदिी: स्थानांतरण / पुनर्वास
स्थानांतरण या पुनर्वास वह प्रक्रयिा होती है जसिमें कसिी व्यक्त यिा परविार को एक जगह से दूसरी जगह रहने के लएि भेजा जाता है।

RENDER A VERDICT

Definition: The act of a judge (in a bench trial) or jury delivering a formal decision that resolves the issues presented in a case; in family law, verdicts are less common since most cases are judge-decided, but the term may apply in related jury proceedings.

Explanation: When the judge or jury announces their final decision in a case.

Example: After reviewing the evidence, the court rendered a verdict awarding joint custody.

ਪੰਜਾਬੀ: ਫ਼ੈਸਲਾ ਸੁਣਾਉਣਾ
ਫ਼ੈਸਲਾ ਸੁਣਾਉਣਾ ਉਹ ਹੁੰਦਾ ਹੈ ਜਦੋਂ ਜੱਜ ਜਾਂ ਜੂਰੀ ਕਸਿੇ ਮਾਮਲੇ ਵੱਚਿ ਅਧਕਿਾਰਕ ਤੌਰ 'ਤੇ ਨਤੀਜਾ ਐਲਾਨ ਕਰਦੇ ਹਨ।

हदिी: नरि्णय सुनाना
नरि्णय सुनाना वह होता है जब न्यायाधीश या जूरी कसिी मामले में आधकिारकि रूप से परणिाम घोषति करते हैं।

REQUEST

Definition: A formal application or motion made to the court asking for specific relief or action; in family law, requests often involve changes to custody, visitation, or support.

Explanation: Asking the judge to make a decision or grant something.

Example: The mother filed a request for a change in visitation due to her new work schedule.

ਪੰਜਾਬੀ: ਬੇਨਤੀ
ਬੇਨਤੀ ਉਹ ਅਰਜ਼ੀ ਜਾਂ ਮੰਗ ਹੁੰਦੀ ਹੈ ਜੋ ਕਸਿੇ ਅਧਕਿਾਰ ਜਾਂ ਸਹਾਇਤਾ ਲਈ ਕੀਤੀ ਜਾਂਦੀ ਹੈ।

हिंदी: अनुरोध
अनुरोध वह प्रार्थना या मांग होती है जो कसिी अधकिार या सहायता के लिए की जाती है।

REQUIRED

Definition: Something that is legally mandated or obligated by law, rule, or court order; failure to comply may result in penalties.

Explanation: Something the law or court says must be done.

Example: Parenting classes were required before the court finalized the divorce.

ਪੰਜਾਬੀ: ਲਾਜ਼ਮੀ
ਲਾਜ਼ਮੀ ਉਹ ਹੁੰਦਾ ਹੈ ਜੋ ਕਰਨਾ ਜਾਂ ਪੂਰਾ ਕਰਨਾ ਕਾਨੂੰਨ ਜਾਂ ਨਯਿਮ ਅਨੁਸਾਰ ਜ਼ਰੂਰੀ ਹੋਵੇ।

हिंदी: आवश्यक
आवश्यक वह होता है जसिे करना या पूरा करना क़ानून या नयिम के अनुसार ज़रूरी हो।

RESPONDENT

Definition: The party who must answer or reply to a petition, complaint, or motion filed in court; in family law, the respondent is typically the spouse or parent opposing the petitioner's claims.

Explanation: The person who responds to a case started by someone else.

Example: The respondent filed an answer denying the allegations in the custody petition.

ਪੰਜਾਬੀ: ਜਵਾਬਦੇਹ
ਜਵਾਬਦੇਹ ਉਹ ਪੱਖ ਹੁੰਦਾ ਹੈ ਜਸਿਦੇ ਵਰਿੁੱਧ ਅਦਾਲਤ ਵੱਚਿ ਅਰਜ਼ੀ ਜਾਂ ਮਾਮਲਾ

ਦਾਇਰ ਕੀਤਾ ਜਾਂਦਾ ਹੈ।

ह‌िंदी: प्रतविादी
प्रतविादी वह पक्ष होता है जसिके वरिुद्ध अदालत में याचकिा या मुकदमा दायर कयिा जाता है।

REST THE CASE

Definition: A phrase used when a party has presented all of its evidence and arguments and formally ends its presentation in a trial.

Explanation: When a lawyer tells the judge they have finished showing all their evidence.

Example: After calling her last witness, the mother's attorney stated, "Your Honor, we rest the case."

ਪੰਜਾਬੀ: ਕੇਸ ਸਮਾਪਤ ਕਰਨਾ
ਕੇਸ ਸਮਾਪਤ ਕਰਨਾ ਉਹ ਹੁੰਦਾ ਹੈ ਜਦੋਂ ਕੋਈ ਪੱਖ ਅਦਾਲਤ ਨੂੰ ਇਹ ਦੱਸਦਾ ਹੈ ਕਿ ਉਸਨੇ ਆਪਣੇ ਸਾਰੇ ਸਬੂਤ ਅਤੇ ਦਲੀਲਾਂ ਪੇਸ਼ ਕਰ ਦਿੱਤੀਆਂ ਹਨ।

ह‌िंदी: मामला समाप्त करना
मामला समाप्त करना वह होता है जब कोई पक्ष अदालत को यह बताता है कि उसने अपने सभी साक्ष्य और दलीलें प्रस्तुत कर दी हैं।

RESTRAINING ORDER

Definition: A court order that protects a person from harassment, abuse, or threats by another person.

Explanation: An order stopping someone from contacting or harming another.

Example: The court issued a restraining order in the domestic violence case.

ਪੰਜਾਬੀ: ਰੋਕ ਆਦੇਸ਼
ਰੋਕ ਆਦੇਸ਼ ਅਦਾਲਤ ਵੱਲੋਂ ਜਾਰੀ ਕੀਤਾ ਗਿਆ ਹੁਕਮ ਹੁੰਦਾ ਹੈ ਜੋ ਕਿਸੇ ਵਿਅਕਤੀ ਨੂੰ ਦੂਜੇ ਵਿਅਕਤੀ ਨੂੰ ਤੰਗ ਕਰਨ, ਧਮਕਾਉਣ ਜਾਂ ਨੁਕਸਾਨ ਪਹੁੰਚਾਉਣ ਤੋਂ ਰੋਕਦਾ ਹੈ।

ह‌िंदी: नरिोधक आदेश
नरिोधक आदेश अदालत द्वारा जारी कयिा गया आदेश होता है जो कसिी व्यक्त‌ि को दूसरे व्यक्त‌ि को परेशान करने, धमकाने या नुकसान पहुँचाने से

रोकता है।

RETURN A VERDICT

Definition: The act of a jury, or in some cases a judge, formally delivering their decision on the issues presented in trial. In family law, this phrase is rarely used because most trials are bench trials, but it may appear in related jury matters.

Explanation: When the jury or judge announces their decision in a case.

Example: The jury returned a verdict confirming the validity of the premarital agreement.

ਪੰਜਾਬੀ: ਫੈਸਲਾ ਸੁਣਾਉਣਾ
ਫੈਸਲਾ ਸੁਣਾਉਣਾ ਉਹ ਹੁੰਦਾ ਹੈ ਜਦੋਂ ਜੱਜ ਜਾਂ ਜੂਰੀ ਕਸਿੇ ਮਾਮਲੇ ਵੱਚਿ ਅਧਕਿਾਰਕ ਤੌਰ 'ਤੇ ਨਤੀਜੇ ਦੀ ਘੋਸ਼ਣਾ ਕਰਦੇ ਹਨ।

हदिी: नरि्णय देना
नरि्णय देना वह होता है जब न्यायाधीश या जूरी कसिी मामले में आधकिारकि रूप से परणिाम की घोषणा करते हैं।

RETURN DATE

Definition: The date set by the court for a party to appear, respond, or comply with an order. In family law, return dates are used for hearings on motions, petitions, or restraining orders.

Explanation: The specific day a person must go to court or respond to a case.

Example: The restraining order was issued with a return date for the hearing two weeks later.

ਪੰਜਾਬੀ: ਪੇਸ਼ੀ ਦੀ ਤਾਰੀਖ
ਪੇਸ਼ੀ ਦੀ ਤਾਰੀਖ ਉਹ ਦਨਿ ਹੁੰਦਾ ਹੈ ਜਸਿ 'ਤੇ ਅਦਾਲਤ ਕਸਿੇ ਪੱਖ ਨੂੰ ਹਾਜ਼ਰ ਹੋਣ ਜਾਂ ਦਸਤਾਵੇਜ਼ ਪੇਸ਼ ਕਰਨ ਲਈ ਕਹਿੰਦੀ ਹੈ।

हदिी: पेशी की तारीख़
पेशी की तारीख़ वह दनि होता है जसि पर अदालत कसिी पक्ष को उपस्थति होने या दस्तावेज़ प्रस्तुत करने के लिए कहती है।

RETURN OF SERVICE

Definition: A sworn statement by the person who served legal papers, confirming when, where, and how service was made; required to prove that the opposing party received notice.

Explanation: A written statement proving someone was given legal papers.

Example: The process server filed a return of service showing the father received the custody petition.

ਪੰਜਾਬੀ: ਸੇਵਾ ਦੀ ਰਿਪੋਰਟ
ਸੇਵਾ ਦੀ ਰਿਪੋਰਟ ਉਹ ਦਸਤਾਵੇਜ਼ ਹੁੰਦਾ ਹੈ ਜੋ ਦਰਸਾਉਂਦਾ ਹੈ ਕਿ ਕਾਨੂੰਨੀ ਨੋਟਿਸ ਜਾਂ ਸੱਦਾ ਸੰਬੰਧਿਤ ਵਿਅਕਤੀ ਤੱਕ ਪਹੁੰਚਾ ਦਿੱਤਾ ਗਿਆ ਹੈ।

हिंदी: सेवा की रिपोर्ट
सेवा की रिपोर्ट वह दस्तावेज़ होता है जो दर्शाता है कि कानूनी नोटिस या समन संबंधित व्यक्ति तक पहुँचा दिया गया है।

REUNIFICATION COUNSELING

Definition: Therapy or counseling services aimed at rebuilding the relationship between a parent and child after separation, neglect, or abuse.

Explanation: Counseling to help a parent and child rebuild their relationship.

Example: The court ordered reunification counseling for the mother and daughter after years of estrangement.

ਪੰਜਾਬੀ: ਪੁਨਰਮਿਲਾਪ ਕੌਂਸਲਿੰਗ – ਮਾਤਾ-ਪਿਤਾ ਅਤੇ ਬੱਚੇ ਦੇ ਰਿਸ਼ਤੇ ਨੂੰ ਮੁੜ ਬਣਾਉਣ ਲਈ ਥੈਰਪੀ ਸੇਵਾ।

हिंदी: पुनर्मिलन परामर्श – माता-पिता और बच्चे के रिश्ते को फिर से बनाने के लिए परामर्श सेवा।

REUNIFICATION SERVICES

Definition: Court-ordered programs designed to help parents correct issues that led to a child's removal, with the goal of safely reunifying the family; services may include counseling, substance abuse treatment, or parenting classes.

Explanation: Services to help parents fix problems so children can return home.

Example: The court ordered reunification services for the mother after finding neglect.

ਪੰਜਾਬੀ: ਮੁੜ-ਮਲਿਾਪ ਸੇਵਾਵਾਂ
ਮੁੜ-ਮਲਿਾਪ ਸੇਵਾਵਾਂ ਉਹ ਪ੍ਰੋਗਰਾਮ ਜਾਂ ਸਹਾਇਤਾ ਹੁੰਦੀ ਹੈ ਜੋ ਪਰਵਿਾਰਾਂ ਨੂੰ ਦੁਬਾਰਾ ਇਕੱਠੇ ਕਰਨ ਲਈ ਪ੍ਰਦਾਨ ਕੀਤੀ ਜਾਂਦੀ ਹੈ, ਖ਼ਾਸਕਰ ਜਦੋਂ ਬੱਚਆਿਂ ਨੂੰ ਘਰ ਤੋਂ ਵੱਖ ਕੀਤਾ ਗਆਿ ਹੋਵੇ।

हदिी: पुनर्मलिन सेवाएँ
पुनर्मलिन सेवाएँ वे कार्यक्रम या सहायता होती हैं जो परविारों को दोबारा साथ लाने के लिए दी जाती हैं, वशिषकर जब बच्चों को घर से अलग कयिा गया हो।

REVIEW

Definition: The court's re-examination of a case, order, or decision, either at a scheduled review hearing or through appellate review.

Explanation: When the court looks again at a decision or order to see if it should change.

Example: The judge scheduled a review of the custody order after six months.

ਪੰਜਾਬੀ: ਸਮੀਖਆਿ
ਸਮੀਖਆਿ ਉਹ ਪ੍ਰਕਰਿਆਿ ਹੁੰਦੀ ਹੈ ਜਸਿ ਵੱਿਚ ਕਸਿੇ ਫੈਸਲੇ, ਕਾਰਵਾਈ ਜਾਂ ਦਸਤਾਵੇਜ਼ ਨੂੰ ਦੁਬਾਰਾ ਵੇਖਆਿ ਜਾਂਦਾ ਹੈ ਤਾਂ ਜੋ ਉਸਦੀ ਸਹੀਤਾ ਜਾਂ ਨਆਿਂਪੂਰਤਾ ਦੀ ਜਾਂਚ ਕੀਤੀ ਜਾ ਸਕੇ।

हदिी: समीक्षा
समीक्षा वह प्रक्रयिा होती है जसिमें कसिी नर्णिय, कार्यवाही या दस्तावेज़ को दोबारा देखा जाता है ताक िउसकी सहीता या न्यायसंगतता की जाँच की जा सके।

RODRIGUEZ CREDITS

Definition: A reimbursement principle applied when one spouse's efforts significantly increase the value of the other spouse's separate property, requiring equitable compensation.

Explanation: If a spouse's work raises the value of property that belongs only to the other spouse, the community may receive credit.

Example: The court granted Rodriguez credits when the husband's labor improved the wife's separate rental property, increasing its value.

ਪੰਜਾਬੀ: ਰੋਡਰਿਗੇਜ਼ ਕਰੈਡਿਟ – ਜਦੋਂ ਇੱਕ ਜੀਵਨ ਸਾਥੀ ਦੀ ਮਹਿਨਤ ਦੂਜੇ ਦੀ ਅਲੱਗ ਸੰਪਤੀ ਦੀ ਕੀਮਤ ਵਧਾਉਂਦੀ ਹੈ, ਤਾਂ ਸਮੁਦਾਏ ਨੂੰ ਵਾਪਸੀ ਦਾ ਅਧਿਕਾਰ ਹੁੰਦਾ ਹੈ। ਜੇਕਰ ਇੱਕ ਜੀਵਨਸਾਥੀ ਦਾ ਕੰਮ ਉਸ ਸੰਪਤੀ ਦੀ ਕੀਮਤ ਵਧਾਉਂਦਾ ਹੈ ਜੋ ਕੇਵਲ ਦੂਜੇ ਜੀਵਨਸਾਥੀ ਦੀ ਮਲਕੀਅਤ ਹੈ, ਤਾਂ ਸਾਂਝੇ ਹਿੱਸੇ ਨੂੰ ਕ੍ਰੈਡਿਟ ਮਿਲ ਸਕਦਾ ਹੈ।

हिंदी: रोड्रिगेज़ क्रेडिट – जब एक जीवनसाथी के प्रयास दूसरे की अलग संपत्ति का मूल्य बढ़ाते हैं, तो समुदाय को प्रतिपूर्ति का अधिकार होता है। यदि एक जीवनसाथी का कार्य उस संपत्ति का मूल्य बढ़ा देता है जो केवल दूसरे जीवनसाथी की है, तो समुदाय को क्रेडिट प्राप्त हो सकता है।

RULE

Definition: A legal regulation issued by a court or governing authority, or a procedural guideline controlling how cases are handled.

Explanation: An official requirement that parties must follow in court.

Example: The judge reminded the attorneys to follow the local family court rule on discovery deadlines.

ਪੰਜਾਬੀ: ਨਿਯਮ

ਨਿਯਮ ਉਹ ਹਦਾਇਤ ਜਾਂ ਕਾਨੂੰਨ ਹੁੰਦਾ ਹੈ ਜੋ ਵਿਵਹਾਰ ਜਾਂ ਕਾਰਵਾਈ ਨੂੰ ਨਿਯੰਤਰਿਤ ਕਰਨ ਲਈ ਬਣਾਇਆ ਜਾਂਦਾ ਹੈ।

हिंदी: नियम

नियम वह निर्देश या क़ानून होता है जो व्यवहार या कार्यवाही को नियंत्रित करने के लिए बनाया जाता है।

RULING

Definition: A judge's official decision on a legal issue presented during a case, such as a motion or objection.

Explanation: The judge's decision on a specific part of the case.

Example: The court's ruling granted temporary custody to the mother.

ਪੰਜਾਬੀ: ਫੈਸਲਾ

ਫੈਸਲਾ ਉਹ ਅਧਕਿਾਰਕ ਐਲਾਨ ਹੁੰਦਾ ਹੈ ਜੋ ਜੱਜ ਕਸਿੇ ਮਾਮਲੇ ਜਾਂ ਵਸਿ਼ੇਸ਼ ਮਸਲੇ 'ਤੇ ਕਰਦਾ ਹੈ।

हदिी: नरि्णय
नरि्णय वह आधकिारकि घोषणा होती है जो न्यायाधीश कसिी मामले या वशिेष मुद्दे पर करता है।

RUNAWAY

Definition: A minor who leaves home without permission and stays away, often triggering court involvement or child welfare proceedings.

Explanation: A child who runs away from home without consent.

Example: The family court assumed jurisdiction after the teenager was found to be a runaway.

ਪੰਜਾਬੀ: ਘਰੋਂ ਭੱਜਿਆ ਹੋਇਆ
ਘਰੋਂ ਭੱਜਿਆ ਹੋਇਆ ਉਹ ਨਾਬਾਲਗ ਹੁੰਦਾ ਹੈ ਜੋ ਬਨਿਾ ਇਜਾਜ਼ਤ ਆਪਣੇ ਘਰ ਜਾਂ ਸੁਰੱਖਿਆ ਵਾਲੀ ਥਾਂ ਤੋਂ ਦੂਰ ਚਲਾ ਜਾਂਦਾ ਹੈ।

हदिी: घर से भागा हुआ
घर से भागा हुआ वह नाबालगि होता है जो बनिा अनुमत अपने घर या सुरक्षति स्थान से दूर चला जाता है।

SANCTION

Definition: A penalty or corrective measure imposed by the court for violating a law, rule, or court order; in family law, sanctions may include fines, payment of attorney's fees, or restrictions on evidence.

Explanation: A punishment or consequence for disobeying court rules.

Example: The judge imposed a sanction on the father for failing to disclose financial records.

ਪੰਜਾਬੀ: ਪਾਬੰਦੀ / ਦੰਡ
ਪਾਬੰਦੀ ਜਾਂ ਦੰਡ ਉਹ ਸਜ਼ਾ ਜਾਂ ਕਾਰਵਾਈ ਹੁੰਦੀ ਹੈ ਜੋ ਅਦਾਲਤ ਵੱਲੋਂ ਕਸਿੇ ਨਯਿਮ ਤੋੜਣ ਜਾਂ ਹੁਕਮ ਦੀ ਉਲੰਘਣਾ ਕਰਨ 'ਤੇ ਲਗਾਈ ਜਾਂਦੀ ਹੈ।

हदिी: प्रतबिंध / दंड
प्रतबिंध या दंड वह सज़ा या कार्यवाही होती है जो अदालत द्वारा कसिी नयिम तोड़ने या आदेश का उल्लंघन करने पर लगाई जाती है।

SATISFY A JUDGMENT

Definition: To fulfill or pay in full the obligations ordered in a judgment, such as paying child support arrears, spousal support, or property settlements.

Explanation: To complete or pay off what the court ordered.

Example: The father satisfied the judgment by paying all overdue child support.

ਪੰਜਾਬੀ: ਫੈਸਲੇ ਦੀ ਪੂਰਤੀ ਕਰਨਾ
ਫੈਸਲੇ ਦੀ ਪੂਰਤੀ ਕਰਨਾ ਉਹ ਹੁੰਦਾ ਹੈ ਜਦੋਂ ਅਦਾਲਤ ਦੇ ਹੁਕਮ ਅਨੁਸਾਰ ਰਕਮ ਅਦਾ ਕਰ ਦਿੱਤੀ ਜਾਂਦੀ ਹੈ ਜਾਂ ਜ਼ਿੰਮੇਵਾਰੀ ਪੂਰੀ ਕਰ ਲਈ ਜਾਂਦੀ ਹੈ।

हिंदी: निर्णय की पूर्ति करना
निर्णय की पूर्ति करना वह होता है जब अदालत के आदेश अनुसार राशि चुका दी जाती है या ज़िम्मेदारी पूरी कर ली जाती है।

SCHEDULE

Definition: A court-ordered plan or timetable; in family law, schedules are most often used for parenting time, visitation, and payment plans.

Explanation: A timetable set by the court for custody, visitation, or payments.

Example: The parenting schedule gave each parent alternating weekends.

ਪੰਜਾਬੀ: ਤਹਿ ਕੀਤਾ ਸਮਾਂ / ਕਾਰਜ ਸੂਚੀ
ਤਹਿ ਕੀਤਾ ਸਮਾਂ ਜਾਂ ਕਾਰਜ ਸੂਚੀ ਉਹ ਹੁੰਦੀ ਹੈ ਜਿਸ ਵਿੱਚ ਗਤੀਵਿਧੀਆਂ, ਸੁਣਵਾਈਆਂ ਜਾਂ ਕੰਮਾਂ ਦੀਆਂ ਤਾਰੀਖਾਂ ਅਤੇ ਸਮੇਂ ਦਰਜ ਹੁੰਦੇ ਹਨ।

हिंदी: कार्यक्रम / समय-सारणी
कार्यक्रम या समय-सारणी वह होती है जिसमें गतिविधियों, सुनवाईयों या कार्यों की तिथियाँ और समय दर्ज होते हैं।

SEIZURE OF ASSETS

Definition: The legal taking of property by court order to satisfy a debt or judgment; in family law, seizure of assets may be used to collect unpaid child support or spousal support.

Explanation: When the court takes property to make sure a debt is paid.

Example: The judge ordered seizure of assets from the father's bank account to cover support arrears.

ਪੰਜਾਬੀ: ਸੰਪਤੀ ਦੀ ਜ਼ਬਤੀ
ਸੰਪਤੀ ਦੀ ਜ਼ਬਤੀ ਉਹ ਕਾਰਵਾਈ ਹੁੰਦੀ ਹੈ ਜਸਿ ਵੱਚਿ ਅਦਾਲਤ ਜਾਂ ਅਧਕਿਾਰੀ ਕਰਜ਼ੇ ਜਾਂ ਕਾਨੂੰਨੀ ਫ਼ੈਸਲੇ ਦੀ ਪੂਰਤੀ ਲਈ ਕਸਿੇ ਵਅਿਕਤੀ ਦੀ ਸੰਪਤੀ ਕਬਜ਼ੇ ਵੱਚਿ ਲੈਂਦਾ ਹੈ।

हिंदी: संपत्ति की जब्ती
संपत्ति की जब्ती वह कार्यवाही होती है जिसमें अदालत या अधिकारी कर्ज़ या कानूनी निर्णय की पूर्ति के लिए किसी व्यक्ति की संपत्ति अपने कब्ज़े में ले लेता है।

SEPARATE PROPERTY

Definition: Property owned by one spouse before marriage, or acquired during marriage by gift, inheritance, or personal injury award.

Explanation: Separate property belongs only to one spouse and isn't divided in divorce.

Example: Her grandmother's inheritance was considered separate property.

ਪੰਜਾਬੀ: ਵੱਖਰੀ ਸੰਪਤੀ
ਵੱਖਰੀ ਸੰਪਤੀ ਉਹ ਸੰਪਤੀ ਹੁੰਦੀ ਹੈ ਜੋ ਪਤੀ ਜਾਂ ਪਤਨੀ ਵੱਚੋਂ ਕਸਿੇ ਇਕ ਦੀ ਨੱਜੀ ਮਲਕੀਅਤ ਹੁੰਦੀ ਹੈ ਅਤੇ ਵਆਿਹ ਦੇ ਦੌਰਾਨ ਸਾਂਝੀ ਨਹੀ ਮੰਨੀ ਜਾਂਦੀ।

हिंदी: पृथक संपत्ति
पृथक संपत्ति वह संपत्ति होती है जो पति या पत्नी में से किसी एक की निजी स्वामित्व में होती है और विवाह के दौरान साझा नहीं मानी जाती।

SEPARATION

Definition: The legal or factual ending of cohabitation between spouses or partners, which may be temporary or permanent; in family law, legal separation may involve court orders for custody, support, and property division without dissolving the marriage.

Explanation: When spouses live apart, with or without a court order.

Example: The couple's separation agreement outlined custody and support before filing for divorce.

ਪੰਜਾਬੀ: ਅਲੱਗ ਰਹਣਿਾ
ਅਲੱਗ ਰਹਣਿਾ ਉਹ ਸਥਤਿੀ ਹੁੰਦੀ ਹੈ ਜਦੋਂ ਪਤੀ ਅਤੇ ਪਤਨੀ ਇਕੱਠੇ ਨਾ ਰਹਿ ਕੇ ਵੱਖ ਵੱਖ ਰਹੰਿਦੇ ਹਨ, ਪਰ ਕਾਨੂੰਨੀ ਤੌਰ 'ਤੇ ਤਲਾਕ ਨਹੀ ਹੋਇਆ ਹੁੰਦਾ।

हिंदी: अलग रहना
अलग रहना वह स्थिति होती है जब पति और पत्नी साथ न रहकर अलग-अलग रहते हैं, लेकिन क़ानूनी रूप से तलाक़ नहीं हुआ होता।

SERVE

Definition: To formally deliver legal documents to a party, giving them official notice of legal action; in family law, service ensures due process in custody, support, and divorce cases.

Explanation: To officially give someone legal papers about a case.

Example: The father was served with the divorce petition at his workplace.

ਪੰਜਾਬੀ: ਨੋਟਸਿ ਦੇਣਾ
ਨੋਟਸਿ ਦੇਣਾ ਉਹ ਪ੍ਰਕਰਿਆਿ ਹੁੰਦੀ ਹੈ ਜਸਿ ਵੱਿਚ ਕਸਿੇ ਵਅਿਕਤੀ ਨੂੰ ਅਦਾਲਤੀ ਦਸਤਾਵੇਜ਼ ਜਾਂ ਸੱਦਾ ਅਧਕਾਿਰਕ ਤੌਰ 'ਤੇ ਸੌਂਪਆਿ ਜਾਂਦਾ ਹੈ।

हिंदी: नोटिस देना
नोटिस देना वह प्रक्रिया होती है जिसमें किसी व्यक्ति को अदालती दस्तावेज़ या समन आधिकारिक रूप से सौंपा जाता है।

SERVICE

Definition: The legal act of delivering documents to a party in compliance with court rules; service may be personal, by mail, or by publication.

Explanation: The official process of giving court papers to someone.

Example: Service of the custody petition was completed by certified mail.

ਪੰਜਾਬੀ: ਸੇਵਾ / ਨੋਟਸਿ ਦੀ ਤਾਮੀਲ
ਸੇਵਾ ਜਾਂ ਨੋਟਸਿ ਦੀ ਤਾਮੀਲ ਉਹ ਪ੍ਰਕਰਿਆਿ ਹੁੰਦੀ ਹੈ ਜਸਿ ਵੱਿਚ ਅਦਾਲਤੀ ਦਸਤਾਵੇਜ਼ਾਂ ਨੂੰ ਸੰਬੰਧਤਿ ਵਅਿਕਤੀ ਤੱਕ ਅਧਕਾਿਰਕ ਤੌਰ 'ਤੇ ਪਹੁੰਚਾਇਆ ਜਾਂਦਾ ਹੈ।

हिंदी: सेवा / नोटिस की तामील
सेवा या नोटिस की तामील वह प्रक्रिया होती है जिसमें अदालती दस्तावेज़ संबंधित व्यक्ति तक आधिकारिक रूप से पहुँचाए जाते हैं।

SESSION

Definition: A period of time when the court is convened to conduct hearings or trials; in family law, sessions may involve temporary orders, custody disputes, or support hearings.

Explanation: The time when the judge is holding court.

Example: The custody matter was heard during the morning session of family court.

ਪੰਜਾਬੀ: ਅਧਿਵੇਸ਼ਨ / ਬੈਠਕ
ਅਧਿਵੇਸ਼ਨ ਜਾਂ ਬੈਠਕ ਉਹ ਸਮਾਂ ਹੁੰਦਾ ਹੈ ਜਿਸ ਦੌਰਾਨ ਅਦਾਲਤ ਜਾਂ ਵਿਧਾਨ ਸਭਾ ਆਪਣਾ ਕੰਮ ਕਰਦੀ ਹੈ।

हिंदी: अधिवेशन / बैठक
अधिवेशन या बैठक वह समय होता है जिसके दौरान अदालत या विधान सभा अपना कार्य करती है।

SET-OFF

Definition: A legal reduction of one party's obligation by the amount of another obligation owed by the opposing party; in family law, set-offs may apply to debts or support arrears.

Explanation: When one debt is reduced because the other side also owes money.

Example: The court applied a set-off, reducing the father's arrears by the mother's unpaid share of medical costs.

ਪੰਜਾਬੀ: ਬਕਾਇਆ ਕਟੌਤੀ
ਬਕਾਇਆ ਕਟੌਤੀ ਉਹ ਪ੍ਰਕਿਰਿਆ ਹੁੰਦੀ ਹੈ ਜਿਸ ਵਿੱਚ ਕਿਸੇ ਵਿਅਕਤੀ ਦੇ ਕਰਜ਼ੇ ਨੂੰ ਦੂਜੇ ਪਾਸੇ ਦੇ ਬਕਾਇਆ ਨਾਲ ਘਟਾ ਦਿੱਤਾ ਜਾਂਦਾ ਹੈ। ਪਰਿਵਾਰਕ ਕਾਨੂੰਨ ਵਿੱਚ, ਬਕਾਇਆ ਕਟੌਤੀ ਕਰਜ਼ਿਆਂ ਜਾਂ ਭਰਨ-ਪੋਸ਼ਣ ਦੇ ਬਕਾਏ 'ਤੇ ਲਾਗੂ ਹੋ ਸਕਦੇ ਹਨ।

हिंदी: समायोजन
समायोजन वह प्रक्रिया होती है जिसमें किसी व्यक्ति के कर्ज़ को दूसरे

पक्ष के बकाया से घटा दयिा जाता है। पारविारकि क़ानून में, समायोजन का उपयोग ऋणों या भरण-पोषण बकाए पर कयिा जा सकता है।

SETTLE

Definition: To resolve a dispute by agreement without a trial, often recorded in a consent judgment or settlement agreement.

Explanation: To reach an agreement instead of continuing the case in court.

Example: The parents decided to settle their custody dispute through mediation.

ਪੰਜਾਬੀ: ਸਮਝੌਤਾ ਕਰਨਾ
ਸਮਝੌਤਾ ਕਰਨਾ ਉਹ ਹੁੰਦਾ ਹੈ ਜਦੋਂ ਪੱਖ ਅਦਾਲਤ ਦੇ ਬਾਹਰ ਆਪਸੀ ਸਹਮਿਤੀ ਨਾਲ ਮਾਮਲੇ ਨੂੰ ਖਤਮ ਕਰਦੇ ਹਨ।

हदिी: समझौता करना
समझौता करना वह होता है जब पक्ष अदालत के बाहर आपसी सहमतसि मामले को समाप्त करते हैं।

SETTLEMENT

Definition: A formal resolution between parties to a legal dispute, often documented and entered as a court order; in family law, settlements may cover custody, visitation, support, and property division.

Explanation: The written agreement that ends a case without trial.

Example: The divorce settlement divided the couple's assets and established a parenting plan.

ਪੰਜਾਬੀ: ਸਮਝੌਤਾ
ਸਮਝੌਤਾ ਉਹ ਲਖਿਤੀ ਜਾਂ ਮੌਖਕਿ ਸਹਮਿਤੀ ਹੁੰਦੀ ਹੈ ਜਸਿ ਨਾਲ ਪੱਖ ਆਪਸੀ ਰਜ਼ਾਮੰਦੀ ਨਾਲ ਮਾਮਲੇ ਨੂੰ ਅਦਾਲਤ ਤੋਂ ਬਾਹਰ ਖਤਮ ਕਰਦੇ ਹਨ।

हदिी: समझौता
समझौता वह लखिति या मौखकि सहमतहिोती है जसिसे पक्ष आपसी सहमतसि मामले को अदालत के बाहर समाप्त करते हैं।

SETTLEMENT CONFERENCE (FAMILY LAW)

Definition: A meeting where parties, attorneys, and sometimes a judge attempt to settle family law issues before trial.

Explanation: A meeting to try to resolve family law issues before trial.

Example: The property division was resolved during the settlement conference.

ਪੰਜਾਬੀ: ਸਮਝੌਤਾ ਕਾਨਫਰੰਸ (ਪਰਿਵਾਰਕ ਕਾਨੂੰਨ) – ਟਰਾਇਲ ਤੋਂ ਪਹਿਲਾਂ ਮਾਮਲੇ ਸੁਲਝਾਉਣ ਲਈ ਕੀਤੀ ਜਾਣ ਵਾਲੀ ਮੀਟਿੰਗ।

हिंदी: निपटान सम्मेलन (पारिवारिक कानून) – मुकदमे से पहले मामले सुलझाने के लिए की जाने वाली बैठक।

SHOW CAUSE HEARING

Definition: A hearing in which a party must appear before the court and explain why certain relief should not be granted or why they should not be held in contempt.

Explanation: A court hearing where someone must explain their actions to avoid penalties.

Example: The father attended a show cause hearing for failure to pay child support.

ਪੰਜਾਬੀ: ਕਾਰਨ ਦੱਸਣ ਦੀ ਸੁਣਵਾਈ
ਕਾਰਨ ਦੱਸਣ ਦੀ ਸੁਣਵਾਈ ਉਹ ਅਦਾਲਤੀ ਕਾਰਵਾਈ ਹੁੰਦੀ ਹੈ ਜਿਸ ਵਿੱਚ ਪੱਖ ਨੂੰ ਇਹ ਸਮਝਾਉਣ ਦਾ ਮੌਕਾ ਦਿੱਤਾ ਜਾਂਦਾ ਹੈ ਕਿ ਉਸਨੇ ਹੁਕਮ ਦੀ ਉਲੰਘਣਾ ਕਿਉ ਕੀਤੀ ਜਾਂ ਕਿਸੇ ਕਾਰਵਾਈ ਵਿਰੁੱਧ ਕਾਰਨ ਕਿਉ ਨਾ ਲਏ ਜਾਣ।

हिंदी: कारण बताओ सुनवाई
कारण बताओ सुनवाई वह अदालती कार्यवाही होती है जिसमें पक्ष को यह समझाने का अवसर दिया जाता है कि उसने आदेश का उल्लंघन क्यों किया या किसी कार्यवाही के विरुद्ध कारण क्यों न लिया जाए।

SHOW CAUSE ORDER

Definition: A court order requiring a party to appear and explain or justify their conduct or why relief requested by the other party should not be granted.

Explanation: A judge's order telling someone to come to court and explain themselves.

Example: The judge issued a show cause order after repeated violations of the visitation schedule.

ਪੰਜਾਬੀ: ਕਾਰਨ ਦੱਸਣ ਦਾ ਹੁਕਮ
ਕਾਰਨ ਦੱਸਣ ਦਾ ਹੁਕਮ ਅਦਾਲਤ ਵੱਲੋਂ ਜਾਰੀ ਕੀਤਾ ਗਿਆ ਆਦੇਸ਼ ਹੁੰਦਾ ਹੈ ਜਸਿ ਵੱਿਚ ਕਸਿ ਪੱਖ ਨੂੰ ਇਹ ਵਜ੍ਹਾ ਸਮਝਾਉਣ ਲਈ ਕਹਿਾ ਜਾਂਦਾ ਹੈ ਕਿ ਉਸਦੇ ਖ਼ਿਲਾਫ਼ ਕੋਈ ਕਾਰਵਾਈ ਕਉਿਂ ਨਾ ਕੀਤੀ ਜਾਵੇ।

हिंदी: कारण बताओ आदेश
कारण बताओ आदेश अदालत द्वारा जारी कयिा गया आदेश होता है जसिमें कसिी पक्ष को यह कारण समझाने के लिए कहा जाता है कि उसके खिलाफ कोई कार्रवाई क्यों न की जाए।

SIDEBAR

Definition: A private conversation between the judge and attorneys, held outside the hearing of the jury or parties, usually about procedural or evidentiary issues.

Explanation: A private discussion at the judge's bench between lawyers and the judge.

Example: The attorneys requested a sidebar to discuss the admissibility of testimony.

ਪੰਜਾਬੀ: ਨੱਜੀ ਗੱਲਬਾਤ
ਨੱਜੀ ਗੱਲਬਾਤ ਉਹ ਛੋਟੀ ਗੱਲਬਾਤ ਹੁੰਦੀ ਹੈ ਜੋ ਜੱਜ ਅਤੇ ਵਕੀਲਾਂ ਵਚਿਕਾਰ ਅਦਾਲਤ ਦੇ ਖੁੱਲ੍ਹੇ ਰਕਿਾਰਡ ਤੋਂ ਬਾਹਰ, ਆਮ ਤੌਰ 'ਤੇ ਜੂਰੀ ਦੀ ਮੌਜੂਦਗੀ ਤੋਂ ਬਨਿਾ ਹੁੰਦੀ ਹੈ।

हिंदी: नजिी बातचीत
नजिी बातचीत वह छोटी चर्चा होती है जो न्यायाधीश और वकीलों के बीच अदालत के खुले रकिॉर्ड से बाहर, आमतौर पर जूरी की मौजूदगी के बनिा होती है।

SIGNIFICANT

Definition: Important, material, or meaningful in a way that affects the outcome of a case; in family law, significant changes in circumstances may justify modifying custody or support.

Explanation: Something important enough to affect the case.

Example: The court found a significant change in circumstances and modified the custody order.

ਪੰਜਾਬੀ: ਮਹੱਤਵਪੂਰਨ
ਮਹੱਤਵਪੂਰਨ ਉਹ ਚੀਜ਼ ਹੁੰਦੀ ਹੈ ਜਸਿਦਾ ਨਤੀਜੇ ਜਾਂ ਫ਼ੈਸਲੇ 'ਤੇ ਵੱਡਾ ਅਸਰ ਪੈਂਦਾ ਹੈ।

हिंदी: महत्वपूर्ण
महत्वपूर्ण वह चीज़ होती है जसिका परणिाम या नर्णिय पर बड़ा प्रभाव पड़ता है।

SPOUSAL SUPPORT

Definition: Financial assistance ordered by the court from one spouse to another after separation or divorce.

Explanation: Spousal support is money one spouse pays the other to help with living expenses after divorce.

Example: The court ordered him to pay spousal support after the divorce.

ਪੰਜਾਬੀ: ਜੀਵਨ ਸਾਥੀ ਭਰਣ-ਪੋਸ਼ਣ
ਜੀਵਨ ਸਾਥੀ ਭਰਣ-ਪੋਸ਼ਣ ਉਹ ਆਰਥਕਿ ਸਹਾਇਤਾ ਹੁੰਦੀ ਹੈ ਜੋ ਤਲਾਕ ਜਾਂ ਅਲੱਗ ਰਹਣਿ ਦੇ ਬਾਅਦ ਇੱਕ ਜੀਵਨ ਸਾਥੀ ਦੂਜੇ ਨੂੰ ਦੇਣ ਲਈ ਅਦਾਲਤ ਦੁਆਰਾ ਆਦੇਸ਼ਤਿ ਕਰਦੀ ਹੈ।

हिंदी: वैवाहकि भरण-पोषण
वैवाहकि भरण-पोषण वह आर्थकि सहायता होती है जो तलाक़ या अलग रहने के बाद एक जीवनसाथी को दूसरे को देने के लिए अदालत द्वारा आदेशति की जाती है।

SPOUSE

Definition: A legally recognized husband or wife in a marriage; in family law, spouses have rights and obligations regarding support, property, and parental duties.

Explanation: A person's husband or wife under the law.

Example: The divorce decree required each spouse to divide marital property equally.

ਪੰਜਾਬੀ: ਜੀਵਨ ਸਾਥੀ
ਜੀਵਨ ਸਾਥੀ ਉਹ ਵਿਅਕਤੀ ਹੁੰਦਾ ਹੈ ਜੋ ਵਿਆਹ ਰਾਹੀ ਪਤੀ ਜਾਂ ਪਤਨੀ ਦੇ ਰੂਪ ਵੱਚਿ ਬੱਝਿਆ ਹੁੰਦਾ ਹੈ।

हिंदी: जीवनसाथी
जीवनसाथी वह व्यक्त‌ि होता है जो ववि‌ाह द्वारा पत‌ि या पत्नी के रूप में बंधा होता है।

STATEMENT

Definition: A written or oral declaration of facts, often made under oath, used as evidence in court proceedings; in family law, statements may include financial disclosures or affidavits.

Explanation: Words written or spoken to explain facts in a case.

Example: The mother submitted a sworn statement about the father's missed support payments.

ਪੰਜਾਬੀ: ਬਆਿਨ
ਬਆਿਨ ਉਹ ਮੌਖਕਿ ਜਾਂ ਲਖਿਤੀ ਘੋਸ਼ਣਾ ਹੁੰਦੀ ਹੈ ਜੋ ਕਸਿੇ ਤੱਥ, ਘਟਨਾ ਜਾਂ ਵਚਿਾਰ ਨੂੰ ਦਰਸਾਉਂਦੀ ਹੈ।

हिंदी: बयान
बयान वह मौखकि या लखिति घोषणा होती है जो कसिी तथ्य, घटना या वचिार को दर्शाती है।

STATUS

Definition: A person's legal condition or position under the law; in family law, status refers to marital status, parental status, or the status of a child as dependent or emancipated.

Explanation: The legal standing of a person in relation to family matters.

Example: The court changed the parties' status from married to divorced.

ਪੰਜਾਬੀ: ਦਰਜਾ

ਦਰਜਾ ਉਹ ਸਥਤਿੀ ਜਾਂ ਹਾਲਤ ਹੁੰਦੀ ਹੈ ਜਸਿ ਵੱਚਿ ਕੋਈ ਵਅਿਕਤੀ ਜਾਂ ਮਾਮਲਾ ਇਸ ਵੇਲੇ ਮੌਜੂਦ ਹੁੰਦਾ ਹੈ।

हदिी: स्थति
स्थति विह हाल या अवस्था होती है जसिमें कोई व्यक्तया मामला इस समय मौजूद होता है।

STATUTE

Definition: A written law enacted by a legislative body; in family law, statutes regulate marriage, divorce, custody, adoption, and child support.

Explanation: A law passed by the legislature.

Example: The custody order was based on the state statute requiring best-interest analysis.

ਪੰਜਾਬੀ: ਕਾਨੂੰਨ
ਕਾਨੂੰਨ ਉਹ ਲਖਿਤੀ ਨਯਿਮ ਹੁੰਦਾ ਹੈ ਜੋ ਵਧਿਾਨ ਸਭਾ ਜਾਂ ਸੰਸਦ ਦੁਆਰਾ ਬਣਾਇਆ ਜਾਂਦਾ ਹੈ।

हदिी: अधनियिम
अधनियिम वह लखिति नयिम होता है जो वधिान सभा या संसद द्वारा बनाया जाता है।

STATUTE OF LIMITATIONS

Definition: The legal time limit within which a case must be filed; in family law, statutes of limitations may apply to paternity actions or enforcement of past support obligations.

Explanation: A deadline for starting a legal action.

Example: The mother's claim for battery was dismissed as outside the statute of limitations.

ਪੰਜਾਬੀ: ਸੀਮਾ ਕਾਨੂੰਨ
ਸੀਮਾ ਕਾਨੂੰਨ ਉਹ ਕਾਨੂੰਨੀ ਨਯਿਮ ਹੁੰਦਾ ਹੈ ਜੋ ਇਹ ਤੈਅ ਕਰਦਾ ਹੈ ਕ ਿਕਸਿੇ ਮਾਮਲੇ ਨੂੰ ਅਦਾਲਤ ਵੱਚਿ ਲਆਿਂਦਾ ਜਾਣ ਲਈ ਵੱਧ ਤੋਂ ਵੱਧ ਸਮਾਂ ਕੰਿਨਾ ਹੈ।

हदिी: सीमति काल अधनियिम
सीमति काल अधनियिम वह कानूनी नयिम होता है जो यह तय करता है क ि

कसिी मामले को अदालत में लाने के लिए अधकितम समय कतिना है।

STATUTORY LAW

Definition: Laws enacted by a legislature, as opposed to case law or common law; in family law, statutory law governs custody, divorce procedures, and support calculations.

Explanation: Written laws created by lawmakers.

Example: Statutory law requires both parents to support their children financially.

ਪੰਜਾਬੀ: ਕਾਨੂੰਨੀ ਧਾਰਾ
ਕਾਨੂੰਨੀ ਧਾਰਾ ਉਹ ਕਾਨੂੰਨ ਹੁੰਦਾ ਹੈ ਜੋ ਵਧਿਾਨ ਸਭਾ ਜਾਂ ਸੰਸਦ ਦੁਆਰਾ ਲਖਿਤੀ ਰੂਪ ਵੱਚਿ ਬਣਾਇਆ ਜਾਂਦਾ ਹੈ।

हदिंी: वैधानकि क़ानून
वैधानकि क़ानून वह क़ानून होता है जो वधिान सभा या संसद द्वारा लखिति रूप में बनाया जाता है।

STAY

Definition: A court order temporarily halting a proceeding or enforcement of a judgment; in family law, stays may pause enforcement of support or custody orders pending appeal.

Explanation: A pause or stop of a case or order by the court.

Example: The appellate court issued a stay on the custody order during review.

ਪੰਜਾਬੀ: ਰੋਕ
ਰੋਕ ਉਹ ਅਦਾਲਤੀ ਹੁਕਮ ਹੁੰਦਾ ਹੈ ਜਸਿ ਨਾਲ ਕਸਿੇ ਕਾਰਵਾਈ ਜਾਂ ਫ਼ੈਸਲੇ ਨੂੰ ਅਸਥਾਈ ਤੌਰ ‘ਤੇ ਰੁਕਵਾ ਦੱਤਿਾ ਜਾਂਦਾ ਹੈ।

हदिंी: स्थगन
स्थगन वह अदालती आदेश होता है जसिसे कसिी कार्यवाही या नरि्णय को अस्थायी रूप से रोक दयिा जाता है।

STIPULATE

Definition: To agree voluntarily to certain facts or terms during litigation, often to simplify issues for trial.

Explanation: When parties agree on something so it does not need to be argued in court.

Example: The parents stipulated to the child's school enrollment before trial.

ਪੰਜਾਬੀ: ਸਹਿਮਤ ਹੋਣਾ
ਸਹਿਮਤ ਹੋਣਾ ਉਹ ਹੁੰਦਾ ਹੈ ਜਦੋਂ ਪੱਖ ਅਦਾਲਤ ਵਿੱਚ ਕਿਸ ਤੱਥ ਜਾਂ ਸ਼ਰਤ ਨੂੰ ਬਿਨਾ ਵਿਰੋਧ ਮੰਨ ਲੈਂਦੇ ਹਨ।

हिंदी: सहमत होना
सहमत होना वह होता है जब पक्ष अदालत में किसी तथ्य या शर्त को बिना विरोध मान लेते हैं।

STIPULATION

Definition: A written or oral agreement between parties that is accepted by the court and becomes binding; in family law, stipulations often resolve issues like custody schedules or support amounts.

Explanation: An agreement made during a case that the judge approves.

Example: The divorce included a stipulation that the father would pay health insurance for the children.

ਪੰਜਾਬੀ: ਸਹਿਮਤੀ
ਸਹਿਮਤੀ ਉਹ ਲਿਖਤੀ ਜਾਂ ਮੌਖਿਕ ਸਮਝੌਤਾ ਹੁੰਦੀ ਹੈ ਜਿਸ ਵਿੱਚ ਪੱਖ ਅਦਾਲਤ ਵਿੱਚ ਕਿਸ ਤੱਥ ਜਾਂ ਸ਼ਰਤ ਨੂੰ ਮੰਨ ਲੈਂਦੇ ਹਨ।

हिंदी: सहमति
सहमति वह लिखित या मौखिक समझौता होती है जिसमें पक्ष अदालत में किसी तथ्य या शर्त को मान लेते हैं।

STRIKE

Definition: A court order removing improper testimony, evidence, or pleadings from the record.

Explanation: When the judge removes something from the case so it cannot be considered.

Example: The court struck the father's testimony after finding it hearsay.

ਪੰਜਾਬੀ: ਹਟਾਉਣਾ

ਹਟਾਉਣਾ ਉਹ ਅਦਾਲਤੀ ਹੁਕਮ ਹੁੰਦਾ ਹੈ ਜਸਿ ਨਾਲ ਕਸਿ ਬਆਿਨ, ਸਬੂਤ ਜਾਂ ਦਲੀਲ ਨੂੰ ਰਕਿਾਰਡ ਤੋਂ ਮਟਿਾ ਦੱਤਿਾ ਜਾਂਦਾ ਹੈ।

हिंदी: हटाना

हटाना वह अदालती आदेश होता है जसिसे कसिी बयान, साक्ष्य या दलील को रकिॉर्ड से मटिा दयिा जाता है।

SUBMIT

Definition: To formally present a document, motion, or evidence to the court for consideration.

Explanation: To give something officially to the court.

Example: The attorney submitted the parenting plan for approval.

ਪੰਜਾਬੀ: ਪੇਸ਼ ਕਰਨਾ

ਪੇਸ਼ ਕਰਨਾ ਉਹ ਕਰਿਆਿ ਹੁੰਦੀ ਹੈ ਜਸਿ ਵੱਚਿ ਦਸਤਾਵੇਜ਼, ਸਬੂਤ ਜਾਂ ਬੇਨਤੀ ਅਦਾਲਤ ਵੱਚਿ ਅਧਕਿਾਰਕ ਤੌਰ 'ਤੇ ਦੱਤੀ ਜਾਂਦੀ ਹੈ।

हिंदी: प्रस्तुत करना

प्रस्तुत करना वह क्रयिा होती है जसिमें दस्तावेज़, साक्ष्य या प्रार्थना अदालत में आधकिारकि रूप से दी जाती है।

SUBPOENA

Definition: A legal order requiring a person to appear in court or produce documents; failure to comply can result in penalties.

Explanation: A court command to appear or bring documents.

Example: The mother received a subpoena to testify at the custody trial.

ਪੰਜਾਬੀ: ਹਾਜ਼ਰੀ ਸੱਦਾ

ਹਾਜ਼ਰੀ ਸੱਦਾ ਅਦਾਲਤ ਵੱਲੋਂ ਜਾਰੀ ਕੀਤਾ ਗਆਿ ਹੁਕਮ ਹੁੰਦਾ ਹੈ ਜਸਿ ਵੱਚਿ ਕਸਿ ਵਅਿਕਤੀ ਨੂੰ ਅਦਾਲਤ ਵੱਚਿ ਹਾਜ਼ਰ ਹੋਣ ਜਾਂ ਦਸਤਾਵੇਜ਼ ਪੇਸ਼ ਕਰਨ ਲਈ ਕਹਾਿ ਜਾਂਦਾ ਹੈ।

हिंदी: समन

समन अदालत द्वारा जारी कयिा गया आदेश होता है जसिमें कसिी व्यक्ति को अदालत में उपस्थति होने या दस्तावेज़ प्रस्तुत करने के लएि कहा जाता है।

SUE

Definition: To bring a legal action against another person in court.

Explanation: To start a case by filing legal papers against someone.

Example: The wife chose to sue for divorce after years of separation.

ਪੰਜਾਬੀ: ਮਾਮਲਾ ਦਾਇਰ ਕਰਨਾ
ਮਾਮਲਾ ਦਾਇਰ ਕਰਨਾ ਉਹ ਹੁੰਦਾ ਹੈ ਜਦੋਂ ਕੋਈ ਵਅਿਕਤੀ ਅਦਾਲਤ ਵੱਚਿ ਆਪਣੇ ਹੱਕ ਜਾਂ ਨੁਕਸਾਨ ਦੀ ਭਰਪਾਈ ਲਈ ਕਾਨੂੰਨੀ ਕਾਰਵਾਈ ਸ਼ੁਰੂ ਕਰਦਾ ਹੈ।

हदिी: मुकदमा दायर करना
मुकदमा दायर करना वह होता है जब कोई व्यक्तअिदालत में अपने अधकिार या नुकसान की भरपाई के लएि कानूनी कार्यवाही शुरू करता है।

SUIT

Definition: A legal case filed in court; in family law, suits include divorce, custody, or support actions.

Explanation: Another word for a legal case.

Example: The mother filed a suit for custody and child support.

ਪੰਜਾਬੀ: ਮੁਕੱਦਮਾ
ਮੁਕੱਦਮਾ ਉਹ ਕਾਨੂੰਨੀ ਕਾਰਵਾਈ ਹੁੰਦੀ ਹੈ ਜੋ ਅਦਾਲਤ ਵੱਚਿ ਦਾਇਰ ਕੀਤੀ ਜਾਂਦੀ ਹੈ ਤਾਂ ਜੋ ਹੱਕਾਂ ਦੀ ਰੱਖਿਆ ਕੀਤੀ ਜਾ ਸਕੇ ਜਾਂ ਨੁਕਸਾਨ ਦੀ ਭਰਪਾਈ ਮਲਿ ਸਕੇ।

हदिी: मुकदमा
मुकदमा वह कानूनी कार्यवाही होती है जो अदालत में दायर की जाती है ताकअिधकिारों की रक्षा की जा सके या नुकसान की भरपाई मलि सके।

SUMMARY JUDGMENT

Definition: A court decision made without a trial when there are no disputed material facts and one party is entitled to judgment as a matter of law.

Explanation: A ruling made by the judge without a trial because the facts are clear.

Example: The father moved for summary judgment in the support enforcement action.

ਪੰਜਾਬੀ: ਸੰਖੇਪ ਫੈਸਲਾ
ਸੰਖੇਪ ਫੈਸਲਾ ਉਹ ਹੁੰਦਾ ਹੈ ਜਦੋਂ ਅਦਾਲਤ ਬਨਿਾ ਪੂਰੀ ਸੁਣਵਾਈ ਕੀਤੇ ਸਰਿਫ਼ ਪੇਸ਼ ਕੀਤੇ ਦਸਤਾਵੇਜ਼ਾਂ ਅਤੇ ਸਬੂਤਾਂ ਦੇ ਆਧਾਰ 'ਤੇ ਨਰਿਣੇ ਲੈਂਦੀ ਹੈ।

हिंदी: संक्षप्ति नरि्णय
संक्षप्ति नरि्णय वह होता है जब अदालत बनिा पूरी सुनवाई कए़ि केवल प्रस्तुत दस्तावेज़ों और साक्ष्यों के आधार पर नरि्णय लेती है।

SUMMATION

Definition: The final argument made by attorneys at the close of a trial, summarizing evidence and urging a favorable decision.

Explanation: The lawyer's closing remarks at the end of trial.

Example: In her summation, the mother's attorney stressed the child's need for stability.

ਪੰਜਾਬੀ: ਅੰਤਮਿ ਦਲੀਲ
ਅੰਤਮਿ ਦਲੀਲ ਉਹ ਬਆਿਨ ਹੁੰਦਾ ਹੈ ਜੋ ਵਕੀਲ ਕੇਸ ਦੇ ਅੰਤ ਵੱਚਿ ਅਦਾਲਤ ਅੱਗੇ ਸਾਰੇ ਸਬੂਤਾਂ ਅਤੇ ਗਵਾਹੀਆਂ ਦਾ ਸਾਰ ਦੇ ਕੇ ਕਰਦਾ ਹੈ।

हिंदी: अंतमि दलील
अंतमि दलील वह बयान होता है जो वकील मुकदमे के अंत में अदालत के सामने सभी साक्ष्यों और गवाहयिों का सार प्रस्तुत करके करता है।

SUMMONS

Definition: A legal notice requiring a person to appear in court and informing them of a case filed against them.

Explanation: A paper telling someone that a case has been filed against them and when to appear.

Example: The father was served with a summons in the divorce action.

ਪੰਜਾਬੀ: ਸੱਦਾ

ਸੱਦਾ ਅਦਾਲਤ ਵੱਲੋਂ ਜਾਰੀ ਕੀਤਾ ਗਿਆ ਅਧਿਕਾਰਕ ਹੁਕਮ ਹੁੰਦਾ ਹੈ ਜਿਸ ਵਿੱਚ ਕਿਸੇ ਵਿਅਕਤੀ ਨੂੰ ਅਦਾਲਤ ਵਿੱਚ ਹਾਜ਼ਰ ਹੋਣ ਲਈ ਕਿਹਾ ਜਾਂਦਾ ਹੈ।

हिंदी: समन

समन अदालत द्वारा जारी किया गया आधिकारिक आदेश होता है जिसमें किसी व्यक्ति को अदालत में उपस्थित होने के लिए कहा जाता है।

SUPERIOR COURT

Definition: A trial-level court of general jurisdiction that hears civil and criminal cases, including family law matters such as divorce, custody, adoption, and support.

Explanation: The main trial court that decides important cases, including family cases.

Example: The custody petition was filed in the superior court of the county.

ਪੰਜਾਬੀ: ਉੱਚ ਅਦਾਲਤ

ਉੱਚ ਅਦਾਲਤ ਉਹ ਅਦਾਲਤ ਹੁੰਦੀ ਹੈ ਜਿਸਨੂੰ ਹੇਠਲੀ ਅਦਾਲਤਾਂ ਨਾਲੋਂ ਵੱਧ ਅਧਿਕਾਰ ਹੁੰਦੇ ਹਨ ਅਤੇ ਜੋ ਗੰਭੀਰ ਮਾਮਲਿਆਂ ਦੀ ਸੁਣਵਾਈ ਕਰਦੀ ਹੈ।

हिंदी: उच्च न्यायालय

उच्च न्यायालय वह अदालत होती है जिस निचली अदालतों से अधिक अधिकार होते हैं और जो गंभीर मामलों की सुनवाई करती है।

SUPERVISED VISITATION

Definition: Court-ordered visitation where a neutral third party observes visits between a parent and child.

Explanation: Supervised visitation means a parent can only see the child while another adult is present.

Example: The judge granted supervised visitation due to safety concerns.

ਪੰਜਾਬੀ: ਨਿਗਰਾਨੀ ਹੇਠ ਮੁਲਾਕਾਤ

ਨਿਗਰਾਨੀ ਹੇਠ ਮੁਲਾਕਾਤ ਉਹ ਹੁੰਦੀ ਹੈ ਜਦੋਂ ਮਾਤਾ ਪਿਤਾ ਵਿੱਚੋਂ ਕਿਸੇ ਇਕ ਨੂੰ ਬੱਚੇ ਨਾਲ ਸਿਰਫ਼ ਨਿਗਰਾਨ ਦੀ ਮੌਜੁਦਗੀ ਵਿੱਚ ਹੀ ਮਿਲਣ ਦੀ ਆਗਿਆ ਹੁੰਦੀ ਹੈ।

हिंदी: पर्यवेक्षित मुलाक़ात

परयवेक्षति मुलाक़ात वह होती है जब माता-पिता में से कसिी एक को बच्चे से केवल परयवेक्षक की मौजूदगी में ही मलिने की अनुमति होती है।

SWEAR IN

Definition: The formal act of administering an oath to a witness, juror, or party, requiring them to promise to tell the truth or perform their duties honestly; in family law, witnesses and parties are sworn in before testifying.

Explanation: When someone promises in court to tell the truth before speaking.

Example: The judge asked the clerk to swear in the mother before her testimony in the custody case.

ਪੰਜਾਬੀ: ਕਸਮ ਚੁਕਾਉਣਾ

ਕਸਮ ਚੁਕਾਉਣਾ ਉਹ ਪ੍ਰਕਰਿਆਿ ਹੁੰਦੀ ਹੈ ਜਸਿ ਵੱਿਚ ਕਸਿੇ ਵਅਿਕਤੀ ਨੂੰ ਸੱਚ ਬੋਲਣ ਜਾਂ ਆਪਣਾ ਫਰਜ ਨਭਿਾਉਣ ਲਈ ਅਧਕਿਾਰਕ ਤੌਰ 'ਤੇ ਸ਼ਪਥ ਦਵਿਾਈ ਜਾਂਦੀ ਹੈ।

हिंदी: शपथ दलिाना

शपथ दलिाना वह प्रक्रयिा होती है जसिमें कसिी व्यक्त िको सच बोलने या अपना कर्तव्य नभिाने के लिए आधकिारकि रूप से शपथ दलिाई जाती है।

SWORN STATEMENT

Definition: A written or oral statement given under oath or affirmation, verified as truthful and signed before an authorized official; in family law, sworn statements are used for financial disclosures, affidavits, or declarations.

Explanation: A written or spoken declaration made under oath that must be true.

Example: The father submitted a sworn statement about his income in the child support case.

ਪੰਜਾਬੀ: ਹਲਫੀਆ ਬਆਿਨ

ਹਲਫੀਆ ਬਆਿਨ ਉਹ ਲਖਿਤੀ ਜਾਂ ਮੌਖਕਿ ਘੋਸ਼ਣਾ ਹੁੰਦੀ ਹੈ ਜੋ ਸੱਚ ਬੋਲਣ ਦੀ ਕਸਮ ਖਾ ਕੇ ਦੱਿਤੀ ਜਾਂਦੀ ਹੈ।

हिंदी: शपथपत्र

शपथपत्र वह लखिति या मौखकि घोषणा होती है जो सच बोलने की शपथ

लेकर दी जाती है।

TAKE AN OATH

Definition: To make a solemn promise, administered by a court or authorized official, to tell the truth or faithfully perform one's duties; in family law, parties, witnesses, and interpreters often take oaths.

Explanation: To formally promise to tell the truth or do a duty in court.

Example: The custody evaluator took an oath before presenting her findings to the court.

ਪੰਜਾਬੀ: ਕਸਮ ਖਾਣਾ
ਕਸਮ ਖਾਣਾ ਉਹ ਕਰਿਆਿ ਹੁੰਦੀ ਹੈ ਜਸਿ ਵੱਚਿ ਕੋਈ ਵਅਿਕਤੀ ਸੱਚ ਬੋਲਣ ਜਾਂ ਆਪਣਾ ਫਰਜ ਨਭਿਾਉਣ ਲਈ ਅਧਕਿਾਰਕ ਤੌਰ 'ਤੇ ਵਚਨ ਲੈਂਦਾ ਹੈ।

हदिी: शपथ लेना
शपथ लेना वह क्रयिा होती है जसिमें कोई व्यक्त सिच बोलने या अपना कर्तव्य नभिाने के लएि आधकिारकि रूप से वचन लेता है।

TAX OFFSET

Definition: A government action that intercepts tax refunds and applies them to unpaid debts; in family law, tax offsets are commonly used to collect past-due child support.

Explanation: When the government takes money from a tax refund to pay overdue support.

Example: The father's tax refund was taken through a tax offset to pay child support arrears.

ਪੰਜਾਬੀ: ਕਰ ਕਟੌਤੀ
ਕਰ ਕਟੌਤੀ ਉਹ ਪ੍ਰਕਰਿਆਿ ਹੁੰਦੀ ਹੈ ਜਸਿ ਵੱਚਿ ਸਰਕਾਰ ਕਸਿੇ ਵਅਿਕਤੀ ਦੇ ਬਕਾਇਆ ਕਰਜ਼ੇ ਜਾਂ ਜ਼ੰਮਿੇਵਾਰੀਆਂ ਦੀ ਭਰਪਾਈ ਕਰਨ ਲਈ ਉਸਦੀ ਟੈਕਸ ਰਫਿੰਡ ਰਕਮ ਨੂੰ ਘਟਾ ਲੈਂਦੀ ਹੈ।

हदिी: कर समायोजन
कर समायोजन वह प्रक्रयिा होती है जसिमें सरकार कसिी व्यक्त िके बकाया कर्ज़ या ज़म्मिेदारयिों की पूर्त िके लएि उसके टैक्स रफिंड की राश िको घटा लेती है।

TEMPORARY

Definition: Something that is valid for a limited time until a final decision is made; in family law, temporary orders may include custody, visitation, or support arrangements while a case is pending.

Explanation: An order or arrangement that lasts only until the court makes a final ruling.

Example: The court issued a temporary custody order giving the mother primary care until the trial.

ਪੰਜਾਬੀ: ਅਸਥਾਈ
ਅਸਥਾਈ ਉਹ ਚੀਜ਼ ਹੁੰਦੀ ਹੈ ਜੋ ਥੋੜੇ ਸਮੇਂ ਲਈ ਹੀ ਲਾਗੂ ਜਾਂ ਬਰਕਰਾਰ ਰਹਿੰਦੀ ਹੈ।

हिंदी: अस्थायी
अस्थायी वह चीज़ होती है जो केवल कुछ समय के लिए ही लागू या कायम रहती है।

TEMPORARY CUSTODY

Definition: A short-term custody order made by the court until a final decision is reached.

Explanation: Temporary custody is who the child stays with until the court makes a final order.

Example: The mother was given temporary custody until the trial date.

ਪੰਜਾਬੀ: ਅਸਥਾਈ ਸੁਰੱਖਿਆ
ਅਸਥਾਈ ਸੁਰੱਖਿਆ ਉਹ ਹੁੰਦੀ ਹੈ ਜਦੋਂ ਅਦਾਲਤ ਬੱਚੇ ਦੀ ਦੇਖਭਾਲ ਅਤੇ ਰਹਣਿ ਦੀ ਵਵਿਸਥਾ ਕੁਝ ਸਮੇਂ ਲਈ ਕਸਿ ਪੱਖ ਨੂੰ ਸੌਂਪਦੀ ਹੈ।

हिंदी: अस्थायी अभरिक्षा
अस्थायी अभरिक्षा वह होती है जब अदालत बच्चे की देखभाल और रहने की व्यवस्था कुछ समय के लिए कसिी पक्ष को सौंपती है।

TEMPORARY ORDER OF PROTECTION

Definition: A short-term protective order issued by the court to safeguard a person from abuse, harassment, or threats until a full hearing can be held; often used in domestic violence cases.

Explanation: A quick order that protects someone from harm until a hearing takes place.

Example: The mother obtained a temporary order of protection after alleging domestic violence by the father.

ਪੰਜਾਬੀ: ਅਸਥਾਈ ਸੁਰੱਖਿਆ ਹੁਕਮ

ਅਸਥਾਈ ਸੁਰੱਖਿਆ ਹੁਕਮ ਉਹ ਅਦਾਲਤੀ ਆਦੇਸ਼ ਹੁੰਦਾ ਹੈ ਜੋ ਕੁਝ ਸਮੇਂ ਲਈ ਕਿਸੇ ਵਿਅਕਤੀ ਨੂੰ ਹਿੰਸਾ, ਧਮਕੀ ਜਾਂ ਪਰੇਸ਼ਾਨੀ ਤੋਂ ਬਚਾਉਣ ਲਈ ਜਾਰੀ ਕੀਤਾ ਜਾਂਦਾ ਹੈ।

हिंदी: अस्थायी संरक्षण आदेश

अस्थायी संरक्षण आदेश वह अदालती आदेश होता है जो कुछ समय के लिए किसी व्यक्ति को हिंसा, धमकी या उत्पीड़न से बचाने के लिए जारी किया जाता है।

TEMPORARY RESTRAINING ORDER

Definition: A short-term court order that prohibits certain actions, such as contact, harassment, or removal of a child from the jurisdiction, until a full hearing; often issued in emergencies.

Explanation: A judge's emergency order that temporarily stops someone from doing something.

Example: The judge granted a temporary restraining order preventing the father from removing the child from the state.

ਪੰਜਾਬੀ: ਅਸਥਾਈ ਰੋਕ ਹੁਕਮ

ਅਸਥਾਈ ਰੋਕ ਹੁਕਮ ਉਹ ਅਦਾਲਤੀ ਆਦੇਸ਼ ਹੁੰਦਾ ਹੈ ਜੋ ਥੋੜੇ ਸਮੇਂ ਲਈ ਕਿਸੇ ਵਿਅਕਤੀ ਨੂੰ ਦੂਜੇ ਨੂੰ ਤੰਗ ਕਰਨ, ਧਮਕਾਉਣ ਜਾਂ ਨੁਕਸਾਨ ਪਹੁੰਚਾਉਣ ਤੋਂ ਰੋਕਦਾ ਹੈ।

हिंदी: अस्थायी निरोधक आदेश

अस्थायी निरोधक आदेश वह अदालती आदेश होता है जो थोड़े समय के लिए किसी व्यक्ति को दूसरे को परेशान करने, धमकाने या नुकसान पहुँचाने से रोकता है।

TERMINATE

Definition: To bring a legal relationship, obligation, or proceeding to an end by court order; in family law, termination may apply to parental rights, support obligations, or marriage.

Explanation: To legally end something, such as rights, duties, or a marriage.

Example: The court moved to terminate the father's parental rights due to long-term neglect.

ਪੰਜਾਬੀ: ਸਮਾਪਤ ਕਰਨਾ
ਸਮਾਪਤ ਕਰਨਾ ਉਹ ਹੁੰਦਾ ਹੈ ਜਦੋਂ ਕਸਿੇ ਸੰਬੰਧ, ਹੱਕ ਜਾਂ ਕਾਰਵਾਈ ਨੂੰ ਅਧਕਿਾਰਕ ਤੌਰ 'ਤੇ ਖਤਮ ਕਰ ਦੱਿਤਾ ਜਾਂਦਾ ਹੈ।

हदिी: समाप्त करना
समाप्त करना वह होता है जब कसिी संबंध, अधकिार या कार्यवाही को आधकिारकि रूप से ख़त्म कर दयिा जाता है।

TERMINATION OF PARENTAL RIGHTS

Definition: A legal process that permanently ends the legal rights of a parent to their child.

Explanation: Termination of parental rights means a parent no longer has any rights to their child.

Example: The court ordered termination of parental rights due to neglect.

ਪੰਜਾਬੀ: ਮਾਤਾ ਪਤਿਾ ਦੇ ਅਧਕਿਾਰਾਂ ਦੀ ਸਮਾਪਤੀ
ਮਾਤਾ ਪਤਿਾ ਦੇ ਅਧਕਿਾਰਾਂ ਦੀ ਸਮਾਪਤੀ ਉਹ ਅਦਾਲਤੀ ਹੁਕਮ ਹੁੰਦਾ ਹੈ ਜਸਿ ਨਾਲ ਮਾਤਾ ਪਤਿਾ ਦੇ ਬੱਚੇ ਨਾਲ ਸੰਬੰਧਤਿ ਸਾਰੇ ਕਾਨੂੰਨੀ ਹੱਕ ਅਤੇ ਜ਼ੰਮਿੇਵਾਰੀਆਂ ਖਤਮ ਹੋ ਜਾਂਦੀਆਂ ਹਨ।

हदिी: मातापति के अधकिारों की समाप्ति
मातापति के अधकिारों की समाप्ति वह अदालती आदेश होता है जसिसे माता-पिता के बच्चे से संबंधति सभी कानूनी अधकिार और ज़म्मिेदारयिाँ समाप्त हो जाती हैं।

TESTIFY

Definition: To give sworn evidence in court as a witness, party, or expert; in family law, parties may testify about custody, support, domestic violence, or financial matters.

Explanation: To speak under oath in court about what you know.

Example: The mother testified about the father's failure to attend the child's medical appointments.

ਪੰਜਾਬੀ: ਗਵਾਹੀ ਦੇਣਾ
ਗਵਾਹੀ ਦੇਣਾ ਉਹ ਹੁੰਦਾ ਹੈ ਜਦੋਂ ਕੋਈ ਵਿਅਕਤੀ ਅਦਾਲਤ ਵਿੱਚ ਸੱਚਾਈ ਬਾਰੇ ਬਿਆਨ ਦਿੰਦਾ ਹੈ।

हिंदी: गवाही देना
गवाही देना वह होता है जब कोई व्यक्ति अदालत में सच के बारे में बयान देता है।

TESTIMONY

Definition: The evidence given under oath by a witness or party during a trial or hearing; in family law, testimony helps the court decide issues such as parenting ability or financial status.

Explanation: What a person says in court under oath.

Example: The judge relied on the child's teacher's testimony about school attendance in the custody case.

ਪੰਜਾਬੀ: ਗਵਾਹੀ
ਗਵਾਹੀ ਉਹ ਬਿਆਨ ਹੁੰਦਾ ਹੈ ਜੋ ਕੋਈ ਵਿਅਕਤੀ ਅਦਾਲਤ ਵਿੱਚ ਸੱਚਾਈ ਦੱਸਣ ਲਈ ਦਿੰਦਾ ਹੈ।

हिंदी: गवाही
गवाही वह बयान होता है जो कोई व्यक्ति अदालत में सच बताने के लिए देता है।

THREAT

Definition: A declaration or action indicating an intention to cause harm, fear, or injury; in family law, threats may support restraining orders or affect custody decisions.

Explanation: A statement or act showing intent to cause harm or fear.

Example: The mother sought a restraining order after receiving a threat from her former spouse.

ਪੰਜਾਬੀ: ਧਮਕੀ
ਧਮਕੀ ਉਹ ਬਿਆਨ ਜਾਂ ਕਰਤੂਤ ਹੁੰਦੀ ਹੈ ਜਿਸ ਨਾਲ ਕਿਸੇ ਨੂੰ ਡਰਾਉਣ ਜਾਂ ਨੁਕਸਾਨ ਪਹੁੰਚਾਉਣ ਦੀ ਨੀਅਤ ਦਰਸਾਈ ਜਾਂਦੀ ਹੈ।

हिंदी: धमकी

धमकी वह बयान या कार्य होता है जसिमें कसिी को डराने या नुकसान पहुँचाने का इरादा जताया जाता है।

THREATEN

Definition: To make a statement or take an action indicating an intent to cause harm, intimidation, or coercion; in family law, threatening behavior may justify protective orders or limit visitation.

Explanation: To say or do something that shows you plan to cause harm or pressure someone.

Example: The father threatened the mother during a visitation exchange, leading to a court-ordered no-contact provision.

ਪੰਜਾਬੀ: ਧਮਕਾਉਣਾ
ਧਮਕਾਉਣਾ ਉਹ ਕਰਿਆਿ ਹੁੰਦੀ ਹੈ ਜਸਿ ਵੱਚਿ ਕਸਿ ਨੂੰ ਡਰਾਉਣ ਜਾਂ ਨੁਕਸਾਨ ਪਹੁੰਚਾਉਣ ਦੀ ਚੇਤਾਵਨੀ ਦੱਤਿੀ ਜਾਂਦੀ ਹੈ।

हदिी: धमकाना
धमकाना वह क्रयिा होती है जसिमें कसिी को डराने या नुकसान पहुँचाने की चेतावनी दी जाती है।

TRANSCRIPT

Definition: The official written record of everything said during a court proceeding, prepared by a court reporter; in family law, transcripts are used for appeals or review of hearings.

Explanation: The written record of all words spoken in court.

Example: The mother ordered a transcript of the custody hearing for her appeal.

ਪੰਜਾਬੀ: ਕਾਰਵਾਈ ਦੀ ਨਕਲ
ਕਾਰਵਾਈ ਦੀ ਨਕਲ ਉਹ ਲਖਿਤੀ ਰਕਿਾਰਡ ਹੁੰਦੀ ਹੈ ਜਸਿ ਵੱਚਿ ਅਦਾਲਤ ਵੱਚਿ ਹੋਈ ਹਰ ਗੱਲਬਾਤ ਅਤੇ ਕਾਰਵਾਈ ਨੂੰ ਸ਼ਬਦ ਦਰ ਸ਼ਬਦ ਦਰਜ ਕੀਤਾ ਜਾਂਦਾ ਹੈ।

हदिी: कार्यवाही की प्रतलिपि
कार्यवाही की प्रत वह लखिति रकॉर्ड होती है जसिमें अदालत में हुई हर बातचीत और कार्यवाही को शब्द दर शब्द दर्ज कयिा जाता है।

TRIAL

Definition: A formal court proceeding in which evidence and testimony are presented, and a judge (or jury, in rare cases) makes a final decision; in family law, trials decide disputes over custody, support, or property division.

Explanation: A court process where the judge hears evidence and makes a final decision.

Example: The custody trial lasted three days and included testimony from both parents.

ਪੰਜਾਬੀ: ਮੁਕੱਦਮੇ ਦੀ ਸੁਣਵਾਈ
ਮੁਕੱਦਮੇ ਦੀ ਸੁਣਵਾਈ ਉਹ ਅਦਾਲਤੀ ਪ੍ਰਕਰਿਆਿ ਹੁੰਦੀ ਹੈ ਜਸਿ ਵੱਚਿ ਜੱਜ ਜਾਂ ਜੂਰੀ ਸਬੂਤ ਸੁਣ ਕੇ ਅਤੇ ਗਵਾਹੀਆਂ ਵੇਖ ਕੇ ਫ਼ੈਸਲਾ ਕਰਦੇ ਹਨ।

हिंदी: मुकदमे की सुनवाई
मुकदमे की सुनवाई वह अदालती प्रक्रयिा होती है जसिमें न्यायाधीश या जूरी साक्ष्य सुनकर और गवाहयिाँ देखकर नरि्णय लेते हैं।

TRIAL COURT

Definition: The court of first instance where cases are initially filed, evidence is presented, and rulings are issued; in family law, trial courts handle divorce, custody, adoption, and support cases.

Explanation: The court where a case starts and evidence is first heard.

Example: The trial court issued an order granting joint legal custody.

ਪੰਜਾਬੀ: ਮੁਕੱਦਮੇ ਦੀ ਅਦਾਲਤ
ਮੁਕੱਦਮੇ ਦੀ ਅਦਾਲਤ ਉਹ ਹੇਠਲੀ ਅਦਾਲਤ ਹੁੰਦੀ ਹੈ ਜਸਿ ਵੱਚਿ ਕੇਸ ਦੀ ਪਹਲਿੀ ਵਾਰ ਸੁਣਵਾਈ ਹੁੰਦੀ ਹੈ ਅਤੇ ਸਬੂਤ ਤੇ ਗਵਾਹੀਆਂ ਦੇ ਆਧਾਰ ‘ਤੇ ਫੈਸਲਾ ਕੀਤਾ ਜਾਂਦਾ ਹੈ।

हिंदी: नचिली अदालत
नचिली अदालत वह अदालत होती है जसिमें मामले की पहली बार सुनवाई होती है और साक्ष्यों व गवाहयिों के आधार पर नरि्णय दयिा जाता है।

TRIAL JUDGE

Definition: The judge presiding over a trial, responsible for managing proceedings, ruling on objections, and issuing decisions or verdicts.

Explanation: The judge in charge of the trial who makes rulings and final decisions.

Example: The trial judge considered the best-interest factors before awarding custody.

ਪੰਜਾਬੀ: ਮੁਕੱਦਮੇ ਦਾ ਜੱਜ
ਮੁਕੱਦਮੇ ਦਾ ਜੱਜ ਉਹ ਜੱਜ ਹੁੰਦਾ ਹੈ ਜੋ ਮੁਕੱਦਮੇ ਦੀ ਸੁਣਵਾਈ ਦੀ ਅਗਵਾਈ ਕਰਦਾ ਹੈ ਅਤੇ ਕਾਨੂੰਨ ਦੇ ਅਨੁਸਾਰ ਫੈਸਲੇ ਲੈਂਦਾ ਹੈ।

हिंदी: मुकदमे का न्यायाधीश
मुकदमे का न्यायाधीश वह न्यायाधीश होता है जो मुकदमे की सुनवाई की अगुवाई करता है और क़ानून के अनुसार निर्णय लेता है।

TRIALS

Definition: Plural of trial; multiple formal court proceedings where evidence and testimony are presented and decisions are made.

Explanation: More than one court trial.

Example: The family division handled several custody trials in the same week.

ਪੰਜਾਬੀ: ਮੁਕੱਦਮੇ
ਮੁਕੱਦਮੇ ਉਹ ਅਦਾਲਤੀ ਕਾਰਵਾਈਆਂ ਹੁੰਦੀਆਂ ਹਨ ਜਿਨ੍ਹਾਂ ਵਿੱਚ ਸਬੂਤਾਂ ਅਤੇ ਗਵਾਹੀਆਂ ਦੇ ਆਧਾਰ 'ਤੇ ਜੱਜ ਜਾਂ ਜੂਰੀ ਫ਼ੈਸਲਾ ਕਰਦੇ ਹਨ।

हिंदी: मुकदमे
मुकदमे वे अदालती कार्यवाहियाँ होती हैं जिनमें साक्ष्यों और गवाहियों के आधार पर न्यायाधीश या जूरी निर्णय लेते हैं।

TRUST ACCOUNT

Definition: An account where money is held for the benefit of a child or dependent, managed by a trustee.

Explanation: A trust account is where money is kept safe for someone, usually a child, until later.

Example: The inheritance was placed in a trust account for the minor child.

ਪੰਜਾਬੀ: ਟਰੱਸਟ ਖਾਤਾ

ਟਰੱਸਟ ਖਾਤਾ ਉਹ ਬੈਂਕ ਖਾਤਾ ਹੁੰਦਾ ਹੈ ਜਸਿ ਵੱਚਿ ਵਕੀਲ ਜਾਂ ਸੰਭਾਲਕ ਕਸਿ ਹੋਰ ਵਅਿਕਤੀ ਦੇ ਪੈਸੇ ਉਸਦੀ ਥਾਂ 'ਤੇ ਸੰਭਾਲ ਕੇ ਰੱਖਦਾ ਹੈ।

ਹਦਿੀ: न्यास खाता

न्यास खाता वह बैंक खाता होता है जसिमें वकील या संरक्षक कसिी अन्य व्यक्तकि पैसे उसकी ओर से सुरक्षति रखता है।

UNCONTESTED DIVORCE

Definition: A divorce where both spouses agree on all terms such as custody, support, and property division.

Explanation: Uncontested divorce means both sides agree and don't fight in court.

Example: They filed for an uncontested divorce since they agreed on everything.

ਪੰਜਾਬੀ: ਬਨਿਾ ਵਰਿੋਧ ਵਾਲਾ ਤਲਾਕ

ਬਨਿਾ ਵਰਿੋਧ ਵਾਲਾ ਤਲਾਕ ਉਹ ਹੁੰਦਾ ਹੈ ਜਦੋਂ ਦੋਵੇਂ ਜੀਵਨ ਸਾਥੀ ਤਲਾਕ ਦੀਆਂ ਸ਼ਰਤਾਂ ਜਵਿੇਂ ਸੰਪਤੀ ਵੰਡ, ਬੱਚਆਿਂ ਦੀ ਦੇਖਭਾਲ ਅਤੇ ਭਰਣ-ਪੋਸ਼ਣ 'ਤੇ ਸਹਮਿਤ ਹੁੰਦੇ ਹਨ।

हदिी: नर्विवादति तलाक़

नर्विवादति तलाक़ वह होता है जब दोनों जीवनसाथी तलाक़ की शर्तों जैसे संपत्तबिँटवारा, बच्चों की देखभाल और भरण-पोषण पर सहमत होते हैं।

UNDER OATH

Definition: A legal status in which a person has sworn or affirmed to tell the truth in testimony, affidavit, or declaration, subject to penalties for perjury if false. In family law, parties and witnesses give testimony under oath in custody, support, and divorce cases.

Explanation: When someone promises in court to tell the truth and can be punished if they lie.

Example: The father testified under oath that he had paid all child support.

ਪੰਜਾਬੀ: ਕਸਮ ਹੇਠ

ਕਸਮ ਹੇਠ ਉਹ ਸਥਤਿੀ ਹੁੰਦੀ ਹੈ ਜਸਿ ਵੱਚਿ ਵਅਿਕਤੀ ਅਦਾਲਤ ਵੱਚਿ ਸੱਚ ਬੋਲਣ ਦੀ ਕਸਮ ਖਾ ਕੇ ਬਆਿਨ ਦੀਂਦਾ ਹੈ।

हिंदी: शपथ के अधीन
शपथ के अधीन वह स्थिति होती है जिसमें व्यक्ति अदालत में सच बोलने की शपथ लेकर बयान देता है।

UNDERSIGNED

Definition: A term used in legal documents to refer to the person who has signed the document, typically at the bottom; the undersigned affirms or accepts the contents.

Explanation: The person who signed the document.

Example: The undersigned agreed to the custody terms outlined in the settlement.

ਪੰਜਾਬੀ: ਹੇਠਾਂ ਦਸਤਖ਼ਤ ਕਰਨ ਵਾਲਾ
ਹੇਠਾਂ ਦਸਤਖ਼ਤ ਕਰਨ ਵਾਲਾ ਉਹ ਵਿਅਕਤੀ ਹੁੰਦਾ ਹੈ ਜਿਸਨੇ ਦਸਤਾਵੇਜ਼ ਦੇ ਅੰਤ ਵਿੱਚ ਆਪਣੇ ਹਸਤਾਖਰ ਕੀਤੇ ਹਨ।

हिंदी: अधोहस्ताक्षरी
अधोहस्ताक्षरी वह व्यक्ति होता है जिसने दस्तावेज़ के अंत में अपने हस्ताक्षर किए हैं।

UNDUE

Definition: Excessive, improper, or unwarranted; in family law, undue may appear in terms like "undue influence," where one party unfairly pressures another into an agreement.

Explanation: Something unfair, unreasonable, or beyond what is proper.

Example: The wife argued that she signed the prenuptial agreement under undue pressure.

ਪੰਜਾਬੀ: ਬੇਜਾ / ਗੈਰ-ਉਚਿਤ
ਬੇਜਾ ਜਾਂ ਗੈਰ-ਉਚਿਤ ਉਹ ਹੁੰਦਾ ਹੈ ਜੋ ਹੱਦ ਤੋਂ ਵੱਧ, ਅਨਿਆਇਕ ਜਾਂ ਸਹੀ ਕਾਰਨ ਤੋਂ ਬਿਨਾ ਹੋਵੇ।

हिंदी: अनुचित / अत्यधिक
अनुचित या अत्यधिक वह होता है जो सीमा से अधिक, अन्यायपूर्ण या बिना उचित कारण के हो।

UNFIT PARENT

Definition: A parent determined by the court to be incapable of properly caring for a child due to abuse, neglect, substance abuse, mental illness, or other serious deficiencies; a finding of unfitness can lead to loss of custody or termination of parental rights.

Explanation: A parent who cannot safely or properly care for their child.

Example: The court found the father to be an unfit parent because of repeated domestic violence.

ਪੰਜਾਬੀ: ਅਣਉਚਿਤ ਮਾਤਾ ਪਤਿਾ
ਅਣਉਚਿਤ ਮਾਤਾ ਪਤਿਾ ਉਹ ਹੁੰਦੇ ਹਨ ਜੋ ਬੱਚੇ ਦੀ ਸੰਭਾਲ, ਸੁਰੱਖਿਆ ਜਾਂ ਪਰਵਰਸ਼ਿ ਲਈ ਲੋੜੀਂਦੇ ਯੋਗ ਨਹੀਂ ਮੰਨੇ ਜਾਂਦੇ।

हदिंी: अयोग्य माता-पति
अयोग्य माता-पति वे होते हैं जन्हिें बच्चे की देखभाल, सुरक्षा या पालन-पोषण के लिए उपयुक्त नहीं माना जाता।

UNIFORM CHILD CUSTODY JURISDICTION AND ENFORCEMENT ACT (UCCJEA)

Definition: A law that determines which state court has jurisdiction over child custody cases.

Explanation: The UCCJEA decides which state's court can handle a custody case.

Example: The UCCJEA applied because the parents lived in different states.

ਪੰਜਾਬੀ: ਇਕਸਾਰ ਬੱਚਾ ਸੁਰੱਖਿਆ ਅਧਕਿਾਰਤਾ ਅਤੇ ਲਾਗੂਕਰਨ ਕਾਨੂੰਨ (UCCJEA)
ਇਹ ਕਾਨੂੰਨ ਇਹ ਤੈਅ ਕਰਦਾ ਹੈ ਕ ਕਿਸਿ ਰਾਜ ਦੀ ਅਦਾਲਤ ਨੂੰ ਬੱਚੇ ਦੀ ਸੁਰੱਖਿਆ ਅਤੇ ਮੁਲਾਕਾਤ ਬਾਰੇ ਕੇਸ ਸੁਣਨ ਦਾ ਅਧਕਿਾਰ ਹੈ ਅਤੇ ਇਹ ਹੋਰ ਰਾਜਾਂ ਵਚਿ ਉਸ ਫੈਸਲੇ ਦੀ ਲਾਗੂਕਰਨ ਨੂੰ ਯਕੀਨੀ ਬਣਾਉਂਦਾ ਹੈ।

हदिंी: समान बाल अभरिक्षा अधकिारति और प्रवर्तन अधनियिम (UCCJEA)
यह क़ानून तय करता है क किसि राज्य की अदालत को बच्चे की अभरिक्षा

और मुलाक़ात से संबंधति मामला सुनने का अधकिार है और यह अन्य राज्यों में उस नरि्णय के प्रवर्तन को सुनशि्चति करता है।

UNREASONABLE

Definition: Conduct, actions, or demands that exceed what is fair, appropriate, or rational under the law; in family law, an unreasonable position may include denying visitation without cause, requesting excessive support, or refusing cooperation in custody arrangements.

Explanation: When someone acts unfairly or beyond what is sensible in a case.

Example: The court ruled it was unreasonable for the mother to withhold visitation without evidence of danger to the child.

ਪੰਜਾਬੀ: ਬੇਤੁਕਾ / ਗੈਰ-ਵਾਜਬ
ਬੇਤੁਕਾ ਜਾਂ ਗੈਰ-ਵਾਜਬ ਉਹ ਹੁੰਦਾ ਹੈ ਜੋ ਸਧਾਰਣ ਬੁੱਧੀ ਜਾਂ ਨਿਆਂ ਦੇ ਅਨੁਸਾਰ ਠੀਕ ਨਾ ਹੋਵੇ।

हिंदी: अव्यवहारकि / अनुचति
अव्यवहारकि या अनुचति वह होता है जो सामान्य समझ या न्याय के अनुसार उचति न हो।

UTILITIES

Definition: Essential services such as electricity, water, gas, and internet that are necessary for maintaining a household; in family law, utilities are considered in calculating child support, spousal support, and household expenses.

Explanation: Household services like power, water, and gas that must be paid each month.

Example: The divorce decree required both parties to share the cost of household utilities until the property was sold.

ਪੰਜਾਬੀ: ਸਹੂਲਤਾਂ
ਸਹੂਲਤਾਂ ਉਹ ਬੁਨਿਆਦੀ ਸੇਵਾਵਾਂ ਹੁੰਦੀਆਂ ਹਨ ਜਿਵੇਂ ਬਜਿਲੀ, ਪਾਣੀ, ਗੈਸ ਅਤੇ ਕੂੜਾ ਇਕੱਠਾ ਕਰਨ ਦੀ ਸੇਵਾ, ਜੋ ਘਰ ਜਾਂ ਇਮਾਰਤ ਦੇ ਲਈ ਲੋੜੀਂਦੀਆਂ ਹਨ।

हिंदी: सुवधिाएँ
सुवधिाएँ वे बुनयिादी सेवाएँ होती हैं जैसे बजिली, पानी, गैस और कचरा

इकट्ठा करने की सेवा, जो घर या इमारत के लिए आवश्यक होती हैं।

VACATE ORDER (MOVE-OUT ORDER)

Definition: A court order requiring a person—often the restrained party in a domestic violence case—to leave the family residence.

Explanation: Tells one person they must move out of the home, usually for safety.

Example: The court issued a vacate order so the protected party could remain in the home with the children.

ਪੰਜਾਬੀ: ਘਰ ਖਾਲੀ ਕਰਨ ਦਾ ਹੁਕਮ
ਘਰ ਖਾਲੀ ਕਰਨ ਦਾ ਹੁਕਮ ਅਦਾਲਤ ਵੱਲੋਂ ਜਾਰੀ ਕੀਤਾ ਗਿਆ ਆਦੇਸ਼ ਹੁੰਦਾ ਹੈ ਜੋ ਕਸਿ ਵਿਅਕਤੀ ਨੂੰ ਨਰਿਧਾਰਤਿ ਸਮੇਂ ਅੰਦਰ ਘਰ ਜਾਂ ਸੰਪਤੀ ਛੱਡਣ ਲਈ ਕਹਿੰਦਾ ਹੈ।

हिंदी: घर खाली करने का आदेश
घर खाली करने का आदेश अदालत द्वारा जारी किया गया आदेश होता है जो किसी व्यक्ति को निर्धारित समय के भीतर घर या संपत्ति छोड़ने के लिए कहता है।

VALUATION DATE

Definition: The date the court uses to determine the value of assets or debts for division.

Explanation: The specific day used to price property or debts for splitting.

Example: The parties agreed to use the date of separation as the valuation date for the business.

ਪੰਜਾਬੀ: ਮੁੱਲਾਂਕਨ ਮਤਿੀ
ਮੁੱਲਾਂਕਨ ਮਤਿੀ ਉਹ ਖਾਸ ਤਾਰੀਖ ਹੁੰਦੀ ਹੈ ਜਸਿ 'ਤੇ ਸੰਪਤੀ ਜਾਂ ਜਾਇਦਾਦ ਦੀ ਕੀਮਤ ਦਾ ਅੰਦਾਜ਼ਾ ਲਗਾਇਆ ਜਾਂਦਾ ਹੈ।

हिंदी: मूल्यांकन तथि
मूल्यांकन तथि वह वशिष तारीख़ होती है जसि पर संपत्ति या जायदाद का मूल्य आँका जाता है।

VAN CAMP METHOD

Definition: A method used in California family law to divide community and separate property interests in a business when the increase in value is mainly due to the inherent nature of the business or outside factors, rather than community labor. The Van Camp method allocates a reasonable salary for community services, and the remainder of the business growth is treated as separate property. It comes from Van Camp v. Van Camp (1921).

Explanation: A way to divide a business in divorce: the working spouse is given a fair salary for their efforts during marriage, but most of the growth stays separate if it's due to the business itself.

Example: The court applied the Van Camp method, assigning the wife a reasonable salary for her work and classifying the rest of the business growth as the husband's separate property.

ਪੰਜਾਬੀ: ਵੈਨ ਕੈਂਪ ਵਿਧਿ – ਕੈਲੀਫ਼ੋਰਨੀਆ ਪਰਵਿਾਰਕ ਕਾਨੂੰਨ ਵੱਚਿ ਵਰਤੀ ਜਾਣ ਵਾਲੀ ਵਿਧਿ ਜਸਿ ਵੱਚਿ ਕਾਰੋਬਾਰ ਦੀ ਕੀਮਤ ਦਾ ਵਾਧਾ ਜੇਕਰ ਜ਼ਆਿਦਾਤਰ ਕਾਰੋਬਾਰ ਦੀ ਆਪਣੀ ਸੁਭਾਵਕਿਤਾ ਜਾਂ ਬਾਹਰੀ ਕਾਰਕਾਂ ਕਰਕੇ ਹੋਇਆ ਹੋਵੇ, ਤਾਂ ਇਸਨੂੰ ਅਲੱਗ ਸੰਪਤੀ ਮੰਨਿਆ ਜਾਂਦਾ ਹੈ। ਇਸ ਵਿਧਿ ਨਾਲ ਸਾਂਝੇ ਉੱਦਮ ਲਈ ਵਾਜਬ ਤਨਖ਼ਾਹ ਨਰਿਧਾਰਤ ਕੀਤੀ ਜਾਂਦੀ ਹੈ। ਇਹ Van Camp v. Van Camp (1921) ਤੋਂ ਆਈ ਹੈ।

हिंदी: वैन कैंप पद्धति – कैलफ़िोर्नया पारविारकि कानून में प्रयुक्त पद्धति जिसिमें यदि व्यवसाय का मूल्य वृद्धि मुख्यतःव्यवसाय की अपनी प्रकृति या बाहरी कारकों के कारण हुई हो, तो इसे अलग संपत्ति माना जाता है। इस पद्धति से संयुक्त प्रयास के लिए उचति वेतन तय कयिा जाता है। यह Van Camp v. Van Camp (1921) मामले से आई है।

VENUE

Definition: The proper county or court location where a family law case should be filed or heard.

Explanation: Which county or courthouse is the right place for the case.

Example: Because the child has lived in Kern County for six months, that is the proper venue for custody.

ਪੰਜਾਬੀ: ਅਦਾਲਤੀ ਸਥਾਨ
ਅਦਾਲਤੀ ਸਥਾਨ ਉਹ ਥਾਂ ਹੁੰਦੀ ਹੈ ਜਥਿੇ ਮਾਮਲੇ ਦੀ ਸੁਣਵਾਈ ਕੀਤੀ ਜਾਂਦੀ ਹੈ ਅਤੇ ਜਸਿ ਅਦਾਲਤ ਨੂੰ ਉਸ ਮਾਮਲੇ 'ਤੇ ਅਧਕਿਾਰ ਹੁੰਦਾ ਹੈ।

हिंदी: न्यायालय स्थल
न्यायालय स्थल वह स्थान होता है जहाँ मामले की सुनवाई की जाती है और जिस अदालत को उस मामले पर अधिकार होता है।

VENUE TRANSFER

Definition: A court's decision to move the case to another county or courthouse for proper venue or convenience.

Explanation: Moving the case to a different court location.

Example: The court granted a venue transfer to the county where the child resides.

ਪੰਜਾਬੀ: ਅਦਾਲਤੀ ਸਥਾਨ ਤਬਦੀਲੀ
ਅਦਾਲਤੀ ਸਥਾਨ ਤਬਦੀਲੀ ਉਹ ਹੁੰਦੀ ਹੈ ਜਦੋਂ ਮਾਮਲੇ ਦੀ ਸੁਣਵਾਈ ਨੂੰ ਇੱਕ ਅਦਾਲਤ ਤੋਂ ਦੂਜੀ ਅਦਾਲਤ ਵੱਚਿ ਭੇਜਿਆ ਜਾਂਦਾ ਹੈ।

हिंदी: न्यायालय स्थल स्थानांतरण
न्यायालय स्थल स्थानांतरण वह होता है जब मामले की सुनवाई को एक अदालत से दूसरी अदालत में भेजा जाता है।

VERBATIM

Definition: Word-for-word repetition of spoken or written language; in law, it refers to exact transcription of testimony or proceedings without alteration.

Explanation: An exact record of what was said, with no changes.

Example: The court reporter provided a verbatim transcript of the custody hearing.

ਪੰਜਾਬੀ: ਸ਼ਬਦਸ਼:
ਸ਼ਬਦਸ਼: ਉਹ ਹੁੰਦਾ ਹੈ ਜਦੋਂ ਕੋਈ ਗੱਲ ਬਲਿਕੁਲ ਉਹਨਾਂ ਹੀ ਸ਼ਬਦਾਂ ਵੱਚਿ ਦੁਹਰਾਈ ਜਾਂ ਦਰਜ ਕੀਤੀ ਜਾਂਦੀ ਹੈ ਜਵਿੇਂ ਉਹ ਕਹੀ ਗਈ ਸੀ।

हिंदी: शब्दशः
शब्दशः वह होता है जब कोई बात बलि्कुल उन्हीं शब्दों में दोहराई या दर्ज की जाती है जैसे वह कही गई थी।

VERBATIM RECORD

Definition: The official, word-for-word record of everything said in court, usually produced by a court reporter; in family law, a verbatim record ensures accuracy for appeals or future proceedings.

Explanation: The official written record showing exactly what was said in court.

Example: The appellate court reviewed the verbatim record of the divorce trial to evaluate the father's appeal.

ਪੰਜਾਬੀ: ਸ਼ਬਦਸ਼: ਰਕਿਾਰਡ
ਸ਼ਬਦਸ਼: ਰਕਿਾਰਡ ਉਹ ਲਖਿਤੀ ਜਾਂ ਆਡੀਓ ਰਕਿਾਰਡ ਹੁੰਦਾ ਹੈ ਜਸਿ ਵੱਚਿ ਅਦਾਲਤ ਜਾਂ ਕਾਰਵਾਈ ਦੌਰਾਨ ਕਹੇ ਗਏ ਹਰ ਸ਼ਬਦ ਨੂੰ ਬਲਿਕੁਲ ਉਹੀ ਤਰ੍ਹਾਂ ਦਰਜ ਕੀਤਾ ਜਾਂਦਾ ਹੈ।

हदिी: शब्दशःअभलिेख
शब्दशःअभलिेख वह लखिति या ऑडियो रकिॉर्ड होता है जसिमें अदालत या कार्यवाही के दौरान कहे गए हर शब्द को बलि्कुल उसी तरह दर्ज कयिा जाता है।

VERDICT

Definition: The formal decision made by a jury or, in some cases, a judge, resolving the factual issues of a case; while rare in family law (which is usually decided by judges), verdicts may appear in related jury trials such as family tort claims.

Explanation: The official decision made by a jury or judge in a case.

Example: The jury returned a verdict in favor of the mother in her claim for intentional infliction of emotional distress.

ਪੰਜਾਬੀ: ਫੈਸਲਾ
ਫੈਸਲਾ ਉਹ ਅਧਕਿਾਰਕ ਨਤੀਜਾ ਹੁੰਦਾ ਹੈ ਜੋ ਜੂਰੀ ਜਾਂ ਜੱਜ ਕਸਿੇ ਮੁਕੱਦਮੇ ਦੇ ਅੰਤ ਵੱਚਿ ਸੁਣਾਉਂਦੇ ਹਨ।

हदिी: नरि्णय
नरि्णय वह आधकिारकि परणिाम होता है जो जूरी या न्यायाधीश कसिी मुकदमे के अंत में सुनाते हैं।

VERIFICATION

Definition: A written statement signed under penalty of perjury that the facts in a pleading are true.

Explanation: A signed promise that what you filed is true.

Example: She attached a verification to her financial disclosure forms.

ਪੰਜਾਬੀ: ਤਸਦੀਕ

ਤਸਦੀਕ ਉਹ ਪ੍ਰਕਰਿਆਿ ਹੁੰਦੀ ਹੈ ਜਸਿ ਵੱਿਚ ਕਸਿੇ ਦਸਤਾਵੇਜ਼ ਜਾਂ ਬਆਿਨ ਦੀ ਸਹੀਤਾ ਦੀ ਪੁਸ਼ਟੀ ਕੀਤੀ ਜਾਂਦੀ ਹੈ।

हिंदी: सत्यापन

सत्यापन वह प्रक्रयिा होती है जसिमें कसिी दस्तावेज़ या बयान की सहीता की पुष्टि की जाती है।

VERIFIED PETITION

Definition: A pleading that includes a verification, confirming its allegations are true.

Explanation: A petition that the filer swears is accurate.

Example: The court required a verified petition for the name change request.

ਪੰਜਾਬੀ: ਤਸਦੀਕ ਕੀਤੀ ਅਰਜ਼ੀ

ਤਸਦੀਕ ਕੀਤੀ ਅਰਜ਼ੀ ਉਹ ਲਖਿਤੀ ਅਰਜ਼ੀ ਹੁੰਦੀ ਹੈ ਜਸਿ ਵੱਿਚ ਅਰਜ਼ੀਕਰਤਾ ਹਲਫ਼ਨਾਮੇ ਰਾਹੀ ਇਹ ਪੁਸ਼ਟੀ ਕਰਦਾ ਹੈ ਕਿ ਇਸ ਵੱਿਚ ਦੱਿਤੀ ਜਾਣਕਾਰੀ ਸਹੀ ਹੈ।

हिंदी: सत्यापति याचकिा

सत्यापति याचकिा वह लखिति याचकिा होती है जसिमें याचकिाकर्ता हलफ़नामे के माध्यम से यह पुष्टि करता है कि उसमें दी गई जानकारी सही है।

VERSUS

Definition: A legal term, often abbreviated as "v." or "vs.," used in case titles to indicate opposition between parties in a legal proceeding; in family law, it identifies the petitioner and respondent in matters such as divorce, custody, or support.

Explanation: A word showing that one party is bringing a case against another.

Example: The case was titled *Maria Lopez versus Juan Lopez* in the divorce proceedings.

ਪੰਜਾਬੀ: ਵਿਰੁੱਧ
ਵਿਰੁੱਧ ਉਹ ਸ਼ਬਦ ਹੁੰਦਾ ਹੈ ਜੋ ਅਦਾਲਤੀ ਮਾਮਲਿਆਂ ਵੱਚਿ ਇੱਕ ਪੱਖ ਦੇ ਦੂਜੇ ਪੱਖ ਦੇ ਖਲਿਾਫ ਹੋਣ ਨੂੰ ਦਰਸਾਉਂਦਾ ਹੈ।

हदिी: बनाम
बनाम वह शब्द होता है जो अदालती मामलों में एक पक्ष के दूसरे पक्ष के खलिाफ होने को दर्शाता है।

VEXATIOUS LITIGANT

Definition: A person designated by the court who repeatedly files meritless or harassing lawsuits and may need permission to file new actions.

Explanation: Someone who files many baseless cases and needs approval to file more.

Example: He was declared a vexatious litigant after multiple frivolous motions in family court.

ਪੰਜਾਬੀ: ਪਰੇਸ਼ਾਨੀ ਵਾਲਾ ਮੁਕੱਦਮੇਬਾਜ਼
ਪਰੇਸ਼ਾਨੀ ਵਾਲਾ ਮੁਕੱਦਮੇਬਾਜ਼ ਉਹ ਵਅਿਕਤੀ ਹੁੰਦਾ ਹੈ ਜੋ ਬਾਰ-ਬਾਰ ਬੇਬੁਨਆਿਦ ਜਾਂ ਤੰਗ ਕਰਨ ਵਾਲੇ ਕੇਸ ਅਦਾਲਤ ਵੱਚਿ ਦਾਇਰ ਕਰਦਾ ਹੈ।

हदिी: तंग करने वाला वादी
तंग करने वाला वादी वह व्यक्ति होता है जो बार-बार बेबुनयािद या परेशान करने वाले मुकदमे अदालत में दायर करता है।

VIOLATE

Definition: To break, disobey, or fail to comply with a law, order, or agreement; in family law, violations often involve custody arrangements, support orders, or protective orders.

Explanation: To disobey a court order or legal requirement.

Example: The father was found in contempt for violating the custody exchange order.

ਪੰਜਾਬੀ: ਉਲੰਘਣਾ ਕਰਨਾ
ਉਲੰਘਣਾ ਕਰਨਾ ਉਹ ਹੁੰਦਾ ਹੈ ਜਦੋਂ ਕੋਈ ਵਅਿਕਤੀ ਕਾਨੂੰਨ, ਨਯਿਮ ਜਾਂ ਅਦਾਲਤੀ

ਹੁਕਮ ਦੀ ਅਣਦੇਖੀ ਕਰਦਾ ਹੈ ਜਾਂ ਉਸਦਾ ਪਾਲਣ ਨਹੀ ਕਰਦਾ।

हिंदी: उल्लंघन करना
उल्लंघन करना वह होता है जब कोई व्यक्ति कानून, नियम या अदालती आदेश की अनदेखी करता है या उसका पालन नहीं करता।

VIOLATION

Definition: The act or instance of breaking or disregarding a law, rule, or court order; in family law, violations may include nonpayment of support, denial of visitation, or disobedience of restraining orders.

Explanation: The act of breaking a rule, law, or court order.

Example: The mother reported a violation of the restraining order when the father contacted her by phone.

ਪੰਜਾਬੀ: ਉਲੰਘਣਾ
ਉਲੰਘਣਾ ਉਹ ਕਰਤੂਤ ਹੁੰਦੀ ਹੈ ਜਿਸ ਵਿੱਚ ਕਾਨੂੰਨ, ਨਿਯਮ ਜਾਂ ਅਦਾਲਤੀ ਹੁਕਮ ਦੀ ਪਾਲਣਾ ਨਹੀ ਕੀਤੀ ਜਾਂਦੀ।

हिंदी: उल्लंघन
उल्लंघन वह कृत्य होता है जिसमें क़ानून, नियम या अदालती आदेश का पालन नहीं किया जाता।

VIOLATION OF COURT ORDER

Definition: Failure to follow a court's order, which may lead to contempt or sanctions.

Explanation: Not obeying what the judge ordered.

Example: Missing exchanges was a violation of the court's visitation order.

ਪੰਜਾਬੀ: ਅਦਾਲਤੀ ਹੁਕਮ ਦੀ ਉਲੰਘਣਾ
ਅਦਾਲਤੀ ਹੁਕਮ ਦੀ ਉਲੰਘਣਾ ਉਹ ਹੁੰਦੀ ਹੈ ਜਦੋਂ ਕੋਈ ਵਿਅਕਤੀ ਅਦਾਲਤ ਵੱਲੋਂ ਦਿੱਤੇ ਗਏ ਆਦੇਸ਼ਾਂ ਦੀ ਪਾਲਣਾ ਨਹੀ ਕਰਦਾ।

हिंदी: अदालती आदेश का उल्लंघन
अदालती आदेश का उल्लंघन वह होता है जब कोई व्यक्ति अदालत द्वारा दिए गए आदेशों का पालन नहीं करता।

VISITATION

Definition: The time a noncustodial parent spends with a child under a court order.

Explanation: Court-ordered time for a parent to be with the child.

The parenting plan set midweek and weekend visitation.

ਪੰਜਾਬੀ: ਮੁਲਾਕਾਤ ਦਾ ਹੱਕ
ਮੁਲਾਕਾਤ ਦਾ ਹੱਕ ਉਹ ਅਧਕਿਾਰ ਹੁੰਦਾ ਹੈ ਜਸਿ ਵੱਚਿ ਮਾਤਾ ਪਤਿਾ ਜਾਂ ਹੋਰ ਪਰਵਿਾਰਕ ਮੈਂਬਰਾਂ ਨੂੰ ਬੱਚੇ ਨਾਲ ਨਰਿਧਾਰਤਿ ਸਮੇਂ ਲਈ ਮਲਿਣ ਦੀ ਆਗਆਿ ਮਲਿਦੀ ਹੈ।

हदिी: मुलाक़ात का अधकिार
मुलाक़ात का अधकिार वह अधकिार होता है जसिमें माता-पति‍ा या अन्य पारविारकि सदस्यों को बच्चे से नर्िधारति समय के लिए मलिने की अनुमति मलिती है।

VISITATION (ELECTRONIC/VIRTUAL)

Definition: Court-authorized contact using video, phone, or other electronic means instead of in-person time.

Explanation: Visits by video or phone when meeting in person isn't possible.

Example: The order allowed weekly virtual visitation by video call.

ਪੰਜਾਬੀ: ਵਰਚੁਅਲ / ਇਲੈਕਟ੍ਰੌਨਕਿ ਮੁਲਾਕਾਤ
ਵਰਚੁਅਲ ਜਾਂ ਇਲੈਕਟ੍ਰੌਨਕਿ ਮੁਲਾਕਾਤ ਉਹ ਹੁੰਦੀ ਹੈ ਜਦੋਂ ਮਾਤਾ ਪਤਿਾ ਜਾਂ ਪਰਵਿਾਰਕ ਮੈਂਬਰ ਬੱਚੇ ਨਾਲ ਫ਼ੋਨ, ਵੀਡੀਓ ਕਾਲ ਜਾਂ ਹੋਰ ਇਲੈਕਟ੍ਰੌਨਕਿ ਸਾਧਨਾਂ ਰਾਹੀ ਸੰਪਰਕ ਕਰਦੇ ਹਨ।

हदिी: वर्चुअल / इलेक्ट्रॉनकि मुलाक़ात
वर्चुअल या इलेक्ट्रॉनकि मुलाक़ात वह होती है जब माता-पति‍ा या पारविारकि सदस्य बच्चे से फ़ोन, वीडयिो कॉल या अन्य इलेक्ट्रॉनकि साधनों के माध्यम से संपर्क करते हैं।

VISITATION CENTER

Definition: A facility where monitored exchanges or supervised visits occur in a safe setting.

Explanation: A safe place for supervised visits or child exchanges.

Example: Pickups and drop-offs happened at the visitation center to avoid conflict.

ਪੰਜਾਬੀ: ਮੁਲਾਕਾਤ ਕੇਂਦਰ
ਮੁਲਾਕਾਤ ਕੇਂਦਰ ਉਹ ਨਰਿਧਾਰਤਿ ਥਾਂ ਹੁੰਦੀ ਹੈ ਜੱਥੇ ਮਾਤਾ ਪਤਿਾ ਜਾਂ ਪਰਵਿਾਰਕ ਮੈਂਬਰ ਬੱਚੇ ਨਾਲ ਸੁਰੱਖਅਿਤ ਅਤੇ ਨਗਿਰਾਨੀ ਹੇਠ ਮਲਿ ਸਕਦੇ ਹਨ।

हदिी: मुलाक़ात केंद्र
मुलाक़ात केंद्र वह नरि्धारति स्थान होता है जहाँ माता-पति या पारविारकि सदस्य बच्चे से सुरक्षति और पर्यवेक्षण में मलि सकते हैं।

VISITATION INTERFERENCE

Definition: Unjustified actions that prevent scheduled visitation from occurring as ordered.

Explanation: Blocking the other parent's court-ordered time without a good reason.

Example: Repeated last-minute cancellations amounted to visitation interference.

ਪੰਜਾਬੀ: ਮੁਲਾਕਾਤ ਵੱਚਿ ਦਖ਼ਲਅੰਦਾਜ਼ੀ
ਮੁਲਾਕਾਤ ਵੱਚਿ ਦਖ਼ਲਅੰਦਾਜ਼ੀ ਉਹ ਹੁੰਦੀ ਹੈ ਜਦੋਂ ਕੋਈ ਵਅਿਕਤੀ ਅਦਾਲਤ ਵੱਲੋਂ ਨਰਿਧਾਰਤ ਮੁਲਾਕਾਤ ਦੇ ਹੱਕ ਵੱਚਿ ਰੁਕਾਵਟ ਪੈਦਾ ਕਰਦਾ ਹੈ ਜਾਂ ਉਸਦੀ ਉਲੰਘਣਾ ਕਰਦਾ ਹੈ।

हदिी: मुलाक़ात में हस्तक्षेप
मुलाक़ात में हस्तक्षेप वह होता है जब कोई व्यक्तअिदालत द्वारा नरि्धारति मुलाक़ात के अधकिार में बाधा डालता है या उसका उल्लंघन करता है।

VISITATION MODIFICATION

Definition: A request to change the existing visitation terms due to new circumstances or the child's best interests.

Explanation: Asking the court to adjust the current visitation schedule.

Example: After the move, she sought a visitation modification for longer school breaks.

ਪੰਜਾਬੀ: ਮੁਲਾਕਾਤ ਵੱਚਿ ਤਬਦੀਲੀ

ਮੁਲਾਕਾਤ ਵੱਚਿ ਤਬਦੀਲੀ ਉਹ ਹੁੰਦੀ ਹੈ ਜਦੋਂ ਅਦਾਲਤ ਪੁਰਾਣੇ ਮੁਲਾਕਾਤ ਦੇ ਹੁਕਮ ਨੂੰ ਬਦਲ ਕੇ ਨਵੀਆਂ ਸ਼ਰਤਾਂ ਜਾਂ ਸਮਾਂ ਨਰਿਧਾਰਤ ਕਰਦੀ ਹੈ।

हिंदी: मुलाक़ात में संशोधन
मुलाक़ात में संशोधन वह होता है जब अदालत पुराने मुलाक़ात आदेश को बदलकर नई शर्तें या समय नर्धिारति करती है।

VISITATION MONITOR

Definition: A professional or approved adult who observes visits to enhance child safety.

Explanation: A trained person who watches visits to keep the child safe.

Example: The order required a professional visitation monitor for all visits.

ਪੰਜਾਬੀ: ਮੁਲਾਕਾਤ ਨਗਿਰਾਨ
ਮੁਲਾਕਾਤ ਨਗਿਰਾਨ ਉਹ ਵਅਿਕਤੀ ਹੁੰਦਾ ਹੈ ਜੋ ਅਦਾਲਤ ਦੇ ਹੁਕਮ ਅਨੁਸਾਰ ਬੱਚੇ ਅਤੇ ਮਾਤਾ ਪਤਿਾ ਦੀ ਮੁਲਾਕਾਤ ਦੌਰਾਨ ਮੌਜੂਦ ਰਹਦਿਾ ਹੈ ਤਾਂ ਜੋ ਸੁਰੱਖਆਿ ਅਤੇ ਨਯਿਮਾਂ ਦੀ ਪਾਲਣਾ ਹੋਵੇ।

हिंदी: मुलाक़ात पर्यवेक्षक
मुलाक़ात पर्यवेक्षक वह व्यक्ति होता है जो अदालत के आदेश अनुसार बच्चे और माता-पिता की मुलाक़ात के दौरान मौजूद रहता है ताकि सुरक्षा और नयिमों का पालन हो।

VISITATION RIGHTS

Definition: The legal right of a parent or relative to spend court-approved time with a child.

Explanation: The lawful ability to see the child under set terms.

Example: Grandparents requested visitation rights after the parents separated.

ਪੰਜਾਬੀ: ਮੁਲਾਕਾਤ ਦੇ ਹੱਕ
ਮੁਲਾਕਾਤ ਦੇ ਹੱਕ ਉਹ ਕਾਨੂੰਨੀ ਅਧਕਿਾਰ ਹੁੰਦੇ ਹਨ ਜੋ ਮਾਤਾ ਪਤਿਾ ਜਾਂ ਪਰਵਿਾਰਕ ਮੈਂਬਰਾਂ ਨੂੰ ਬੱਚੇ ਨਾਲ ਨਰਿਧਾਰਤਿ ਸਮੇਂ ਲਈ ਮਲਿਣ ਦੀ ਆਗਆਿ ਦੰਿਦੇ ਹਨ।

हिंदी: मुलाक़ात के अधिकार

मुलाक़ात के अधकिार वे क़ानूनी अधकिार होते हैं जो माता-पति या पारविारकि सदस्यों को बच्चे से नर्िधारति समय के लिए मलिने की अनुमति देते हैं।

VISITATION SCHEDULE

Definition: A detailed calendar of visitation days, times, exchanges, holidays, and travel terms.

Explanation: The written calendar that spells out when visits happen.

Example: The judgment attached a complete visitation schedule including holidays and vacations.

ਪੰਜਾਬੀ: ਮੁਲਾਕਾਤ ਸਮਾਂ-ਸੂਚੀ
ਮੁਲਾਕਾਤ ਸਮਾਂ-ਸੂਚੀ ਉਹ ਯੋਜਨਾ ਹੁੰਦੀ ਹੈ ਜਸਿ ਵੱਚਿ ਇਹ ਨਰਿਧਾਰਤ ਹੁੰਦਾ ਹੈ ਕਿ ਮਾਤਾ ਪਤਿਾ ਜਾਂ ਪਰਵਿਾਰਕ ਮੈਂਬਰ ਬੱਚੇ ਨਾਲ ਕਦੋਂ ਅਤੇ ਕੰਿਨਾ ਸਮਾਂ ਬਤਿਾ ਸਕਣਗੇ।

हदिी: मुलाक़ात समय-सारणी
मुलाक़ात समय-सारणी वह योजना होती है जसिमें यह नर्िधारति होता है कि माता-पति या पारविारकि सदस्य बच्चे से कब और कतिना समय बति सकेंगे।

VOCATIONAL EVALUATION

Definition: An expert assessment of a party's education, skills, and earning capacity, often used for spousal support.

Explanation: A review of someone's ability to work and earn.

Example: The court ordered a vocational evaluation to determine her earning capacity.

ਪੰਜਾਬੀ: ਪੇਸ਼ਾਵਰ ਮੁਲਾਂਕਨ
ਪੇਸ਼ਾਵਰ ਮੁਲਾਂਕਨ ਉਹ ਪ੍ਰਕਰਿਆਿ ਹੁੰਦੀ ਹੈ ਜਸਿ ਵੱਚਿ ਕਸਿ ਵਅਿਕਤੀ ਦੀਆਂ ਨੌਕਰੀ ਸੰਬੰਧੀ ਯੋਗਤਾਵਾਂ, ਹੁਨਰ ਅਤੇ ਕੰਮ ਕਰਨ ਦੀ ਸਮਰੱਥਾ ਦੀ ਜਾਂਚ ਕੀਤੀ ਜਾਂਦੀ ਹੈ।

हदिी: व्यावसायकि मूल्यांकन
व्यावसायकि मूल्यांकन वह प्रक्रयिा होती है जसिमें कसिी व्यक्तिकी नौकरी संबंधी योग्यताओं, कौशल और काम करने की क्षमता की जाँच की जाती है।

VOID MARRIAGE

Definition: A marriage that is invalid from the start and has no legal effect.

Explanation: A marriage the law treats as if it never existed.

Example: A bigamous union is a void marriage and can be challenged at any time.

ਪੰਜਾਬੀ: ਅਵੈਧ ਵਿਆਹ
ਅਵੈਧ ਵਿਆਹ ਉਹ ਹੁੰਦਾ ਹੈ ਜੋ ਕਾਨੂੰਨ ਅਨੁਸਾਰ ਸੁਰੂ ਤੋਂ ਹੀ ਗਲਤ ਜਾਂ ਅਵੈਧ ਮੰਨਿਆ ਜਾਂਦਾ ਹੈ, ਜਿਵੇਂ ਨਿਕਟਲੇ ਰਿਸ਼ਤੇਦਾਰਾਂ ਵਿਚਕਾਰ ਵਿਆਹ।

हिंदी: अवैध विवाह
अवैध विवाह वह होता है जो क़ानून अनुसार शुरू से ही ग़लत या अवैध माना जाता है, जैसे निकट संबंधियों के बीच विवाह।

VOIDABLE MARRIAGE

Definition: A marriage that is valid unless and until annulled by a court on specific grounds.

Explanation: A marriage that counts unless a judge cancels it.

Example: A marriage entered under fraud may be a voidable marriage subject to annulment.

ਪੰਜਾਬੀ: ਰੱਦਯੋਗ ਵਿਆਹ
ਰੱਦਯੋਗ ਵਿਆਹ ਉਹ ਹੁੰਦਾ ਹੈ ਜੋ ਸੁਰੂ ਵਿੱਚ ਵੈਧ ਮੰਨਿਆ ਜਾਂਦਾ ਹੈ ਪਰ ਕੁਝ ਕਾਨੂੰਨੀ ਕਾਰਨਾਂ ਕਰਕੇ ਅਦਾਲਤ ਦੁਆਰਾ ਰੱਦ ਕੀਤਾ ਜਾ ਸਕਦਾ ਹੈ, ਜਿਵੇਂ ਧੋਖੇ ਨਾਲ ਕੀਤਾ ਵਿਆਹ।

हिंदी: रद्द करने योग्य विवाह
रद्द करने योग्य विवाह वह होता है जो शुरू में वैध माना जाता है लेकिन कुछ कानूनी कारणों से अदालत द्वारा रद्द किया जा सकता है, जैसे धोखे से किया गया विवाह।

VOLUNTARILY

Definition: An action taken freely, by choice, and without coercion, compulsion, or legal obligation; in family law, acts done voluntarily may include signing settlement agreements, paying support without enforcement, or consenting to custody arrangements.

Explanation: Doing something by choice, not because the court forced you.

Example: The father voluntarily increased his child support payments to help cover medical expenses.

ਪੰਜਾਬੀ: ਆਪਣੀ ਮਰਜ਼ੀ ਨਾਲ
ਆਪਣੀ ਮਰਜ਼ੀ ਨਾਲ ਉਹ ਹੁੰਦਾ ਹੈ ਜਦੋਂ ਕੋਈ ਵਿਅਕਤੀ ਬਿਨਾ ਜ਼ਬਰਦਸਤੀ ਜਾਂ ਦਬਾਅ ਦੇ ਖੁਦ ਆਪਣਾ ਫ਼ੈਸਲਾ ਕਰਦਾ ਹੈ।

हिंदी: स्वेच्छा से
स्वेच्छा से वह होता है जब कोई व्यक्ति बिना ज़बरदस्ती या दबाव के स्वयं अपना निर्णय करता है।

VOLUNTARY ACKNOWLEDGMENT OF PATERNITY

Definition: A legal document signed by unmarried parents establishing the father's legal parentage without going to court.

Explanation: A form unmarried parents sign to legally establish the father of a child.

Example: The unmarried father signed a voluntary acknowledgment of paternity at the hospital.

ਪੰਜਾਬੀ: ਸਵੈ-ਇੱਛਾ ਪਿਤਰਤਾ ਸਵੀਕਾਰ – ਅਵਿਵਾਹਿਤ ਮਾਤਾ-ਪਿਤਾ ਦੁਆਰਾ ਦਸਤਖ਼ਤ ਕੀਤਾ ਗਿਆ ਦਸਤਾਵੇਜ਼ ਜੋ ਪਿਤਾ ਦੀ ਕਾਨੂੰਨੀ ਹੈਸੀਅਤ ਦਰਸਾਉਂਦਾ ਹੈ।

हिंदी: स्वैच्छिक पितृत्व स्वीकृति – अविवाहित माता-पिता द्वारा हस्ताक्षरित दस्तावेज़ जो पिता की कानूनी स्थिति स्थापित करता है।

VOLUNTARY DECLARATION OF PARENTAGE (VDOP)

Definition: A signed form establishing legal parentage without a court case, often at the hospital or later.

Explanation: A form parents sign to legally name a child's parents without going to court.

They signed a VDOP at the hospital to establish the father's legal parentage.

ਪੰਜਾਬੀ: ਸਵੈਛਿਕ ਮਾਤਾ-ਪਿਤਾ ਘੋਸ਼ਣਾ (VDOP)
ਸਵੈਛਿਕ ਮਾਤਾ-ਪਿਤਾ ਘੋਸ਼ਣਾ ਇੱਕ ਕਾਨੂੰਨੀ ਦਸਤਾਵੇਜ਼ ਹੁੰਦਾ ਹੈ ਜਿਸ ਰਾਹੀ ਬੱਚੇ ਦੇ

ਜਨਮ ਮਾਤਾ-ਪਿਤਾ ਆਪਣੀ ਪਿਤ੍ਰਤਾ ਜਾਂ ਮਾਤ੍ਰਤਾ ਦੀ ਪੁਸ਼ਟੀ ਖੁਦ ਕਰਦੇ ਹਨ।

हिंदी: स्वैच्छकि पितृत्व घोषणा (VDOP)
स्वैच्छकि पितृत्व घोषणा एक कानूनी दस्तावेज़ होता है जसिके माध्यम से बच्चे के जन्म माता-पिता अपनी पितृत्व या मातृत्व की पुष्टि स्वियं करते हैं।

VOLUNTARY DISMISSAL

Definition: A party's decision to withdraw their case or motion before a final judgment.

Explanation: Dropping your case or request on your own.

Example: After reaching a settlement, she filed a voluntary dismissal of her motion.

ਪੰਜਾਬੀ: ਸਵੈਛਕਿ ਖ਼ਾਰਜੀ
ਸਵੈਛਕਿ ਖ਼ਾਰਜੀ ਉਹ ਹੁੰਦੀ ਹੈ ਜਦੋਂ ਮਾਮਲਾ ਦਾਇਰ ਕਰਨ ਵਾਲਾ ਪੱਖ ਖੁਦ ਆਪਣਾ ਕੇਸ ਅਦਾਲਤ ਤੋਂ ਵਾਪਸ ਲੈ ਲੈਂਦਾ ਹੈ।

हिंदी: स्वैच्छकि खारजि
स्वैच्छकि खारजि वह होती है जब मुकदमा दायर करने वाला पक्ष स्वयं अपना मामला अदालत से वापस ले लेता है।

VOLUNTARY RELINQUISHMENT

Definition: A parent's voluntary surrender of certain parental rights, often in adoption or dependency matters.

Explanation: Choosing to give up parental rights.

Example: The mother signed a voluntary relinquishment so the adoption could proceed.

ਪੰਜਾਬੀ: ਸਵੈਛਕਿ ਤਿਆਗ
ਸਵੈਛਕਿ ਤਿਆਗ ਉਹ ਹੁੰਦਾ ਹੈ ਜਦੋਂ ਕੋਈ ਵਿਅਕਤੀ ਆਪਣੀ ਮਰਜ਼ੀ ਨਾਲ ਆਪਣੇ ਹੱਕ ਜਾਂ ਜ਼ਿੰਮੇਵਾਰੀ ਤੋਂ ਹੱਥ ਖਿੱਚ ਲੈਂਦਾ ਹੈ, ਜਿਵੇਂ ਮਾਤਾ ਪਿਤਾ ਆਪਣੇ ਬੱਚੇ ਦੇ ਹੱਕ ਤਿਆਗ ਦੇਣ।

हिंदी: स्वैच्छकि त्याग
स्वैच्छकि त्याग वह होता है जब कोई व्यक्ति अपनी इच्छा से अपने अधिकार या ज़िम्मिदारी छोड़ देता है, जैसे माता-पिता अपने बच्चे के अधिकार त्याग दें।

WAGE ASSIGNMENT (EARNINGS ASSIGNMENT ORDER)

Definition: A court order directing an employer to deduct support payments from a person's paycheck.

Explanation: Support money is taken directly from wages.

Example: The court issued a wage assignment for child support.

ਪੰਜਾਬੀ: ਤਨਖ਼ਾਹ ਕਟੌਤੀ ਹੁਕਮ
ਤਨਖ਼ਾਹ ਕਟੌਤੀ ਹੁਕਮ ਅਦਾਲਤ ਵੱਲੋਂ ਜਾਰੀ ਕੀਤਾ ਗਿਆ ਆਦੇਸ਼ ਹੁੰਦਾ ਹੈ ਜਸਿ ਵੱਚਿ ਨੌਕਰਦਾਤਾ ਨੂੰ ਕਰਮਚਾਰੀ ਦੀ ਤਨਖ਼ਾਹ ਵੱਚਿੋਂ ਕੁਝ ਰਕਮ ਕੱਟ ਕੇ ਸੱਧਿੀ ਹੀ ਕਰਜ਼ਦਾਰ ਜਾਂ ਸਮਰਥਨ ਲਈ ਭੇਜਣ ਲਈ ਕਹਿਾ ਜਾਂਦਾ ਹੈ।

हदिी: वेतन कटौती आदेश
वेतन कटौती आदेश अदालत द्वारा जारी कयिा गया आदेश होता है जसिमें नयिोक्ता को कर्मचारी के वेतन से कुछ राशकिाटकर सीधे ही लेनदार या भरण-पोषण के लिए भेजने को कहा जाता है।

WAGE EXECUTION

Definition: A court-ordered process that directs an employer to withhold part of an employee's wages to satisfy a judgment or legal obligation; in family law, wage executions are commonly used to collect unpaid child support or spousal support.

Explanation: When a judge orders money to be taken directly from someone's paycheck to cover support or debts.

Example: The court issued a wage execution against the father's employer to recover child support arrears.

ਪੰਜਾਬੀ: ਤਨਖ਼ਾਹ ਜ਼ਬਤੀ
ਤਨਖ਼ਾਹ ਜ਼ਬਤੀ ਉਹ ਅਦਾਲਤੀ ਹੁਕਮ ਹੁੰਦਾ ਹੈ ਜਸਿ ਨਾਲ ਕਰਮਚਾਰੀ ਦੀ ਤਨਖ਼ਾਹ ਵੱਚਿੋਂ ਸੱਧਿੀ ਰਕਮ ਕੱਟ ਕੇ ਕਰਜ਼ਾ ਜਾਂ ਫੈਸਲਾ ਪੂਰਾ ਕਰਨ ਲਈ ਭੇਜੀ ਜਾਂਦੀ ਹੈ।

हदिी: वेतन जब्ती
वेतन जब्ती वह अदालती आदेश होता है जसिके द्वारा कर्मचारी के वेतन से सीधे राशकिाटकर कर्ज़ या नरि्णय की पूरतकि के लिए भेजी जाती है।

WAGE GARNISHMENT

Definition: A legal process to collect unpaid support by taking part of wages through the employer.

Explanation: Using the employer to take a portion of pay for past-due support.

Example: Arrears were recovered by wage garnishment.

ਪੰਜਾਬੀ: ਤਨਖ਼ਾਹ ਜ਼ਬਤੀ
ਤਨਖ਼ਾਹ ਜ਼ਬਤੀ ਉਹ ਅਦਾਲਤੀ ਹੁਕਮ ਹੁੰਦਾ ਹੈ ਜਸਿ ਨਾਲ ਕਰਮਚਾਰੀ ਦੀ ਤਨਖ਼ਾਹ ਵੱਚਿੋਂ ਸਿੱਧੀ ਰਕਮ ਕੱਟ ਕੇ ਕਰਜ਼ਾ ਜਾਂ ਫੈਸਲਾ ਪੂਰਾ ਕਰਨ ਲਈ ਭੇਜੀ ਜਾਂਦੀ ਹੈ।

हिंदी: वेतन जब्ती
वेतन जब्ती वह अदालती आदेश होता है जसिके द्वारा कर्मचारी के वेतन से सीधे राशि काटकर कर्ज़ या निर्णय की पूर्ति के लिए भेजी जाती है।

WAGE WITHHOLDING ORDER (WWO)

Definition: An order requiring automatic withholding of support from wages using the federal Income Withholding Order form.

Explanation: A standard form that tells employers to send support from paychecks.

Example: The clerk issued an IWO to implement the wage withholding order.

ਪੰਜਾਬੀ: ਤਨਖ਼ਾਹ ਰੋਕਣ ਦਾ ਹੁਕਮ
ਤਨਖ਼ਾਹ ਰੋਕਣ ਦਾ ਹੁਕਮ ਅਦਾਲਤ ਵੱਲੋਂ ਜਾਰੀ ਕੀਤਾ ਗਿਆ ਆਦੇਸ਼ ਹੁੰਦਾ ਹੈ ਜਸਿ ਵੱਚਿ ਨੌਕਰਦਾਤਾ ਨੂੰ ਕਰਮਚਾਰੀ ਦੀ ਤਨਖ਼ਾਹ ਵੱਚਿੋਂ ਨਰਿਧਾਰਤ ਰਕਮ ਰੋਕ ਕੇ ਭਰਣ-ਪੋਸ਼ਣ ਜਾਂ ਕਰਜ਼ੇ ਦੀ ਅਦਾਇਗੀ ਲਈ ਭੇਜਣ ਲਈ ਕਹਿਾ ਜਾਂਦਾ ਹੈ।

हिंदी: वेतन रोक आदेश
वेतन रोक आदेश अदालत द्वारा जारी कयिा गया आदेश होता है जसिमें नयिोक्ता को कर्मचारी के वेतन से नर्धिारति राशि रोककर भरण-पोषण या कर्ज़ के भुगतान के लिए भेजने को कहा जाता है।

WAITING PERIOD (COOLING-OFF)

Definition: A statutory minimum time—such as six months in California—before a divorce can be finalized.

Explanation: The law requires a set wait before the divorce is final.

Example: They could not finish the divorce until the six-month waiting period passed.

ਪੰਜਾਬੀ: ਉਡੀਕ ਅਵਧੀ (ਠੰਡਾ-ਅਵਧੀ)
ਉਡੀਕ ਅਵਧੀ ਉਹ ਸਮਾਂ ਹੁੰਦਾ ਹੈ ਜੋ ਕਾਨੂੰਨ ਅਨੁਸਾਰ ਕਿਸੇ ਫੈਸਲੇ ਜਾਂ ਕਾਰਵਾਈ ਤੋਂ ਪਹਿਲਾਂ ਲਾਜ਼ਮੀ ਰੂਪ ਵਿੱਚ ਬਿਤਾਉਣਾ ਪੈਂਦਾ ਹੈ, ਤਾਂ ਜੋ ਲੋਕ ਆਪਣੇ ਫੈਸਲੇ ਬਾਰੇ ਦੁਬਾਰਾ ਸੋਚ ਸਕਣ।

हिंदी: प्रतीक्षा अवधि (शांत अवधि)
प्रतीक्षा अवधि वह समय होता है जो क़ानून अनुसार किसी निर्णय या कार्रवाई से पहले अनिवार्य रूप से बिताना पड़ता है, ताकि लोग अपने निर्णय के बारे में दोबारा विचार कर सकें।

WAIVE

Definition: To intentionally give up or relinquish a known legal right, claim, or privilege, either in writing or orally in court; in family law, parties may waive rights such as notice of a hearing or certain claims in a settlement.

Explanation: To choose not to use a legal right.

Example: The mother chose to waive formal service of the divorce petition.

ਪੰਜਾਬੀ: ਛੋੜਨਾ / ਹੱਥ ਖੱਚਿਣਾ
ਛੋੜਨਾ ਜਾਂ ਹੱਥ ਖੱਚਿਣਾ ਉਹ ਹੁੰਦਾ ਹੈ ਜਦੋਂ ਕੋਈ ਵਿਅਕਤੀ ਆਪਣਾ ਕਾਨੂੰਨੀ ਹੱਕ ਜਾਂ ਦਾਅਵਾ ਖੁਦ ਆਪਣੀ ਮਰਜ਼ੀ ਨਾਲ ਤਿਆਗ ਦੇਂਦਾ ਹੈ।

हिंदी: त्यागना / छोड़ना
त्यागना या छोड़ना वह होता है जब कोई व्यक्ति अपना कानूनी अधिकार या दावा स्वयं अपनी इच्छा से छोड़ देता है।

WAIVE A RIGHT

Definition: The intentional and voluntary relinquishment of a specific legal right, such as the right to trial, notice, or appeal; in family law, a party may waive a right to certain procedures in order to expedite settlement or judgment.

Explanation: To give up a specific legal right on purpose.

Example: The father agreed to waive his right to a hearing and signed the custody agreement.

ਪੰਜਾਬੀ: ਹੱਕ ਛੱਡਣਾ
ਹੱਕ ਛੱਡਣਾ ਉਹ ਹੁੰਦਾ ਹੈ ਜਦੋਂ ਕੋਈ ਵਿਅਕਤੀ ਆਪਣੀ ਮਰਜ਼ੀ ਨਾਲ ਆਪਣੇ ਕਾਨੂੰਨੀ ਹੱਕ ਦਾ ਇਸਤੇਮਾਲ ਨਾ ਕਰਨ ਦਾ ਫ਼ੈਸਲਾ ਕਰਦਾ ਹੈ।

हिंदी: अधिकार छोड़ना
अधिकार छोड़ना वह होता है जब कोई व्यक्ति अपनी इच्छा से अपने कानूनी अधिकार का उपयोग न करने का निर्णय लेता है।

WAIVE PARENTAL NOTIFICATION

Definition: A legal process in which a minor is excused from the requirement that a parent be notified of certain proceedings, such as medical or adoption-related decisions, when the court finds good cause.

Explanation: When a judge allows a minor to move forward without informing their parents.

Example: The court granted the teenager's request to waive parental notification for medical treatment.

ਪੰਜਾਬੀ: ਮਾਤਾ-ਪਿਤਾ ਨੂੰ ਸੂਚਨਾ ਦੇਣ ਤੋਂ ਛੋਟ
ਮਾਤਾ-ਪਿਤਾ ਨੂੰ ਸੂਚਨਾ ਦੇਣ ਤੋਂ ਛੋਟ ਉਹ ਅਦਾਲਤੀ ਆਦੇਸ਼ ਹੁੰਦਾ ਹੈ ਜਿਸ ਨਾਲ ਕਿਸੇ ਨਾਬਾਲਗ ਨੂੰ ਕੁਝ ਹਾਲਾਤਾਂ ਵਿੱਚ ਆਪਣੇ ਮਾਤਾ-ਪਿਤਾ ਨੂੰ ਜਾਣਕਾਰੀ ਦਿੱਤੇ ਬਿਨਾ ਹੀ ਕਾਨੂੰਨੀ ਕਾਰਵਾਈ ਕਰਨ ਦੀ ਆਗਿਆ ਮਿਲਦੀ ਹੈ।

हिंदी: मातापिता को सूचना से छूट
मातापिता को सूचना से छूट वह अदालती आदेश होता है जिसमें किसी नाबालिग को कुछ परिस्थितियों में अपने माता-पिता को बताए बिना ही कानूनी कार्यवाही करने की अनुमति मिलती है।

WAIVER

Definition: The voluntary and intentional giving up of a known right or claim.

Explanation: Choosing to give up a legal right.

Example: He signed a waiver of spousal support in the premarital agreement.

ਪੰਜਾਬੀ: ਛੋਟ / ਤਿਆਗ

ਛੋਟ ਜਾਂ ਤਿਆਗ ਉਹ ਹੁੰਦਾ ਹੈ ਜਦੋਂ ਕੋਈ ਵਿਅਕਤੀ ਆਪਣਾ ਕਾਨੂੰਨੀ ਹੱਕ, ਦਾਅਵਾ ਜਾਂ ਫਾਇਦਾ ਖੁਦ ਆਪਣੀ ਮਰਜ਼ੀ ਨਾਲ ਛੱਡ ਦੰਿਦਾ ਹੈ।

हिंदी: छूट / परित्याग
छूट या परित्याग वह होता है जब कोई व्यक्तिअपना कानूनी अधिकार, दावा या लाभ स्वयं अपनी इच्छा से छोड़ देता है।

WAIVER OF COURT FEES

Definition: Permission from the court to not pay filing or appearance fees due to financial hardship.

Explanation: The court lets you file without paying because you can't afford it.

Example: Her fee waiver was granted based on low income.

ਪੰਜਾਬੀ: ਅਦਾਲਤੀ ਫੀਸ ਤੋਂ ਛੋਟ
ਅਦਾਲਤੀ ਫੀਸ ਤੋਂ ਛੋਟ ਉਹ ਹੁੰਦੀ ਹੈ ਜਦੋਂ ਅਦਾਲਤ ਕਸਿੇ ਵਿਅਕਤੀ ਦੀ ਆਰਥਕਿ ਹਾਲਤ ਦੇ ਆਧਾਰ 'ਤੇ ਉਸ ਤੋਂ ਫਾਈਲੰਿਗ ਜਾਂ ਹੋਰ ਅਦਾਲਤੀ ਖ਼ਰਚ ਨਹੀ ਲੈਂਦੀ।

हिंदी: अदालती शुल्क से छूट
अदालती शुल्क से छूट वह होती है जब अदालत कसिी व्यक्तिकी आर्थकि स्थतिकि आधार पर उससे दाख़िला या अन्य अदालती खर्च नहीं लेती।

WAIVER OF RIGHTS

Definition: A written or oral declaration in which a person knowingly and voluntarily gives up specific legal rights or protections; in family law, this may include waiving the right to trial, notice, appeal, or certain claims in a settlement agreement.

Explanation: When someone knowingly gives up their legal rights by choice.

Example: The father signed a waiver of rights, agreeing not to contest the adoption.

ਪੰਜਾਬੀ: ਹੱਕਾਂ ਤੋਂ ਛੋਟ
ਹੱਕਾਂ ਤੋਂ ਛੋਟ ਉਹ ਹੁੰਦੀ ਹੈ ਜਦੋਂ ਕੋਈ ਵਿਅਕਤੀ ਆਪਣੀ ਮਰਜ਼ੀ ਨਾਲ ਆਪਣੇ ਕਾਨੂੰਨੀ ਹੱਕਾਂ ਜਾਂ ਸੁਰੱਖਿਆਵਾਂ ਨੂੰ ਤਿਆਗ ਦੰਿਦਾ ਹੈ।

हिंदी: अधिकारों से छूट

अधिकारों से छूट वह होती है जब कोई व्यक्ति अपनी इच्छा से अपने कानूनी अधिकारों या सुरक्षा को छोड़ देता है।

WANTON

Definition: Reckless or willful behavior that shows a disregard for the safety, rights, or well-being of others; in family law, wanton conduct may be relevant in findings of abuse, neglect, or harmful behavior toward a child or spouse.

Explanation: Reckless behavior that shows no care for the harm it causes others.

Example: The court found the father's wanton disregard for safety when he left the child unattended for long periods.

ਪੰਜਾਬੀ: ਬੇਪਰਵਾਹ / ਬੇਸਮਝ
ਬੇਪਰਵਾਹ ਜਾਂ ਬੇਸਮਝ ਉਹ ਵਰਤਾਅ ਹੁੰਦਾ ਹੈ ਜੋ ਜਾਣ-ਬੁੱਝ ਕੇ ਜਾਂ ਗੰਭੀਰ ਬੇਧਿਆਨੀ ਨਾਲ ਹੋਵੇ ਅਤੇ ਜਿਸ ਨਾਲ ਦੂਜਿਆਂ ਨੂੰ ਨੁਕਸਾਨ ਪਹੁੰਚ ਸਕੇ।

हिंदी: लापरवाह / उद्दंड
लापरवाह या उद्दंड वह व्यवहार होता है जो जानबूझकर या गंभीर लापरवाही से किया गया हो और जिससे दूसरों को नुकसान पहुँच सके।

WARD OF THE COURT

Definition: A child under the protection and control of the court, typically in dependency proceedings.

Explanation: A child the court takes responsibility for.

Example: After neglect findings, the child was declared a ward of the court.

ਪੰਜਾਬੀ: ਅਦਾਲਤ ਦੀ ਸੁਰੱਖਿਆ ਹੇਠ ਵਿਅਕਤੀ
ਅਦਾਲਤ ਦੀ ਸੁਰੱਖਿਆ ਹੇਠ ਵਿਅਕਤੀ ਉਹ ਹੁੰਦਾ ਹੈ, ਖ਼ਾਸਕਰ ਬੱਚਾ, ਜਿਸਦੀ ਦੇਖਭਾਲ ਅਤੇ ਫ਼ੈਸਲੇ ਕਰਨ ਦੀ ਜ਼ਿੰਮੇਵਾਰੀ ਅਦਾਲਤ ਆਪਣੇ ਹੱਥ ਵਿੱਚ ਲੈਂਦੀ ਹੈ।

हिंदी: अदालत की अभिरक्षा में व्यक्ति
अदालत की अभिरक्षा में व्यक्ति वह होता है, विशेषकर बच्चा, जिसकी देखभाल और निर्णय लेने की ज़िम्मेदारी अदालत अपने हाथ में ले लेती है।

WATTS CHARGES

Definition: A charge assigned to a spouse in a divorce case for the reasonable value of their exclusive use of a community asset (such as the family home) after separation. It comes from the California case In re Marriage of Watts (1985).

Explanation: A spouse may have to pay for using a shared property (like a house) alone after separation.

Example: The husband was ordered to pay Watts charges for living in the family home by himself after separation.

ਪੰਜਾਬੀ: ਵਾਟਸ ਚਾਰਜ – ਤਲਾਕ ਦੇ ਕੇਸ ਵੱਚਿ ਇੱਕ ਜੀਵਨ ਸਾਥੀ 'ਤੇ ਲਗਾਇਆ ਗਆਿ ਖਰਚਾ ਜਦੋਂ ਉਹ ਵੱਖ ਹੋਣ ਤੋਂ ਬਾਅਦ ਸਾਂਝੀ ਸੰਪਤੀ (ਜਵਿੇਂ ਪਰਵਿਾਰਕ ਘਰ) ਨੂੰ ਅਕੇਲਾ ਵਰਤਦਾ ਹੈ। ਇਹ ਕੈਲੀਫ਼ੋਰਨੀਆ ਦੇ ਕੇਸ Marriage of Watts (1985) ਤੋਂ ਆਇਆ ਹੈ।

हिंदी: वॉट्स चार्ज – तलाक के मामले में एक जीवनसाथी पर लगाया गया शुल्क जब वह अलगाव के बाद संयुक्त संपत्ति (जैसे पारिवारिक घर) का अकेले उपयोग करता है। यह कैलिफ़ोर्निया के मामले Marriage of Watts (1985) से लिया गया है।

WEEKEND/WEEKDAY SCHEDULE

Definition: A plan allocating regular weekends and specific weekdays to the noncustodial parent.

Explanation: Noncustodial parent has certain weekdays and most weekends.

Example: The order set alternating weekends and a midweek overnight.

ਪੰਜਾਬੀ: ਹਫ਼ਤਾ-ਅੰਤ / ਹਫ਼ਤੇ ਦੇ ਦਨਿਾਂ ਦੀ ਸਮਾਂ-ਸੂਚੀ
ਹਫ਼ਤਾ-ਅੰਤ ਜਾਂ ਹਫ਼ਤੇ ਦੇ ਦਨਿਾਂ ਦੀ ਸਮਾਂ-ਸੂਚੀ ਉਹ ਯੋਜਨਾ ਹੁੰਦੀ ਹੈ ਜਸਿ ਵੱਚਿ ਬੱਚੇ ਦੀ ਦੇਖਭਾਲ ਜਾਂ ਮੁਲਾਕਾਤ ਦੇ ਸਮੇਂ ਹਫ਼ਤੇ ਦੇ ਦਨਿਾਂ ਅਤੇ ਛੁੱਟੀਆਂ ਮੁਤਾਬਕ ਤੈਅ ਕੀਤੇ ਜਾਂਦੇ ਹਨ।

हिंदी: सप्ताहांत / कार्यदविस समय-सारणी
सप्ताहांत या कार्यदविस समय-सारणी वह योजना होती है जसिमें बच्चे की देखभाल या मुलाक़ात के समय सप्ताह के दनिों और छुट्टियों के अनुसार तय कएि जाते हैं।

WEEK-ON/WEEK-OFF SCHEDULE

Definition: A custody schedule where the child alternates households each week.

Explanation: Child spends one week with each parent, then switches.

Example: They adopted a week-on/week-off schedule during the school year.

ਪੰਜਾਬੀ: ਹਫ਼ਤਾ-ਵਾਰ ਬਦਲਦੀ ਸਮਾਂ-ਸੂਚੀ
ਹਫ਼ਤਾ-ਵਾਰ ਬਦਲਦੀ ਸਮਾਂ-ਸੂਚੀ ਉਹ ਹੁੰਦੀ ਹੈ ਜਿਸ ਵੱਿਚ ਬੱਚਾ ਇੱਕ ਹਫ਼ਤਾ ਇਕ ਮਾਤਾ-ਪਿਤਾ ਨਾਲ ਅਤੇ ਅਗਲਾ ਹਫ਼ਤਾ ਦੂਜੇ ਮਾਤਾ-ਪਿਤਾ ਨਾਲ ਬਿਤਾਉਂਦਾ ਹੈ।

हिंदी: सप्ताह-वार बारी-बारी समय-सारणी
सप्ताह-वार बारी-बारी समय-सारणी वह होती है जिसमें बच्चा एक सप्ताह एक माता-पिता के साथ और अगला सप्ताह दूसरे माता-पिता के साथ बिताता है।

WELFARE

Definition: Government programs that provide financial or social assistance to individuals and families in need; in family law, welfare may intersect with child support enforcement, foster care, and determinations of a parent's ability to provide for a child.

Explanation: Public assistance programs that give money or services to families who cannot meet basic needs.

Example: The mother's receipt of welfare benefits required her to assign her child support rights to the state.

ਪੰਜਾਬੀ: ਭਲਾਈ
ਭਲਾਈ ਉਹ ਸਰਕਾਰੀ ਸਹਾਇਤਾ ਜਾਂ ਪ੍ਰੋਗਰਾਮ ਹੁੰਦਾ ਹੈ ਜੋ ਲੋਕਾਂ ਦੀਆਂ ਮੂਲ ਜ਼ਰੂਰਤਾਂ ਜਿਵੇਂ ਭੋਜਨ, ਰਹਿਣ ਲਈ ਥਾਂ ਅਤੇ ਸਿਹਤ ਸੰਭਾਲ ਪੂਰੀ ਕਰਨ ਲਈ ਦਿੱਤਾ ਜਾਂਦਾ ਹੈ।

हिंदी: कल्याण
कल्याण वह सरकारी सहायता या कार्यक्रम होता है जो लोगों की मूल ज़रूरतें जैसे भोजन, आवास और स्वास्थ्य देखभाल पूरी करने के लिए दिया जाता है।

WELFARE AND INSTITUTIONS CODE (WIC)

Definition: California statutes governing juvenile dependency, delinquency, and related court procedures.

Explanation: California laws for child dependency and juvenile matters.

Example: The petition was filed under WIC §300 for dependency.

ਪੰਜਾਬੀ: ਭਲਾਈ ਅਤੇ ਸੰਸਥਾਵਾਂ ਸੰਹਿਤਾ (WIC)
ਭਲਾਈ ਅਤੇ ਸੰਸਥਾਵਾਂ ਸੰਹਿਤਾ ਕੈਲੀਫ਼ੋਰਨੀਆ ਦਾ ਕਾਨੂੰਨ ਹੈ ਜੋ ਬੱਚਿਆਂ, ਪਰਿਵਾਰਾਂ, ਮਨੋਵਿਗਿਆਨਿਕ ਸਿਹਤ ਅਤੇ ਸਮਾਜਿਕ ਸੇਵਾਵਾਂ ਨਾਲ ਸੰਬੰਧਿਤ ਨਿਯਮਾਂ ਅਤੇ ਪ੍ਰਕਿਰਿਆਵਾਂ ਨੂੰ ਨਿਰਧਾਰਤ ਕਰਦਾ ਹੈ।

हिंदी: कल्याण और संस्थान संहिता (WIC)
कल्याण और संस्थान संहिता कैलिफ़ोर्निया का क़ानून है जो बच्चों, परिवारों, मानसिक स्वास्थ्य और सामाजिक सेवाओं से संबंधित नियमों और प्रक्रियाओं को निर्धारित करता है।

WHEREABOUTS

Definition: The location or place where a person or thing can be found; in family law, courts may require disclosure of a child's or parent's whereabouts to enforce custody and visitation orders.

Explanation: The place where someone is located.

Example: The mother was ordered to disclose the child's whereabouts after moving without notice.

ਪੰਜਾਬੀ: ਟਿਕਾਣਾ / ਸਥਿਤੀ
ਟਿਕਾਣਾ ਜਾਂ ਸਥਿਤੀ ਉਹ ਥਾਂ ਹੁੰਦੀ ਹੈ ਜਿੱਥੇ ਕੋਈ ਵਿਅਕਤੀ ਇਸ ਵੇਲੇ ਮੌਜੂਦ ਹੈ ਜਾਂ ਮਿਲ ਸਕਦਾ ਹੈ।

हिंदी: ठिकाना / स्थान
ठिकाना या स्थान वह जगह होती है जहाँ कोई व्यक्ति इस समय मौजूद है या मिल सकता है।

WHEREAS

Definition: A formal legal term used in the introductory clauses of legal documents to explain background facts or reasons for the document; common in contracts, settlement agreements, and court orders.

Explanation: A word used at the beginning of legal documents to introduce reasons or facts.

Example: The settlement agreement began with clauses starting with "Whereas" to explain the background of the divorce.

ਪੰਜਾਬੀ: ਜਦਕਿ
ਜਦਕਿ ਉਹ ਸ਼ਬਦ ਹੁੰਦਾ ਹੈ ਜੋ ਕਾਨੂੰਨੀ ਦਸਤਾਵੇਜ਼ਾਂ ਵਿੱਚ ਕਿਸੇ ਤੱਥ ਜਾਂ ਕਾਰਨ ਨੂੰ ਦਰਸਾਉਣ ਲਈ ਵਰਤਿਆ ਜਾਂਦਾ ਹੈ।

हिंदी: जबकि
जबकि वह शब्द होता है जो कानूनी दस्तावेज़ों में किसी तथ्य या कारण को दर्शाने के लिए प्रयोग किया जाता है।

WILL

Definition: A legal document in which a person declares how their property should be distributed after death and may appoint a guardian for minor children; in family law, wills affect guardianship and inheritance rights.

Explanation: A written legal document that states what happens to property and children's care after someone dies.

Example: The mother's will named her sister as guardian of her minor children.

ਪੰਜਾਬੀ: ਵਸੀਅਤ
ਵਸੀਅਤ ਇੱਕ ਕਾਨੂੰਨੀ ਦਸਤਾਵੇਜ਼ ਹੁੰਦਾ ਹੈ ਜਿਸ ਵਿੱਚ ਕੋਈ ਵਿਅਕਤੀ ਆਪਣੀ ਮੌਤ ਤੋਂ ਬਾਅਦ ਆਪਣੀ ਸੰਪਤੀ ਅਤੇ ਜਾਇਦਾਦ ਦੀ ਵੰਡ ਬਾਰੇ ਨਿਰਧਾਰਤ ਕਰਦਾ ਹੈ।

हिंदी: वसीयत
वसीयत एक कानूनी दस्तावेज़ होता है जिसमें कोई व्यक्ति अपनी मृत्यु के बाद अपनी संपत्ति और जायदाद के बँटवारे के बारे में तय करता है।

WILLFUL ACT

Definition: An intentional and deliberate action performed with knowledge and purpose; in family law, a willful act may include failure to pay support, denial of visitation, or acts of domestic violence.

Explanation: Something done on purpose, not by accident.

Example: The judge ruled that the father's refusal to return the child was a willful act of disobedience.

ਪੰਜਾਬੀ: ਜਾਣ-ਬੁੱਝ ਕੇ ਕੀਤਾ ਕੰਮ

ਜਾਣ-ਬੁੱਝ ਕੇ ਕੀਤਾ ਕੰਮ ਉਹ ਹੁੰਦਾ ਹੈ ਜੋ ਸੋਚ-ਸਮਝ ਕੇ ਅਤੇ ਇਰਾਦੇ ਨਾਲ ਕੀਤਾ ਜਾਂਦਾ ਹੈ, ਨਾ ਕਿ ਗਲਤੀ ਨਾਲ ਜਾਂ ਲਾਪਰਵਾਹੀ ਨਾਲ।

हिंदी: जानबूझकर किया गया कार्य

जानबूझकर किया गया कार्य वह होता है जो सोच-समझकर और इरादे से किया जाता है, न कि गलती से या लापरवाही से।

WILLFUL CONTEMPT

Definition: Intentional disobedience of a court order, punishable by sanctions or jail.

Explanation: Purposely not following a court order.

Example: Failure to pay ordered support was found to be willful contempt.

ਪੰਜਾਬੀ: ਜਾਣ-ਬੁੱਝ ਕੇ ਅਦਾਲਤੀ ਅਪਮਾਨ

ਜਾਣ-ਬੁੱਝ ਕੇ ਅਦਾਲਤੀ ਅਪਮਾਨ ਉਹ ਹੁੰਦਾ ਹੈ ਜਦੋਂ ਕੋਈ ਵਿਅਕਤੀ ਸੋਚ ਸਮਝ ਕੇ ਅਦਾਲਤ ਦੇ ਹੁਕਮ ਦੀ ਉਲੰਘਣਾ ਕਰਦਾ ਹੈ ਜਾਂ ਅਦਾਲਤ ਦੀ ਬੇਅਦਬੀ ਕਰਦਾ ਹੈ।

हिंदी: जानबूझकर अदालत की अवमानना

जानबूझकर अदालत की अवमानना वह होती है जब कोई व्यक्ति सोच-समझकर अदालत के आदेश का उल्लंघन करता है या अदालत का अपमान करता है।

WILLFULLY

Definition: An act done intentionally, knowingly, and purposely, without mistake or accident; in family law, willful violations of custody, support, or restraining orders may lead to contempt.

Explanation: Doing something on purpose, knowing it breaks the law or a court order.

Example: The father was found in contempt for willfully refusing to pay child support.

ਪੰਜਾਬੀ: ਜਾਣ-ਬੁੱਝ ਕੇ

ਜਾਣ-ਬੁੱਝ ਕੇ ਉਹ ਹੁੰਦਾ ਹੈ ਜਦੋਂ ਕੋਈ ਵਿਅਕਤੀ ਸੋਚ ਸਮਝ ਕੇ ਅਤੇ ਇਰਾਦੇ ਨਾਲ ਕੋਈ ਕੰਮ ਕਰਦਾ ਹੈ।

हिंदी: जानबूझकर

जानबूझकर वह होता है जब कोई व्यक्ति सोच-समझकर और इरादे से कोई कार्य करता है।

WILLING

Definition: Describes a person's readiness, consent, or voluntary choice to act without coercion; in family law, willingness may be considered in custody cases, such as a parent's willingness to facilitate visitation or cooperate in co-parenting.

Explanation: Being ready and choosing freely to do something.

Example: The court found that the mother was more willing than the father to support the child's relationship with the other parent.

ਪੰਜਾਬੀ: ਤਿਆਰ / ਰਾਜ਼ੀ

ਤਿਆਰ ਜਾਂ ਰਾਜ਼ੀ ਉਹ ਹੁੰਦਾ ਹੈ ਜਦੋਂ ਕੋਈ ਵਿਅਕਤੀ ਆਪਣੀ ਮਰਜ਼ੀ ਨਾਲ ਕੁਝ ਕਰਨ ਲਈ ਸਹਿਮਤ ਹੁੰਦਾ ਹੈ।

हिंदी: तैयार / राज़ी

तैयार या राज़ी वह होता है जब कोई व्यक्ति अपनी इच्छा से कुछ करने के लिए सहमत होता है।

WITH PREJUDICE

Definition: A legal term indicating that a case has been dismissed permanently and cannot be refiled; in family law, dismissals with prejudice prevent parties from bringing the same custody, support, or divorce claims again.

Explanation: When the court closes a case for good, and it cannot be brought back.

Example: The judge dismissed the father's custody petition with prejudice after finding it legally groundless.

ਪੰਜਾਬੀ: ਪੱਖਪਾਤ ਸਮੇਤ

ਪੱਖਪਾਤ ਸਮੇਤ ਉਹ ਕਾਨੂੰਨੀ ਸ਼ਬਦ ਹੁੰਦਾ ਹੈ ਜੋ ਦਰਸਾਉਂਦਾ ਹੈ ਕਿ ਕੇਸ ਨੂੰ ਖ਼ਤਮ ਕਰਨ ਤੋਂ ਬਾਅਦ ਉਸੇ ਮਾਮਲੇ ਨੂੰ ਦੁਬਾਰਾ ਅਦਾਲਤ ਵੱਚਿ ਨਹੀਂ ਲਿਆਂਦਾ ਜਾ ਸਕਦਾ।

हिंदी: पक्षपात सहति

पक्षपात सहति वह कानूनी शब्द होता है जो दर्शाता है कि मामले को समाप्त करने के बाद उसी वषिय पर दोबारा अदालत में मामला नहीं लाया जा सकता।

WITHOUT PREJUDICE

Definition: A dismissal or offer that does not prevent bringing the claim again later.

Explanation: Closing something now but allowing it to be raised again.

She withdrew the motion without prejudice to refile after discovery.

ਪੰਜਾਬੀ: ਬਨਿਾ ਪੱਖਪਾਤ

ਬਨਿਾ ਪੱਖਪਾਤ ਉਹ ਕਾਨੂੰਨੀ ਸ਼ਬਦ ਹੁੰਦਾ ਹੈ ਜੋ ਦਰਸਾਉਂਦਾ ਹੈ ਕਿ ਕੇਸ ਨੂੰ ਖ਼ਤਮ ਕਰਨ ਤੋਂ ਬਾਅਦ ਉਸੇ ਮਾਮਲੇ ਨੂੰ ਭਵੱਖਿ ਵੱਚਿ ਦੁਬਾਰਾ ਅਦਾਲਤ ਵੱਚਿ ਲਿਆਂਦਾ ਜਾ ਸਕਦਾ ਹੈ।

हिंदी: बनिा पक्षपात

बनिा पक्षपात वह कानूनी शब्द होता है जो दर्शाता है कि मामले को समाप्त करने के बाद उसी वषिय पर भवष्यि में दोबारा अदालत में मामला लाया जा सकता है।

WITNESS

Definition: A person who testifies under oath about facts they know.

Explanation: Someone who tells the court what they saw or know.

Example: The teacher was a key witness at the custody trial.

ਪੰਜਾਬੀ: ਗਵਾਹ

ਗਵਾਹ ਉਹ ਵਅਿਕਤੀ ਹੁੰਦਾ ਹੈ ਜੋ ਅਦਾਲਤ ਵੱਚਿ ਆਪਣੇ ਵੇਖੇ, ਸੁਣੇ ਜਾਂ ਜਾਣੇ ਹੋਏ ਤੱਥਾਂ ਬਾਰੇ ਬਆਿਨ ਦਿੰਦਾ ਹੈ।

हिंदी: गवाह

गवाह वह व्यक्ति होता है जो अदालत में अपने देखे, सुने या जाने हुए तथ्यों के बारे में बयान देता है।

WORK SEARCH ORDER

Definition: A court order requiring a supported spouse to actively seek employment and report efforts.

Explanation: Court tells a spouse to look for a job and show proof.

Example: The judge issued a work search order with weekly logs.

ਪੰਜਾਬੀ: ਨੌਂਕਰੀ ਖੋਜ ਹੁਕਮ
ਨੌਂਕਰੀ ਖੋਜ ਹੁਕਮ ਅਦਾਲਤ ਵੱਲੋਂ ਜਾਰੀ ਕੀਤਾ ਗਆਿ ਆਦੇਸ਼ ਹੁੰਦਾ ਹੈ ਜਸਿ ਵੱਿਚ ਕਸਿੇ ਵਅਿਕਤੀ ਨੂੰ ਸਰਗਰਮੀ ਨਾਲ ਨੌਂਕਰੀ ਲੱਭਣ ਅਤੇ ਆਪਣੀ ਕੋਸ਼ਸ਼ਿਾਂ ਦਾ ਸਬੂਤ ਪੇਸ਼ ਕਰਨ ਲਈ ਕਹਿਾ ਜਾਂਦਾ ਹੈ।

हदिी: नौकरी खोज आदेश
नौकरी खोज आदेश अदालत द्वारा जारी कयिा गया आदेश होता है जसिमें कसिी व्यक्तकिो सक्रयि रूप से नौकरी तलाशने और अपने प्रयासों का प्रमाण प्रस्तुत करने के लएि कहा जाता है।

WORKPLACE VIOLENCE RESTRAINING ORDER (WVRO)

Definition: A civil order protecting workers from violence or threats at a workplace; related to, but distinct from, family DV orders.

Explanation: Court order to protect someone at work from threats or violence.

Example: The employer sought a WVRO after repeated threats at the office.

ਪੰਜਾਬੀ: ਕਾਰਜਸਥਲ ਹਸਿਾ ਰੋਕ ਆਦੇਸ਼ (WVRO)
ਕਾਰਜਸਥਲ ਹਸਿਾ ਰੋਕ ਆਦੇਸ਼ ਉਹ ਅਦਾਲਤੀ ਹੁਕਮ ਹੁੰਦਾ ਹੈ ਜੋ ਨਯਿੋਕਿਤਾ ਜਾਂ ਕਰਮਚਾਰੀ ਨੂੰ ਕੰਮ ਕਰਨ ਦੀ ਥਾਂ 'ਤੇ ਧਮਕੀ, ਹਸਿਾ ਜਾਂ ਪਰੇਸ਼ਾਨੀ ਤੋਂ ਸੁਰੱਖਆਿ ਪ੍ਰਦਾਨ ਕਰਦਾ ਹੈ।

हदिी: कार्यस्थल हसिा नरिोधक आदेश (WVRO)
कार्यस्थल हसिा नरिोधक आदेश वह अदालती आदेश होता है जो नयिोक्ता या कर्मचारी को कार्यस्थल पर धमकी, हसिा या उत्पीड़न से सुरक्षा प्रदान करता है।

WRIT

Definition: A formal written order issued by a court directing a person or entity to perform or refrain from performing a specific act; in family law, writs may include writs of habeas corpus (to return a child), writs of mandate (to compel a lower court or agency to act), or writs of execution (to enforce a support judgment).

Explanation: A written court order telling someone to do or stop doing something.

Example: The mother filed a writ of habeas corpus to have the child returned after the father kept the child past the visitation period.

ਪੰਜਾਬੀ: ਰਟਿ / ਅਦਾਲਤੀ ਪਰਵਾਨਾ
ਰਟਿ ਜਾਂ ਅਦਾਲਤੀ ਪਰਵਾਨਾ ਉਹ ਅਧਕਿਾਰਕ ਲਖਿਤੀ ਹੁਕਮ ਹੁੰਦਾ ਹੈ ਜੋ ਅਦਾਲਤ ਵੱਲੋਂ ਕਸਿੇ ਵਅਿਕਤੀ ਜਾਂ ਸੰਸਥਾ ਨੂੰ ਖ਼ਾਸ ਕਾਰਵਾਈ ਕਰਨ ਜਾਂ ਨਾ ਕਰਨ ਲਈ ਜਾਰੀ ਕੀਤਾ ਜਾਂਦਾ ਹੈ।

हिंदी: रिट / अदालती आदेश
रिट या अदालती आदेश वह आधिकारिक लिखित आदेश होता है जो अदालत द्वारा किसी व्यक्ति या संस्था को विशेष कार्य करने या न करने के लिए जारी किया जाता है।

WRIT OF EXECUTION

Definition: A court order authorizing collection on a judgment, such as levying bank accounts for support arrears.

Explanation: Order that lets you collect money awarded by the court.

Example: A writ of execution was issued to collect unpaid spousal support.

ਪੰਜਾਬੀ: ਜ਼ਬਤੀ ਪਰਵਾਨਾ
ਜ਼ਬਤੀ ਪਰਵਾਨਾ ਅਦਾਲਤ ਵੱਲੋਂ ਜਾਰੀ ਕੀਤਾ ਗਆਿ ਹੁਕਮ ਹੁੰਦਾ ਹੈ ਜਸਿ ਰਾਹੀ ਕਰਜ਼ਦਾਰ ਦੀ ਸੰਪਤੀ ਜ਼ਬਤ ਕਰਕੇ ਅਦਾਲਤੀ ਫ਼ੈਸਲੇ ਜਾਂ ਕਰਜ਼ ਦੀ ਅਦਾਇਗੀ ਕਰਵਾਈ ਜਾਂਦੀ ਹੈ।

हिंदी: निष्पादन की रिट
निष्पादन की रिट अदालत द्वारा जारी किया गया आदेश होता है जिसके माध्यम से देनदार की संपत्ति जब्त करके अदालती निर्णय या कर्ज़ का भुगतान करवाया जाता है।

WRIT OF HABEAS CORPUS (CHILD CUSTODY)

Definition: A writ used to bring a child before the court to determine the proper custodian.

Explanation: Order to present the child to the court to decide custody.

Example: She filed a habeas petition to recover the child from wrongful retention.

ਪੰਜਾਬੀ: ਹੈਬੀਅਸ ਕਾਰਪਸ ਰਟਿ (ਬੱਚੇ ਦੀ ਸੁਰੱਖਆਿ)
ਹੈਬੀਅਸ ਕਾਰਪਸ ਰਟਿ ਉਹ ਅਦਾਲਤੀ ਹੁਕਮ ਹੁੰਦਾ ਹੈ ਜਸਿ ਰਾਹੀ ਕਸਿੇ ਬੱਚੇ ਨੂੰ ਗੈਰ-ਕਾਨੂੰਨੀ ਤੌਰ ‘ਤੇ ਰੋਕਣ ਜਾਂ ਕਬਜ਼ੇ ਵੱਿਚ ਰੱਖਣ ਵਾਲੇ ਵਅਿਕਤੀ ਨੂੰ ਅਦਾਲਤ ਅੱਗੇ ਬੱਚੇ ਨੂੰ ਪੇਸ਼ ਕਰਨ ਲਈ ਕਹਿਾ ਜਾਂਦਾ ਹੈ।

हदिी: हैबयिस कॉर्पस की रटि (बच्चे की अभरिक्षा)
हैबयिस कॉर्पस की रटि वह अदालती आदेश होता है जसिके माध्यम से कसिी बच्चे को अवैध रूप से रोकने या कब्ज़े में रखने वाले व्यक्ति को अदालत के सामने बच्चे को प्रस्तुत करने के लिए कहा जाता है।

WRIT OF MANDATE (MANDAMUS)

Definition: An appellate remedy asking a higher court to order a lower court or official to perform a required act.

Explanation: Asking a higher court to make a lower court do something it must do.

Example: They sought a writ of mandate to correct the discovery order.

ਪੰਜਾਬੀ: ਮੰਡੇਟ ਦੀ ਰਟਿ (ਮੈਂਡੇਮਸ)
ਮੰਡੇਟ ਦੀ ਰਟਿ ਇੱਕ ਅਦਾਲਤੀ ਹੁਕਮ ਹੁੰਦਾ ਹੈ ਜਸਿ ਰਾਹੀ ਸਰਕਾਰੀ ਅਧਕਿਾਰੀ ਜਾਂ ਏਜੰਸੀ ਨੂੰ ਆਪਣਾ ਕਾਨੂੰਨੀ ਫ਼ਰਜ਼ ਨਭਿਾਉਣ ਲਈ ਮਜਬੂਰ ਕੀਤਾ ਜਾਂਦਾ ਹੈ।

हदिी: आदेश की रटि (मैंडमस)
आदेश की रटि वह अदालती आदेश होता है जसिके माध्यम से कसिी सरकारी अधकिारी या संस्था को अपना कानूनी कर्तव्य नभिाने के लिए बाध्य कयिा जाता है।

WRIT OF PROHIBITION

Definition: An order from a higher court directing a lower court to stop acting outside its jurisdiction in a family law matter.

Explanation: When a higher court tells a lower court to stop doing something it has no power to do.

Example: The appellate court issued a writ of prohibition stopping the lower court from enforcing an invalid custody order.

ਪੰਜਾਬੀ: ਪ੍ਰਤਬਿੰਧਤਿ ਰਟਿ – ਇੱਕ ਉੱਚ ਅਦਾਲਤ ਦੁਆਰਾ ਹੇਠਲੀ ਅਦਾਲਤ ਨੂੰ ਆਪਣੇ ਅਧਕਿਾਰ ਤੋਂ ਬਾਹਰ ਕੰਮ ਕਰਨ ਤੋਂ ਰੋਕਣ ਲਈ ਜਾਰੀ ਕੀਤਾ ਹੁਕਮ।

हिंदी: नषिध का रटि – एक उच्च न्यायालय द्वारा निचली अदालत को अपने अधिकार से बाहर काम करने से रोकने के लिए जारी आदेश।

WRITTEN STIPULATION

Definition: A signed written agreement between the parties that can be submitted to the court as an order.

Explanation: A written deal both sides sign and give to the judge.

Example: They filed a written stipulation resolving support and holidays.

ਪੰਜਾਬੀ: ਲਖਿਤੀ ਸਹਮਿਤੀ
ਲਖਿਤੀ ਸਹਮਿਤੀ ਉਹ ਦਸਤਾਵੇਜ਼ ਹੁੰਦਾ ਹੈ ਜਸਿ ਵੱਚਿ ਪੱਖ ਅਦਾਲਤ ਵੱਚਿ ਕਸਿ ਤੱਥ ਜਾਂ ਸ਼ਰਤ ‘ਤੇ ਲਖਿਤੀ ਰੂਪ ਵੱਚਿ ਸਹਮਿਤ ਹੁੰਦੇ ਹਨ।

हिंदी: लिखित सहमति
लिखित सहमति वह दस्तावेज़ होता है जिसमें पक्ष अदालत में किसी तथ्य या शर्त पर लिखित रूप में सहमत होते हैं।

WRONGFUL REMOVAL/RETENTION

Definition: Keeping or taking a child in violation of custody rights, often raising UCCJEA or Hague issues.

Explanation: Taking or keeping a child against the custody order.

Example: Cross-border travel without consent was alleged as wrongful retention.

ਪੰਜਾਬੀ: ਗਲਤ ਹਟਾਉਣਾ / ਗਲਤ ਰੋਕਣਾ
ਗਲਤ ਹਟਾਉਣਾ ਜਾਂ ਗਲਤ ਰੋਕਣਾ ਉਹ ਹੁੰਦਾ ਹੈ ਜਦੋਂ ਬੱਚੇ ਨੂੰ ਬਨਿਾ ਕਾਨੂੰਨੀ ਅਧਕਿਾਰ ਦੇ ਇੱਕ ਥਾਂ ਤੋਂ ਦੂਜੇ ਥਾਂ ਲਜਿਾਇਆ ਜਾਂਦਾ ਹੈ ਜਾਂ ਕਾਨੂੰਨੀ ਹੱਕ ਵਾਲੇ

ਵਿਅਕਤੀ ਤੋਂ ਵੱਖ ਰੱਖਿਆ ਜਾਂਦਾ ਹੈ।

हिंदी: अनुचित हटाना / अनुचित रोके रखना
अनुचित हटाना या अनुचित रोके रखना वह होता है जब बच्चे को बिना कानूनी अधिकार के एक जगह से दूसरी जगह ले जाया जाता है या कानूनी अधिकार वाले व्यक्ति से अलग रखा जाता है।

X-CHROMOSOME DNA TESTING

Definition: Genetic testing that analyzes X-chromosome markers, sometimes used in complex parentage cases.

Explanation: A type of DNA test using X-chromosome markers to help prove parentage.

Example: Because the alleged father was unavailable, X-chromosome DNA testing was considered.

ਪੰਜਾਬੀ: ਐਕਸ-ਕ੍ਰੋਮੋਸੋਮ ਡੀਐਨਏ ਜਾਂਚ
ਐਕਸ-ਕ੍ਰੋਮੋਸੋਮ ਡੀਐਨਏ ਜਾਂਚ ਇੱਕ ਵਿਗਿਆਨਕ ਪਰਖ ਹੁੰਦੀ ਹੈ ਜੋ ਰਿਸ਼ਤੇਦਾਰੀ, ਖ਼ਾਸਕਰ ਮਾਤ੍ਰੀ ਪੱਖ ਤੋਂ ਵੰਸ਼ਾਵਲੀ, ਦਾ ਪਤਾ ਲਗਾਉਣ ਲਈ ਕੀਤੀ ਜਾਂਦੀ ਹੈ।

हिंदी: एक्स-क्रोमोसोम डीएनए परीक्षण
एक्स-क्रोमोसोम डीएनए परीक्षण एक वैज्ञानिक जाँच होती है जो रिश्तेदारी, विशेषकर मातृ पक्ष से वंशावली, का पता लगाने के लिए की जाती है।

X-LINKED GENETIC MARKER

Definition: A genetic characteristic on the X-chromosome that can be used as evidence in disputed parentage.

Explanation: A DNA trait on the X-chromosome used as proof in parentage cases.

Example: The expert testified that an X-linked genetic marker supported the claimed relationship.

ਪੰਜਾਬੀ: ਐਕਸ-ਲਿੰਕਡ ਜੈਨੇਟਿਕ ਨਿਸ਼ਾਨੀ
ਐਕਸ-ਲਿੰਕਡ ਜੈਨੇਟਿਕ ਨਿਸ਼ਾਨੀ ਉਹ ਜੀਨ ਜਾਂ ਡੀਐਨਏ ਦਾ ਹਿੱਸਾ ਹੁੰਦਾ ਹੈ ਜੋ ਐਕਸ ਕ੍ਰੋਮੋਸੋਮ 'ਤੇ ਮਿਲਦਾ ਹੈ ਅਤੇ ਵਿਰਾਸਤੀ ਬਿਮਾਰੀਆਂ ਜਾਂ ਲੱਛਣਾਂ ਦੀ ਪਹਿਚਾਣ ਲਈ ਵਰਤਿਆ ਜਾਂਦਾ ਹੈ।

हिंदी: एक्स-लंकि्ड आनुवंशकि चन्हिक
एक्स-लंकि्ड आनुवंशकि चन्हिक वह जीन या डीएनए का हसि्सा होता है जो एक्स क्रोमोसोम पर पाया जाता है और वंशानुगत बीमारयिों या लक्षणों की पहचान के लएि प्रयोग कयिा जाता है।

X-STR ANALYSIS

Definition: Testing of short tandem repeats on the X-chromosome used to resolve certain deficient parentage scenarios.

Explanation: A specialized DNA test on X-chromosome STRs to clarify parentage when other tests fall short.

Example: The lab recommended X-STR analysis due to limited reference samples.

ਪੰਜਾਬੀ: ਐਕਸ-ਐਸਟੀਆਰ ਵਸ਼ਿਲੇਸ਼ਣ
ਐਕਸ-ਐਸਟੀਆਰ ਵਸ਼ਿਲੇਸ਼ਣ ਡੀਐਨਏ ਜਾਂਚ ਦੀ ਇੱਕ ਵਧਿੀ ਹੈ ਜੋ ਐਕਸ ਕ੍ਰੋਮੋਸੋਮ 'ਤੇ ਮੌਜੂਦ ਛੋਟੀ ਦੁਹਰਾਈਆਂ ਲੜੀਆਂ ਦੀ ਜਾਂਚ ਕਰਕੇ ਰਸ਼ਿਤੇਦਾਰੀ ਜਾਂ ਵੰਸ਼ਾਵਲੀ ਦਾ ਪਤਾ ਲਗਾਉਣ ਲਈ ਵਰਤੀ ਜਾਂਦੀ ਹੈ।

हिंदी: एक्स-एसटीआर वश्लिेषण
एक्स-एसटीआर वश्लिेषण डीएनए परीक्षण की एक वधिि है जसिमें एक्स क्रोमोसोम पर मौजूद छोटी दोहराई जाने वाली श्रृंखलाओं की जाँच करके रश्तिेदारी या वंशावली का पता लगाया जाता है।

YOUTHFUL OFFENDER

Definition: A minor or young adult treated under special legal provisions recognizing reduced culpability due to age.

Explanation: A young person who breaks the law but is treated more leniently because of age.

Example: The court gave him youthful offender status instead of adult sentencing.

ਪੰਜਾਬੀ: ਨੌਜਵਾਨ ਅਪਰਾਧੀ
ਨੌਜਵਾਨ ਅਪਰਾਧੀ ਉਹ ਨਾਬਾਲਗ ਜਾਂ ਜਵਾਨ ਵਅਿਕਤੀ ਹੁੰਦਾ ਹੈ ਜਸਿ 'ਤੇ ਅਪਰਾਧ ਕਰਨ ਦਾ ਦੋਸ਼ ਹੈ ਪਰ ਜਸਿਨੂੰ ਸਜ਼ਾ ਦੀ ਥਾਂ ਸੁਧਾਰ ਲਈ ਖ਼ਾਸ ਕਾਨੂੰਨੀ ਪ੍ਰਕਰਿਆਿ ਹੇਠ ਰੱਖਆਿ ਜਾਂਦਾ ਹੈ।

हिंदी: युवा अपराधी
युवा अपराधी वह नाबालिग या युवा व्यक्ति होता है जिस पर अपराध करने का आरोप है लेकिन जिसे सज़ा की बजाय सुधार के लिए विशेष कानूनी प्रक्रिया के अंतर्गत रखा जाता है।

ZERO TOLERANCE POLICY

Definition: A strict policy that imposes predetermined consequences for certain behaviors, often in schools or family supervision contexts.

Explanation: Rules that give automatic punishment for specific actions.

Example: The school's zero tolerance policy applied to drug possession.

ਪੰਜਾਬੀ: ਸੁਨ੍ਯ ਸਹਨਿਸ਼ੀਲਤਾ ਨੀਤੀ
ਸੁਨ੍ਯ ਸਹਨਿਸ਼ੀਲਤਾ ਨੀਤੀ ਉਹ ਨਿਯਮ ਹੁੰਦਾ ਹੈ ਜਿਸ ਵਿੱਚ ਕਿਸੇ ਵੀ ਉਲੰਘਣਾ ਜਾਂ ਗਲਤੀ ਲਈ ਬਿਨਾ ਛੋਟ ਦੇ ਸਖ਼ਤ ਕਾਰਵਾਈ ਕੀਤੀ ਜਾਂਦੀ ਹੈ।

हिंदी: शून्य सहिष्णुता नीति
शून्य सहिष्णुता नीति वह नियम होता है जिसमें किसी भी उल्लंघन या गलती के लिए बिना छूट के कड़ी कार्रवाई की जाती है।

ZONE OF DANGER (FAMILY LAW CONTEXT)

Definition: A legal concept where a person may be entitled to protection or damages if placed at foreseeable risk of harm, sometimes referenced in restraining order contexts.

Explanation: If someone is in a risky situation where harm is likely, the law may give protection.

Example: The court considered whether the child was in the zone of danger when granting the restraining order.

ਪੰਜਾਬੀ: ਖਤਰੇ ਦਾ ਖੇਤਰ (ਪਰਿਵਾਰਕ ਕਾਨੂੰਨ ਸੰਦਰਭ)
ਖਤਰੇ ਦਾ ਖੇਤਰ ਉਹ ਸਥਿਤੀ ਹੁੰਦੀ ਹੈ ਜਦੋਂ ਬੱਚਾ ਜਾਂ ਪਰਿਵਾਰਕ ਮੈਂਬਰ ਕਿਸੇ ਅਜਿਹੇ ਮਾਹੌਲ ਵਿੱਚ ਹੋਵੇ ਜਿਸ ਨਾਲ ਉਸਦੀ ਸੁਰੱਖਿਆ, ਸਿਹਤ ਜਾਂ ਭਲਾਈ ਨੂੰ ਗੰਭੀਰ ਖਤਰਾ ਪੈ ਸਕੇ।

हिंदी: खतरे का क्षेत्र (पारिवारिक क़ानून संदर्भ)

खतरे का क्षेत्र वह स्थिति होती है जब बच्चा या पारिवारिक सदस्य ऐसे वातावरण में हो जहाँ उसकी सुरक्षा, स्वास्थ्य या भलाई को गंभीर ख़तरा हो सकता है।

ZONE OF PROXIMAL DEVELOPMENT (ZPD, CHILD CUSTODY)

Definition: A developmental psychology concept sometimes referenced in custody cases, describing tasks a child can do with guidance, indicating needs for support.

Explanation: What a child can do with help but not alone, used to guide custody or education decisions.

Example: The evaluator mentioned ZPD in explaining the child's educational needs.

ਪੰਜਾਬੀ: ਨਕਿਟਮ ਵਕਿਾਸ ਖੇਤਰ (ZPD, ਬੱਚੇ ਦੀ ਸੁਰੱਖਿਆ)
ਨਕਿਟਮ ਵਕਿਾਸ ਖੇਤਰ ਉਹ ਧਾਰਣਾ ਹੈ ਜਸਿ ਵੱਚਿ ਬੱਚਾ ਆਪਣੀ ਮੌਜੂਦਾ ਯੋਗਤਾ ਤੋਂ ਵੱਧ ਕੰਮ ਕਸਿ ਮਾਹਰਿ ਜਾਂ ਮਾਪੇ ਦੀ ਰਹਨੁਮਾਈ ਨਾਲ ਕਰ ਸਕਦਾ ਹੈ, ਅਤੇ ਪਰਵਿਾਰਕ ਕਾਨੂੰਨ ਵੱਚਿ ਇਹ ਇਸ ਗੱਲ ਦਾ ਅੰਦਾਜ਼ਾ ਲਗਾਉਣ ਲਈ ਵਰਤਆਿ ਜਾਂਦਾ ਹੈ ਕਿ ਕਹਿੜਾ ਮਾਪੇ ਬੱਚੇ ਦੀ ਸਖਿਲਾਈ ਅਤੇ ਵਕਿਾਸ ਵੱਚਿ ਵਧੀਆ ਸਹਾਇਤਾ ਦੇ ਸਕਦਾ ਹੈ।

हिंदी: नकिटस्थ वकिास क्षेत्र (ZPD, बाल अभरिक्षा)
नकिटस्थ वकिास क्षेत्र वह अवधारणा है जसिमें बच्चा अपनी वर्तमान क्षमता से अधकि कार्य कसिी वशिेषज्ञ या माता-पिता के मार्गदर्शन से कर सकता है, और पारिवारिक क़ानून में इसका प्रयोग यह आकलन करने के लिए कयिा जाता है कि कौन सा माता-पिता बच्चे की शिक्षा और वकिास में बेहतर सहायता प्रदान कर सकता है।

ABOUT THE AUTHORS

Inderraj Singh

Inderraj was born and raised in Punjab, India and relocated, with his family, to Los Angeles, California. Inderraj graduated from high school in Los Angeles and went on to serve in the United States Air Force. Inderraj won several awards, medals, and accolades for his dedicated service to the Air Force.

While serving full time in the Air Force, Inderraj graduated with his Bachelor of Science degree specializing in legal studies. After graduation, Inderraj went to study law at well-recognized and highly ranked Pepperdine University School of Law. At law school, Inderraj served on various student bodies such as Veterans Legal Society and served as the Immigration Chair for the National Lawyers Guild. In addition to studying law, Inderraj specialized in dispute resolution at Straus Institute of Dispute Resolution—one of the leading dispute resolution institutions in America. Inderraj also received the prestigious CALI award at law school for Selected Issues in Dispute Resolution and Products Liability. In 2019, Inderraj graduated from law school, along with Certificate in Dispute Resolution, and was admitted to the California Bar later that year.

In addition to aggressively counseling for his client's interest, Inderraj also serves, pro bono, as the General Counsel for the Guru Angad Darbar Khalsa School, a non-profit organization based in Bakersfield, California.

ਪੰਜਾਬੀ

ਇੰਦਰਰਾਜ ਦਾ ਜਨਮ ਅਤੇ ਪਾਲਣ-ਪੋਸ਼ਣ ਪੰਜਾਬ, ਭਾਰਤ ਵੱਿਚ ਹੋਇਆ ਅਤੇ ਉਹ ਆਪਣੇ ਪਰਵਿਾਰ ਨਾਲ ਲਾਸ ਏਂਜਲਸ, ਕੈਲੀਫੋਰਨੀਆ ਵੱਿਚ ਰਹਣਿ ਲੱਗ ਪਏ। ਇੰਦਰਰਾਜ ਨੇ ਲਾਸ ਏਂਜਲਸ ਦੇ ਹਾਈ ਸਕੂਲ ਤੋਂ ਗ੍ਰੈਜੂਏਸ਼ਨ ਕੀਤੀ ਅਤੇ ਫਰਿ ਸੰਯੁਕਤ ਰਾਜ ਦੀ ਹਵਾਈ ਸੈਨਾ ਵੱਿਚ ਸੇਵਾ ਕੀਤੀ। ਇੰਦਰਰਾਜ ਨੇ ਹਵਾਈ ਸੈਨਾ ਪ੍ਰਤੀ

ਆਪਣੀ ਸਮਰਪਤਿ ਸੇਵਾ ਲਈ ਕਈ ਪੁਰਸਕਾਰ, ਤਗਮੇ ਅਤੇ ਪ੍ਰਸ਼ੰਸਾ ਜੱਤਿੀ।

ਹਵਾਈ ਸੈਨਾ ਵੱਚਿ ਪੂਰਾ ਸਮਾਂ ਸੇਵਾ ਕਰਦੇ ਹੋਏ, ਇੰਦਰਰਾਜ ਨੇ ਕਾਨੂੰਨੀ ਅਧਐਿਨ ਵੱਚਿ ਮਾਹਰ ਆਪਣੀ ਬੈਚਲਰ ਆਫ਼ ਸਾਇੰਸ ਦੀ ਡਗਿਰੀ ਪ੍ਰਾਪਤ ਕੀਤੀ। ਗ੍ਰੈਜੂਏਸ਼ਨ ਤੋਂ ਬਾਅਦ, ਇੰਦਰਰਾਜ ਨੇ ਮਾਨਤਾ ਪ੍ਰਾਪਤ ਅਤੇ ਉੱਚ ਦਰਜੇ ਦੇ ਪੇਪਰਡਾਈਨ ਯੂਨੀਵਰਸਟਿੀ ਸਕੂਲ ਆਫ਼ ਲਾਅ ਵੱਚਿ ਕਾਨੂੰਨ ਦੀ ਪੜ੍ਹਾਈ ਕੀਤੀ। ਲਾਅ ਸਕੂਲ ਵੱਚਿ, ਇੰਦਰਰਾਜ ਨੇ ਵੈਟਰਨਜ਼ ਲੀਗਲ ਸੋਸਾਇਟੀ ਵਰਗੇ ਵੱਖ-ਵੱਖ ਵਦਿਆਿਰਥੀ ਸੰਗਠਨਾਂ ਵੱਚਿ ਸੇਵਾ ਕੀਤੀ ਅਤੇ ਨੈਸ਼ਨਲ ਲਾਇਰਜ਼ ਗਲਿਡ ਲਈ ਇਮੀਗ੍ਰੇਸ਼ਨ ਚੇਅਰ ਵਜੋਂ ਸੇਵਾ ਨਭਿਾਈ। ਕਾਨੂੰਨ ਦੀ ਪੜ੍ਹਾਈ ਤੋਂ ਇਲਾਵਾ, ਇੰਦਰਰਾਜ ਨੇ ਸਟ੍ਰਾਸ ਇੰਸਟੀਚਊਿਟ ਆਫ਼ ਡਸਿਪਊਿਟ ਰੈਜ਼ੋਲਊਿਸ਼ਨ ਵੱਚਿ ਵਵਿਾਦ ਨਪਿਟਾਰਾ ਕਰਨ ਵੱਚਿ ਮਾਹਰਤਾ ਪ੍ਰਾਪਤ ਕੀਤੀ - ਜੋ ਕ ਿਅਮਰੀਕਾ ਵੱਚਿ ਪ੍ਰਮੁੱਖ ਵਵਿਾਦ ਨਪਿਟਾਰਾ ਸੰਸਥਾਨਾਂ ਵੱਚਿੋਂ ਇੱਕ ਹੈ। ਇੰਦਰਰਾਜ ਨੇ ਵਵਿਾਦ ਨਪਿਟਾਰਾ ਅਤੇ ਉਤਪਾਦਾਂ ਦੀ ਦੇਣਦਾਰੀ ਵੱਚਿ ਚੁਣੇ ਹੋਏ ਮੁੱਦਆਿਂ ਲਈ ਲਾਅ ਸਕੂਲ ਵੱਚਿ ਵੱਕਾਰੀ CALI ਪੁਰਸਕਾਰ ਵੀ ਪ੍ਰਾਪਤ ਕੀਤਾ। 2019 ਵੱਚਿ, ਇੰਦਰਰਾਜ ਨੇ ਲਾਅ ਸਕੂਲ ਤੋਂ ਗ੍ਰੈਜੂਏਸ਼ਨ ਕੀਤੀ, ਨਾਲ ਹੀ ਵਵਿਾਦ ਨਪਿਟਾਰਾ ਸਰਟੀਫਕਿੇਟ ਵੀ ਪ੍ਰਾਪਤ ਕੀਤਾ, ਅਤੇ ਉਸੇ ਸਾਲ ਦੇ ਅੰਤ ਵੱਚਿ ਕੈਲੀਫੋਰਨੀਆ ਬਾਰ ਵੱਚਿ ਦਾਖਲਾ ਲਆਿ ਗਆਿ।

ਆਪਣੇ ਮੁਵੱਕਲਿ ਦੇ ਹੱਤਿ ਲਈ ਹਮਲਾਵਰ ਢੰਗ ਨਾਲ ਸਲਾਹ-ਮਸ਼ਵਰਾ ਕਰਨ ਤੋਂ ਇਲਾਵਾ, ਇੰਦਰਰਾਜ ਕੈਲੀਫੋਰਨੀਆ ਦੇ ਬੇਕਰਸਫੀਲਡ ਵੱਚਿ ਸਥਤਿ ਇੱਕ ਗੈਰ-ਮੁਨਾਫ਼ਾ ਸੰਸਥਾ, ਗੁਰੂ ਅੰਗਦ ਦਰਬਾਰ ਖਾਲਸਾ ਸਕੂਲ ਲਈ ਜਨਰਲ ਕੌਂਸਲ ਵਜੋਂ ਵੀ, ਬਨਿਾਂ ਕਸਿੇ ਸ਼ਰਤ ਦੇ, ਸੇਵਾ ਨਭਿਾਉਂਦੇ ਹਨ।

हनि्दी

इंदरराज का जन्म और पालन-पोषण पंजाब, भारत में हुआ और वे अपने परविार के साथ लॉस एंजलि्स, कैलफि़ोर्नयिा चले गए। इंद्रराज ने लॉस एंजलि्स में हाई स्कूल से स्नातक की उपाधि प्राप्त की और संयुक्त राज्य वायु सेना में सेवा की। वायु सेना के प्रत‍ि अपनी समर्पति सेवा के लिए इंद्रराज ने कई पुरस्कार, पदक और सम्मान प्राप्त कएि।

वायु सेना में पूर्णकालकि सेवा के दौरान, इंद्रराज ने कानूनी अध्ययन में वशिषज्ञता के साथ वज्ञिान स्नातक की उपाधि प्राप्त की। स्नातक होने के बाद, इंद्रराज ने सुप्रसद्धि और उच्च रैंकगि वाले पेपरडाइन

यूनविर्सटिी स्कूल ऑफ लॉ में कानून की पढ़ाई की। लॉ स्कूल में, इंद्रराज ने वेटरन्स लीगल सोसाइटी जैसे वभिन्नि छात्र नकिायों में कार्य कयिा और नेशनल लॉयर्स गल्डि के इमग्रिेशन चेयर के रूप में कार्य कयिा। कानून की पढ़ाई के अलावा, इंद्रराज ने अमेरकिा के अग्रणी ववािद समाधान संस्थानों में से एक, स्ट्रॉस इंस्टीट्यूट ऑफ डसि्प्यूट रेज़ोल्यूशन में ववािद समाधान में वशिेषज्ञता हासलि की। इंद्रराज को लॉ स्कूल में ववािद समाधान और उत्पाद दायत्वि में चयनति मुद्दों के लएि प्रतष्ठिति CALI पुरस्कार भी मलिा। 2019 में, इंद्रराज ने ववािद समाधान में सर्टफिकिेट के साथ लॉ स्कूल से स्नातक की उपाधि प्राप्त की और उसी वर्ष बाद में कैलफ़िोर्नयिा बार में भरती हुए।

अपने मुवक्कलि के हतिों के लएि सक्रयि रूप से परामर्श देने के अलावा, इंद्रराज, बेकर्सफ़ील्ड, कैलफ़िोर्नयिा स्थति एक गैर-लाभकारी संगठन, गुरु अंगद दरबार खालसा स्कूल के लएि, नश्िुल्क, महाधविक्ता के रूप में भी कार्य करते हैं।

Bakersfield Paralegal

Since its founding in 2001, Bakersfield Paralegal has grown into a trusted legal document services provider throughout California. Headquartered in Bakersfield, the firm specializes in preparing pleadings, motions, and court filings across a broad range of practice areas, including family law, evictions, criminal defense, conservatorships, guardianships, trusts, estate planning and much more.

Operating under a client-centric model, Bakersfield Paralegal makes itself accessible to clients both locally and throughout the state. While it can meet in person for clients in its immediate service area, many matters are efficiently handled by phone, video, or e-mail—allowing flexibility and convenience for parties across California.

With over two decades of experience, multiple published books on the law, and an impressive array of legal research tools, the company arrives with institutional knowledge and professionalism. Clients appreciate their thoroughness, responsiveness, and ability to explain complex legal steps clearly.

In a legal environment where the cost and complexity of representation can feel overwhelming, Bakersfield Paralegal offers a structured, affordable alternative for those navigating the court system on their own or seeking peace of mind in document preparation. Its longevity, depth of service offerings, and reputation for dependability make it a pillar in the legal support community.

In addition to their main page, BakersfieldParalegal.com, the company has specialized pages for the Indian community, including PunjabParalegal.com and HindiParalegal.com.

ਪੰਜਾਬੀ

2001 ਵਿੱਚ ਆਪਣੀ ਸਥਾਪਨਾ ਤੋਂ ਬਾਅਦ, ਬੇਕਰਸਫੀਲਡ ਪੈਰਾਲੀਗਲ ਪੂਰੇ ਕੈਲੀਫੋਰਨੀਆ ਵਿੱਚ ਇੱਕ ਭਰੋਸੇਮੰਦ ਕਾਨੂੰਨੀ ਦਸਤਾਵੇਜ਼ ਸੇਵਾ ਪ੍ਰਦਾਤਾ ਬਣ ਗਿਆ ਹੈ। ਬੇਕਰਸਫੀਲਡ ਵਿੱਚ ਹੈੱਡਕੁਆਰਟਰ, ਇਹ ਫਰਮ ਪਰਿਵਾਰਕ ਕਾਨੂੰਨ, ਬੇਦਖਲੀ, ਅਪਰਾਧਿਕ ਬਚਾਅ, ਕੰਜ਼ਰਵੇਟਰਸ਼ਿਪ, ਸਰਪ੍ਰਸਤ, ਟਰੱਸਟ, ਜਾਇਦਾਦ ਯੋਜਨਾਬੰਦੀ ਅਤੇ ਹੋਰ ਬਹੁਤ ਸਾਰੇ ਅਭਿਆਸ ਖੇਤਰਾਂ ਵਿੱਚ ਪਟੀਸ਼ਨਾਂ, ਮੋਸ਼ਨਾਂ ਅਤੇ ਅਦਾਲਤੀ ਫਾਈਲਿੰਗਾਂ ਤਿਆਰ ਕਰਨ ਵਿੱਚ ਮਾਹਰ ਹੈ।

ਇੱਕ ਕਲਾਇੰਟ-ਕੇਂਦ੍ਰਿਤ ਮਾਡਲ ਦੇ ਤਹਿਤ ਕੰਮ ਕਰਦੇ ਹੋਏ, ਬੇਕਰਸਫੀਲਡ ਪੈਰਾਲੀਗਲ ਆਪਣੇ ਆਪ ਨੂੰ ਸਥਾਨਕ ਤੌਰ 'ਤੇ ਅਤੇ ਪੂਰੇ ਰਾਜ ਵਿੱਚ ਗਾਹਕਾਂ ਲਈ ਪਹੁੰਚਯੋਗ ਬਣਾਉਂਦਾ ਹੈ। ਜਦੋਂ ਕਿ ਇਹ ਆਪਣੇ ਤੁਰੰਤ ਸੇਵਾ ਖੇਤਰ ਵਿੱਚ ਗਾਹਕਾਂ ਲਈ ਵਿਅਕਤੀਗਤ ਤੌਰ 'ਤੇ ਮਿਲ ਸਕਦਾ ਹੈ, ਬਹੁਤ ਸਾਰੇ ਮਾਮਲਿਆਂ ਨੂੰ ਫੋਨ, ਵੀਡੀਓ ਜਾਂ ਈ-ਮੇਲ ਦੁਆਰਾ ਕੁਸ਼ਲਤਾ ਨਾਲ ਸੰਭਾਲਿਆ ਜਾਂਦਾ ਹੈ - ਕੈਲੀਫੋਰਨੀਆ ਭਰ ਵਿੱਚ ਧਿਰਾਂ ਲਈ ਲਚਕਤਾ ਅਤੇ ਸਹੂਲਤ ਦੀ ਆਗਿਆ ਦਿੰਦਾ ਹੈ।

ਦੋ ਦਹਾਕਿਆਂ ਤੋਂ ਵੱਧ ਦੇ ਤਜਰਬੇ, ਕਾਨੂੰਨ 'ਤੇ ਕਈ ਪ੍ਰਕਾਸ਼ਿਤ ਕਿਤਾਬਾਂ, ਅਤੇ ਕਾਨੂੰਨੀ ਖੋਜ ਸਾਧਨਾਂ ਦੀ ਪ੍ਰਭਾਵਸ਼ਾਲੀ ਸ੍ਰੇਣੀ ਦੇ ਨਾਲ, ਕੰਪਨੀ ਸੰਸਥਾਗਤ ਗਿਆਨ ਅਤੇ ਪੇਸ਼ੇਵਰਤਾ ਦੇ ਨਾਲ ਆਉਂਦੀ ਹੈ। ਗਾਹਕ ਉਨ੍ਹਾਂ ਦੀ ਪੂਰਨਤਾ, ਜਵਾਬਦੇਹੀ ਅਤੇ ਗੁੰਝਲਦਾਰ ਕਾਨੂੰਨੀ ਕਦਮਾਂ ਨੂੰ ਸਪਸ਼ਟ ਤੌਰ 'ਤੇ ਸਮਝਾਉਣ ਦੀ ਯੋਗਤਾ ਦੀ ਕਦਰ ਕਰਦੇ ਹਨ।

ਇੱਕ ਕਾਨੂੰਨੀ ਮਾਹੌਲ ਵਿੱਚ ਜਿੱਥੇ ਪ੍ਰਤੀਨਿਧਤਾ ਦੀ ਲਾਗਤ ਅਤੇ ਜਟਲਿਤਾ ਬਹੁਤ ਜ਼ਿਆਦਾ ਮਹਿਸੂਸ ਹੋ ਸਕਦੀ ਹੈ, ਬੇਕਰਸਫੀਲਡ ਪੈਰਾਲੀਗਲ ਉਨ੍ਹਾਂ ਲਈ ਇੱਕ ਢਾਂਚਾਗਤ, ਕਿਫਾਇਤੀ ਵਿਕਲਪ ਪੇਸ਼ ਕਰਦਾ ਹੈ ਜੋ ਆਪਣੇ ਆਪ ਅਦਾਲਤੀ ਪ੍ਰਣਾਲੀ ਵਿੱਚ ਨੈਵੀਗੇਟ ਕਰਦੇ ਹਨ ਜਾਂ ਦਸਤਾਵੇਜ਼ ਤਿਆਰ ਕਰਨ ਵਿੱਚ ਮਨ ਦੀ ਸ਼ਾਂਤੀ ਦੀ ਭਾਲ ਕਰਦੇ ਹਨ। ਇਸਦੀ ਲੰਬੀ ਉਮਰ, ਸੇਵਾ ਪੇਸ਼ਕਸ਼ਾਂ ਦੀ ਡੂੰਘਾਈ, ਅਤੇ ਭਰੋਸੇਯੋਗਤਾ ਲਈ

ਪ੍ਰਤਸ਼ਿਠਾ ਇਸਨੂੰ ਕਾਨੂੰਨੀ ਸਹਾਇਤਾ ਭਾਈਚਾਰੇ ਵੱਿਚ ਇੱਕ ਥੰਮ੍ਹ ਬਣਾਉਂਦੀ ਹੈ।

ਆਪਣੇ ਮੁੱਖ ਪੰਨੇ, ਬੇਕਰਸਫੀਲਡਪੈਰਾਲੀਗਲ.ਕੌਮ ਤੋਂ ਇਲਾਵਾ, ਕੰਪਨੀ ਕੋਲ ਭਾਰਤੀ ਭਾਈਚਾਰੇ ਲਈ ਵਸ਼ਿੇਸ਼ ਪੰਨੇ ਹਨ, ਜਨ੍ਹਿਾਂ ਵੱਿਚ PunjabParalegal.com ਅਤੇ HindiParalegal.com ਸ਼ਾਮਲ ਹਨ।

हनि्दी

2001 में अपनी स्थापना के बाद से, बेकर्सफ़ील्ड पैरालीगल पूरे कैलफ़िोर्नयिा में एक वशि्वसनीय कानूनी दस्तावेज़ सेवा प्रदाता के रूप में वकिसति हुआ है। बेकर्सफ़ील्ड में मुख्यालय वाली यह फर्म पारवािरकि कानून, बेदखली, आपराधकि बचाव, संरक्षकता, संरक्षकता, ट्रस्ट, संपत्त‍ि नियोजन और अन्य कई क्षेत्रों में याचकिाएँ, प्रस्ताव और अदालती दस्तावेज़ तैयार करने में वशिेषज्ञता रखती है।

ग्राहक-केंद्रति मॉडल के तहत काम करते हुए, बेकर्सफ़ील्ड पैरालीगल स्थानीय और पूरे राज्य में ग्राहकों के लिए सुलभ है। हालाँकयिह अपने तत्काल सेवा क्षेत्र में ग्राहकों के लिए व्यक्तगित रूप से मलि सकता है, लेकनि कई मामलों को फ़ोन, वीडियो या ईमेल के माध्यम से कुशलतापूर्वक नपिटाया जाता है—जसिसे कैलफ़िोर्नयिा भर के पक्षों के लिए लचीलापन और सुवधिा मलिती है।

दो दशकों से भी ज़्यादा के अनुभव, क़ानून पर प्रकाशति कई पुस्तकों और क़ानूनी शोध उपकरणों की एक प्रभावशाली श्रृंखला के साथ, कंपनी संस्थागत ज्ञान और व्यावसायकिता के साथ आती है। ग्राहक उनकी गहनता, जवाबदेही और जटलि क़ानूनी चरणों को स्पष्ट रूप से समझाने की क्षमता की सराहना करते हैं।

ऐसे क़ानूनी माहौल में जहाँ प्रतनिधित्वि की लागत और जटलिता भारी लग सकती है, बेकर्सफ़ील्ड पैरालीगल उन लोगों के लिए एक संरचति, कफ़ियायती वकिल्प प्रदान करता है जो खुद अदालती प्रक्रयिा से गुज़र रहे हैं या दस्तावेज़ तैयार करने में मन की शांत‍ि चाहते हैं। इसकी दीर्घकालकिता, सेवाओं की व्यापकता और वशि्वसनीयता की प्रतष्ठिा इसे क़ानूनी सहायता समुदाय में एक स्तंभ बनाती है।

अपने मुख्य पृष्ठ, BakersfieldParalegal.com के अलावा, कंपनी के भारतीय समुदाय के लिए वशिेष पृष्ठ भी हैं, जनिमें PunjabParalegal.com और HindiParalegal.com शामलि हैं।